पॉल ब्रन्टन

Translation of best selling book 'A Search in Secret Egypt'

रहस्यमय इजिप्तचा शोध

अनुवाद

डॉ. सुरुचि पांडे

आटेनची पूजा करीत असलेला आखनाटेन. लेखकाच्या संग्रहातून

रहस्यमय इजिप्तचा शोध

रहस्यमय इजिप्तचा शोध

'A Search in Secret Egypt' या मूळ इंग्रजी पुस्तकाचा मराठी अनुवाद

प्रकाशक	:	वॉव पब्लिशिंग्ज् प्रा.लि., पुणे
मुद्रक	:	विक्रम प्रिंटर्स प्रा. लि. पुणे
प्रथम आवृत्ती	:	नोव्हेंबर २०१८
द्वितीय आवृत्ती	:	जानेवारी २०१९, सप्टेंबर २०२२
अनुवादक	:	डॉ. सुरुचि पांडे

Rahasyamay Egyptcha Shodh

by Paul Brunton

इंग्रजी प्रकाशनविषयक
पॉल ब्रन्टन यांची समग्र ग्रंथ सूची

आरंभीची प्रकाशने

अ सर्च इन सिक्रेट इंडिया

द सिक्रेट पाथ

अ सर्च इन सिक्रेट इजिप्त

अ मेसेज फ्रॉम अरुणाचल

अ हर्मिट इन द हिमालयाज्

द क्वेस्ट ऑफ द ओव्हरसेल्फ

द इनर रिॲलिटी (डिस्कव्हर युवरसेल्फ)

इंडियन फिलॉसॉफी अँड मॉडर्न कल्चर

द हिडन टिचिंग बियाँड योग

द विजडम ऑफ द ओव्हरसेल्फ

द स्पिरिच्युअल क्रायसिस ऑफ मॅन

मृत्यूनंतरची प्रकाशने

द नोटबुक्स् ऑफ पॉल ब्रन्टन

व्हॉल्यूम १ : परस्पेक्टिव्हज्

व्हॉल्यूम २ : द क्वेस्ट

व्हॉल्यूम ३ : प्रॅक्टिसेस फॉर द क्वेस्ट; रिलॅक्स अँड रिट्रिट

व्हॉल्यूम ४ : मेडिटेशन; द बॉडी

व्हॉल्यूम ५ : इमोशन्स अँड एथिक्स; द इंटेलेक्ट

व्हॉल्यूम ६ : द इगो; फ्रॉम बर्थ टू रिबर्थ

व्हॉल्यूम ७ : हिलिंग ऑफ द सेल्फ; द निगेटिव्हज्

व्हॉल्यूम ८ : रिफ्लेक्शन्स ऑन माय लाइफ अँड रायटिंग्ज

व्हॉल्यूम ९ : ह्यूमन एक्स्पिरियन्स; द आर्टस् इन कल्चर

व्हॉल्यूम १० : द ओरिएन्ट

व्हॉल्यूम ११ : द सेन्सिटिव्हज्

व्हॉल्यूम १२ : द रिलिजिअस अर्ज; द रेव्हरेन्शियल लाइफ

व्हॉल्यूम १३ : रिलेटिव्हिटी, फिलॉसॉफी अँड माइंड

व्हॉल्यूम १४ : इन्स्पिरेशन अँड द ओव्हरसेल्फ

व्हॉल्यूम १५ : ॲडव्हान्स्ड कॉन्टेंप्लेशन; द पीस विदिन यू

व्हॉल्यूम १६ : एनलायटन्ड माइंड, डिव्हाइन माइंड

एसेज् ऑन द क्वेस्ट

पॉल ब्रन्टन : इसेन्शियल रीडिंग्ज्

मेडिटेशन्स फॉर पीपल इन चार्ज

मेडिटेशन्स फॉर पीपल इन क्रायसिस

व्हॉट इज कर्म?

द गिफ्ट ऑफ ग्रेस

द शॉर्ट पाथ टू एनलायटन्मेंट

रियलायझिंग सोल

लेखकाची अर्पणपत्रिका

हिज हायनेस प्रिन्स इस्माइल दाऊद यांस समर्पित

कैरो शहरातून एका सुंदर अशा वसंत ऋतूतील रात्री तीन व्यक्ती गाडीने निघाल्या आणि ग्रेट पिरॅमिडजवळ त्यांनी तासभर गप्पा मारल्या. त्या तीन व्यक्तींपैकी एक आपण स्वतः, दुसरी विशिष्ट प्राच्य अधिकारातील राजदूत तर तिसरी म्हणजे मी, हे प्रवासवर्णन लिहिणारी होती. आपण म्हणालात, की वर्तमानकाळातील इजिप्तमध्ये त्या मंत्रमुग्ध करणाऱ्या प्राचीन आध्यात्मिकतेचा वा अनोख्या यातुविद्येचा लवलेश सापडणं खूप कठीण आहे. अन्य कितीतरी प्रसंगी आपण या मताचा पुनरुच्चार केला आहे.

तरीही मी माझा शोध सुरू ठेवला, त्यात काही गोष्टी मला अशा सापडल्याही; ज्यामध्ये पाश्चात्त्य लोकांना रस वाटेल. त्या गोष्टी जर मी आपणास अर्पण केल्या तर मला अशी आशा वाटते, जी श्रद्धा थोड्या आकलनाने मी मनाशी बाळगली, तिचे कवडसे आपण त्यातून जरूर चाळणी लावून शोधून काढाल. म्हणूनच माझे हे लिखाण, आनंदपूर्वक दिलेली एक भेट मी आपणांस अर्पण करतो. आपल्यामध्ये असलेल्या वैचारिक मतभेदांच्या पलीकडे जाऊन मला आपल्याबद्दल जो व्यक्तिगत आदर वाटतो, त्याबद्दल ही लहानशी भेट आहे.

या लिखाणाची पाने ही इजिप्तला वाहिलेली आदरांजली ठरो. कारण या देशाचा आधुनिक चेहरा आपल्याला परिचित आहे. शिवाय त्याची प्राचीन मंदिरं मला अतिशय मोहवतात. एका रोमन म्हणीला किंचित बदलून तिच्यामध्ये भर घालून मला असं म्हणता येईलः 'ज्याने एकदा नाईल नदीचे पाणी प्राशन केले आहे, तो माणूस, त्या विशाल नदीच्या किनाऱ्यावर वसणाऱ्या सगळयांचा, कायमस्वरूपी मित्र बनून राहतो.'

अनुवादिकेचे मनोगत

वॉव पब्लिशिंगज् प्रा. लि. या प्रकाशन संस्थेकडून 'अ सर्च इन सिक्रेट इजिप्त' या पॉल ब्रन्टन यांच्या ख्यातनाम लेखणीतून उतरलेल्या इंग्रजी पुस्तकाचा अनुवाद करण्याची विनंती मला करण्यात आली, तेव्हा मला निश्चितच आनंद झाला. कारण भारताप्रमाणे ज्या ज्या देशांना प्राचीन संस्कृतीचा वारसा लाभलेला आहे, जिथं पाषाणातून उतरलेल्या शिल्पाकृतींच्या कविता असतात, जिथं जुन्या, गूढरम्य वास्तू असतात; दैवतशास्त्राची, मिथकांची एक अद्भुत किनार असते, त्या सर्व देशांबद्दल मला कुतूहल असत. शिवाय त्या गोष्टी जाणून घेण्याची आस्थाही वाटते.

अर्थातच 'इजिप्त' नावाच्या देशानं शेकडो वर्षांपासून सर्व क्षेत्रांतील संशोधकांना भुरळ घातलेली आहे. पॉल ब्रन्टनने यांच्या संशोधक वृत्तीचा परिचय पानोपानी वाचकांना या पुस्तकात होतो. विषय मांडणीतील चिकित्सकता विषयाचे गांभीर्य पोहोचवण्यात साहाय्यकच ठरलेली दिसते.

या पुस्तकाचा अनुवाद मी लिहून पूर्ण केला; प्रकाशकांच्या हाती हस्तलिखित सोपवले आणि योग असा की त्यानंतर लगेचच मार्च २०१८ मध्ये मला इजिप्तच्या भेटीला जायची संधी मिळाली. प्रस्तुत ग्रंथातील बहुतांश सर्व ठिकाणी मी भेट दिली. त्या जागांच्या भव्यतेनं डोळे दिपून गेले. अनुवाद करताना त्या जागा लेखणीतून वर्णनातून आधी लिहिल्या गेल्यानं, प्रत्यक्ष वास्तूंना भेट देताना मला त्या त्या वास्तूचा, देवतांचा, शिल्पाकृतींच्या अर्थांचा मागोवा जणू मनात आधीच तयार असल्याचा आनंद मिळाला. इजिप्त खरंच अद्भुतरम्य आहे; वास्तव आणि भूतकाळ यांच्यातील सीमा धूसर होऊन गेल्याचा अनुभव आपल्याला तेथील निःशब्द गुहांमधे येतो. तिथं चिरविश्रांती घेत असलेल्या राजघराण्यातील 'ममी' मृतदेहांच्या व्यक्तिरेखांचा विचार करण्यात आपण नकळतपणे खेचले जातो.

हा अनुवाद वाचणाऱ्यांनाही इजिप्तमधील रहस्यमयता, चिंतनशीलता आणि वास्तूंची भव्यता या गोष्टी खिळवून ठेवतील असा मला विश्वास वाटतो.

– डॉ. सुरुचि पांडे

अनुक्रमणिका

प्रस्तावना

प्रस्तुत पुस्तक हे असाधारण पुस्तक असून त्याचे शीर्षकही समर्पक, सुयोग्य आहे. भग्नावशेष, शहरं, प्राचीन ग्रंथ आणि लेखकाने स्वतःच्या मनात अशा विविध ठिकाणी केलेले अनेक शोध यात समाविष्ट आहेत. तसेच हे पुस्तक कितीतरी अनोखी गुपितं खुली करतं, काहींचे स्पष्टीकरण देतं, काही गोष्टी सोडून देतं आणि काहींना त्यांच्या धूसर आवरणात तसंच राहू देतं. पण महत्त्वाचं म्हणजे हे पुस्तक आपल्याला इजिप्तमध्ये घेऊन जातं. इजिप्तची स्वतःची गुंतागुंतीची व बहुस्तरीय अशी जी ओळख आहे, ती पॉल ब्रन्टन यांच्या लेखनातून व्यक्त होते. लेखक संवेदनशील असल्याने इजिप्तच्या भूतकाळात डोकावू शकतो, इजिप्तमधील आधुनिक नागरिकांशीही तो संवाद साधू शकतो.

पुस्तकाचं शीर्षक सुगम आणि सुयोग्यही आहे. इजिप्तचे विविध चेहरे आणि कालपटांना लेखक हलकेपणानं स्पर्श करतो; पण नीट लक्ष दिले, तर त्यातील रहस्यं उलगडू लागतात. हे पुस्तक म्हणजे दीक्षेने घडणारा अंतर्यामीचा प्रवास आहे. मानवजातीचे हेच तर मोठे रहस्य आहे. आपले शरीर म्हणजे आपले खरे घर नव्हे; तर आत्मा हे खरे गन्तव्य आहे. या रहस्याचा आपण थेटपणे अनुभव घेऊ शकतो. मग आपल्या आध्यात्मिक घराच्या शोधाचा अटळ अनुभव आपल्याला येऊ लागतो. या जगाचा निरोप घेण्याआधी अनेक रहस्यं आपल्यापुढे खुली होतात. आपल्या आत्मस्वरूपाचं जागरण होणं हेच या पुस्तकाचं खरं रहस्य आहे. आपल्या शोधप्रवासाच्या दरम्यान पॉल ब्रन्टन यांनी हा गुप्त अनुभव स्वतः घेतला होता.

आपण म्हणजे शरीर आणि त्यातील मन असं आपल्याला समजायची सवय लागलेली

असते. परंतु लेखकाने सांगितलेल्या घटना, मुलाखती आणि त्याला झालेली दर्शनं हे काही वेगळंच सांगतं. आपण म्हणजे चैतन्य, मन यांनी घडलेलो असतो आणि भौतिक शरीर हे आपल्यासाठी एखाद्या पात्राप्रमाणे असतं. कारण भौतिक शरीर हे अंतिम सत्य नव्हे. प्राचीन इजिप्तमधील मंदिरस्थ पुरोहितांनी हेच तर रहस्य जपलेलं होतं. त्याकडे आपले लक्ष पुन्हा एकदा लेखकाने वेधले आहे. इजिप्तमधील मंदिरे, कबरी आणि गतकाळच्या नोंदी सांगणाऱ्या चित्रलिपी यांचा अभ्यास करताना लेखकाने हाच मुद्दा मांडला आहे. त्या असाधारण काळातील धारणा आणि संकेतचिन्हं यांचा बारीक विचार करताना लेखक पुनः पुन्हा ओसिरीसच्या मिथकाकडे आणि स्फिंक्सच्या गूढाकडे येतो. ओसिरीस आपल्याला शिकवतो, की आपण शरीर सोडूनही जाणीव टिकवू शकतो आणि त्यातून मृत्यूवर मात करू शकतो. स्फिंक्स शिकवतो, की हा दीक्षा संस्कार म्हणजे केवळ मोठ्या गूढाची सुरुवात आहे, जो केवळ आपल्या लौकिक अस्तित्वाला स्पर्श करतो. त्यातील गूढाकरिता स्वतः स्फिंक्सचे स्थिर संरक्षकत्व गरजेचे असते. मानवजात हळुहळू अशा आध्यात्मिक उत्क्रांतीकडे जात असते.

शरीर आणि मनाच्या क्षमता कुठपर्यंत आहेत आणि योग व यातुविद्येचे वेगवेगळे प्रकार हे खऱ्या आध्यात्मिकतेपासून वेगळे कसे आहेत, हे दाखविताना विविध प्रकारची संमोहने, जादूगार, गूढज्ञ आणि गारुडी या सर्वांना ब्रन्टन यांनी समजून घेतले आहे. पुस्तकातील काही अद्भुत पैलूंनी वाचक दचकूही शकतो. शिवाय गूढ प्रकारांनी स्वतः ब्रन्टनही फार मोहित झालेले दिसत नाहीत. कारण त्यांना सैद्धांतिक बाजूमध्ये रुची आहे. पण त्याचवेळी त्यांच्या सहवासापासून ते दूरही राहत नाही. इजिप्तमधील विविध पैलूंची ओळख करून देणे आणि मन-शरीर नात्याच्या भोवती मुख्यत्वे गुंफण करणे हा लेखकाचा हेतू आहे.

साधारण चाळीस वर्षांपूर्वी मी हे पुस्तक वाचले, त्याची नवीन आवृत्ती काढायची संधी येईपर्यंत मी पुन्हा काही वाचले नव्हते. नव्या आवृत्तीच्या प्रकल्पावर मी काम सुरू केले तेव्हा, त्या पुस्तकाच्या तीन पैलूंनी प्रभावित झालो. पहिला पैलू म्हणजे ब्रन्टन यांच्या विद्वत्तेकडे बरेचदा झालेलं दुर्लक्ष माझ्या ध्यानात आलं. त्यांनी वेळोवेळी आपणासमोर फॅरोंच्या इजिप्तमधील मुळातील चित्रलिपीतील विधाने उद्धृत केली आहेत. इजिप्तमध्ये आलेल्या प्रारंभिक काळातील ग्रीक लोकांच्या नोंदी आणि अनुगामी राज्यकर्त्यांबद्दल यथायोग्य माहिती त्यांनी दिली आहे. त्यांच्या स्वतःच्या काळात कार्यरत असणाऱ्या युरोपीय इजिप्तविद्यातज्ज्ञांच्या प्रयत्नांची त्यांना माहिती आहे. त्यांची मते लक्षात घेण्याबरोबर त्यांच्या कामातील दुरुस्त्याही त्यांनी सांगितल्या आहेत. तेव्हा आधुनिक संशोधन जसजसे पुढे जात होते, त्याची दखल त्यांनी घेतलेली दिसते.

दुसरा पैलू म्हणजे मन-शरीराचे नाते, मानवीय स्थितीत असताना खोल सत्य जाणून

घेण्यासाठी थेट दीक्षा देण्याबाबत प्राचीन इजिप्तमधील लोकांनी जे असामान्य यश मिळवले होते, ते होय. विविध प्रकरणांमध्ये गुह्यविद्या, जादू, संमोहन आणि धार्मिक ध्यान यांची चर्चा आढळते. ब्रन्टन पुनःपुन्हा आपल्या मुख्य विषयाकडे म्हणजे ओसिरीसच्या गुढाकडे व ग्रेट पिरॅमिडमध्ये त्यांना आलेल्या विशेष अनुभवाकडे वळतात. ते गूढ म्हणजे आपल्या आदिम अस्मितेचे गूढ होय. याचाच अर्थ आपण चैतन्य आहोत, भौतिक शरीर नव्हे. त्याचा थेट अनुभव आला, की आपला आध्यात्मिक शोध उत्कटतेने सुरू होतो. कारण आपण आपलं खरं गन्तव्यस्थान जाणलेलं असतं. तोवर आपले काम म्हणजे जास्तीत जास्त मनन असू शकतं आणि वाइटात वाईट म्हणजे ध्येयहीन अशा प्रवासामध्ये आपण भरकटू शकतो. आपण जर हे स्वीकारायला तयार असलो, तर प्राचीन इजिप्त त्या ज्ञानाची किल्ली आपल्या हातात सोपवू शकतो.

तिसरा पैलू स्वतः पॉल ब्रन्टन यांच्याबाबतचा आहे. प्राचीन मंदिरांतील ज्ञानाबाबत त्यांनी प्रायोगिक दृष्टिकोन बाळगलेला दिसतो. हे पुस्तक एखाद्या वातानुकूलित सुसज्ज अशा युरोपीय सदनिकेत मांडीवर लॅपटॉप घेऊन लिहिलेले नाही. शहरातील बाजारपेठा, कार्यरत मशीदी, वाळूतील मंदिरे आणि नाईलच्या तीरावरील कार्यरत खेडी अशा ठिकाणी लिहिले गेले आहे. आज भलेही आधुनिक पर्यटकाला खूप साऱ्या सुविधा उपलब्ध असतील; परंतु इजिप्तमधील मंदिरे, शहरं आणि कबरी यांचे ब्रन्टन यांनी जे परिश्रमपूर्वक सर्वेक्षण केले आहे, ते कमालीचे असाधारण आहे. आधुनिक पर्यटक, जादूगार, गारूडी, गूढज्ञ असे लोक स्वतःला गर्दीपासून दूर ठेवतात, त्यांना भेटण्याचे विशेष श्रमही घेत नाही. लेखक सर्प व विंचू हाताळायला शिकतो, झपाटलेल्या अंधाऱ्या मंदिरांमधून फेरफटका मारतो, हे कोणीतरी सामान्य माणूस करेल काय? तर मग ग्रेट पिरॅमिडमध्ये रात्री लेखकाने जो निवास केला होता, तसे करण्याची तर गोष्टच दूर म्हणावी लागेल! या पुस्तकात आपण खरोखरच एका वैशिष्ट्यपूर्ण मनुष्याला भेटतो. तो मुक्त विचारांचा विद्वान असून साहसी पत्रकारही आहे आणि सर्वांत महत्त्वाचं म्हणजे थेट अनुभव घेऊन त्यातून अंतदृष्टी संग्रहित करणारा माणूस आहे.

म्हणून मी तुम्हाला टिपा काढायचं आमंत्रण देतो आणि एक आवाहनही करतो, की हे पुस्तक जसजसं तुम्ही वाचत जाल, तसतसं याचा उपयोग करून तुम्हीही मनाची रहस्यं जाणणं आणि चैतन्याला जागृत करणं याकरिता स्वतः संशोधन सुरू करू शकता. मग ते संशोधन इजिप्तमध्ये असो वा अन्यत्र कुठेही असो!

टिमोथी जे. स्मिथ

लार्सन प्रकाशन, २००७ च्या डिलक्स आवृत्तीतून घेतलेली प्रस्तावना.

तो खरा माणूस होय,

जो एका खऱ्या अदृश्य मार्गदर्शकाच्या निर्देशानुसार गेला.

त्याचे अनुसरण करा.

'अ सर्च इन सिक्रेट इजिप्त' ('रहस्यमय इजिप्तमधील शोध') या पॉल ब्रन्टनलिखित पुस्तकाचा सारांश जसा एखाद्या अभ्यासू पर्यटकाला सांगितला गेला.

१

स्फिंक्सच्या सहवासात एक रात्र

भुकेजून गेलेला शेवटचा प्रवासीही निघून गेला होता. या प्राचीन भूमीच्या परिचयाकरिता आलेल्या परक्या पर्यटकांसाठी, जणू हजाराव्या वेळी, त्या शेवटच्या कृष्णवस्त्रातील मार्गदर्शकानं अल्पस्वरूप जनश्रुती किंवा गाथा, वरवर ऐकवली होती. थकलेल्या गाढवांचा तसंच क्लान्त झालेल्या, कातावलेल्या उंटांचा कळप, दिवसभरातल्या शेवटच्या फेरीचे स्वार पाठीवर घेऊन लगबगीनं घराकडे परतू लागला होता.

चित्र १.१: स्फिंक्स आणि ग्रेट पिरॅमिड. लेखकाच्या संग्रहातून

इजिप्तच्या भूमीवर उतरणारी सांजवेळ ही अपार्थिव अशा सौंदर्याने भरलेली असते. आकाश व जमिनीदरम्यान सारं काही वेगळेच रंग धारण करतं. अत्यंत विरोधाभासी रंग सुस्पष्ट, सजीव होऊन उठतात. हा एक अतिशय अविस्मरणीय अनुभव असतो.

आकर्षक, शाही अशा पाय मुडपून बसलेल्या स्फिंक्सच्या किंचित एका बाजूला, नर्म पिवळ्या वाळूवर मी एकटा बसलो होतो. इजिप्तला सोनेरी वैभवानं व्यापून टाकणारा सूर्य अस्तास गेला होता. यानंतर, झपाझप येणाऱ्या-जाणाऱ्या स्वर्गीय रंगांची अनोखी क्रीडा चालू होती. हे सारं मी विस्फारलेल्या डोळ्यांनी पाहत होतो. क्षणभर का होईना, पण त्या स्वर्गात न जाता, आफ्रिकेतील सूर्यास्तवेळेनंतरच्या देखण्या अन् गूढ तेजानं देऊ केलेला पवित्र संदेश कोणाला आणि कसा बरं घेता येईल? जोपर्यंत माणसं पूर्णपणे अशिष्ट होत नाहीत आणि आध्यात्मिकदृष्ट्या मृत होऊन जात नाहीत, तोपर्यंत तो सूर्यावर - जीवनदायी पित्यावर प्रेम करीतच राहतील. कारण तो सूर्यच तर त्याच्या अद्भुत जादूनं या गोष्टी घडवत असतो. ज्या प्राचीन माणसांनी 'रा'ला म्हणजे - महान प्रकाशाला आदर दिला आणि आपल्या हृदयात त्याला ईश्वराचं स्थान दिलं, ती माणसं काही मूर्ख नव्हती.

पहिल्यांदा सूर्य आकाशात थोडासा झुकला. त्या वेळी त्यानं आकाशात चमकत्या रक्तवर्णाच्या जणू ज्वालाच पसरवल्या. हा रक्तवर्ण धगधगणाऱ्या निखाऱ्यांसारखा होता. त्यानंतर ती लाली फिकट होत गेली आणि क्षितिजावर मृदू, गुलाबट, प्रवाळाच्या मंद केशरी रंगाची छटा उलगडत गेली. मग ती रंगच्छटाही आणखी मृदू होत गेली. एखाद्या इंद्रधनूसारखी बनली. जणू रंगांचा षड्ज उतरला. गुलाबट रंगापासून हिरवा आणि सोनेरी रंग बदलत गेला. जणू जीवनाचा निरोप घेतेवेळी सुयोग्य असणारेच हे रंग होते. शेवटी संध्याप्रकाश जसा झपाट्याने व्यापू लागला, तसतसे हे रंग राखाडी सतरंगीपणाकडे झुकले. तेजोनिधी जेव्हा अस्तास गेला, तेव्हा चित्ताकर्षक असे हे सारेच हलके-मंद रंग अदृश्य होऊन गेले.

त्या सतरंगी पृष्ठभूमीवर असलेल्या स्फिंक्सकडे मी पाहिले, तेव्हा त्यावर निशेचा रंग चढू लागल्याचं मला दिसलं. आता त्याच्या सर्वसाधारण चेहऱ्यावरचा शेवटचा लाल किरणही स्पष्टपणे दिसेनासा झाला होता.

जणू सर्वव्यापी अशा वाळूतून तो प्रकट झाला. विसावलेल्या देहावरचा तो अजस्र चेहरा. अंधश्रद्धाळू बदाऊनी लोकांवर त्याचा एवढा दहशतवजा प्रभाव पडला, की त्यांनी त्याला नावच देऊन टाकलं 'भयाचा पिता'. अन् प्रत्येक युगात त्याच्या अतिविशाल देहाकडे पहिल्यांदा पाहताना 'आ' वासून बघणाऱ्या, संशयी विचारसरणी असलेल्या प्रवाशांच्या

मनात त्यानं प्रश्न निर्माण केलेच आहेत. मनुष्यमुखी सिंह अशा या विचित्र संगतीच्या गूढामुळे युगानुयुगे पर्यटकांचे थवे इथं आकर्षित झालेले आहेत. इजिप्तच्या नागरिकांसाठी हा स्फिंक्स म्हणजे गूढ रहस्यच आहे तर बाकी सर्व जगासाठी ते एक कोडं आहे. या स्फिंक्सची कोणी आणि कधी कोरीव निर्मिती केली, हे कोणीच जाणत नाही. मात्र नामवंत असे इजिप्तविद्यातज्ज्ञ त्याचा अर्थ आणि इतिहास यांबद्दल अंदाज बांधत असतात.

मावळत्या प्रकाशात मी एक अंतिम दृष्टिक्षेप टाकला. स्फिंक्सच्या दगडी डोळ्यांवर माझी नजर खिळली. त्याचे डोळे स्तब्ध आणि शांत होते. डोळ्यांमध्ये प्रश्नचिन्ह घेऊन त्याच्याकडे पाहणारे आणि विचार करकरून हैराण होऊन परत जाणारे असंख्य लोक त्या डोळ्यांनी पाहिले होते. शिवाय आता ज्यांच्या जगाचा मागमूसही उरलेला नाही, ती सावळ्या त्वचेची अटलांटियन माणसं लाखो टन पाण्यानं कवेत घेऊन टाकलेली, त्या स्फिंक्सनं पाहिली होती. पण तो अचल होता. त्यानं अर्धस्फुट स्मित करीत पहिला फॅरो मेना पाहिला होता. इजिप्तच्या प्रिय नाईल नदीला तिचा प्रवाह बदलून नव्या पात्रातून वाहून जायला भाग पाडलं होतं. त्या स्फिंक्सनं मूक पश्चात्तापाच्या नजरेनं गंभीर, उदास चेहऱ्याच्या मोझेसला अखेरचा निरोप घेताना पाहिलं होतं. पर्शियाहून इजिप्तवर भयंकर आक्रमकतेनं तुटून पडलेला कॅम्बिस आणि मग उजाड झालेली अन् लुटली गेलेली आपली भूमी त्यानं निमूटपणे, दुःखभरल्या नजरेनं निरखली होती. गर्विष्ठ अन् रेशमी केशसंभार असलेली क्लिओपात्रा, एका भव्य, भक्कम, जांभळट शिडं असलेल्या आणि चांदीनं मढवलेली सुकाणू मिरवणाऱ्या जहाजातून उतरताना त्यानं पाहिली होती. तिच्याकडे पाहणाऱ्या स्फिंक्सच्या डोळ्यांना मंत्रमुग्ध व्हायला झालं पण त्याचवेळी तिरस्कारही वाटला. पौर्वात्य ज्ञानाच्या शोधात आलेल्या तरुण परिव्राजक येशूला पाहताना स्फिंक्सचे डोळे आनंदून गेले होते. प्रेम आणि करुणा यांचा दिव्य संदेश लोकांपर्यंत पोहोचवण्याची आज्ञा परमपित्याकडून होईपर्यंत, येशू त्याच्या भविष्यातील कार्यासाठी पूर्वतयारी करत होता. शूर, उदार, सुशिक्षित, तरुण सरदार असलेल्या सलाहदिनला त्या डोळ्यांनी मनोमनी प्रसन्न होऊन आशीर्वाद दिले होते. हाच सरदार जो अर्धचंद्ररेखित, हरित पताकांनी युक्त असा आपला भाला आकाशात उंचावून स्वार होऊन गेला, तोच पुढे एके दिवशी इजिप्तचा सुलतान बनला. युरोपच्या भवितव्याचा घटक म्हणून त्यानं ज्या सावधगिरीनं नेपोलियनचं स्वागत केलं होतं, त्या भवितव्यानंच त्याचं नाव इतकं उंचावलं, की जणू इतर नावांना ग्रहण लागलं. त्या नंतर बेलेरोफॉनच्या गुळगुळीत तक्तावर, उदास दृष्टिक्षेप टाकत बसण्याची त्याच्यावर सक्ती झाली. त्याच्या भूमीतील एका नामवंत अभिमानी फॅरोची चिरविश्रांतीची जागा उघडण्यात आली, तिथे त्याचा 'ममी' झालेला देह म्हणजे प्राचीन, परिरक्षित शव आणि शाही अलंकार दिसले. त्यावर साऱ्या आधुनिक जगाचे लक्ष कसे एकवटले होते, ते स्फिंक्सच्या दगडी डोळ्यांनी

चित्र १.२ स्फिंक्सचे शांत नेत्र. लेखकाच्या संग्रहातून

किंचितशा निराशेने पाहिले.

स्फिंक्सच्या पाषाणाच्या डोळ्यांनी हे सारं आणि बरंच काही साक्षीदाराच्या भूमिकेतून पाहिलं होतं. अवज्ञा करणारी माणसं क्षुल्लक आणि अस्थायी कार्यकलापांना कवटाळून कशी चिंता करतात, इजिप्तच्या खोऱ्यातून गुंजत जाणाऱ्या अनंत अशा मानवी आनंदांकडे आणि वेदनांकडे पाहताना कशी बेफिकिर असतात, हे सारं त्या डोळ्यांनी पाहिलंय. कालाच्या पटावर महान घटना घडत असतात अन् त्या अटळ असतात, हे सत्य त्या डोळ्यांना ठाऊक होतं. कारण त्याच्या टपोऱ्या खोबणीतून ते अमर कालतत्त्वात डोकावत असतात. होय, ते डोळे स्वतः जरी अपरिवर्तनीय असले तरी, विश्वाच्या आरंभापासून सुरुवात करून, अगम्य अशा अंधकाराच्या कुशीत आरपार पाहू शकतात, हे तिथे फार प्रभावीपणे जाणवते.

त्यानंतर मात्र स्फिंक्स काजळी काळोखात बुडून गेला आणि आकाशातली चंदेरी करडी सतरंगी छटा नाहीशी झाली. संपूर्ण, सर्वग्रासी काळोखानं वाळवंटाचा कब्जा घेतला.

मात्र स्फिक्सनं अजूनही मला खिळवून ठेवलं होतं. अजूनही कुठल्यातरी सामर्थ्यवान चुंबकीयत्वानं माझं अवधान पकडून ठेवलं होतं. बहुधा रात्रीच्या आगमनामुळे स्फिंक्स जणू स्वतःच्या रूपात प्रवेश करतो की काय? असं आता मला वाटू लागलं होतं. यासाठी काळोखाची पार्श्वभूमी अगदी सुयोग्य होती. आफ्रिकेतील निशासमयी एक जो गूढतेचा गुण असतो, त्यामुळे त्या सुयोग्य प्रकृतिपटावर स्फिंक्स श्वाससुद्धा घेईल की काय, असं मला

चित्र १.३ - इजिप्तच्या देवताः रा, होरस आयसिस आणि ओसिरिस. रोझमेरी क्यूब्रल हॅरिस

त्या वेळी वाटलं. रा आणि होरस, आयसिस आणि ओसिरिस यांच्यासह इजिप्तच्या बाकी साऱ्या लुप्त झालेल्या देवदेखील रात्रीच्या वेळी दबकी पावलं टाकत येतात. म्हणून मग खऱ्या स्फिंक्सचं रूप समजावं यासाठी आकाशात चंद्र व तारे उजळायला लागेपर्यंत थांबायचं मी ठरवलं. मी तेथे एकटा बसलो होतो. पण मरुस्थळाच्या गहन निर्जनतेत असूनसुद्धा मला अजिबात एकटेपणा जाणवत नव्हता.

*****

युरोपमधील रात्रींपेक्षा इजिप्तमधील रात्री विचित्र आणि निराळ्या असतात. इथं त्या मृदू पावलांनी येतात. त्यांच्यात अदृश्य अशा आयुष्यांचे निःश्वास गूढपणे धपापत असतात, त्यांची रंगच्छटा गहिरी निळी असते आणि संवेदनशील मनांवर त्या श्यामलतेचा जादुई परिणाम होत असतो. मात्र तिकडे म्हणजे युरोपमध्ये या रात्री जराशा कठोर, प्रखरपणे लौकिक वस्तुस्थितीशी जोडणाऱ्या आणि निश्चितपणे काळोखमय असतात.

मी जवळजवळ शंभर वेळा हे दृश्य अनुभवलं होतं. रात्री पहिले तेजस्वी तारे प्रफुल्लतेने जेव्हा चमकत प्रकट झाले, तेव्हा ते फार तेजस्वी आणि जवळ असल्यासारखे भासले. तसे ते युरोपात जाणवत नाहीत. धुंद करणारा चंद्र आकाशाच्या पटावर आला आणि त्या वेळी आकाश जणू निळ्या मखमलीची छत्री बनून गेलं.

पर्यटकांना क्वचितच दिसेल असं स्फिंक्सचं दर्शन मला आता घडू लागलं. जणू जिवंत शिळेतून कोरून काढलेल्या आकृतीची ठळक, गडद बाह्यरेखाच होती ती! चार मजली लंडन हाउसइतकी ती उंच असून वाळवंटातल्या पोकळीत शांतपणे विसावली होती. मग एकेक किरण पडून उजळत उठावं तसे आकृतीचे बारकावे जाणवू लागले आणि चिरपरिचित अशा त्या जुन्या आकृतीचा चंदेरी चेहरा आणि लांब केलेले पंजे दिसू लागले. हा स्फिंक्स म्हणजे जणू इजिप्तचं प्रतीकच मला वाटू लागला. अशा इजिप्तचं

प्रतीक, की ज्याचं उगमस्थान हे अतिप्राचीन पुरातनतेत जडलेलं आहे. राखणीला ठेवलेल्या एखाद्या कुत्र्याप्रमाणे स्फिंक्स विसावला आहे. जणू तो प्रागैतिहासिक रहस्यांवर चिरंतनपणे बारीक पहारा देऊन थांबलेला आहे. मानवजातीच्या क्षणभंगुर स्मृतीला ज्यांच्या नावांचाही विसर पडलेला आहे, त्या अटलांटिय विश्वाच्या संदर्भात तो गहन विचार करीत आहे. मनुष्यजातीने जन्म दिलेल्या सर्व सभ्यतांना ही भव्य पाषाण शिल्पाकृती कालौघात मागे टाकेल आणि तरीही तिच्यात तिचं आंतरिक जीवन टिकून राहील. स्फिंक्सचा गंभीर आणि विशाल चेहरा कोणाचाही विश्वासघात करीत नाही. जणू त्याच्या मूक दगडी ओठांनी चिरकाल मौन पाळण्याची शपथ घेतलेली आहे. अन् जर का स्फिंक्सकडे माणसाकरिता काही गुप्त संदेश असेल आणि शतकांच्या ओघात काही विशेष चिंतनशील मनांपर्यंत तो संदेश स्फिंक्सला पोहोचवायचा असेल, तर तो त्या लायक व्यक्तीच्या कानाशी अत्यंत कुजबुजत व्यक्त केला जाईल. जसे 'प्रभूचे शब्द' उतरले होते. स्फिंक्सबद्दल रोमन प्लिनीने लिहिलं होतं, 'ही एक अद्‌भुत कलाकृती आहे, जिच्याबाबत मौनच बाळगलं गेलं आहे. कारण तद्‌देशीय लोकांनी पावित्र्याच्या दृष्टीने तिच्याकडे पाहिलं आहे.' प्लिनीच्या या शब्दांमुळे आश्चर्य का वाटतं?

रात्रीची वेळ स्फिंक्ससाठी एक अचूक चित्रचौकट निर्माण करते. त्याच्या पाठीमागे आणि दोन्ही बाजूंना तथाकथित 'सिटी ऑफ द डेड - मृतांची नगरी' पसरलेली आहे. या जागेवर अक्षरशः असंख्य कबरी आहेत. स्फिंक्सच्या दक्षिण, पश्चिम आणि उत्तर दिशांना बाहेर डोकावणाऱ्या खडकाळ पठारांवर सर्वत्र कितीतरी कबरी आहेत. मात्र तेथील शाही लोकांचेच अवशेष, अमीर-उमराव आणि प्रतिष्ठित पुरोहित यांच्या ममी ठेवलेल्या दगडी शवपेट्या नेण्यासाठी या कबरी पोकळ केल्या आहेत.

पाश्चात्त्य संशोधकांच्या पाठोपाठ स्वतः इजिप्तचे लोक, या विशाल कब्रस्तानाचा संपूर्ण मध्यभाग बाहेर आणण्यासाठी गेल्या सहा वर्षांपासून पद्धतशीर आणि काटेकोर प्रयत्न करीत आहेत. त्यांनी या जागेवर पसरलेली कित्येक टन वाळू उपसून बाजूला काढली. त्यानंतर त्यांना दगडातून चर खणून काढावेत अशा अरुंद गल्ल्या दिसू लागल्या. एका कबरीतून दुसरीकडे, परस्परांना छेद देणारे मार्ग त्यातून कोरले गेलेले होते. पिरॅमिडना त्यांच्या मंदिरांपर्यंत नेऊन जोडणारे फरशांचे मार्ग त्यात होते. या जागेतून मी सर्व टोकांपर्यंत जाऊन पाहिलं. तेथील दफनाचे कक्ष, खासगी देवघरे, पुरोहितांच्या खोल्या आणि मृत्यूसंबंधित पूजाघरे अशा पद्धतीने मधमाश्यांच्या पोळ्याप्रमाणे ही रचना होती. 'मृतांची नगरी' हे नाव या जागेला साजेसं आहे. कारण बऱ्याच फुटांचं अंतर राखून, साधारणपणे तीन हजार वर्षांच्या कालखंडाचं अंतर राखून या आवारात एकावर एक अशा दोन विशाल दफनभूमी अस्तित्वात आल्या होत्या. प्राचीन

इजिप्तवासीयांनी आपल्या लोकांसाठी खूप खोल जमीन खणली होती. आत्ता ठाऊक झालेल्या रस्त्यांपासून साधारण १९० फुटांपेक्षा खाली त्यांनी कक्ष तयार केले. मी चौथ्या राजवंशाच्या दफनकक्षांमध्ये प्रवेश केला. तिथं पाच हजार वर्षं इतक्या प्राचीन दगडी प्रतिमा, मृत व्यक्तीचं अचूक प्रतिनिधित्व करत उभ्या होत्या. त्यांचे सर्व बारकावे स्पष्ट आणि ओळखण्यायोग्य होते. मात्र आत्म्याच्या बाबतीत या प्रतिमांचा उपयोग किती होत असतो, हा अधिक चिंतनीय प्रश्न होता.

कितीतरी कबरींमध्ये प्रवेश केल्यावर तेथील दगडी शवपेटिकांची अवजड झाकणे एका बाजूला सरकवलेली दिसतात. तिथल्या मौल्यवान वस्तू गायब झालेल्या दिसतात. जडजवाहिऱ्यांशी निगडित प्रत्येक वस्तू गायब झालेली आढळते. उत्खनन करणाऱ्या लोकांना जसजसं मिळत गेलं तसतसं त्यांनी ते नेलं. फक्त ममी केलेल्या शवांचे अंतर्गत अवयव ज्या विशिष्ट आकाराच्या भांड्यांमध्ये परिरक्षित होते, ती भांडी आणि दगडी छोट्या मूर्ती तेवढ्या तिथंच ठेवलेल्या आढळतात. वस्तुतः प्राचीन इजिप्तमध्येही कबरी लुटणारे लोक होते. जेव्हा एखाद्या खिळखिळ्या झालेल्या सत्ताधारी वंशाच्या विरुद्ध सामान्य जनता उठाव करत असे, तेव्हा हे लुटारू लोक या विशाल दफनभूमीवर हल्ला करीत असत. या दफनभूमीमध्ये, आयुष्यभर राजाच्या सेवेत असणाऱ्या निष्ठावंत अशा उच्च पदाधिकाऱ्यांना त्यांच्या प्रिय राजांच्या ममीशेजारी चिरविश्रांती घेण्याचा सन्मान बहाल केला जात असे.

आपल्याच लोकांनी केलेल्या पहिल्या काळातील लूटपाटीतून ज्या थोड्याफार ममी बचावल्या, त्या, ग्रीक, रोमन आणि अरब लोकांकडून जागे केले जाईपर्यंत शांतपणे झोपून राहिल्या.

अशा प्रकारच्या कटू प्रसंगांमधून ज्या ममी वाचल्या, त्या अंतिम शतकाच्या आरंभिक काळापर्यंत शांतपणे विसावलेल्या राहिल्या. त्यानंतर मग इजिप्तच्या खालची भूमी आधुनिक पुरातत्त्ववेत्त्यांनी चाळायला घेतली आणि लुटारूंच्या तावडीतून काय काय सुटलं होतं, त्याचा शोध घ्यायला सुरुवात झाली. सुगंधीकरण करून कबरींमध्ये विसावलेल्या त्या फैरोंबद्दल आणि राजपुत्रांबद्दल खरंच कणव दाटून येते. कारण त्यांच्या चिरविश्रामस्थळाचा काही जणांनी फार अनादर केला. त्याचप्रमाणे त्यांच्या खजिन्याचीही लूट झाली. रत्नांच्या लोभात यांच्या ममीरूपी देहांना चोरांनी क्षती पोहोचवली नसली तरी त्यांच्या पदरी काही सुखाची विश्रांती आली नाही. त्यांना संग्रहालयांमध्ये जाऊन विसावावं लागलंच. मग तिथं येणाऱ्या दर्शकांकडून टक लावून पाहून घेणं, त्यांच्या टिप्पण्या ऐकणं, हेच त्यांच्या नशिबी आलं.

फार फार प्राचीन काळापासून जिथं मृतदेह पुरले गेले आहेत, अशा या नैराश्यपूर्ण भागात स्फिंक्स मात्र एकटा उभा आहे. बंडखोर इजिप्तचे नागरिक आणि अरब

चित्र १.४ मृतांची नगरी आणि ग्रेट पिरॅमिड. लेखकाच्या संग्रहातून.

चित्र १.५ स्फिंक्सचे तथाकथित मंदिर, स्फिंक्स आणि ग्रेट पिरॅमिड. लेखकाच्या संग्रहातून.

आक्रमक यांच्याकडून 'मृतांच्या नगरी'वर झालेल्या हल्ल्यांचा तो साक्षीदार आहे. ब्रिटिश संग्रहालयात असलेल्या इजिप्त विभागाचे प्रमुख असलेल्या वॉलिस बज यांना, जर असा निष्कर्ष काढावासा वाटला की, 'आसपास पसरलेल्या कब्रस्तानापासून दुष्टात्मे दूर राहावेत म्हणून बहुधा स्फिंक्सची रचना केली गेली असावी,' तर यात नवल वाटण्यासारखं काय आहे बरं? चौथा राजा असलेल्या थूटमोझा यानं स्फिंक्सच्या छातीजवळ ३,४०० वर्षांपूर्वी चौदा फूट उंच दगडी चौथरा उभारला. त्यावर अशी अक्षरे कोरलेली होती : 'काळाच्या आरंभापासून या जागेवर एका जादुई गूढाचा प्रभाव राहिलेला आहे. स्फिंक्स हा खेपेराचे (अमरत्वाचा देव) चिन्ह म्हणून अस्तित्वात आहे. खेपेरा हा सर्वश्रेष्ठ देव असून असा आदरणीय देव तिथं निवासास आहे. त्याची कृपा प्राप्त व्हावी म्हणून मेम्फिसचे रहिवासी आणि अन्य सर्व भागांतील नागरिक त्याच्यापुढे हात उंचावतात.' जवळच असलेल्या गिझाच्या खेड्यात राहणाऱ्या बदाऊनी लोकांमध्ये आत्मे आणि भुताखेतांच्या भरपूर परंपरा आहेत. ही सारी भुतं स्फिंक्सच्या भोवतालच्या भागात रात्री विहरतात. त्यामुळे हा भाग पृथ्वीतलावरचा सर्वांत जास्त झपाटलेला भाग आहे, असं जर बदाऊनी लोकांना वाटत असेल, तर त्यात आश्चर्य वाटण्यासारखं काय आहे बरं? कारण ही पुरातन काळातील दफनभूमी पृथ्वीवरील आधुनिक काळातील दफनभूमींसारखी तर नक्कीच नाहीये. शिवाय आपल्या भूमीवरील उत्तम लोकांचे देह कुजू नये म्हणून त्यात विशिष्ट द्रव्यं भरून सुगंधीकरण करून ठेवले. अशा प्रकारे इजिप्तच्या लोकांनी आपल्या जगातील लोकांशी जाणीवपूर्वक त्या मृतांच्या आत्म्यांचा संपर्क प्रदीर्घ काळापर्यंत राखून ठेवला.

होय, स्फिंक्सकडे पाहण्यासाठी रात्र ही सर्वांत सुयोग्य वेळ असते. कारण आपल्यातील अगदी कमी संवेदनशील माणसाला सुद्धा जाणवतं, की आत्म्यांचं जग आपल्या जवळ येत आहे. आधी ज्या जाणिवांबद्दल आपण अनभिज्ञ होतो, त्यांच्याबाबत मन अधिक संवेदनशील होऊ लागतं. अशा या प्रभावशाली काळ्याभिन्न अंधारात आपल्या आसपासच्या लौकिक जगातील ठोकळ आकारदेखील अमानवी रूपरेखा वाटू लागतात. रात्रीचं आभाळ आता जांभळट - गहिरं निळं झालेलं होतं. माझ्या चिंतनासाठीही जणू हा गूढ रंग साजेसा होता.

*****

आकाशात तारकांची संख्या वाढू लागली आणि काळोखात बुडालेल्या विश्वावर जणू तारकांचा घुमट तयार व्हावा इतक्या मोठ्या संख्येने तारे दिसू लागले. माझ्या सभोवतालचे मूक प्रेतवत दृश्य उजळवण्यात चंद्रानेही आपली भूमिका बजावली.

लांबलचक शयित अशा त्या स्फिंक्सरूपी सिंहाचे शरीर आयताकृती दगडी चौथऱ्यावर

चित्र १.६ - स्फिंक्सच्या पंजांच्या मध्यभागी असलेला दगडी शिलालेखीय आयत. चौथ्या थूटमोझ याने हा आयताकृती दगडी शिलालेख केला होता. लेखकाच्या संग्रहातून.

स्वतःला ताणून पसरल्याचे आता अधिक ठळकपणे दिसू लागले. त्याचे गूढरम्य असे मस्तक उंचावल्याचे जास्त स्पष्टपणे दिसू लागले. माझ्या पलीकडे आणि पाठीमागे, वाळवंटाला जोडला गेलेला लहानसा पठारी भाग अस्पष्टपणे पसरत जाऊन जणू अदृश्यच झाला होता. जणू काही सभोवतालच्या अंधारानं त्याला गिळून टाकलं होतं.

स्फिंक्सच्या टोपवजा शिरोभूषणाच्या झालरी चांगल्या रुंदावून बाहेर आल्या होत्या, त्याकडे मी टक लावून बघत होतो. त्याच्या बाह्यरेखा अंधुकपणे दिसू लागल्या. त्या शाही शिरोभूषणामुळे स्फिंक्सच्या रूपाला राजसी भव्यता आणि पूर्णपणे वेगळेपण प्राप्त झालं होतं. रुबाबदार नागाने आपला फणा उंचावून काढल्यावर जसे दिसते, तसे काहीसे दिसत होते. लौकिक आणि आध्यात्मिक अशा दोन्ही विश्वांवर स्वयंप्रभुत्व आणि शक्ती गाजविणारे जे युरिअसचे चिन्ह असते, त्याला आणि त्या सर्व गुणधर्मांना त्या शिरोभूषणाद्वारे व्यक्त केलं जात होतं. (*युरिअस हे पवित्र मानल्या जाणाऱ्या विषारी नागाचे प्रतीक होय. प्राचीन इजिप्तच्या कलेत, विशेषतः प्रभुत्व सूचित करण्यासाठी हे प्रतीक शिरोभूषणावर दाखविले जाई.) हाइरोग्लिफिक (इजिप्तची चित्रलिपी) लेखनामध्ये भूमीचा स्वामी, बलशाली फॅरो सूचित करण्यासाठी स्फिंक्सची आकृती दर्शविली जाते. प्राचीन परंपरेने तर एवढंही निर्देशित केलं आहे, की अर्माएस नावाच्या कबरीला स्फिंक्सच्या विशाल पुतळ्याने घेरून बंद केलं आहे. कैरो येथील 'इजिप्त वस्तुसंग्रहालया'चे संचालक व फ्रेंच पुराणवस्तुशास्त्रज्ञ असलेल्या

मारिएत यांनी हे पारंपरिक मत एवढ्या गांभीर्याने घेतले, की स्फिंक्सच्या खाली जो दगडी पाया आहे, त्यात काय आहे, याचे संशोधन करायचे त्यांनी ठरविले. सुशिक्षित लोकांच्या एका सभेत ते म्हणाले, ''या महाकाय देहाच्या आत एखादे शवकक्ष, एखादी गुंफा, कबर असलेले एखादे भूमिगत उपासनाघर असणे ही काही फार अशक्य गोष्ट नाही.'' या उपक्रमाच्या दृष्टीने त्यांनी काही तयारी केली न केली तोवरच त्यांच्या दरवाजावर मृत्यूने ठोठावले आणि ते स्वतःच शवपेटिकेत विसावले. स्फिंक्सच्या भोवताली असणारी दगडी जमीन किंवा ज्या दगडी चौथऱ्यावर स्फिंक्स आहे त्या चौथऱ्याच्या आत, साधा डोकावण्याचा प्रयत्नही त्यानंतर कोणी केला नाही. 'मृतांच्या नगरी'च्या परिसरात होणाऱ्या उत्खनन कार्याच्या प्रमुख पदावर इजिप्तच्या अधिकाऱ्यांनी ज्यांची नियुक्ती केली आहे, त्या प्रोफेसर सेलिम हसन यांच्याजवळ मी जेव्हा हा विषय काढला आणि स्फिंक्सच्या खाली काही अज्ञात कक्ष असण्याच्या शक्यतेबद्दल विचारणा केली. तेव्हा त्यांनी, 'स्फिंक्स ही आकृती एका ठोस, भरीव दगडाशिवाय अन्य काहीही असू शकत नाही,' असे सुनिश्चित आणि अंतिम निर्णायक उत्तर देऊन, विषय दूर सारला.

प्रोफेसर महोदय अतिशय आदरणीय होते, त्यामुळे त्यांचे मत मी ऐकून घेतले. परंतु त्यांचे विधान माझ्या मनाने स्वीकारलेही नाही किंवा फेटाळलेही नाही. मी आपले मन खुले ठेवण्याचा पर्याय निवडला. 'अर्माएस' हे नाव 'हर्मेकिस' या शब्दाच्या खूप जवळ जाते. 'हर्मेकिस' ही सूर्यदेवता आहे. अन्य एका आख्यायिकेनुसार स्फिंक्स ही आकृती सूर्यदेवतेचे प्रतिनिधित्व करते. स्फिंक्सच्या खाली कबर नसण्याची शक्यता वस्तुस्थिती असू शकते. कदाचित उपरोक्त दोन्ही आख्यायिका कालाच्या संथ ओघात एकमेकांत मिसळूनही गेल्या असतील. परंतु अन्य हेतूंसाठीही हे दगडी कक्ष कोरले गेले असू शकतात. प्राचीन इजिप्तच्या लोकांनीच काही प्रसंगी अशा कक्षांची निर्मिती केली होती. भूमिगत असलेल्या पहारायोग्य सुरक्षित कक्षांमध्ये विशिष्ट धर्मकृत्ये पार पाडली जात असत. कॅल्डियन, ग्रीक, रोमन आणि अगदी अरब यांच्या प्राचीन आणि अखंडित परंपरांकडून माहिती मिळते, की ग्रेट पिरॅमिड ते स्फिंक्स एवढे अंतर ये-जा करणाऱ्या पुरोहितांसाठी भूमिगत मार्ग आणि कक्ष होते. समजा, अगदी या वदंतांमध्ये अर्थ नसेल. परंतु 'यत्र धूमः तत्र अग्नि' हा न्याय असतो ना! आरंभिक काळातील इजिप्तचे लोक अभ्यासता लक्षात येते, की भरीव पाषाणांमधून गल्ल्यांमागून गल्ल्या कोरत जाणे त्यांना फार आवडत असे. शिवाय या गल्ल्यांची प्रवेशद्वारे गुप्त ठेवणे सुद्धा त्यांना आवडे. खरंतर आज इजिप्तच्या भूमीवर जेव्हा एखादा नागरिक उभा राहतो, तेव्हा त्या भूमीखालून प्राचीन माणसांनी भुयारी मार्ग काढलेच नसतील, असं तो छातीठोकपणे सांगू शकणार नाही. स्फिंक्सच्या पुढील पावलांच्या मध्यभागी ग्रॅनाइटसारख्या कठीण पाषाणावर (शिलालेखावर) प्राचीन कलाकारांनी ज्या स्फिंक्सची आकृती कोरली,

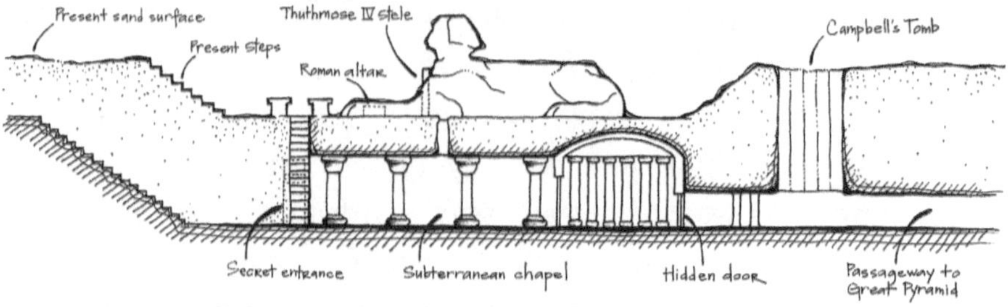

चित्र १.७ स्फिंक्सच्या खालील भागातील कथित अशा सुप्रसिद्ध कक्षांची जागा. रोझमेरी क्युब्राल हॅरिस

त्या आकृतीमध्ये एक घनाकार पाषाणाचा पाया दाखविला आहे. स्फिंक्स त्या पाषाणावर बसलेला असून तो घनाकार पाषाण खाली असलेल्या एका इमारतीचे छत असल्याचे तिथे दाखवले आहे. या इमारतीमध्ये एक मोठे मध्यवर्ती द्वार आणि मागे एकांतात वळलेले अलंकरण असलेले दाखवले आहे. कुठली तरी पूर्वजांची परंपरा असलेली पण आता विस्मृत झालेली अशी एखादी आख्यायिका गृहीत धरून त्यांनी शिलालेखात कोरीव काम केले असेल काय? दगडी छतावर पहुडलेली अजस्र स्फिंक्सची आकृती त्यांनी घडविली असेल काय? कदाचित भविष्यात एखाद्या दिवशी आपल्याला त्याबद्दल कळेलही!

ही वस्तुस्थिती सुद्धा आहे, की एका पाषाणातून स्फिंक्स पूर्णपणे कोरला गेलेला नाही. शिल्पकारांसमोर असणारा दगड हा त्यांना दिलेली शिल्पाकृती पूर्णपणे कोरून काढण्यासाठी अपुरा होता. त्यामुळे स्फिंक्सची गोलवा असलेली पाठ आणि पन्नास फूट लांब असे पुढचे पाय घडविण्यासाठी शिल्पकारांनी विशेषरीत्या भाजलेल्या विटा व कोरीव दगडांचा वापर केला. बाहेरून जोडल्या गेलेल्या या दगड आणि विटांच्या आवरणावर माणसांकडून होणाऱ्या आक्रमणातून आणि काळानुसार होणाऱ्या झिजेकडून आघात झाले. त्यामुळे तेथील काही विटा निखळल्या आहेत आणि काही दगड गायब झाले आहेत.

त्यानंतर, शंभर वर्षांपूर्वी, भारतात लष्करी सेवा बजावून मायदेशी परतणारे कर्नल हॉवर्ड वायस यांचे आगमन झाले. सुएझजवळ त्यांना आपले जहाज सोडून डाकसामान वाहून नेणाऱ्या घोडागाडीत चढावे लागले. जुन्या ईस्ट इंडिया कंपनीने आपल्या अधिकाऱ्यांना कैरोमध्ये घेऊन येण्यासाठी आणि त्यानंतर त्यांना भूमध्य समुद्रात पुढच्या प्रवासासाठी पोहोचविण्याच्या हेतूने या घोडागाड्या ठेवल्या होत्या. पिरॅमिड आणि स्फिंक्सकडे आकर्षित होऊन कर्नल साहेबांनी कैरो येथे अधिक काळ वास्तव्य केले. शिवाय त्यांनी या दोन्ही जागांना बऱ्याचदा भेटी दिल्या. जुन्या आख्यायिका वाचून त्यांची शहानिशा करण्यासाठी, त्यांनी लांबलचक लोखंडी दंड मिळवले, या दंडांना वा

सळ्यांना त्यांच्या टोकाशी छिन्नी बसवली. स्फिंक्स आतून पोकळ आहे की नाही, हे पाहण्याकरिता हे भालेवजा दंड त्यांनी स्फिंक्सच्या खांद्यातून आत घुसवले. भरीव दगडात ते सत्तावीस फूट आतपर्यंत खुपसले गेले, परंतु त्यातून निराशाजनक परिणामच मिळाला. त्यांनी केलेल्या त्या प्रयत्नांमुळे तिथे पडलेली छिद्रे अजूनही दिसतात. पण दुर्दैवाने कर्नल वायस यांच्या काळात, स्फिंक्सचा देह वाळूच्या अजस्र ढिगाऱ्यांखाली दबलेलाच होता. त्यामुळे तेव्हा त्याचा फक्त चेहरा व डोके दिसत असे. अशा वस्तुस्थितीमुळे त्यांच्या शोधकार्यातून स्फिंक्सच्या शिल्पाकृतीचा पाऊण भाग वगळलाच गेला होता. त्यामुळे त्यांना शिल्पाकृतीच्या पायापर्यंतही पोहोचता आले नव्हते.

*****

एखाद्या चित्त्याच्या नीरव आणि मूक पावलांप्रमाणे रात्र दबक्या पावलांनी पुढे सरकत होती. मध्येच वाळवंटातील कोल्ह्यांची भयंकर व अर्ध-मानवी आवाजातील कोल्हेकुई कानावर पडत होती. त्यातून तासांच्या मार्गाचा अंदाज येत होता. ताऱ्यांनी भरलेल्या त्या निरभ्र आफ्रिकेतील आकाशाखाली मी आणि स्फिंक्स दोघेही बसलो होतो. एका अदृश्य धाग्यानं आम्हाला जवळ आणलं होतं. आमची ओळख हळूहळू मैत्रीत परिणत होत होती आणि बहुधा आम्ही एकमेकांबद्दल नव्यानंच जाणून घेत होतो.

कित्येक वर्षांपूर्वी मी जेव्हा पहिल्यांदा स्फिंक्सकडे आलो होतो, त्या वेळी त्याने माझ्याकडे शांत उपेक्षेनं पाहिलं होतं. त्या विशाल शिल्पकृतीसाठी मी म्हणजे एक खुजा, मर्त्य असा जीव होतो. असा प्राणी जो दोन पायांवरती घाईघाईनं भ्रमण करतो, स्वतःमध्येच गुरफटलेला असतो. जो चंचल आकांक्षा आणि मूर्ख विचार बाळगून असतो! माझ्यासाठी स्फिंक्स कसा भासला होता? तर माणसाला कधीही न गवसणाऱ्या सत्याचं उदासवाणं प्रतीक म्हणून. अशा कुठल्यातरी 'अज्ञाता'साठी समर्पित केलेली एक प्रचंड प्रतिमा म्हणून; ज्याच्या समोर केलेल्या साऱ्या प्रार्थना प्रतिसादहीन, फिकट वाळूत पडून राहतात; ज्याला विचारलेले सारे प्रश्न अनुत्तरित राहून शून्यात विरून जातात! तेव्हा मी पूर्वीपेक्षाही अधिक दोषदर्शी, अधिक संशयी तसंच जगाला अधिक कंटाळलेलो व अधिक कटुतापूर्ण होऊन परत फिरलो होतो.

परंतु वर्षं काही निरर्थकपणे सरली नाहीत. आध्यात्मिक शिक्षणाचं दुसरं नाव 'जीवन' असं आहे. त्या अदृश्य प्रशिक्षकानंच मला महत्त्वाच्या एक-दोन गोष्टी शिकवल्या.

आपल्या पृथ्वीचा हा गोळा निरर्थकच या अंतराळातून गोल-गोल फिरत नसतो.

त्यानंतर मी अधिक उजळलेल्या मनोवस्थेत स्फिंक्सकडे परत आलो. दाट अंधारात आम्ही एकमेकांची साथ करीत बसलो. लिबियाच्या वाळवंटाच्या टोकाशी आपल्या

चित्र १.८ स्फिंक्स : लेखकाने घेतलेले छायाचित्र

निवासस्थानावर स्फिंक्स पाय दुमडून बसला होता आणि मी मात्र वाळूत मांडी ठोकून बसलो होतो. या महनीय शिल्पकृतीच्या गूढ वैशिष्ट्याबद्दल मी पुन्हा नव्यानं चिंतन करू लागलो होतो.

साऱ्या जगाला स्फिंक्सचे छायाचित्र ठाऊक आहे आणि त्याची मुखमुद्रा विद्रूप कशी झाली आहे, तेही लोक जाणतात. वाळूतून वर आलेल्या चुनखडीच्या भरीव पाषाणातून ही शिल्पकृती का आणि कधी घडवली गेली? ती कोणाच्या अनाम हातांनी घडविली गेली? – या गोष्टी मात्र जगाला ज्ञात नाहीत.

याविषयी पुरातत्त्वशाखाही मौन बाळगून आहे. कारण थोड्या वर्षांपूर्वीपर्यंत जे अंदाज पुरातत्त्वविद्येच्या जाणकारांनी आत्मविश्वासाने सिद्धांत म्हणून मांडले होते, ते सारे मागे घ्यावे लागल्याने या शाखेने संकोचानं मान खाली घातली. आता पुरातत्त्वविद्येच्या अभ्यासकांकडून एखादे निश्चित नाव वा एखाद्या कालाची सुनिश्चिती करण्याकरिता काही उपक्रम जाहीर केले जात नाहीत. आता ते स्फिंक्सला राजा खाफ्रा अथवा राजा खुफू यांच्यासोबतसुद्धा जोडत नाही. कारण ज्या शिलालेखांचा शोध लागला आहे, त्यावर जरी या राजांची नावे असली, तरी त्यातून फक्त एवढेच सूचित होते, की त्या त्या राजांच्या राजवटीत स्फिंक्सचे शिल्प अस्तित्वात होते.

अठराव्या राजवंशाच्या पूर्वीच्या सापडलेल्या पपायराय (इजिप्तमध्ये बनलेल्या कागदास पपायराय असे म्हटले जाते) मध्ये – म्हणजे कागदी दस्तावेजांमध्ये स्फिंक्सच्या अस्तित्वाचा पुरावा मिळत नाही. चौथ्या राजवंशाच्या आधी त्याची नोंद घेणारा शिलालेखही आढळत नाही. जुन्या अवशेषांचे उत्खनन करणाऱ्या लोकांना चौथ्या राजवंशाच्या कारकिर्दीतील शिलालेख सापडले. त्यामध्ये लिहिले होते, 'स्फिंक्स हे असे स्मारक आहे ज्याचे मूळ काळाच्या ओघात हरवून गेले आहे. वाळवंटातील वाळूखाली प्रदीर्घ काळ दबून राहिला असल्याने तो पूर्णपणे विस्मृतीत गेला होता आणि मग अचानकपणे तो सापडला.' म्हणजेच,

सहा हजार वर्षांपूर्वी इजिप्तमध्ये हुकूमत गाजविणाऱ्या चौथ्या राजवंशाच्या फॅरोंसाठी सुद्धा 'स्फिंक्स' हा अकथनीय काळाच्या उदरातीलच होता.

*****

रात्रीसह निद्रेचंही आगमन होत असतं, पण मी मोठ्या निग्रहानं तासागणिक निद्रेला दूर ठेवत होतो. इतके प्रयत्न करूनही, माझ्या निशाचर चिंतनाच्या एका टप्प्यावर माझ्या पापण्यांनी जणू अनिच्छेनं मिटत बंड पुकारलं आणि माझं मनही जरा जडावलं. माझ्या आत जणू दोन विरोधी शक्ती एकमेकांवर कुरघोडी करण्याची धडपड करू लागल्या. पहिली म्हणजे, रात्रभर डोळ्यात तेल घालून पहारा देत स्फिंक्सच्या आसपासचं विश्व न्याहाळण्याची तीव्र इच्छा आणि दुसरीकडे निद्रेच्या ऐन्द्रिय कलाकडे झुकून आसपास पसरलेल्या निद्राजनक मायाळू अंधारस्पर्शाच्या कवेत जावं, ही इच्छा. अखेरीस मी दोन्ही इच्छांमध्ये सामंजस्य साधून असं ठरवलं, की आपलेच डोळे किलकिले ठेवायचे. मग माझं मनही नंतर जरा जड होऊन गेलं. रंगाची जी यात्रा स्वप्नवत चालली होती, तिच्यात माझे विचारही विरून गेले.

विचार जेव्हा खंडित होतात, त्या वेळी जी एक सुखद सुस्ती येते, असे काहीसे विश्रांतीचे क्षण मी अनुभवले. त्या अवस्थेत मी किती वेळ होतो, हे मला कळलं नाही. परंतु माझ्या दृष्टिपथातून सारे रंग अदृश्य झाले आणि एका विस्तीर्ण प्राकृतिक दृश्यानं त्यांची जागा घेतली. एखादे निसर्गदृश्य पूर्णचंद्राच्या प्रकाशात उजळून जावे तसे चंदेरी प्रकाशानं अनोख्या पद्धतीनं ते दृश्य उजळून आलं.

त्या क्षणी मला जाणवलं, की माझ्या सभोवताली गडद आकृत्यांचे जथेच्या जथे घाईने हलत-फिरत आहेत. काही जणांच्या डोक्यावर ओझ्यांच्या टोपल्या होत्या तर इतर जण एका भक्कम, विशाल शिळेला बांधलेल्या पण कमकुवत वाटणाऱ्या बांबूच्या मचाणावरून वर-खाली करीत होते. त्यांच्यावर देखरेख करणारे, त्या कामगारांना आदेश देणारे किंवा आधी ठरवून दिलेल्या प्रारूपानुसार दगडावर हातोडा आणि छिन्नी घेऊन कपच्या उडविणाऱ्या माणसांच्या कामावर काळजीपूर्वक नजर ठेवणारे निरीक्षक लोक तिथे होते. वारंवार जे घाव पडत होते, त्यांचा ध्वनी आकाशात भरून राहिला होता.

त्या साऱ्या माणसांचे चेहरे लांब आणि कडक होते. त्यांच्या त्वचेचा रंग लालसर तपकिरी छटेचा होता किंवा पिवळट राखाडी होता. त्यांचे वरचे ओठ लक्षात यावेत असे लांब होते.

त्यांचे काम पूर्ण झाल्यानंतर, काय आश्चर्य घडले! पृथ्वीतून बाहेर आलेली ती दगडी उभी उतरण सिंहाच्या देहावर बसविलेल्या अजस्र मानवी मुखाकृतीमध्ये रूपांतरित

झालेली होती. एका खास कापून काढलेल्या विशाल आणि पोकळ शिळेवरती ही विशाल आकृती विसावलेली होती. मग खाली पोकळ जागेकडे उतरत जाणारा एक रुंद आणि भव्य असा जिना दिसू लागला. त्या महाकाय आकृतीच्या शिरोभूषणांच्या ज्या रुंद झालरी कानामागून बाहेर आल्या आहेत, त्यांच्यावर घसघशीत सोन्याचे पत्रे मढविलेले होते.

ही आकृती होती स्फिंक्सची!

त्यानंतर ते सारे लोक अदृश्य झाले आणि तिथले प्राकृतिक दृश्य एखाद्या सुनसान कबरीप्रमाणे शांत होऊन गेले. त्यानंतर मला दिसलं, की माझ्या डावीकडील भागात विशाल समुद्राचं पाणी भरलं होतं आणि त्याचा किनारा चार ते पाच किलोमीटरपेक्षाही कमी अंतरावर होता. त्या वेळच्या शांततेत एक अनिष्टकारक छटा होती, पण तिचा अर्थ मला आधी कळला नाही. तो माझ्या तेव्हा लक्षात आला, जेव्हा समुद्राच्या अंतरंगातून एक गडगडाटी आवाज आला. माझ्या पायाखालची जमीन हादरू लागली. कानठळ्या बसतील असा आवाज करीत पाण्याची एक प्रचंड मोठी भिंत हवेत तयार झाली आणि जणू मुसंडी मारत आमच्याकडे धावून आली. स्फिंक्सच्या आणि माझ्या पुढ्यात आली आणि आम्ही पार दिङ्मूढ होऊन गेलो.

जलप्रलयाचा तो क्षण होता!

काही वेळ सारं थबकलं. तो वेळ एक मिनिटाचा होता की एक हजार वर्षांचा – ते मला ठाऊक नाही. पण मला पुन्हा एकदा जाणवलं, की मी त्या विशाल शिल्पाकृतीच्या पायाशी बसलेलो आहे. मी आसपास पाहिले पण आता तिथं समुद्राचं काही चिन्हही नव्हतं. उलट त्या विस्तीर्ण जागेत अर्धवट वाळलेली दलदल पसरली होती. जिकडे–तिकडे तीव्र उन्हात वाळून गेलेली मोठी मिठागरं दिसत होती. त्या भूमीवर प्रखर ऊन तळपत होतं. त्यामुळे दाणेदार मीठ पसरलेल्या जागांचे तुकडे आकारानं आणि संख्येनं वाढत होते. जणू सूर्य अजूनही सर्वत्र आग ओकत होता. दलदलीत असलेला ओलाव्याचा कण न् कण त्यानं शोषून घेतला आणि साऱ्या प्रदेशाचं रूपांतर मऊसर शुष्क भूमीत करून टाकलं. तीव्र उन्हानं तापून निर्माण झालेल्या या मऊसर भूमीचा रंग फिकट पिवळा होता.

वाळवंटाची निर्मिती!

अद्यापि स्फिंक्स साऱ्या भूप्रदेशाकडे टक लावून पाहत होता. त्याच्या जाड, भक्कम आणि सुस्थितीत असलेल्या ओठांमधून आता स्मित फुटेल की काय अशी त्या ओठांची घडण होती. शांत, एकाकी अशा आपल्या अस्तित्वात वरकरणी तरी तो शांत दिसत होता. या एकाकी भूभागात त्याची एकाकी आकृती किती चपखलपणे शोभून दिसत होती बरं! या

चित्र १.९ - अर्धवट वाळूत झाकला गेलेला स्फिंक्स, इ.स. १८९०

अजस्र आकृतीत जणू विराण एकटेपणाच्या अंतःसत्त्वाला मूर्त, सुयोग्य रूप मिळालं होतं.

एकटा स्फिंक्स प्रतीक्षा करीत होता. त्याची प्रतीक्षा तेव्हा संपली जेव्हा, पाण्यातून प्रवाहित होणाऱ्या नावांचा एक लहानसा समूह एकदा नदीच्या तीरावर थांबला. नावांमधून माणसांचा एक गट उतरला आणि हळुहळू चालत पुढे आला. मोठ्या आनंदाने प्रार्थना करीत ही माणसे स्फिंक्सपुढे झुकली.

त्या दिवसापासून मौनाचा पाश तुटला. त्यानंतर जवळच असलेल्या खालच्या भूमीवर निवासस्थानं उभी राहू लागली. जो स्फिंक्स वाळवंटातील बिनादरबाराचा सम्राट होता, त्याची कृपा संपादन करण्यासाठी आता त्याच्यासमोर राजे लोक आपल्या पुरोहितांना घेऊन येऊ लागले.

दिव्यातील तेल सरत आलं, की ज्योत जशी विझून जाते - अगदी त्याचप्रमाणे या लोकांच्या आगमनानंतर मला जे दर्शन घडत होतं, ते विरून गेलं.

२

मरूस्थळाचा संरक्षक

चित्र २.१
विश्वाचा मूक साक्षीदार असलेला स्फिंक्स.
लेखकाने घेतलेले छायाचित्र

माथ्यावरचे असंख्य तारे अद्याप तळपत होते. आमच्या दोघांच्यावर असणारी चंद्रकोर अजूनही मोठ्या तेजःपुंजपणे स्मितहास्य करीत होती. चंदेरी किरणांमध्ये स्फिंक्स आताही निराळ्याच आणि राजबिंड्या रूपात उठून दिसत होता. मान वळवून मी माझ्या डाव्या बाजूला पाहिलं, जिथे मला अलौकिक असं दर्शन घडलं होतं. त्यात एखाद्या खवळलेल्या दानवाप्रमाणे उसळून आलेला आणि सारं कोरडं विश्व गिळंकृत करून टाकलेला समुद्र मला दिसला होता.

माझं स्तब्ध शरीर हे बहुधा प्राकृतिक जगाचाच एक भाग वाटल्याने माझ्या डोक्यावरून फडफड करीत एक वटवाघूळ मध्येच उडून गेलं. त्यासरशी माझ्या पाठीच्या कण्यातून घृणेची शिरशिरी किंचितशी सरसरून गेली. बहुतेक भूमिगत

अशा एखाद्या ममीच्या कब्रस्तानातून हे वटवाघूळ वरती आलं असावं.

सहारा वाळवंटात जवळ जवळ ३० लाख चौरस मैल उलगडत गेलेल्या विशाल, अखंड अशा वाळूच्या सागराबद्दल माझ्या मनात विचार डोकावले. जमिनीतून जणू गुलाबट रंगवलेल्या भिंती वर आलेल्या दिसाव्यात तशा उजाड चुनखडीच्या टेकड्यांची लांबलचक कडा येईपर्यंत हा वाळूचा अखंड समुद्र पसरलेला होता. प्रदीर्घ काळ या टेकड्यांनी इजिप्तचं रक्षण केलं आहे. शिवाय नाईल नदीच्या खोऱ्यावर पहारा दिलेला आहे. जणू काही इजिप्तवर वाळवंटाचं आक्रमण रोखण्याच्या हेतूने निसर्गानेच लिबियाच्या पर्वतराजीची सोय करून ठेवली होती.

इथं खरोखरच धोका असतो. दरवर्षी वसंत ऋतूच्या आरंभीच्या काळात भयंकर वेगवान असे चक्रीवात - ज्यांना भयकारक 'खमसीन' म्हटले जाते - आफ्रिकेच्या उत्तर भागाशी जणू युद्धच पुकारतात. अटलांटिक किनाऱ्यापासून सबंध खंडात ते भीषण शीळ घालत फिरतात. एखाद्या सैन्याच्या तुकडीनं लुटालुटीच्या आणि विजयप्राप्तीच्या इच्छेने हल्ला करावा, तशा पद्धतीने त्या चक्रीवातासह वाळू आणि धूळ आक्रमण करते. गरगरते वाळूचे कण मोठ्या प्रमाणात सर्वत्र पसरतात आणि भूमीवर एखादं सोनेरी शववस्त्र पसरावं असे ते दिसतात. चक्रीवाताच्या अतिक्रमणाला जिथे अटकाव होत नाही, तिथं ते वर्षागणिक उजाडपण आणत राहतात. शिवाय हे उजाडपण एखाद्या कबरीच्या विषादासारखं असतं. कारण त्या वाळूमुळे- झोपड्या, घरं, स्मृतिस्थळं, मंदिरं आणि कधी कधी संपूर्ण शहरं गाडली जातात. अशा प्रकारे या पिवळसर वाळूत एक प्रकारचा औद्धत्यपूर्ण अधिकार-भाव असतो. शिवाय अगदी अविरोधी अशा छायेप्रमाणे ती जमिनीवर राज्य करते. खमसीनमध्ये एवढी ताकद असते ज्यामुळे आकाशदेखील पूर्णपणे झाकोळून जातं आणि सूर्य दिसेनासा होतो. लंडनमध्ये असलेल्या दाट धुक्यामुळे समोरचं अजिबात दिसत नाही. त्याचप्रमाणे गरगरत्या वाळूचे ढग वेगाने पुढे सरकतात आणि मग त्यांच्या वाटेत जे काही येईल, त्याला ते वाळूने व्यापून टाकतात. अशा प्रकारे साऱ्या वस्तूंवर वाळू हळूहळू साठत जाते. मी पाहिलं आहे, की लिबीयाच्या वाळवंटाच्या कडेवर असणाऱ्या मरुद्वीपांच्या (ओॲसिसच्या) जवळ राहणाऱ्या गावकऱ्यांना या वाळूच्या वादळामुळे आपल्या झोपड्या तेथेच सोडून उंचवट्यावरील जमिनीवर पुन्हा त्या उभाराव्या लागल्या होत्या. भिंतीसमोर येऊन थटणाऱ्या वाळूची सर्वग्रासी शक्ती ही अशी असते. वरच्या इजिप्तमध्ये एक विशाल प्राचीन मंदिर उत्खनकांनी उकरून बाहेर काढलं होतं, त्या मंदिराच्या छतांपर्यंत कानाकोपऱ्यात वाळूचे ढीग साठले होते, हे मी पाहिले होते.

*****

चांदण्यांच्या प्रकाशात अंधुकपणे दिसणाऱ्या स्फिंक्सच्या सात फूट रुंदीच्या मुखावर

पसरलेले दयनीय आणि थोडेसे दुःखाचे भाव मी पुन्हा एकवार पाहिले. मला घडलेल्या त्या दर्शनात आदिम अटलांटियन स्फिंक्सच्या मुखावर जे अर्धस्फुट स्मित मी पाहिले होते, तो भाव या दुःखद भावनेत परिणत झाला होता. स्फिंक्सला विद्रूप करणाऱ्या श्रद्धाहीन माणसांप्रमाणेच या ताकदवान वाळवंटी वाऱ्यांनीदेखील स्फिंक्सवर आघात केले होते.

अशा प्रकारे वाऱ्यानं उडणाऱ्या वाळूचे जोरदार फटकारे स्फिंक्सवर वर्षानुवर्षे होत आले आहेत. त्यांचा आघात कधी शांतपणे तर कधी वादळाच्या रौद्र रूपासह झाला. या वाळूनंच सारं काही झाकून टाकलं होतं काय? होय. स्फिंक्सच्या पुढच्या दोन पायऱ्यांमध्ये लाल ग्रॅनाइट पाषाणाची जी दगडी आयताकृती पट्टिका वा शिळा आहे, त्यावर चित्तवेधक हायरोग्लिफीक अक्षरांमध्ये, थूटमोझ या चौथ्या फॅरोने जे गूढ स्वप्न लिपिबद्ध करून ठेवलंय, त्याची मला आठवण झाली. निर्दयी वाळूमध्ये मानेपर्यंत गाडल्या गेलेल्या स्फिंक्सबद्दल, त्याने जे स्फिंक्सच्या असहाय, विस्मृत अवस्थेबद्दल स्वप्नात विषादपूर्ण विलाप अनुभवला, त्याचे प्रलेखित अक्षर न अक्षर मला आठवलं.

''त्याचा आत्मा दुःखानं उद्गारला, वाळवंटातील वाळू माझ्या दिशेनं येत आहे आणि मी त्या वाळूत बुडून जातो आहे. त्वरा करा! ती वाळू दूर होईल यासाठी काही उपाय करा. तेव्हाच तुम्ही माझे पुत्र आणि साहाय्यक असल्याचे मला कळेल.''

या स्वप्नानंतर थूटमोझ खडबडून जागा झाला. तो स्वतःशी म्हणाला, ''या

चित्र २.२ : चौथ्या थूटमोझ याने स्फिंक्सच्या पुढील दोन पंजांमध्ये उभी केलेली जी दगडी शिळा आहे, त्यावर त्याच्या स्वप्नाचे लेखन केले आहे.

चित्र २.३ : चौथ्या थूटमोझ फैरोच्या काळात, गळयापर्यंत वाळूत गाडला गेलेला स्फिंक्स असा होता.

शहरातील आणि मंदिरातील कितीतरी नागरिक या देवाला नमन करण्यासाठी येतात. परंतु त्याची मूर्ती वाळूच्या विळख्यातून मुक्त करावी, असं कोणालाही कधी वाटत नाही.''

त्या दगडी शिळेवरील कोरीव कामांमध्ये उभा असलेला हा राजा स्फिंक्ससमोर सुगंधी द्रव्य अर्पण करताना दाखवला आहे. या पुढे इतिहासातील सर्वांत विस्मयकारी स्वप्न आणि तितकेच विस्मयकारी परिणाम पूर्णपणे लिहिले आढळतात. तरुण थूटमोझ राजपुत्र असताना गिझाजवळच्या वाळवंटी किनाऱ्यावर आपल्या मित्रांसह मृगया करीत होता.

हायरोग्लिफीक शब्दलिपी सांगते, 'दक्षिणेकडील रस्त्यांवर, तांब्याच्या रंगाच्या छोट्या फुलपाखरांवर नेम धरून, किंवा वाळवंटातील सिंह आणि वन्य प्राण्यांची शिकार करत तो मौज करीत होता. वाऱ्यापेक्षाही वेगवान धावणारे घोडे जोडलेल्या रथातून तो दौडत होता.'

आपल्या मृगया-क्रीडेतून दमून-भागून तो भर दुपारी रथातून खाली उतरला. जेवण-खाण झाल्यावर त्यानं थोडी झोप घ्यायचं ठरवलं. आपल्याबरोबरच्या सेवकांना त्यानं विश्रांतीसाठी जरा दूर पाठवून दिलं. मग तिथे असलेल्या वेदीजवळ त्यानं देवांना उद्देशून प्रार्थना केली आणि त्यानंतर स्वतः विश्रांतीसाठी गेला.

ज्या वेळी रा देवतेस मुकुट चढविला जातो नेमक्या त्याच वेळी राजपुत्राला झोपेच्या तंद्रीनं घेरून टाकलं. मग त्याला स्वप्नात दिसलं, की तो आदरणीय देव स्वतः बोलत आहे. एखाद्या पित्यानं आपल्या पुत्राशी बोलावं, तसं तो म्हणाला, ''माझ्या बाळा, मी खरंच तुझ्याकडे पाहत असतो, तुझ्याकडे लक्ष ठेवून असतो. थूटमोझ, मी तुझा पिता आहे. हेरु-खुट हा तुला हे राज्य देईल. त्याचा लाल मुकुट तू उंचावशील आणि मग संपूर्ण भूमी तुझी होईल. ईश्वराचा मुकुट तुझ्या माथ्यावर चमकेल. इजिप्तमधील अन्न आणि अपरिचित भूप्रदेशांतून आलेल्या मौल्यवान भेटवस्तू तुला दिल्या जातील!''

स्फिंक्सला त्याच्या वाळूच्या कबरीतून लवकरच बाहेर उपसून काढले गेले तरच तरुण राजपुत्राच्या माथ्यावर मुकुट बहाल होईल, अशी विनंती व्यक्त केली जाऊन, ते स्वप्न संपले.

स्वप्नातील त्या आदेशाचे थूटमोझने काटेकोर पालन केले. स्फिंक्सचा परिसर आणि स्फिंक्सची छाती यांना लपेटून टाकणारे वाळूचे ढीग बाजूला सारून काढण्यासाठी त्याने खूप माणसे कामाला लावली.

या शब्दपूर्तीच्या बदल्यात हेरु-खुटने - म्हणजे उगवत्या सूर्याने - जो स्फिंक्सचा आत्मा होता - त्यानेही आपला शब्द पाळला. थोरल्या भावांना मागे टाकून या तरुण राजपुत्राच्या शिरावर थूटमोझ चौथा म्हणून फॅरोचा मुकुट चढवला गेला. त्यानं सैन्याची कमान सांभाळत त्यांना इजिप्तच्या बाहेरही पाठवले. मग जिथं जिथं हे सैन्य गेलं, तिथं तिथं त्यांना विजयप्राप्ती झाली. पूर्वेला दूरवर मेसोपोटेमियापासून ते दक्षिणेकडे नुबियामध्ये म्हणजे नाईल नदीच्या द्वितीय मोठ्या झऱ्यांच्या प्रदेशापर्यंत त्याचे साम्राज्य पसरले. पश्चिमेकडे लिबियाच्या बदाऊनी लोकांवर त्याने विजय मिळविला, तर दाढी ठेवणाऱ्या इथिओपीय माणसांनी त्याला मौल्यवान भेटवस्तू अर्पण केल्या. अशा प्रकारे त्याच्या काळात इजिप्तला संपन्नता प्राप्त झाली. कष्टाळू शेतकरी आणि निष्क्रिय राजपुत्र अशा दोन्ही गटांमध्ये समृद्धी आली. इजिप्तची सभ्यता आणि संस्कृती अशा अभूतपूर्व पद्धतीने बहरल्या. त्या स्वप्नात दिलेल्या पूर्वसंकेतानुसार सर्व प्रकारचे यश उत्तमरीत्या वास्तवात उतरले.

या घटना केवळ सांगायच्या म्हणून सांगितल्या जात नाहीत तर त्या इतिहास आहेत, दंतकथा नव्हेत तर सत्य घटना आहेत. कारण प्राचीन अशा अन्य कोणत्याही देशापेक्षा इजिप्तच्या लोकांनी फार काळजीपूर्वक नोंदी ठेवलेल्या आहेत. त्यातील खूप साऱ्या नोंदी या कठीण प्रस्तरांवर खोल कोरून ठेवल्या गेल्याने, त्यांचे जीवन नक्कीच कागद आणि चर्मपत्र यांपेक्षा दीर्घ आहे.

*****

स्फिंक्सला वाळूतून मुक्त करण्यासाठी लोकांनी जे प्रयत्न केले, त्याची ही काही पहिलीच वेळ नव्हती.

सतत सक्रिय असणाऱ्या वाळूने सात वेळा स्फिंक्सला गाडले होते आणि सातही वेळा स्फिंक्सची मुक्तता केली गेली होती.

मात्र इतिहासाच्या पानांमध्ये, प्रागैतिहासिक माणसांनी स्फिंक्सच्या मूर्तीबद्दल आदरभाव बाळगून त्याच्या शरीराचे संरक्षण मोठ्या स्नेहपूर्वक काळजीने करणे ही निश्चितच प्रथम वेळ होती.

चौथ्या राजवंशातील फॅरो असलेल्या खाफ्रा याने पाच हजार वर्षांपूर्वी स्फिंक्सला पहिल्यांदा वाळूतून उत्खनित केला होता. खाफ्राने त्याची ग्रॅनाईट पाषाणाची शवपेटिका ठेवण्यासाठी दुसऱ्या पिरॅमिडचे चिरविश्रांतिस्थानात रूपांतर केले होते. त्यानंतर साधारण दोन हजार वर्षांच्या आत, स्फिंक्सला वाळूतून मुक्त करण्याचा दुसरा प्रयत्न चौथा थूटमोझ याने केला होता. त्यासाठी एका स्वप्नाने त्याला प्रवृत्त केले होते. स्फिंक्सच्या भोवती न भाजलेल्या विटांची एक ओबडधोबड भिंत बांधून स्फिंक्सवर भविष्यात वाळूचे आक्रमण होऊ नये या दृष्टीनेसुद्धा त्याने प्रयत्न केला होता.

आजही आपल्याला या विटा तिथे आढळतात. त्यातील काही विटांवर राजाच्या नावाचा शिक्काही आढळून येतो. परंतु पुन्हा एकदा वाळूने आक्रमण केले आणि स्फिंक्सच्या विशाल दगडी देहाचा ताबा घेतला. त्यानंतर ज्याने उत्खननाचे काम हाती घेतले, तो एक परकीय राजा होता. तत्त्वज्ञ असा हा रोमन राजा मार्कस् ऑरेलिअस होता. स्फिंक्स गळ्यापर्यंत वाळूत गाडला गेला आहे, हे पाहून त्याने पुन्हा एकवार त्याला काढलं. स्फिंक्सचे पंजे आणि छातीखालचा भाग या ठिकाणचे दगडी चौकोनांचे चिरेबंदी बांधकाम हे मुख्य शरीर आणि डोके यांच्याप्रमाणे एका पाषाणातून कोरल्यासारखे नसल्याने, ते खिळखिळे झाले होते. या राजाने विचारपूर्वक तेही दुरुस्त केले. ज्या भागांची त्याने विटांची भिंत लावून डागडुजी केली, त्या भिंती अद्यापही त्यांच्या काळ्या रंगामुळे, राखाडी पृष्ठभूमीवर उठून दिसतात.

अरब लोकांच्या सत्तेमध्ये स्फिंक्सकडे पुन्हा एकदा पूर्णपणे दुर्लक्ष झाले. सोनेरी वाळूवर एक रापट-श्वेतवर्णीय थकलेला चेहरा दिसेपर्यंत ही परिस्थिती अशीच राहिली. गेल्या शतकाच्या आरंभीच्या काळापर्यंत कोणालाही स्फिंक्सबद्दल कणव वाटली नाही. इटलीतील पुरातत्त्वविद्यातज्ज्ञ आणि अलौकिक गूढ घटनांमध्ये रुची ठेवणारे उत्साही कॅप्टन कैव्हिग्लिया यांनी स्फिंक्सच्या देहाचा वरचा भाग वाळूतून उपसण्यासाठी प्रयत्न केले. परंतु वाळूच्या वादळाचे आक्रमण असे काही वेगवान होते, की त्यांनी स्वच्छ करून

काढलेल्या मूर्तीच्या भागांना पुन्हा वाळूत दडपले जाण्यापासून वाचविण्याकरिता त्यांना फार कष्ट पडले. 'इजिप्त संग्रहालया'चा संस्थापक असलेल्या ऑगस्ट मॅरिएट यांनी सुएझ कालव्याच्या उद्घाटनानिमित्ताने अंशतः प्रयत्न केला. तसं पाहिलं तर हा पाचवा प्रयत्न होता. स्फिंक्सवर वाढत जाणारे वाळूचे ढीग कमी करण्याची खटपट त्यांनी केली. पण त्यांनी हे काम फार काळ टिकवून धरले नाही. तेहतीस वर्षांनंतर, इजिप्त संग्रहालयाचे त्यांचे उत्तराधिकारी म्हणून काम पाहणाऱ्या मॅस्पेरो यांनी स्फिंक्सच्या जतनाकरिता जननिधीद्वारे फ्रान्समध्ये मोठी मदत उभी केली. अशी तयारी केल्यानंतर त्यांना स्फिंक्सचा जास्तीतजास्त भाग प्रकाशात आणता आला.

अंतर्गत अशा खालच्या कक्षांमध्ये जाण्याकरिता एखादे प्रवेशद्वार स्फिंक्सच्या तळाशी नक्कीच सापडेल, अशी मॅस्पेरो यांना अपेक्षा होती. या वैशिष्ट्यपूर्ण मूर्तीमध्ये न गवसलेले असे कुठलेच स्थापत्यविषयक आश्चर्य नसेल, हे मानायला ते तयारच नव्हते. परंतु खाली एकही खुली जागा वा प्रवेशद्वार त्यांना सापडले नाही. त्यामुळे खालील बाजूस काही गुप्त कक्ष असेल आणि त्याच्या छतवजा चबुतऱ्यावर स्फिंक्सची विशाल मूर्ती बसविलेली असू शकेल, या शक्यतेबद्दल त्यांच्या मनात प्रश्नचिन्ह होते. त्यांच्या हातात असलेला आर्थिक निधी मर्यादित होता. आणि प्रस्तुत कामाचे स्वरूप, म्हणजे स्फिंक्सला पूर्ण पायापर्यंत वाळूतून मोकळा करण्याचे काम अतिभव्य होते. त्याचबरोबर इजिप्तविद्येमध्ये त्या काळात अमेरिकेतील कोट्यधीश लोकांना विशेष रुची नसल्याने, मॅस्पेरो यांना भावी पिढीकरिता हे काम सोडून देणे भाग पडले.

स्फिंक्सवरची वाळू पूर्णपणे स्वच्छ करण्याचा निर्णय इजिप्त सरकारने घेतला. तेव्हा हा सातवा आणि सर्वांत नजीकच्या काळातील प्रयत्न ठरला. स्फिंक्सच्या आयताकार पायाच्या जवळ पूर्वी कधीही दृष्टिपथात न आलेले भाग या उत्खननाच्या वेळी प्रकाशात आले. खणणाऱ्या लोकांनी विशाल अशा दगडी चौथऱ्याजवळ खाली पूर्णपणे खणून काढले. तिथे खाली दगडाचा एक विस्तीर्ण मंच होता, तो दगडी लांब अशा पट्ट्यांनी जोडून घेतला होता, त्यावर स्फिंक्स स्थित होता. चाळीस फूट रुंद असा जिना या दगडी मंचाखाली गेलेला होता. तोही त्यांना दिसला. स्फिंक्सला वेढून टाकणारा संपूर्ण भाग आणि पुढील अंगणाचा भागही त्यांनी स्वच्छ केला. अखेरीस, त्याच्या खऱ्या डौलदार रूपासह स्फिंक्स पुन्हा दिसू लागला. स्फिंक्सला वाचविण्यासाठी तसंच वाळूच्या रूपातील शत्रूला दूर ठेवण्यासाठी स्फिंक्सच्या सभोवताली एक खडी, भरीव आणि भक्कम अशी मेखलेसारखी भिंतही बांधली गेली होती, ती दिसून आली. या वेळचे उत्खननाचे कार्य इतके कौतुकास्पद व मेहनतीचे होते की, स्फिंक्सच्या झालरीपर्यंत पुन्हा पिवळसर वाळूचे ढीग भराभर वाढणार नाहीत, अशी किमान आपण अपेक्षा तरी करू शकतो.

असं असलं तरी आपण वाळूरूपी शत्रूला अगदी अति कठोरपणे दोष देणं योग्य नाही. इजिप्तमधील मूर्ती आणि मंदिरं यांना जर वाळू गाडून टाकत असेल, तर त्याच वाळूमुळे त्यांचं संरक्षणही झालं. त्यांच्यावर एक आवरण चढल्यामुळे, या मूर्ती व मंदिरे नष्ट होण्यापासून वाचली. माणसाने घडविलेली पाषाणातील स्मारकं संरक्षित करण्यासाठी, आफ्रिकेतील उबदार, कोरड्या वाळूपेक्षा अन्य कोणताही अधिक चांगला उपाय नसेल.

*****

एकापाठोपाठ एक असे, हलके हलके पण बहुधा अनिच्छेनेच ते असंख्य तारे लोप पावू लागले, त्याचबरोबर आपला दीर्घकाळ चाललेला पहाराही आता संपुष्टात येणार, हे माझ्या लक्षात येऊ लागलं. निळसर-काळपट आकाशातील नक्षत्रांचा गूढ प्रवास अगदी दिसेनासा होईल आणि गुलाबी प्रकाशाची उषा उजळायला लागेल, त्या क्षणी आपण आपलं जागरण पूर्ण करायचं, असं मी ठरवलं होतं.

हवा बोचरी पण थंड होती मात्र माझा घसा कोरडा पडला होता आणि मला खूप तहान लागली होती.

फिकुटलेल्या ताऱ्यांच्या प्रकाशात मी पुन्हा एकदा या विश्वाकडे पाहणाऱ्या मूक निरीक्षकाकडे, प्राचीन गूढांच्या पहारेकऱ्याकडे - स्फिंक्सच्या पाषाणाच्या गंभीर शिल्पाकृतीकडे आदरपूर्वक पाहिले. यापूर्वी क्वचितच कोणी उलगडले असेल असे इजिप्तच्या प्रागैतिहासिक काळातील एक पान माझ्याकडून उलगडले गेले होते काय? स्फिंक्सचं वय ठरविण्याची चूक, प्रमाद कोण बरं करू शकेल? त्याचं उमगस्थान जर अटलांटिय असेल, तर त्या काळातील त्याचा निर्मितिकाल कोण बरं ठरवू शकेल?

माझ्यासमोर जे दर्शन थोड्या काळासाठी तरळून गेलं, त्यात दर्शिलेले स्फिंक्सचे मूलस्थान का बरं स्वीकारू नये, असं मला वाटलं. ग्रीक तत्त्वचिंतक, इजिप्तचे पुरोहित आणि अमेरिकी-इंडियन आदिवासी यांनी मांडलेली 'ॲटलांटिस' ही कल्पना केवळ नवलकथा नव्हे, तर त्याच्या अस्तित्वाबद्दल व्यक्तिगतरीत्या संशोधन करणाऱ्या वैज्ञानिकांनी शेकडो पुरावे शोधून काढले आहेत. मीही त्या अद्भुत दर्शनात पाहिलं होतं की, पाषाणातून जेव्हा स्फिंक्स पहिल्यांदा कोरला गेला, तेव्हा त्याच्या सभोवतालची खालची जमीन वाळूने व्याप्त नव्हती. कारण तसं असतं तर जी दगडी उभी उतरण टेकडीच्या खाली होती, जिच्या टोकावर पिरॅमिड होता, तो सुद्धा वाळूने दबला गेला असता. शिवाय कोणतंही शिल्पकाम करण्यासाठी अशी जागा म्हणजे अडथळयांची शर्यत ठरली असती. मात्र असं खचितच नव्हतं. वाळूनं आक्रमण करण्याअगोदर स्फिंक्सचं

शिल्प निश्चितच कोरून झालेलं असणार. त्या वेळी सहाराचे वाळवंट म्हणजे बहुधा विशाल समुद्र असावा आणि त्याच्या पलीकडे ॲटलांटिसचे विस्तीर्ण पण शोकान्त झालेले द्वीप असावे.

प्रागैतिकहासिक इजिप्तच्या भूमीवर जे लोक राहिले, ज्यांनी स्फिंक्सचे कोरीव काम केले, जगातील प्राचीन सभ्यतेचा पाया घातला, ते नाईल नदीच्या किनाऱ्यावर वसण्यासाठी ॲटलांटिसच्या भूमीवरून प्रस्थान करून आलेले असावेत. ॲटलांटिक समुद्राच्या तळाशी त्यांचा दुर्दैवी भूमिखंड बुडाला, मात्र त्या घटनेअगोदरच या लोकांचे समूह तिथून बाहेर पडले असावेत. त्या प्रलयरूपी घटनेने सहारा सागर पूर्णपणे वाहून, सुकून गेला आणि मग त्याचं वाळवंटात रूपांतर झालं. काही ठिकाणी सहाराच्या वाळवंटावर शंखांचा कचरा आढळतो. तसंच काही ठिकाणी वाळूमध्ये माशांचे जे जीवाश्म आढळले आहेत, त्यावरून सहारा वाळवंट कोणे एके काळी विस्तीर्ण अशा सागराच्या पाण्याने व्यापलेलं होतं हे सिद्ध होतं.

स्फिंक्स हा आजच्या युगातील लोक आणि अज्ञात ॲटलांटिसच्या लुप्त विश्वातील लोक यांना सांधणारा एक भरीव, दृश्य आणि टिकाऊ दुवा आहे, हे लक्षात आल्यावर हा विचारही मोठा झंझावाती तसंच चित्तवेधक वाटतो.

मात्र स्फिंक्ससारखे अजस्र प्रतीक, आता आधुनिक जगाच्या दृष्टीने अर्थ गमावून बसले आहे. कारण या लोकांसाठी स्फिंक्स ही स्थानिक कुतूहलजन्य गोष्टींपैकी फक्त एक वस्तुमात्र आहे. ॲटलांटीय लोकांसाठी स्फिंक्स आणखी काय बरं असू शकेल?

ज्या लोकांचा इतिहास ॲटलांटीय मूलवंशाशी जोडून घेणारा आहे, त्या लोकांच्या संस्कृतीचे जे मोजके अवशेष अद्याप शिल्लक राहिलेले आहेत, त्यांच्यामध्ये प्रस्तुत मुद्द्यांच्या दृष्टीने काही धागेदोरे मिळतात का, याचा आपण शोध घेतला पाहिजे. इंका आणि माया संस्कृतीतील लोकांच्या ज्या नष्टप्राय झालेल्या धार्मिक प्रथा आहेत, त्याकडे आपण शोधक नजरेने पाहायला हवे. त्यांच्या दूरस्थ पूर्वजांशी नाते जोडणाऱ्या पूजा दिसू शकतात. याचाच अर्थ, आपल्याला आढळतं, की त्यांच्यासाठी सर्वोच्च पूजनीय अशी गोष्ट म्हणजे 'प्रकाश' होती. म्हणजेच सूर्य ज्याचं प्रतिनिधित्व करतो तो प्रकाश! त्यामुळे प्राचीन अमेरिकेत सर्वत्र त्यांनी पिरॅमिडशी साधर्म्य ठेवणारी मंदिरे बांधलेली आढळतात. ॲटलांटिसमध्ये अस्तित्वात असणाऱ्या मंदिरांशी सदृश असणारी ही मंदिरे कदाचित त्यांची भिन्नरूपे किंवा किंचित विरूपित अशा प्रतिकृती असाव्यात.

प्लेटो इजिप्तमध्ये गेला आणि काही काळ तो हेलिओपोलिसच्या प्राचीन तत्त्वप्रणालीमध्ये स्थिरावला. त्याने तिथं तेरा वर्षे राहूनच अध्ययन केले. तिथले जे पुरोहित–

अध्यापक होते, ते साधारणपणे विदेशी लोकांबाबत सावध असायचे. मात्र त्यांनी या जिज्ञासू तरुण ग्रीक संशोधकावर कृपादृष्टी केली आणि त्यांच्या सुसंरक्षित गुप्त पोथ्यांमधील माहिती त्याला देऊ केली. त्याला दिलेल्या अन्य माहितीसह, त्यांनी प्लेटोला हेही सांगितले, की ॲटलांटिस द्वीपाच्या मध्यभागी विशाल आणि सपाट शिखर असणारा पिरॅमिड होता. त्या सपाट शिखरावर पूर्ण खंडामधले मुख्य मंदिर म्हणजे सूर्य मंदिर बांधले गेले होते.

हे लोकं जेव्हा समुद्रमार्गे इजिप्तमध्ये आले तेव्हा त्यांनी हा धर्मदेखील सोबत आणला आणि तत्सम मंदिरे बांधली. इजिप्तमधील अजस्र आणि उतरत्या अशा तोरणद्वारांमध्ये आणि पिरॅमिडच्या चिरविश्रांतिस्थानांमध्ये आपल्याला आजही जी अक्षरे दिसतात, त्यांमध्ये ॲटलांटीय वारशाच्या खुणा आढळतात. त्यात इजिप्तच्या देवताकल्पनांमध्ये सूर्याला पहिलं स्थान असल्याचं दिसतं.

या प्रवाशांनी समुद्रपार येताना आणखी एक गोष्ट बरोबर आणली, ती म्हणजे अजस्र मूर्तिसमूहाबद्दलची आवड आणि विशाल अशा पाषाणमूर्ती उभ्या करण्याबद्दलची अभिरुची. मेक्सिको, पेरु आणि युकॅटन या ठिकाणी जे भग्नावशेष दिसतात त्यांमध्ये आढळणारी अतिभव्य अटलांटीय मंदिरे, अजस्र आकाराच्या दगडी ठोकळयांनी बांधली आहेत. हे सर्व दगड चपखलपणे एकमेकांमध्ये अडकणारे आहेत. इजिप्तमध्येही अशाच शैलीशी साधर्म्य ठेवणारे स्थापत्य आढळते. शिवाय मंदिरांची जी सिंहद्वारे आहेत, त्यांमध्येही अशाच प्रकारचे समानशील धागे आढळतात.

जलमग्न अंटलांटीय खंडामधील, एकाकी, उजाड आणि पर्वतमाथ्यावर स्थित अशा ज्या इस्टर द्वीपाचा कॅप्टन कुकने शोध लावला, त्यावर माणसांच्या ज्या पाषाणमूर्ती सापडल्या, त्या २७ फूट उंचीच्या होत्या. म्हणजे स्फिंक्सच्या उंचीच्या एकतृतीयांश उंचीपेक्षाही कमी उंचीच्या होत्या, पण तरीही इजिप्तमधील मूर्तींशी त्यांच्यातील साधर्म्य जुळते.

आता कदाचित स्फिंक्सच्या निर्मितीचा हेतू जरा स्पष्ट झाल्यासारखा वाटतो. इजिप्तवासी अटलांटीय लोकांनी स्फिंक्स हे शिल्प अतिभव्य स्वरूपात उभारले ते त्यांच्या लुप्त खंडाची उदात्त स्मृती म्हणूनच. शिवाय त्यांनी ते त्यांच्या तेजोदेवतेला म्हणजे सूर्याला अर्पण केले. कारण बहुधा त्यांनी पूर्वीही कुठेतरी याच पद्धतीने त्यांचे भव्य, उदात्त मंदिर बांधलेले असावे.

या जड, लौकिक जगाशी सर्वांत जवळची देवता म्हणजेच प्रकाश होय. अशी श्रद्धा मनात ठेवून ज्या वंशाने स्फिंक्स उभा केला, तो पाषाणातील एक आदरणीय प्रतीक म्हणूनच आहे.

माणूस आपल्या पंचेंद्रियांमार्फत ज्या संवेदना अनुभवू शकतो, त्यांमध्ये प्रकाश ही सर्वांत सूक्ष्म तरीही सर्वाधिक इंद्रियगोचर गोष्ट आहे. माणसाला ठाऊक असलेल्या गोष्टींमध्ये प्रकाश ही सर्वांत जास्त स्वर्गीय गोष्ट आहे. प्रकाशाचा वैज्ञानिक दृष्टीनेही अभ्यास होऊ शकतो. त्याचप्रमाणे विविध प्रकारचे जे अदृश्य किरण असतात, तीही प्रकाशाचीच रूपे असतात. आपल्या दृष्टिपटलाच्या ग्रहणशक्तीच्या बाहेरही काही किरणांची स्पंदनं होत असतात. त्यामुळेच 'बुक ऑफ जेनेसिस' (म्हणजे हिब्रू बायबल आणि ख्रिस्ती दर्शनातील जुना करार हा ग्रंथ) मध्ये प्रकाश हे पहिले निर्माण झालेले महाभूत मानले आहे. त्याशिवाय अन्य कशाचीही निर्मिती होणे शक्य नाही. इजिप्तच्या परंपरेत प्रशिक्षित झालेला मोजेस म्हणाला होता, ''ईश्वरीय चैतन्य गहन सागराच्या मुखावरून फिरत गेले आणि ईश्वर उद्‌गारला, 'प्रकाश निर्माण होऊ दे' आणि तत्काळ तिथे प्रकाश निर्माण झाला.'' केवळ एवढेच नव्हे, तर जेव्हा माणूस आपले हृदय व मन ईश्वराला अर्पण करतो, तेव्हा त्याच्या आत्म्याच्या खोल अंधाऱ्या कोपऱ्यांमध्ये ज्ञानाचा जो दिव्य प्रकाश पसरतो, त्याचेही हे अचूक प्रतीक आहे. दुःख-निराशेच्या काळोख्या क्षणांमध्येही जो दिव्य साक्षात्कार मनुष्याच्या अंतर्यामी त्याची वाट पाहत असतो, त्याचेही हे देखणे स्मृतिप्रतीक आहे. माणूस जेव्हा उपजत ऊर्मीने सूर्याचा चेहरा आणि अस्तित्व याकडे वळतो, तेव्हा जणू तो आपल्या निर्मात्याकडेच वळत असतो.

सूर्यापासून प्रकाशाचा जन्म होतो. त्या सूर्यापासून आपल्या या जगापर्यंत प्रकाशधारा वाहत येते. सूर्य नसेल तर निरंतरपणे भीषण अशा अंधकारात आपल्याला राहावं लागेल. पिकं वाढणार नाहीत, मानवजातीला उपासमारी घडेल आणि मग तिचा अंत होईल. तात्पर्य, मानवजाती या ग्रहावरूनच नष्ट होऊन जाईल.

अटलांटीय धर्मकल्पनेत, प्रकाशदेवता आणि तिचा दूत असलेला सूर्य यांबद्दल असणारा आदर ज्याप्रमाणे मध्यवर्ती घटक होता, त्याचप्रमाणे तो इजिप्तच्या धर्मकल्पनेतील प्रारंभिक काळामध्ये मुख्य घटक मानला गेला होता. 'रा' म्हणजे सूर्य हा प्रथम स्थानी होता, तो अन्य सर्व देवतांचा पिता आणि निर्माता होता, सर्व वस्तुमात्रांचा निर्माता होता. शिवाय तो एकमेव आणि स्वयंभू होता.

जुन्या संदर्भात स्तवन आढळते, ''हे स्वर्गाच्या ईश्वरा, तुला नमन असो.'' पूर्वाकाशी उदित होणाऱ्या 'रा' साठी म्हणजे सूर्यासाठी सुंदर कवने आढळतात. त्यात म्हटले आहे, ''आनंदभरल्या हृदयाने तुझी पावलं आकाशात सर्वत्र पसरत जातात. साऱ्या मुखांवर तुझी किरणं पसरतात. शाश्वत आणि चिरंतन अशा ईश्वरा, तुला नमन असो.''

अशा प्रकाशधर्माशी जर स्फिंक्स निगडित असेल तर निश्चितपणे त्याचे काहीतरी नाते सूर्याशी असणारच आणि खरोखरच ते तसे होते!

चित्र २.४ - स्फिंक्स - तेजाला समर्पित, लेखकाने घेतलेले छायाचित्र

अंधारातून उजळत येणाऱ्या उषःकालाच्या प्रकाशाकडे मी वळून पाहिले. सपाट क्षितिजावरून स्पष्टपणे प्रकाशरेखा उमटू लागल्या होत्या. लगेच मला माझ्या दर्शनातील तो सोनेरी तेजोगोल स्मरला आणि क्षणार्धात त्याचा अर्थ माझ्या मनात चमकून गेला. तो तपासण्यासाठी मी खाली वाकलो. माझ्या डाव्या हाताच्या मनगटावर असणारा, रेडियमने चमकणारा माझा सुरक्षित मार्गदर्शक तसंच सुहृद असणारा सोबती म्हणजे दिशा-निरूपण यंत्र मी चाचपून पाहिले.

आणि मला आढळून आले, की स्फिंक्सचा चेहरा अचूकपणे पूर्वाभिमुख आहे. शिवाय सूर्य जेव्हा दिवसा त्याचे पुनरागमन करतो, त्या अचूक आरंभबिंदूपाशी स्फिंक्सचे दृष्टिहीन डोळे खिळलेले आहेत!

स्फिंक्स हा पूर्वाभिमुख घडवला होता कारण तो जीवनाच्या पुनर्जन्माचे सूचन करणारा होता. इजिप्तमधील शाही कब्रस्ताने नाईल नदीच्या पश्चिम किनाऱ्यावर असतात. कारण त्यातून जीवनाचा विराम सूचित होतो. त्यामुळेच मावळत्या सूर्याशी ही सांगड घातलेली आहे. ज्याप्रमाणे उगवलेला सूर्य मध्यभागीच्या स्वर्गात आरोहण करतो, तसंच माणूसही त्याच्या पुनरुत्थानानंतर आध्यात्मिक विश्वात आरोहण करतो. ज्याप्रमाणे सूर्य, स्वर्गाची दिव्य कमान ओलांडून शेवटी क्षितिजाखालच्या त्याच्या अज्ञात अशा मार्गक्रमणाला लागतो, त्याचप्रमाणे माणूसही दोन्ही जगांमध्ये मार्गक्रमण करीत असतो.

*****

मी परत फिरलो आणि माझं घड्याळ पुन्हा सुरू केलं. जसजशी रात्र सरू लागली, तसतसा स्फिंक्स अधिक उठून दिसू लागला. वाळूच्या समोरच्या भागावर त्याला वेढून टाकणारी भिंतही आता ठळक स्पष्ट दिसू लागली.

एखाद्या अदृश्य हाताने, तेली खडू वापरून लांबट रेघा ओढाव्यात तशा गुलाबी प्रकाशरेखा आकाशात दिसू लागल्या. उगवता सूर्य वर आला. इजिप्तचं नेहमीचं जे परिचित भौगोलिक दृश्य असतं, ते हळुहळू स्पष्ट होऊ लागलं आणि दूरवर उंचीच्या ठिकाणी फिकट गुलाबी रंग येऊ लागला.

सात मैल अंतरावर असलेल्या कैरो शहरात, मशिदींच्या वर असलेल्या, गोलाकार चबुतऱ्यावर उभे राहून, पैगंबरांच्या अनुयायांनी झोपेतून उठून पहिल्या प्रार्थनेची वेळ झाल्याचे त्यांना समजावे म्हणून मुअज्जिनचे (प्रार्थनेचा असा संदेश पोहोचवणारे) स्वर वरती चढू लागले.

इथं स्फिंक्सनेही मूकपणे साद घातली होती.

स्फिंक्सच्या अर्ध्या रूपरेषेकडे मी जेव्हा टक लावून पाहिले, तेव्हा त्याच्या नाकाचा अर्धा भाग ज्या लोकांनी बंदुकीच्या गोळयांनी उडवला, त्यांच्या अशा कृत्याचं मला मोठं नवल वाटलं. त्या रूसवट माणसांनी जेव्हा गोळया झाडायला सुरुवात केली असेल, तेव्हा स्फिंक्सच्या डोक्यात कोणते बरं विचार तरळून गेले असतील! कदाचित पहिल्यांदा त्याला धक्का बसला असेल, त्यानंतर त्याला अपमानित वाटलं असेल, अखेरीस त्याच्या प्राचीन चिंतनशील तटस्थतेत तो आत्मस्थ झाला असेल. इजिप्तच्या नागरिकांनी या विकृतीकरणाबद्दल नेपोलियनच्या सैनिकांना जबाबदार धरलं आहे, तर पुरातत्त्वविद्येच्या फ्रेंच जाणकारांनी या नुकसानीचं खापर अठराव्या शतकातील मामेलूक सैनिकांवर फोडलं आहे. मामेलूक सैनिकांनी त्यांच्या तोफखान्याच्या सरावासाठी स्फिंक्सच्या नाकाचा वापर केला असं त्यांनी जाहीर केलं. मात्र जगातील सर्वांत प्राचीन शिल्पाकृतीचे असे विकृतीकरण करण्यास नेपोलियनने अनुमती दिली असेल, असे वाटत नाही. उंचीने बेताचा असलेला त्या कोर्सिका बेटाशी नातं असणारा तो माणूस महान होता. त्याला कलाभिरुची होती, प्राचीनतेशी नातं जोडणाऱ्या अद्भुत कलाकृतींबद्दल त्याला विलक्षण प्रेम होतं. शिवाय वाळवंटात उभ्या असलेल्या स्वप्नमग्न स्फिंक्सची मौलिकता आणि वैशिष्ट्य त्याला उमगले नसेल, असे वाटत नाही. मामेलूक सैनिकांबद्दल संदेह वाटतो कारण ते मूर्तींची घृणा करणारे होते. इ.स.१३७९ मध्ये, एका कडवट शेखकडून अल्लाहच्या उत्साहापोटी स्फिंक्सचे नाक उडविण्याचे प्रयत्न झाल्याचा संदर्भ एका अरबी इतिहासकारानी सांगितला. मात्र वस्तुस्थिती अशी होती, की मामेलूक म्हणा किंवा फ्रेंच सैनिक म्हणा, त्यांचे आगमन होण्याच्या कितीतरी आधीच्या काळापासून, स्फिंक्सच्या शिल्पाकृतीला क्षती पोहोचवायला सुरुवात झाली होती. नंतरच्या शतकांमध्ये जणू त्या क्षतीची पूर्णताच झाली. फॅरोंच्या पायउतारानंतर एकोणिसाव्या शतकापर्यंत जो प्रदीर्घ कालपट होता, त्या संपूर्ण काळात अनेक अंधश्रद्धाळू प्रवासी तेथे येऊन गेले. त्यांच्या हातात हातोडी असे. स्फिंक्सच्या शिल्पाकृतीचे तुकडे निःसंकोचपणे ठोकून काढून स्वतःसाठी रक्षाकवच आणि स्मृतिचिन्ह म्हणून घेऊन जात असत. वेळोवेळी असल्या प्रवाशांनी तुकडे कापून नेल्यामुळे स्फिंक्सच्या मुखाचा भाग विद्रूप झाला. बहुधा त्या त्या काळात ज्यांचे शासन होते, त्या राज्यकर्त्यांना, आजच्या काळात जसे प्राचीन स्मृतिस्थळे व वस्तूंचे मूल्य जतन केले जाते, ही गोष्ट ठाऊक नसल्याने असे हानिकारक प्रकार घडत राहिले. परंतु आता मात्र पर्यटकांना अशा कोणत्याही गैर गोष्टी करता येत नाहीत. कारण इजिप्तमधील पहिल्या कलेचे स्मृतिप्रतीक असलेल्या स्फिंक्सवर शासनाने दक्ष पहारा ठेवला आहे.

अर्थात सर्वच प्रवासी असंस्कृत वृत्तीचे नव्हते. मात्र ग्रीक आणि रोमन राजांच्या कारकिर्दीत- जे थोडे प्रवासी येऊन गेले, त्यांना स्फिंक्सच्या बाजूला किंवा सभोवताली मेखलेप्रमाणे वेढणाऱ्या भिंतीच्या एखाद्या बाजूवर स्वतःची नावे कोरून ठेवण्याचा मोह

आवरला नाही. एखाद्याला कुतूहलाने पाहायचे असल्यास आजही ही नावे पाहता येतात, या काळातही त्यांचा अर्थ लावता येतो. स्फिंक्सच्या डाव्या पंजाच्या दुसऱ्या बोटावर, वाचायला कठीण जाईल असं फिकटसर काहीतरी खरडून ठेवलेलं आहे. तिथं येणाऱ्या-जाणाऱ्या प्रवाशांच्या नजरेतून ते सहसा सुटतच असेल. स्फिंक्सला आदर देण्यासाठी लिहिलं गेलेलं एक सॉनेट म्हणजे चौदा पदांची कविता त्या ठिकाणी लिहिलेली आहे. त्या खाली एका मोठ्या नामवंताचं नाव आहे, ते म्हणजे आरियन. श्रेष्ठ अशा अलेक्झांडर राजाचे ते इतिहासकार होते. त्यांनी लिहिलेली ती सुंदर ग्रीक कविता खरं तर कुठेतरी छापून ठेवली पाहिजे.

त्या चतुर्दशपदी कवितेचं मुक्त रूपांतर असं होऊ शकेल -

''अमर अशा देवांनी तुझा विस्मयकारक देह घडविला आहे,
उष्णतेनं पोळलेल्या भूमीची चिंता त्यांना जाणवत होती,
त्या भूमीवर तू तुझी कल्याणकारी छाया देतो आहेस.
एका विशाल पठाराच्या मध्यभागी एका दगडी द्वीपाप्रमाणे तुला ठेवलं आहे,
पठारावरच्या वाळूला तू आता अडवतोस.
पिरॅमिडचा शेजारी म्हणून देवांनी निर्मिलंय तुला,
थीब्ज शहराचा राजा असलेल्या ओडिपसच्या स्फिंक्सप्रमाणे
तू लोकांना मारत नाहीस,
हा स्फिंक्स लॅटोना देवतेचा पवित्र अनुयायी आहे,
दयाळू ओसिरिसचा संरक्षक आहे,
इजिप्तच्या भूमीचा गरिमापूर्ण अधिकारी आहे,
व्हल्कनच्या बरोबरीचा असा हा,
सूर्याप्रमाणे आकाशवासियांचा राजा आहे.''

स्फिंक्सवर हल्ला करणाऱ्या निर्दयी माणसांमुळे स्फिंक्सचं सर्वांत मोठं नुकसान कोणतं झालं असेल, तर ते त्याच्या ख्यातनाम स्मितहास्याचं लोप पावणं! प्राचीन काळापासून पिढ्यान् पिढ्यांना ज्या मृदू, अतर्क्य आणि गूढ स्मितहास्यानं कोड्यात टाकलं, तो चेहरा त्या वेळी गमावला गेला. अगदी सातशे वर्षांपूर्वीसुद्धा पूर्णपणे हानी झालेली नव्हती. कारण अब्दुल लतीफ या बगदादच्या वैद्यकीय चिकित्सक, तत्त्वचिंतक आणि पर्यटक असलेल्या व्यक्तीनं, स्फिंक्सच्या विशाल मस्तकाबद्दल अचूक शब्दांत स्वतःच्या नोंदी करून ठेवलेल्या आढळतात. त्यांनी लिहून ठेवलं आहे, 'स्फिंक्सचा चेहरा अतिशय सुंदर असून त्याच्या

चेहऱ्यावर खूप डौलदारपणा आहे.' अब्दुल लतीफ म्हणजे अशी व्यक्ती, जिने लिहिलेला 'ऑन द ह्यूमन बॉडी' (मानवी शरीरवर्णन) हा ग्रंथ कित्येक शतकं अरबी लोकांमध्ये अभिजात ग्रंथ म्हणून गणला गेला होता. त्यांचे शब्द निश्चितच उद्धृत करण्याजोगे आहेत. ते लिहितात, 'एका विद्वान माणसाने मला विचारले, इजिप्तमध्ये तुम्ही जे काही पाहिले त्यात सर्वांत जास्त प्रशंसनीय काय वाटले? कोणती गोष्ट सर्वांत अधिक उल्लेखनीय वाटली?' याचे उत्तर देताना अब्दुल लतीफ यांनी स्फिंक्सकडे निर्देश केलाय. इ.स.१२०० च्या जरा अलीकडच्याच काळात अब्दुल लतीफ यांनी इजिप्तमधील त्यांचा प्रवास सुरू केला होता. या प्रश्नाच्या उत्तरादाखल त्यांना स्फिंक्सचाच उल्लेख करावासा वाटला. दुर्दैवाने आता तसं कौतुक मिळणं कठीण आहे. कारण आता काय दिसतं तर स्फिंक्सचे नाक उडवले गेले आहे, त्याचा घड्यांचा झालरींचा चौकोन तुटला आहे, चेहऱ्यावरच्या कपच्या उडविलेल्या आहेत, त्याच्या शिरोभूषणाच्या भागाचीही चांगलीच हानी झालेली आहे. एके काळी मायाळू कृपाशील असणाऱ्या चेहऱ्यावर आता अर्धवट व्यंगपूर्ण भाव आहेत. आता मात्र त्याचा चेहरा अर्धवट दुःखी आणि काहीसा उपहासपूर्ण असा दिसतो. प्राचीन स्फिंक्स जरी आता स्मितहास्य करीत नसेल, तरी पश्चात्ताप करावेत इतके ओरखडे आणि जखमा त्याच्यावर झाल्या आहेत. तरीही युगायुगांची अविचलित अवहेलना करीत, तो, स्थानाधिष्ठित आहे.

*****

स्फिंक्स अशा अनोख्या प्राण्याचं प्रतीक आहे, ज्यात सिंहाची ताकद, माणसाची बुद्धिमत्ता आणि ईश्वराची आध्यात्मिक पवित्रता यांचे सूचन अंतर्भूत आहे. तो शांतपणे काय निर्देशित करतो तर माणसानं स्व-संयम पाळणं ही अपरिहार्य गरज आहे. कारण माणसाच्या आत जे पशुसदृश गुण आहेत, त्यांवर संयम आणून विजय मिळवावा लागतो. असा मूलभूत चिंतनशील अर्थ लावल्याशिवाय, शिकारी प्राण्यासारखे पाय, पंजे आणि नीतिशील माणसाचे मस्तक, चेहरा यांची सांगड घालून निर्मिलेल्या त्या विशाल दगडी शिल्पाकृतीकडे आपण कोणत्या दृष्टीने पाहणार? स्फिंक्सच्या शिरोभूषणावर जो फणाधारी नाग आहे, तो फॅरोंच्या राजसत्तेचे प्रतीक आहे. तो युरिअस म्हणजे पवित्र फणाधारी नाग आहे. स्फिंक्स जो संदेश देतो तो फक्त इतरांवर स्वामित्व गाजविण्याचा नसून स्वतःवरही प्रभुत्व मिळवण्याचा आहे. पण या बाबी जाणून घेतल्याशिवायच आपण प्रतीके कशी समजून घेणार? ज्यांना त्याच्या मौनाचे शब्द ऐकून घ्यावेसे वाटतात, त्यांच्याकरिता तो मूक पाषाणातील उपदेशक आहे.

स्फिंक्स हा दैवी अशा कशाचं किंवा कुणाचं तरी प्रतिनिधित्व करतो, असे हायरोग्लिफ लिपीतून सूचित केलेले आहे. इजिप्तमधील वरच्या मंदिरांमध्ये, एडफू येथील मंदिराच्या भिंतीवर, एक देव 'सेट'चा म्हणजे इजिप्तमधील सैतानाचा पराभव करण्यासाठी, मानवी

मस्तक धारण करणाऱ्या सिंहामध्ये स्वतःचे रूपांतर करत आहे, असे दर्शविले आहे. स्फिंक्स हा स्थापत्यातील काही गुप्त गोष्टी आणि दगड कापून लपवलेली काही रहस्यं लपवत आहे, ही बाबदेखील एका आश्चर्यकारक वस्तुस्थितीविषयी दर्शवते. इजिप्तमध्ये अन्यत्र असलेल्या विविध मंदिरांच्या बाहेर, उंबरठ्याजवळ स्फिंक्सच्या लहान लहान प्रतिकृती तयार करून ठेवलेल्या आढळतात. मंदिराचे पहारेकरी वा रक्षक म्हणून ह्या स्फिंक्सच्या मूर्ती किंवा मंदिराच्या प्रवेशद्वाराशी सिंह उभे केले जात. मंदिराच्या किल्ल्यांवरही सिंहाचा आकार असे. फक्त गिझा येथील स्फिंक्स, पाठीमागे असलेल्या एखाद्या मंदिराशिवाय आढळतो. तथाकथित असे हे स्फिंक्सचे मंदिर, ज्याला लालसर रंगाच्या चौकोनी दगडी खांबांची आणि सपाट विशाल भिंतींची किल्ल्याच्या तटबंदीसारखी रचना आहे. वास्तविक ते स्फिंक्सचे नसल्याचे, प्रोफेसर सलीम हसन यांच्या नवीनतम उत्खननकार्यातून, पूर्णपणे सिद्ध झाले आहे. खाफ्राचा म्हणजे दुसरा जो महत्त्वाचा पिरॅमिड आहे, त्याचे हे मंदिर असल्याचे आता निदर्शनास आले आहे. कारण त्या दोन्ही वास्तूंमध्ये फरशा टाकून बनविलेला उतरता लहान पथ आहे. भूमीत पूर्णपणे दबलेला हा पदपथ उत्खनननंतर आता पूर्णपणे खुला करण्यात आला आहे. आणखी एक महत्त्वाची बाब म्हणजे हे मंदिर स्फिंक्सच्या पुढील भागात बांधले होते, पाठीमागे नव्हे.

चित्र २.५ स्फिंक्सचे तथाकथित मंदिर लेखकाच्या संग्रहातून

स्फिंक्सची छाती व पंजांमधील भागात खोदल्यानंतर कॅव्हिग्लिया यांनी एक छोटेसे खुले मंदिर प्रकाशात आणले होते. हे मंदिर आता जवळजवळ नष्ट झाल्यातच जमा आहे. स्फिंक्सच्या निर्मितिकालाच्या बऱ्याच नंतरच्या काळात त्याची उभारणी झाली होती. चौदा फूट उंचीच्या कोरीव दगडी अशा तीन पट्टिकांनी ते घडवलं आहे. बिना छताच्या भिंतींप्रमाणे त्या पट्टिकांनी भूमिका बजावली होती. त्या तीनपैकी दोन पट्टिका काळाने गिळंकृत केल्या आणि अर्जनशील हातांनी त्यांचे भाग उचलून नेले आणि हलविले.

चित्र २.६ स्फिंक्सच्या पंजांमध्ये रोमन लोकांनी बसविलेली बलिवेदी. ती लाल ग्रॅनाइट दगडाची आहे. लेखकाच्या संग्रहातून

या मंदिराच्या पुढे जी लाल ग्रॅनाइट दगडाची बलिवेदी होती, ती आता स्फिंक्सच्या पंजांकडे जाणाऱ्या मधल्या भागात स्थानापन्न आहे. ही शिल्पाकृती रोमन लोकांची होती. त्यासाठी जवळच असलेल्या प्राचीन अशा खाफ्राच्या मंदिरातून घेतलेला लाल ग्रॅनाइटच्या पाषाणाचा तुकडा वापरला गेला होता.

असं सगळं जर आहे तर मग स्फिंक्सचं खरं मंदिर कुठे आहे?

मी जरासे डोके उंचावून मूर्तीच्या पाठीमागे पाहिले. तर मी जिथं बसलो होतो त्या कोनातून, सकाळच्या कोवळया प्रकाशात वर उंचावत जाणारी, अस्पष्ट दिसणारी, आकाशात निमुळत्या टोकाने वर जाणारी, जगाला न सुटणारं असं पाषाणातील कोडं घालणारी, ग्रीकांप्रमाणेच आपणा सर्वांना जगातलं पहिलं आश्चर्य वाटणारी, आधुनिक लोकांनाही प्राचीन लोकांच्या महानतेने दिङ्मूढ करणारी आणि स्फिंक्सला अगदी सुयोग्य मित्र म्हणून ठरणारी एक वास्तू दिसत होती.

द ग्रेट पिरॅमिड! भव्य पिरॅमिड!

या दोन्ही वस्तू अटलांटीय काळात बांधल्या गेलेल्या होत्या पण आता त्या गूढ महाद्वीपाच्या स्पष्ट पाऊलखुणा म्हणून उभ्या आहेत. त्या महाद्वीपाप्रमाणेच लुप्त

झालेल्या त्याच्या वंशातील लोकांचा हा मूक वारसा सांगत आहेत.

जणू अटलांटीय लोकांच्या पुढील वंशजांना, हरवलेल्या सभ्यतेच्या गौरवांची आठवण त्या करून देत आहेत.

*****

सूर्य आणि स्फिंक्स या दोघांचीही भेट झाली आणि अनंत वर्षांपासून त्यांच्या तेजस्वी भेटीचं जे गुप्त सत्र चालू होतं, त्या नात्याला त्यांनी पुन्हा उजाळा दिला. इजिप्तमध्ये पहाट फटफटल्यानंतर जे बदल घडून येतात, ते आकाशात झपाझप घडून आले, क्षितिजाचा गुलाबी रंग, वांग्यासारखा काळपट जांभळा झाला, त्या नंतर तो अधिक जांभळट झाला, मग लाल झाला. नंतर इजिप्तवर ज्या पांढरट-निळया मेघहीन आकाशाचं उत्कट छत्र सातत्यानं पसरलेलं असतं तसं सारं काही होऊन गेलं. वाळवंटातील साक्षीदार असलेला स्फिंक्स हा विश्वाच्या चार मूक साक्षीदारांचा, त्या पवित्र अशा चौघांचा प्रतीकचिन्ह म्हणून आहे, हे मला ठाऊक होतं. त्या चार देवता मनुष्यजातीच्या गूढ गोष्टींना आणि विधिलिखिताला जपणाऱ्या, ईश्वराचे आदेश पाळणाऱ्या होत्या. ज्या माणसांनी स्फिंक्सला घडविलं, त्या लोकांना त्या महान देवतांची जाणीव होती, पण आपल्यासारख्या आधुनिक पामर माणसांना त्यांचं विस्मरण घडलंय.

रात्रभर केलेल्या जागरणाने, वाळूतून मस्तक वर काढलेल्या शक्तिशाली स्फिंक्सचा निरोप घ्यायची तयारी मी केली. स्फिंक्सची स्वमग्नता, त्याच्यातील आत्मसंयमाचं प्रभुत्व, आध्यात्मिक शांतीचं प्रक्षेपण या साऱ्यांचा माझ्यावर काहीतरी विलक्षण परिणाम झाला होता. त्यामुळे माझ्यात जगाबद्दलच्या निरासक्तीचा जो एक भाव निर्माण झाला होता, तो शब्दातीत आहे. स्फिंक्स इतका पुरातन-प्राचीन आहे, ज्यानं जग बाल्यावस्थेत पाहिलं आहे. तो अखंड चिंतनात डुबलेला आहे; सभ्यतांचा सुवर्णकाळ आणि सुकलेल्या फुलांसारखी निस्तेजता त्यानं पाहिली आहे; ओरडत येणारे आक्रमक आणि त्यांचं येणं-जाणं, हे त्यानं पाहिलं आहे; तरीही तो भूमीवर पाय रोवून उभाच आहे. अत्यंत शांतपणे तो सर्व मानवी भावनांपासून तटस्थ असा उभा आहे. रात्रीच्या अंधकारात त्याच्याजवळ थांबल्याने, प्राक्तनातील घडामोडींबाबतची एक दगडी निर्लेपता जणू माझ्या त्वचेतही हलकेच सरकत उतरली. भविष्याबद्दलच्या साऱ्या चिंता, हृदयावरची सारी ओझी या साऱ्यांपासून स्फिंक्स आपल्याला मुक्त करून आपल्या भूतकाळाकडे अनासक्त, तटस्थपणे एखादा चित्रपट पाहावा, तसं पाहायला शिकवतो.

नीलमण्यासारख्या स्वच्छ आकाशाखाली, त्या रुंद कपाळाकडे, खोल डुबलेल्या डोळयांकडे, गोलसर गुबगुबीत गालांकडे, ज्याच्या कडेच्या झालरी आडव्या घड्या

घातलेल्या रुंद आणि आखूड रेघांनी खऱ्याखुऱ्या लिननच्या म्हणजे तागाच्या कापडासारख्या दिसत होत्या, अशा त्या शिरोभूषणांकडे मी शेवटचा एक दृष्टिक्षेप टाकला. त्याच्या गालांवर असलेल्या गुलाबी रेखा अजूनही रेंगाळत होत्या, त्याकडे मी जणू नव्यानेच पाहिले. प्राचीन लोकांनी जो स्फिंक्स पाहिला होता, ज्याचे रूप चुनखडीच्या घोटीव आच्छादनामुळे कदाचित थोडेसे फिकट लालसर रंगाचे असेल, अशा स्फिंक्सच्या रूपाचे यातून जणू स्मरणच करून दिले जात होते.

सिंहाचे सामर्थ्य आणि माणसाची बुद्धिमत्ता यांच्या मिश्रणाची प्रतीकात्मकता स्फिंक्सच्या दुबकून बसलेल्या देहात निश्चितच आहे पण तरीही पशुवत किंवा मानवी हे दोन्ही पैलू त्याच्या ठायी नाहीत. मात्र यांच्या पल्याड जाणारं दैवी असं नक्कीच काहीतरी आहे! आम्हा दोघांच्यात एकाही शब्दाची देवाण-घेवाण झाली नाही, परंतु स्फिंक्सच्या अस्तित्वामुळे आध्यात्मिकदृष्ट्या शांत अशा उपासनेचा भाव मात्र निर्माण झाला. जगाच्या लौकिक गदारोळाकडे पूर्ण दुर्लक्ष करणाऱ्या स्फिंक्सच्या विशाल कानांमध्ये कुजबुजायचं धाडस मी केलं नाही, मात्र त्यानं मला अचूकपणे जाणून घेतल्याचं मला निश्चितपणे जाणवलं. एखाद्या अज्ञात विश्वातून विसाव्या शतकात आलेल्या अनोख्या प्राण्याप्रमाणे भासणाऱ्या, या पाषाणमूर्तीमध्ये अलौकिक असं नक्कीच काहीतरी आहे. परंतु त्याच्या रुंद ओठांनी अटलांटीय गुपितं मात्र मिटून ठेवली आहेत. दिवसाच्या उजेडात स्फिंक्स मला स्पष्टपणे दिसत असला, तरी त्याच्याबद्दलची गूढरम्यता वाढतच गेली होती.

माझे अवघडलेले पाय मी वाळूवर ताणले आणि सावकाश उठलो, स्फिंक्सच्या प्रभावी मुखाचा निरोप घेणाऱ्या शब्दांची जुळवाजुळव करू लागलो. पूर्वेकडे खिळलेली, सूर्याच्या पहिल्या किरणाचा साक्षीदार असलेली त्याची नजर, आपले पुनरुत्थान अवश्य होईल आणि सूर्योदयाप्रमाणे ही घटना अपरिहार्य असेल, असा आशेचा संदेश मला देऊन गेली.

शेवटी आपले मौन सोडून स्फिंक्स कुजबुजत मला म्हणाला, *''आपण केवळ आपला काळच नव्हे तर अमर्त्य अशा एका तत्त्वाशी नाते सांगणारे असतो. आपण शाश्वत असून केवळ नाशवंत अशा हाडामांसाच्या देहाचे नसतो. माणसातील ते तत्त्व कधीही मृत होत नाही. ते चैतन्य आवरणात राहून, माणसाच्या हृदयात प्रतीक्षा करत राहते. जसं मी वाळूच्या आच्छादनात राहून तुम्हां मनुष्याच्या जगात वाट पाहत थांबलोय. हे मर्त्य माणसा! स्वतःला जाणून घे, कारण तुझ्या आणि साऱ्यांच्या अंतर्यामी एक अलौकिक तत्त्व आहे. ते तत्त्व ईश्वर आहे' याची साक्ष देत उंबरठ्याशी थांबून राहते!''*

३

पिरॅमिड

प्राचीन इजिप्तमधील राजे म्हणजे फॅरो हे सारे आता मनःपटलावर शिल्लक राहिलेले आहेत. 'आमेन्टी'च्या अदृश्य विश्वात ते तरल, बाष्पसदृश आत्म्यांच्या रूपात आहेत. ('आमेन्टी' म्हणजे इजिप्तच्या पुराणकथांमधील 'मृतांचे विश्व' होय.) परंतु जड, लौकिक, विशाल असे जे पिरॅमिड खडकाळ पठारावर उभे केले गेले, ते आजही त्यांच्या स्मृतिचिन्हांप्रमाणे अस्तित्वात आहेत. प्राचीन इजिप्त अद्यापही साऱ्यांना आकर्षित करतो आणि आधुनिक जगाला इजिप्तमध्ये सातत्याने रुची वाटते. इथे प्राचीन संस्कृतीच्या असाधारण खुणा आजही मूर्त स्वरूपात दिसतात हेच त्याचे मुख्यत्वे कारण असावे. मात्र पूर्वेकडील इतर लुप्त साम्राज्यांच्या पाऊलखुणा एवढ्या भव्य व मूर्त स्वरूपात दिसून येत नाहीत.

रोमन असलेल्या प्लिनी या चिंतक व प्रकृतिविज्ञानी माणसाने एके ठिकाणी लिहून ठेवले आहे, की पृथ्वीच्या पाठीवर तीन पिरॅमिड वास्तूंची कीर्ती पसरलेली आहे. त्याने हे विधान करून आता दोन हजार वर्षं तरी उलटून गेली आहेत. तरीसुद्धा आजच्या घडीलादेखील आपण म्हणू शकतो, की त्या विधानातील सत्यता टिकून आहे. दक्षिण भारतीय प्रायद्वीपावरील एकांत जागेत माझे काही मोजके मित्र राहतात. त्या लोकांनी कदाचित त्यांच्या शेजारी असलेल्या टेकड्या ओलांडूनही प्रवास केला नसेल, त्यांना जगाच्या अद्ययावत बातम्यांबद्दल विशेष फिकीर नसल्याने त्यांना लौकिक गोष्टींची फारशी तसदीही घ्यावीशी वाटत नाही. अशा माझ्या काही मित्रांना, मी ग्रेट पिरॅमिडजवळ काही संशोधन करीत आहे, असे लिहून कळविले होते. मी नक्की, कोणत्या भागात आणि कशाबद्दल संशोधन करतो आहे, हे विशेष

स्पष्ट करून त्यांना लिहायची मला आवश्यकता वाटली नाही. त्यांना प्रस्तुत विषय ठाऊक असेल असा माझा कयास होता. त्यांच्याकडून माझ्या पत्राला उत्तर आले, तेव्हा माझा अंदाज बरोबर असल्याचे मला कळाले. त्या साध्याशा भारतीय मित्रांना त्याबद्दल ठाऊक होते. प्लिनीच्या काळापेक्षाही आताच्या काळात पिरॅमिडची ख्याती खूप दूरवर पसरलेली दिसत होती. पिरॅमिडची कीर्तीच अशी काही आहे, की पर्यटनातील व्यावसायिक लोकांनी पिरॅमिडच्या त्रिकोणी कडांकडे पाहताना व्यवसायातील वृद्धीच्या दृष्टीने जाहिरातीचे किती विचार केले असतील! कदाचित एक दिवस असाही येईल जेव्हा एखादा हिकमती उद्योजक, इजिप्त सरकारला हजारो पियॅस्टर्स (म्हणजे पाउंडच्या हिशोबातील रक्कम) मोजून, ग्रेट पिरॅमिडच्या उत्तरेकडील दर्शनी भागाकडे प्रचंड मोठा जाहिरात फलक उभा करण्याचे पूर्ण हक्क विकत घेईल. मग त्यावरील इंग्रजी, फ्रेंच आणि अरबी भाषेत रंगवलेला मजकूर वाचायचा 'आनंद' आपण घेऊ. त्यानंतर आजच्या काळात जवळपास पिरॅमिडइतकाच प्रसिद्ध असलेला असा तो जाहिरातीतील साबण घेऊन आपण तोंड धुवून काढू!

काळाचा सामना करीत उभी असलेली ही स्मृतिस्थळे विद्वान आणि सर्वसामान्य लोकांचे कुतूहल सारख्याच मात्रेत आकर्षून घेतात. त्याचे एक कारण हे असावे, की ही स्मृतिस्थळे हजारो वर्षे खोल काळाच्या गर्भातून वर आलेली आहेत. दुसरे कारण म्हणजे ज्या नव्या पिढीला विशाल वास्तू पाहायची सवय झालेली आहे, त्यांनासुद्धा पिरॅमिडच्या प्रचंड आकाराने चकित व्हायला होते. आपण जेव्हा पहिल्यांदा पिरॅमिड पाहतो, तेव्हा त्यांच्या अनोख्या आणि अपरिचित अशा रूपरेखांनी, तशाच अनोख्या व प्राचीन काळाजवळ जाऊन पोहोचतो. वाळवंटी पठारी भागावर खुद्द प्राकृतिक विश्वाशी स्पर्धा करत असलेले अतिविशाल कृत्रिम पहाड प्राचीन लोकांनी आपल्या हातांनी कसे काय उभारले असतील, या विचारानेही आपण अचंबित होऊन जातो.

प्राचीन ग्रीक विजेत्यांनी जेव्हा इजिप्तमध्ये पहिल्यांदा प्रवेश केला आणि पिरॅमिडसारख्या अतुलनीय वास्तू बघितल्या, त्यांची निमुळती शिखरं वाळवंटातील आकाशात कशी झेपावत आहेत हे पाहिलं, तेव्हा ते ग्रीक लोक श्वास रोखून शांतपणे बघतच राहिले. अलेक्झांडरच्या काळातील ग्रीक चिंतनकारांनी जेव्हा जगातील सात आश्चर्यांची सूची तयार करायला घेतली, त्यामध्ये त्यांनी पहिल्या स्थानावर पिरॅमिडचा उल्लेख केला. त्या जुन्या सूचीतील सात आश्चर्यांपैकी, आज फक्त पिरॅमिड अस्तित्वात आहेत.

पिरॅमिडचा प्राचीन काळ आणि अतिविशाल आकार या प्रभावित करणाऱ्या गोष्टी आहेतच, परंतु त्यांना मिळालेली जी ख्याती आहे, ती केवळ या दोन कारणांमुळेच आहे, असे नाही. पहिल्या आणि सर्वांत विशाल अशा पिरॅमिड वास्तूंबद्दल सुप्रसिद्ध आणि

अल्पपरिचित अशी काही तथ्यं आहेत, की ज्यांच्यामुळे ग्रीक लोकांप्रमाणे आपणही मंत्रमुग्ध होऊ शकतो.

नेपोलियनने इजिप्तवर केलेल्या आक्रमणाच्या वेळी त्याच्या समवेत ज्या वैज्ञानिकांना आणि तज्ज्ञ लोकांना नेले होते, त्यांना नेपोलियनने इजिप्तचे सर्वेक्षण करायला सांगितले. त्या वेळी त्यांना आढळून आले, की ग्रेट पिरॅमिड अशा केंद्रीय भूमध्यरेखेवर स्थित आहे, जिथून त्यांना रेखांश काढता येऊ शकतात. नंतर त्यांनी खालच्या इजिप्तचा नकाशा तयार केला. त्या वेळी त्यांना दिसले, की नाईल नदीच्या मुखामुळे तयार झालेल्या त्रिभुज प्रदेशाला त्या रेखांशामुळे अचूक छेद बसतोय आणि त्यामुळे खालच्या भागातील इजिप्तचे दोन समान भाग होत आहेत. हे दिसल्यावर त्यांना मोठं आश्चर्य वाटलं. पिरॅमिडपासून उजव्या कोनातून दोन कर्णरेखा काढल्यास, त्यांच्यामुळे संपूर्ण त्रिभुज प्रदेश त्यांच्या कवेत येतो, हे दिसल्यावर तर त्यांना आणखीच आश्चर्य वाटलं. ग्रेट पिरॅमिडची जागा केवळ इजिप्तच्या केंद्रीय भूमध्य रेखेकरिता सुयोग्य होती असे नव्हे, तर संपूर्ण पृथ्वीगोलाच्या दृष्टीनेही ती महत्त्वाची होती. कारण ग्रेट पिरॅमिड हा संपूर्ण जगाच्या नकाशाचे दोन भाग करणाऱ्या रेषेच्या अगदी मध्यभागी उभा होता, हे ध्यानात आल्यावर ते ग्रीक लोक चांगलेच अचंबित झाले.

ग्रेट पिरॅमिडमुळे, त्याच्या वैशिष्ट्यपूर्ण स्थानामुळे काय समोर येतं? तर आपण जर त्याच्यामधून उभी रेखा काढली तर पूर्व आणि पश्चिम दिशेकडची भूमी दोन समान भागांमध्ये विभागली जात आहे, असे दिसते. अशा प्रकारे ग्रेट पिरॅमिडमधून जाणारा रेखांश हा संपूर्ण पृथ्वीच्या अक्षांशासाठी नैसर्गिक शून्याचे काम करतो. अशा प्रकारे पृथ्वीतलावरची त्याची जागा वैशिष्ट्यपूर्ण आहे. मग बरोबर त्याच्या स्थानाला धरून त्याच्या ज्या चार तिरक्या बाजू आहेत, त्यांच्यामुळे दिशादर्शक यंत्रावरील चार बिंदू सूचित होतात.

या मानवनिर्मित स्मारकाकडून भौगोलिकदृष्ट्या ही अनोखी जागा सूचित होणं हा कदाचित एक अर्थशून्य योगायोग असेल किंवा जाणीवपूर्वक घडवून आणलेली गोष्ट असू शकेल. इजिप्तमधील प्राचीन लोकांची कुशाग्र बुद्धिमत्ता लक्षात घेता, दुसरी शक्यता अधिक योग्य वाटते. जगाच्या मध्यवर्ती रेखेवर जगातील सर्वांत मोठी दगडी इमारत उभी करण्यामागची अफाट प्रेरणा पाहून आपण थक्क होऊन जातो! पृथ्वीच्या पाठीवर उभ्या केल्या गेलेल्या सर्व अद्भुत वास्तूंमध्ये सर्वांत जास्त अद्भुत असणारी वास्तू अशा अचूक ठिकाणी उभी केली जावी, ही नक्कीच विचार करण्यासारखी बाब आहे!

इजिप्तमधील पर्यटन मार्गदर्शक आणि पुस्तिका तुम्हाला अव्याहतपणे सांगतील, की चौथ्या राजवंशातील खुफू या फॅरोने ग्रेट पिरॅमिड उभा केला होता. ग्रीक लोकांनी त्याचेच नाव

'किऑप्स' असे ठेवले होते. खुफू या फॅरोला, राजेपदाला शोभेसे सर्वोत्कृष्ट दर्जाचे आणि सर्वतोपरी नावीन्यपूर्ण असे चिरविश्रांतिस्थान उभे करावयाचे होते. ग्रेट पिरॅमिड खरोखरीच तसा आहे. ग्रेट पिरॅमिड म्हणजे एक दिमाखदार कब्ररस्तान आहे, असे सर्वसाधारणपणे झटपटरीत्या, सोयिस्कररीत्या आणि पारंपरिक सिद्धांत म्हणून निःसंदेहपणे मानले जाते. या विचारास इजिप्तविद्येत पारंगत असलेले सर्व नामवंत जाणकार, पुरातत्त्वविद्यातज्ज्ञ आणि प्राचीन इतिहासतज्ज्ञ यांची पुष्टी आहे. त्यामुळे कर्मठ अशा अधिकारी जाणकारांसमोर मान तुकवून तुम्हाला त्यांचा सिद्धांत मान्य करावा लागतो.

त्याचप्रमाणे काही अपारंपरिक सिद्धांतही आहेत. ग्रेट पिरॅमिडसारख्या प्राचीन वास्तूभोवती गुंफल्या गेलेल्या बऱ्याच कल्पना आहेत. त्यांमध्ये पूर्णपणे असंभाव्य कल्पनांपासून वैज्ञानिकदृष्ट्या विश्वसनीय कल्पनांपर्यंत बरीच मोठी व्याप्ती आढळते. कारण पिरॅमिड हे तऱ्हेवाईक लोकांना भरपूर खुराक पुरविणाऱ्या विशाल आणि महत्त्वाच्या अशा वास्तू नक्कीच आहेत.

ऑस्ट्रेलियातील रेल्वेमार्गाच्या खात्यात प्रमुख अभियंता म्हणून काम करणाऱ्या एकाने पिरॅमिडची असंख्य मोजमापं आणि आकडेवारी संकलित करण्यात आपला भरपूर वेळ दिला आणि कष्ट घेतले. कारण, भू-सर्वेक्षण करण्याच्या हेतूने पिरॅमिड उभे केले होते, हा विचार त्याला सिद्ध करायचा होता! पॅरिसमध्ये असताना एक फ्रेंच प्रोफेसर आणि दोन ख्यातनाम इजिप्तविद्यातज्ज्ञ यांचे तापलेले संभाषण मला ऐकायला मिळाले. फ्रेंच प्रोफेसर महोदय आवेशानं सांगू इच्छित होते, की फार प्राचीन युगात नाईल नदी कृत्रिमरीत्या तयार केली गेली. त्याचं स्मृतिप्रतीक म्हणून पिरॅमिड उभे केले गेले! काही प्रवीण इतिहासकारांना असे वाटते, की पिरॅमिड ही अतिविशाल अशी धान्यकोठारे होती. त्यांमध्ये जेकबचा मुलगा जोसेफ याने, दुष्काळसमयी लोकांना खायला देता यावे म्हणून धान्य साठवून ठेवले होते. या इतिहासकारांनी पिरॅमिडच्या आतील भागात डोकावण्याची तसदी घेतली असती तर त्यांच्या लक्षात आले असते, की आत जी काही रिकामी जागा उपलब्ध आहे तिच्यात अन्न साठवले असते तर ते फक्त एखाद्या सर्वसाधारण रस्त्यावरील लोकांना जेमतेम पुरले असते.

पन्नास वर्षांपूर्वी प्रॉक्टर या खगोलतज्ज्ञाने त्याचा रंजक सिद्धांत मांडताना म्हटले होते, आकाश निरीक्षणासाठी आणि ग्रह-ताऱ्यांची स्थाने व हालचाली निरखण्याच्या खगोलीय हेतूंसाठी पिरॅमिड बांधले गेले. परंतु वस्तुतः इतक्या महाग आणि मौल्यवान वास्तू खगोल-निरीक्षणासाठी पूर्वी किंवा एकंदर कधीच बांधल्या गेल्या नव्हत्या!

राजकक्षातील शवपेटिका म्हणजे धर्मप्रवेशाच्या दीक्षेकरिता पाणी भरून ठेवण्यासाठी त्या वापरल्या जात, असेही एक कुशल आणि रंजक विधान केले जाते. तर अन्य एका गटाचे असे मत आहे, की ही शवपेटिका पाणी नव्हे तर धान्य भरून ठेवण्यासाठी वापरली

जात असे. कारण जगातील साऱ्या राष्ट्रांमध्ये धान्यक्षमतेचं मोजमाप त्यावरूनच केले जाई.

पिरॅमिडच्या आत सोनं आणि जड-जवाहिर यांचे खजिने दडवून ठेवले जात होते. त्यामुळेच ही अतिविशाल वास्तू बांधण्यासाठी खर्चही तेवढा प्रचंड केला होता, हे विधानही अतर्क्यच आहे!

अन्य काही मतांनुसार, नाईल नदीतून जाणाऱ्या जहाजांकरिता विशाल दीपगृहे म्हणून मुळात पिरॅमिड उभे केले गेले! मॉसियर डिपर्सिग्नीने असं मत व्यक्त केलं, की घरे, कबरी आणि मंदिरे यांवर जे वाळवंटी वाळूंचे आक्रमण होत असे, त्यापासून बचाव व्हावा याकरिता पिरॅमिडसारखी विशाल तटबंदी उभी केली गेली, हे ऐकून आधुनिक इजिप्तविद्यातज्ज्ञांना तर हसायला येईल.

*****

अन्य काही प्रचारकी लोकांनी भरपूर परिश्रम घेऊन काही सत्याभासी सिद्धांत मांडले आणि इंग्लंड व अमेरिकेतील काही वर्तुळांमध्ये त्यांना खरोखरीच चांगल्यापैकी मान्यता मिळाली. ते सिद्धांत रंजक, अगदी आकर्षकही आहेत, परंतु खूप हुशारीने तयार करून मांडलेले हे सिद्धांत कितपत योग्य आहेत?

हे प्रचारकवादी ग्रेट पिरॅमिडच्या अंतर्गत मोजमापांच्या संदर्भात एखादा विशिष्ट संदर्भ व त्याचे वैशिष्ट्य यांचा विचार करतात. ग्रेट पिरॅमिडमधील कक्ष, पडव्या आणि हाती लिहिलेल्या मजकुरांच्या भिंती यांचा विचार करतात. आपल्या काळाला सुसंगत असणारा जणू भविष्यसूचक वचननामा त्या शोधतात. त्या संदेशाचा अर्थ शोधण्याची गुरुकिल्ली आपल्याला सापडली असल्याचा दावा करतात. त्या पडव्या, कक्ष आणि उंबरठे यांची लांबी, उंची आणि रुंदी यांमध्ये सत् आणि असत् यांच्यातील अंतिम भीषण संघर्षाच्या शकुनाचे मूक संदर्भ त्यांना दडलेले आढळतात. तिथं ज्या असंख्य आकृत्या आहेत, त्यांचा अर्थ लावण्यासाठी ते धडपडतात. इस्राएलमधील अँग्लो-सॅक्सन वंशाच्या लुप्त टोळ्यांशी, बायबलच्या ग्रंथाशी आणि प्राचीन इजिप्तवासीयांशी, एका चमत्कारिक संमिश्रणाने धागेदोरे जुळविण्याचा प्रयत्न करतात.

अशा संशोधकांचे म्हणणे असते, 'ग्रेट पिरॅमिडमधील पडव्या आणि विशाल चित्रवीथिका इंचांमध्ये मोजून पाहिली तर आज आपण ज्या काळात आहोत, तो काळ येण्यासाठीची अचूक वर्षे मिळतात. विशाल चित्रवीथिकेची लांबी १,८८३ इंच आहे, त्यामध्ये ३१ वर्षे म्हणजे आपल्या ईश्वराच्या संदर्भातील प्रायश्चित्ताच्या सभेकरिता दिलेल्या वर्षांचा काळ - याची भर घालावी. म्हणजे आपल्याला १,९१४ हा आकडा मिळतो. ज्या वेळी महायुद्ध सुरू झाले, ते वर्ष १९१४ होते.' अशा प्रकारे त्या लोकांची

सरधोपट विधाने असतात.

त्यांना पक्की खात्री असते, की पिरॅमिडची बांधणी ही त्याच्या निर्मात्यांच्या फायद्याकरिता नसून भविष्यकाळाच्या लाभासाठी निःस्वार्थपणे झालेली होती. ज्या काळाला तथाकथित 'मिलेनियम' असे म्हटले जाते, त्याच्याशी विशिष्टपणे हा संदर्भ जोडलेला असतो. पिरॅमिडमधील सर्वोच्च साक्षात्कारानुसार जो कोणी एकमेव मसिहा असेल, त्याच्या अवतार-आगमनाची ते प्रतीक्षा करतात.

ज्या माझ्या मित्रांचा यावर विश्वास बसतो, तसा माझाही बसावा, असे मला वाटते. त्यांच्यासारख्या उंच आकांक्षांनी माझेही हृदय उजळून निघावे, असे मला वाटते. परंतु मी नेहमीच तर्कशुद्धतेला धरून ठेवत असल्याने अंतःस्थ सामान्य व्यावहारिक बुद्धिमत्ता जागी होते आणि तसं करण्यापासून मला रोखते.

ज्या एका व्यक्तीने चिकाटीने आणि सातत्याने संशोधन करून अन्य कोणाहीपेक्षा सिद्धांतनिर्मितीत भर घातली, त्या व्यक्तीचं नाव होतं पिएझ्झी स्माइथ. तो स्कॉटलंडचा खगोलतज्ज्ञ होता. स्माइथचे व्यक्तिमत्त्व विलक्षण होते. तो खरं तर उपजत असा बुद्धिमंत होता, परंतु खास स्कॉटलंडच्या भूमीचे वैशिष्ट्य असलेली पूर्वग्रहदूषित दृष्टी आड आली, त्यामुळे त्याची निर्भेळ अंतःप्रेरणा त्याच्या बुद्धिमत्तेला जे सांगू इच्छित होती तो संदेश विकृत होऊन गेला.

स्माइथ इजिप्तमध्ये गेला. त्याने पिरॅमिडमधील प्रत्येक बिंदूची मापे घेण्यात, कोनांचे अंश मोजण्यात आणि वास्तुरचनेचा प्रत्येक सविस्तर भाग परीक्षण्यात संपूर्ण हिवाळा घालवला. परंतु आधीच गृहीत धरलेले सिद्धांत मनात घेऊन तो आला असल्याने त्यांच्यामध्ये त्याने घेतलेली मोजमापं आणि आकृत्या बसवणं त्याच्यासाठी गरजेचं होतं. त्याचे सिद्धांत पिरॅमिडप्रमाणे अचल होते आणि इतर गोष्टी काहीही करून त्या सिद्धांतांमध्ये बसविण्यासाठी लवचीक ठेवल्या होत्या. स्माइथने खरोखरीच प्रामाणिकपणे काम केले होते पण त्याच्या स्वभावातील पक्षपातित्वाने त्याची दृष्टी धूसर केली होती. ब्रिटिश संग्रहालयात इजिप्तच्या प्राचीन संग्रहाचा जो विभाग आहे, त्याचे पूर्वप्रमुख असलेल्या सर अर्नेस्ट वॉलिस बज, ही एकमेव अशी व्यक्ती मला ठाऊक होती, ज्यांनी स्माइथची आकडेमोड मान्य केली नाही. मला सर फ्लिन्डर्स पेत्री, हे इजिप्तच्या पुरातत्त्वविद्येतील इंग्रज तज्ज्ञांमधील प्रमुख प्रतिष्ठित सदस्य माहीत आहेत, त्यांनीही एका हिवाळयात पिरॅमिड वास्तूंचे सर्वेक्षण केले. त्या वेळी सर्वांत महत्त्वाच्या भवनाच्या मोजमापात त्यांनी केलेली मोजणी आणि पिएझ्झी स्माइथने केलेली मोजणी यांत ७१ इंचांचा फरक आढळून आला. मला अंतिमतः अन्य एक प्रशिक्षित अभियंता असलेली व्यक्ती ठाऊक आहे. त्यांनी ग्रेट पिरॅमिडच्या बाह्य आणि आंतर अशा सर्व पैलूंच्या मापांचे पुनर्परीक्षण केले. पिएझ्झी स्माइथची तसेच त्याच्या काळातील

प्रमुख आधुनिक संशोधक यांचीही निरीक्षणे अभ्यासली. तेव्हा अन्य सर्व सद्गृहस्थांच्या तुलनेत स्माइथच्या मोजणीत त्याला अनेक अविश्वसनीय अशा आकडेमोडी आढळल्या. स्माइथच्या एका हताश अनुयायाबद्दलची एक विनोदी घटना पेत्री सांगतात. त्याने राजाच्या कक्षात जाणाऱ्या प्रशस्त भागात ग्रॅनाइटची एक मूर्तीच दबवून टाकायचा प्रयत्न केला होता!

असे उत्साही लोक ज्या प्रकारच्या माहितीकडे आपल्याला नेऊ इच्छितात, त्या बाबतीत आपण केवळ या सांख्यिक घोटाळ्यांमुळे जागरूकताच बाळगायला हवी असं नव्हे; तर हे लोक पिरॅमिडच्या बांधणीचे वर्ष ख्रिस्तपूर्व २१७० असे सांगतात. कारण त्या वर्षात एक विशिष्ट ध्रुवतारा पिरॅमिडच्या ओसरीच्या बरोबर अक्षाच्या सरळ रेषेत होता. त्यामुळे या लोकांनी असा समज करून घेतला, की त्या ताऱ्याचा प्रकाश ग्रहण करता यावा अशा हेतूने ती लांब, अंधारी ओसरी एका विशिष्ट कोनावर तयार केली गेली. परंतु, अंतरिक्षात विषुवांचे जे अग्रगमन, ज्या मोठ्या गतीने घडते, त्यात आपल्या पृथ्वीगोलाच्या सापेक्षतेत तारे आपल्या मूळ जागेवरून हलतात. शिवाय २५,८२७ वर्षे उलटून गेल्याशिवाय आकाशात आपल्या मूलस्थानी येत नाहीत. कदाचित असा सम तर्कविचार वापरून असे म्हणता येईल, की ख्रिस्तपूर्व २१७०च्या आधी २५,८२७ वर्षांपूर्वी ग्रेट पिरॅमिड बांधला गेला असावा. कदाचित प्रवेशाच्या ओसरीच्या अक्षावर तेव्हा ध्रुवतारा आला असेल.

खरं तर प्रवेशाजवळची ओसरी अशा एका स्थानाकडे निर्देश करणाऱ्या कोनावर आहे, की ध्रुवताऱ्याच्या आधी येणारा प्रत्येक तारा कित्येक शतके त्या स्थानावर उपलब्ध राहील. त्यामुळे ड्रॅगन या नक्षत्रसमूहातील अल्फा या एकाच ताऱ्याच्या कोनात आहे या विधानाला विशेष अर्थ राहत नाही. कारण अन्य तारेही तिथे समोर येऊ शकतात.

अधिक दूरवर जाणारी आकडेमोडही स्वीकारणीय वाटत नाही. कारण जेव्हा बायबल माणसापर्यंत पोहोचले त्याला धरून काही विचारवंतांनी जरा नजीकचा काळ गृहीत धरला. अन्यथा मानवजात पाच ते सहा हजार वर्षांपेक्षाही जास्त जुन्या काळापासून अस्तित्वात आहे असा अन्वयार्थ निघू शकतो. प्रत्येक इजिप्तविद्यातज्ज्ञाने नजीकचा काळ नाकारलेला आहे. कारण ज्या ऐतिहासिक शिलालेख आणि पिरॅमिडमधील नोंदी शोधल्या गेल्या आहेत, त्यांवरून इतक्या उशिराच्या कालखंडात पिरॅमिड बांधले गेलेले नाहीत.

बायबल हा ग्रंथ वरकरणी दिसतो तसा सोपा नसून तो अधिक गहन आणि चिंतनशील अशा ग्रंथांचे संकलन आहे. पहिले पाच ग्रंथ आणि विशेषतः 'बुक ऑफ जेनेसिस' हा जो ग्रंथ आहे, तो काही संकेतांशिवाय नीटसा वाचता येणार नाही. मात्र दुर्दैवाने ते संकेतपटल कित्येक शतकांपूर्वीच गमावले गेले.

लोकांनी बायबलचा गैरअर्थ काढला आणि त्यातील संदर्भांच्या द्वारे जे शिकवायचंच नव्हतं असेही अर्थ काढून स्वतःमधील सदसद्विवेकबुद्धीचीही हिंसा केली. गेल्या शतकात भूगर्भशास्त्रज्ञांनी जमिनीच्या पोटात लपलेले प्राण्यांचे जीवाश्म शोधून काढून आनंददायक विचाराला पुष्टी दिली, की जगाचे वय फक्त सहा हजार वर्षे असणं, ही अशक्य गोष्ट आहे. पण दुसऱ्या बाजूला महत्त्वाच्या धर्मचिंतकांनी गांभीर्याने यावर विश्वास ठेवला, की ईश्वराने माणसातील श्रद्धेची परीक्षा घेण्यासाठी जाणीवपूर्वक ते जीवाश्म पृथ्वीच्या पोटात गाडून ठेवले होते!

पिरॅमिडवर संशोधन करणाऱ्या आपल्या लोकांनीही जर बायबलचा चुकीचा अर्थ लावला नसता तर त्यांनीही पिरॅमिडबाबत प्राचीन कालगणनाच मानली असती. शिवाय सत्याच्या ते बऱ्यापैकी जवळ येऊ शकले असते. कारण पिरॅमिडची जी भक्कम आकृती आहे, तिने कालपटावरील तीनशे शतकांचे आघात सहजपणे सोसले असावेत. त्यांच्यात एवढी प्रचंड ताकद आणि स्थिरता आहे, की पृथ्वीच्या पाठीवरची प्रत्येक वास्तू कोसळून पडली तरी ते ठामपणे उभेच राहतील.

पिरॅमिडबद्दल जे सिद्धांत मांडले गेले, त्याला जी मोठी मान्यता मिळाली, त्यात उपरिर्निदिष्ट विचारसरणीतील भविष्यसूचकता असावी. ग्रेट पिरॅमिडच्या पैलूंमध्ये हिब्रू प्रेषितांचे शब्द कुतूहलकारकरीत्या मिसळले गेले. त्यातूनच युद्धांचा आरंभ, शासनाचा पाडाव, ख्रिस्ती चर्चची पुनर्रचना, येशूचे पुनरागमन, जगातील आर्थिक अडचणी आणि इंग्रजी-भाषिक लोकांचं दिव्य धर्मकार्य, भूमीवरील जलप्रलयाची खळबळ इत्यादी गोष्टींचे भविष्यकथन केले गेले.

आपल्याला याचं स्मरण असेलच, की पिएझ्झी स्माइथने मिलेनियमचे वर्ष म्हणून १८८१ हे साल सांगितले होते. त्याचप्रमाणे आपल्याला हेही स्मरत असेल, की मे १९२८ हा महिना प्रस्तुत विचारवादी लोकांनी जगातील सर्वांत भीषण महिना ठरेल असे सांगितले होते. परंतु तो महिना विशेष काहीही खळबळजनक न घडता पार पडला. मग अधिक भीषण महिना सांगितला गेला सप्टेंबर १९३६, कारण पिरॅमिडच्या पैलूंनी त्याचे म्हणे सूचन केले होते. त्याही महिन्यात आर्मेगेडॉन (म्हणजे सत्-असत् मधील अंतिम संघर्ष) किंवा मिलेनियम असं काहीच विशिष्ट दिसून आलं नाही. त्यानंतर मग भीषण दिनांक सांगितला गेला, तो म्हणजे १० ऑगस्ट १९५३. त्याही दिवशीचे भविष्यकथन निरर्थक ठरले.

पिरॅमिडसारखी अतिविशाल वास्तू अमाप खर्च करून असंख्य कष्टकऱ्यांमार्फत बांधून घेतली गेली, पण ती त्या वेळी अस्तित्वात असणाऱ्या किंवा समीपस्थ

लोकांच्या भल्याकरिता नव्हे किंवा इजिप्तमधील भावी पिढ्यांच्या फायद्याकरितासुद्धा नव्हे, तर पुढील पाच हजार वर्षांच्या कालावधीतील परक्या खंडांमध्ये राहणाऱ्या लोकांच्या हिताकरिता बांधली गेली होती. हा दावा अर्थातच तार्किक विचार करणाऱ्या कोणालाही मान्य होऊ शकणार नाही. काही गणिती मोजमापं आणि ग्रेट पिरॅमिडच्या आतील वैशिष्ट्ये अचूकपणे नोंदवली असली तरी या आकड्यांचा संबंध त्यांनी अशा भविष्यकथनांशी जोडला, ज्यांचा वस्तुस्थितीशी ताळमेळच नाही. त्यांच्या विचारांचा सारांश हा होता, की प्रारंभिक काळातील इजिप्तवासीयांनी, आपल्या युगासाठी संदेश लिहावा यासाठी ईश्वराने त्यांचे मन वळविले, परंतु खरं तर ईश्वर त्याचा संदेश आजच्या काळात, थेटपणे, साधेपणाने, एखाद्या मानवी प्रेषिताच्या माध्यमातून यशस्वीरीत्या सांगू शकला असताच की! त्यासाठी रहस्यमय अशा शिलालेखांमध्ये कोरून घेऊन संदेश देण्याची खटपट ईश्वराला करण्याची गरजच काय होती? कारण एक तर हे शिलालेख वाचल्याविना पडून राहू शकतात- जसं गेली कित्येक शतकं हेच घडलेलं आहे किंवा त्यांचा गैर अर्थ लावला जातो- जे आपल्या काळात सहजपणे दिसून येतंय!

अशा प्रकारचे विशिष्ट सिद्धांत जरी एखाद्याला मानता येत नसतील, तरीही हे विचार मांडणाऱ्यांच्या सदूहेतूंचा आपण मान राखू शकतो. कारण पिरॅमिडसारख्या वैशिष्ट्यपूर्ण वास्तुरचनेत दडलेला आध्यात्मिक अन्वय जाणून घेण्याची उत्सुकता त्यांनी निर्माण केली. किमान म्हणून तरी आपण त्यांच्याबद्दल कृतज्ञ राहिलं पाहिजे.

पिरॅमिडच्या निर्मितीमागचा खरा हेतू आणि स्फिंक्सचा प्रतीकात्मक अर्थ काय असावा, याबद्दल इजिप्तवासीयांना, अन्यदेशीय पर्यटक व चिंतकांना अतिशय रंजक आणि चित्तवेधक कोडी पडलेली आहेत. शिवाय ही कोडी सोडविणं खूप अवघड आहे.

*****

इजिप्तमधील ही गगनचुंबी वास्तू म्हणजे फॅरोंची ममी- संरक्षित शवे ठेवायची जागा असल्याचं जे माहितीपुस्तिकांतून आणि कृष्णवस्त्रातील अरब ड्रॅगोमन (म्हणजे अरबी, तुर्की आणि पर्शियाई भाषेतून बोलू शकणारी दुभाषी व्यक्ती) पर्यटकांना सांगतात, तेवढंच वास्तव आहे का? जवळच असलेल्या तौरा या ठिकाणच्या खाणीतून इतका विशाल चुनखडा कापून आणला गेला, दूरवरच्या साइन या ठिकाणी असलेल्या खाणीतून ग्रॅनाइट कापून आणून वापरला गेला, तो काय फक्त एक तागाच्या वस्त्रात आच्छादित केलेला मृतदेह ठेवण्यासाठी असेल काय? (*आताच्या आस्वान या शहराचं जुनं नाव साइन असे होते.) आठ करोड क्युबिक फूट इतका अतिप्रचंड घनाकाराचा पाषाण, आफ्रिकेतील रणरणत्या उन्हातून मोठ्या परिश्रमाने ओढत आणला गेला, त्याच्यावर काम केले गेले, ते काय फक्त एखाद्या राजाची

लहर पुरविण्यासाठी? जी गोष्ट दगडाच्या मोजक्या ठोकळ्यांनी झाकून टाकता आली असती, ती आच्छादण्यासाठी प्रत्येकी अडीच टन वजनाचा एकेक असे २,३००,००० चौकोनी पाषाण काळजीपूर्वक एकमेकांना जोडून का बरं उभारले गेले असतील? जोसिफस नावाचा जो हिब्रू इतिहासकार होता, त्याने, 'पिरॅमिड हे विशाल आणि अर्थहीन पर्वत आहेत', असे जे विधान केले होते, ते अखेरीस खरे मानायचे काय?

फॅरोंचे जे सामर्थ्य होते आणि इजिप्तच्या लोकांच्या मृत्यूनंतरच्या जीवनाच्या ज्या काही कल्पना होत्या, त्या बघता प्रस्तुत मुद्दे, जरी पूर्णपणे संभाव्य नसले तरीही ते शक्य असू शकतात. काळजीपूर्वक संशोधन करणाऱ्या इतिहासकारांना माहीत आहे, की ग्रेट पिरॅमिडच्या आत शवपेटिका, मृतदेह किंवा अंत्यसंस्कारांशी निगडित कसलेही साज-सामान नव्हते. एखादा तरी खलिफा पारंपरिकरीत्या राजप्रासादाच्या प्रवेशद्वाराजवळ एक अलंकृत अशी लाकडी शवपेटिका उभी करून ठेवीत असे. पिरॅमिडमध्ये अशी एक शवपेटिका मिळाली होती. इजिप्तमधील प्रत्येक सुरक्षाकक्षातील दफनभूमीच्या भिंतींवर काही ना काही लिखित मजकूर असायचा. तसा कुठलाही मोठा असा हायरोग्लिफ लिपीतील लेख, कोणतेही कोरीव असे बाह्यगोल उठाव आलेले शिल्पकाम, मृताबद्दलच्या जीवनाची माहिती देणारी अशी प्रातिनिधिक चित्रे - पिरॅमिडच्या अंतर्गत भिंतींवर नव्हती. पिरॅमिडची अंतर्रचना अगदी साधी आहे, फॅरोंना आपल्या चिरविश्रांतिस्थानांभोवती जे काही अलंकरण, थाटमाट आवडायचा, तसं तेथे काहीही नव्हतं. प्राचीन इजिप्तमधील एका महत्त्वाच्या कब्रस्तानात जे काही अपेक्षित वाटू शकेल, तसं इथे काहीही नाही.

कदाचित निर्णायक असा एक मुद्दा असू शकतो, की येथील राजकक्षात जी रिकामी, बिनाझाकणाची अशी लाल ग्रॅनाइटची पेटी आढळते, ती एका मूर्तिपूजक राजाची कबर होती. इजिप्तविद्यातज्ज्ञांच्या मते, अर्थातच ही त्याच राजाची शवपेटिका होती. शिवाय हे सांगितल्यावर पिरॅमिडचे कोडे सुटले अशी त्यांची धारणा होऊन गेली.

परंतु या शवपेटिकेच्या बाजूंवर नेहमी आढळणारा पारंपरिक मजकूर आणि धार्मिक गोष्टींचं प्रतिनिधित्व करणारं असं काहीतरी, कसं बरं आढळत नाही? त्यावर एकही शब्द किंवा हायरोग्लिफ चित्रलिपीतील कोणतंही अंकन कसं नाही? सर्वसाधारणपणे अन्य सर्व शवपेटिकांवर राजांच्या जीवनाशी संबंधित काही लिखित वा चित्रलिपीतील मजकूर आढळतो, मग याच शवपेटिकेवर काहीच कसं नाही? कारण इजिप्तमधील सर्वांत सुप्रसिद्ध अशा राजाच्या स्मृतीसाठीची ही जागा होती.

२०० फूट लांब असे हवा खेळती राहण्याचे मार्ग, सुरक्षित अशा चिरविश्रांतिकक्षातील शवपेटिकेच्या ठिकाणापासून बाह्य हवेपर्यंत पोहोचतील असे मार्ग का बरं बांधले

असतील? ममी म्हणजे संरक्षित मृतदेहांना तर शुद्ध हवेची गरज नसते आणि कामगार लोकांनी एकदा तेथील कक्ष व छप्पर बांधून काढल्यावर त्यांना पुन्हा तिथे प्रवेश करण्याची गरज नसते. राजवंशातील व्यक्तींच्या कब्रस्तानासाठी उपयोग व्हावा यासाठी इजिप्तमध्ये अन्य ज्या ज्या ठिकाणी कक्ष बांधले गेले, तिथे कुठेही अशा प्रकारचे हवेचे मार्ग मी पाहिले नाहीत.

चिरविश्रांतिस्थानासाठीचे कक्ष, पाषाण कापून काढून जमिनीत बांधण्याची प्रथा असताना, ही तथाकथित शवपेटिका जमिनीपासून १५० फूट वर असलेल्या कक्षात का ठेवली गेली असावी? वस्तुतः मृतदेहाला जमिनीच्या पोटात किंवा जमिनीच्या वर चिरविश्रांती देण्याची प्रथा जगभर आहे. 'माती असशी, मातीत मिळशी' हा संदेश निसर्गाने कायमच मनुष्याला दिलेला आहे.

राजकक्षाकडे जाण्यासाठी मोठे सभागृह, मोठी वीथिका हे सारं का बांधलं गेलं असावं? त्याची उंचीही तीस फूट ठेवली गेली आहे, तर वरती जाणारा मार्ग जेमतेम चार फुटांचा ठेवला असता तरीही एकंदरीत सर्व काम झालं असतं. शिवाय त्याला कष्टही कमी लागले असते. विशाल अशा वीथिकेपेक्षा कमी क्लिष्ट बांधकाम चालू शकलं असतं.

ज्या दुसऱ्या कक्षाला राणीकक्ष म्हटले गेले आहे, तो पहिल्या कक्षाच्या इतका

चित्र ३.१ राजकक्षात असलेली शिलालेखविरहित लाल ग्रॅनाइटची शवपेटिका.

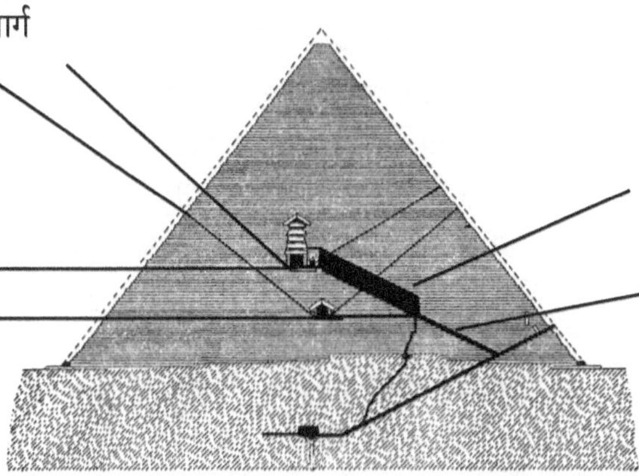

चित्र ३.२ ग्रेट पिरॅमिडच्या अंतर्रचनेचा विशिष्ट भाग.
लेखकाच्या संग्रहातून अधिक शीर्षकांसह

जवळ का बरे बांधला गेला आहे? फॅरोंचे संरक्षित मृतदेह कधीही त्यांच्या राण्यांच्या जवळ ठेवले जात नसत आणि एका संरक्षित मृतदेहासाठी दोन सुरक्षाकक्षांची गरज नसते. राणीकक्षामध्ये पारंपरिक भित्तिचित्रे आणि इजिप्तमधील कब्रस्तानांमधील अभिलेख असते तर एक मोठा बैठकखाना म्हणून त्याच्या अस्तित्वाला काही अर्थ तरी प्राप्त झाला असता, परंतु राजकक्षाप्रमाणे हा कक्षही मोकळा आणि अनलंकृत आहे. मग पहिला कक्ष दांडा बसवून मुखाशी बंद का बरं केला असावा? जेव्हा त्याचा शोध लागला तेव्हा ही गोष्ट दिसली होती. तथाकथित अशा या जर कबरी होत्या तर या वास्तूचे बांधकाम करणाऱ्यांनी त्या ठिकाणी हवा खेळती राहावी यासाठी कष्ट का बरं घेतले असावेत? 'मृतदेह श्वसन करीत नसतात': हा मुद्दा इथे पुनरावृत्त करणे उचित ठरेल.

नाही! या साऱ्या कामासाठी लागलेला प्रचंड वेळ, साधनसामग्री आणि पैसा कोणत्या हेतूसाठी खर्च झाला असावा, यासाठी जर बुद्धी वापरली तर या वास्तूचा भविष्यकथनासाठी होणाऱ्या उपयोगाच्या शक्यता नाकाराव्या लागतील. त्याचबरोबर ही वास्तू चिरविश्रांतिस्थान आहे, या बाबतचे सिद्धांतसुद्धा नाकारावे लागतील. शिवाय अन्य एखाद्या स्पष्टीकरणाच्या शोधासाठी वळावे लागेल.

*****

पिरॅमिडच्या निर्मितीचा हेतू काय असू शकेल, यावर मी बरेचदा आणि दीर्घ काळ विचार करत राहिलो आहे. पिरॅमिडला वेढून असणाऱ्या खडकाळ ढिगाऱ्यांमधून ठेचकाळत

फिरत किंवा अंधुक ओवऱ्या आणि भकास कक्षांमधून भटकत असताना मी तिथे बरेच तास काढले आहेत. दुपारच्या रणरणत्या उन्हात, ग्रेट पिरॅमिडच्या पायथ्याशी असलेल्या पांढऱ्या चुनखडा पाषाणाच्या ठोकळ्यांवर किंवा पूर्वेकडे पसरलेल्या मऊ वाळूवर बसून या समस्येवर मी खूपदा विचार केला आहे. इथल्या चिरेबंदी बांधकामावर टप्प्याटप्प्याने मी चढून पाहिलं आहे, काही दुवे मिळताहेत का, याचा काळजीपूर्वक शोध घेतलाय. इथल्या चिरांमध्ये काही मिळतं आहे का, ते पाहिलं आहे. येथील तीनही इमारतींच्या सर्वसाधारण आराखड्याचाही अभ्यास केला आहे. अंधारात दडलेल्या मोठ्या पाली आणि प्रचंड आकाराची झुरळं यांना मी विचलित केलं आहे. क्वचित प्रसंगी दुसऱ्या आणि तिसऱ्या पिरॅमिडमधील बोगद्यांना भेट दिली आहे. थोडक्यात काय, तर माझ्या संशोधनावर मी एवढे कष्ट घेतले आहेत, की या प्राचीन वास्तूंशी माझा खूप परिचय झाला आहे. कैरोमधील माझ्या नव्या घरातील खोल्यांची मला जशी ओळख झाली आहे, अगदी तशी इजिप्तच्या प्राचीन वंशाच्या स्मारकांची ही ओळख झालेली आहे.

मला त्यांच्यातील बारकावे जसजसे विस्तृतपणे लक्षात येत आहेत, तसतसं त्यांची विशेष प्रशंसा करावीशी वाटतेय. त्यांच्या विशिष्ट अशा स्थापत्यरचनेच्या योजना जशा लक्षात येऊ लागल्या, तसं त्यांच्या तांत्रिक प्रावीण्याची महतीही लक्षात आली.

अतिप्राचीन अशा काळात त्रिकोणांमधील या ज्या वारसा-वास्तू उभ्या केल्या गेल्या, तेव्हा खाणकामाचं, वाहतुकीचं आणि विशाल असे चौकोनी पाषाणाचे ठोकळे अचूक जागी उभारून बसवणं, यात केवढी तांत्रिक कौशल्यं अंतर्भूत होती. त्या वेळी वाफेवर आणि विजेवर चालणारी साधनेही उपलब्ध नव्हती. या साऱ्यांचं मला लक्षवेधक कौतुक वाटलं. त्या युगात वाफेवर चालणारी यंत्रे आणि पोलाद या गोष्टी अनोळखी होत्या. त्यामुळे वाफेवर चालणारी अशी जड वजनं उचलणारी यारी वापरून पोलादी मार्गांवरून ढकलत नेऊन अतिविशाल असे पाषाणाचे चौकोनी ठोकळे तर त्यांच्या अचूक जागी बसविले जाऊ शकत नव्हते.

आपल्या पुढील पिढ्यांकरिता दिसेल आणि टिकून राहील असे एखादे कब्रस्तान उभे करण्याची जर एखाद्या फॅरोला इच्छा असेल, तर पिरॅमिडशिवाय अन्य एखादे टिकाऊ स्थापत्य नक्कीच उपलब्ध नव्हते. राजाचा मृतदेह वारा, वाळू आणि काळ यांपासून सुरक्षित राहावा यांकरिता प्रचंड असा पाया, उतरत्या बाजू आणि निमुळते होत गेलेले टोक अशा वास्तुरचनेने अधिक उपयोग होणार होता. त्याचप्रमाणे अंतर्रचनेतील घन भागामुळे माणसाने तिथे शिरकाव करून हलवाहलवी करायलादेखील मज्जाव होणार होता.

न्यूयॉर्कच्या गगनचुंबी इमारतीने पिरॅमिडच्या उंचीला जरी मागे टाकले असले तरीही एक वस्तुस्थिती मात्र निश्‍चित आहे, की जगाच्या ज्ञात इतिहासात आणि अगदी आत्तापर्यंत पिरॅमिड हे अत्यंत उंच असे मानवनिर्मित स्थापत्यरूप म्हणून गणले गेले आहे. त्याने अन्य सर्व इमारतींना खुजं ठरवलं असून प्राचीन काळातील ही अद्‌भुत वास्तू आधुनिक काळाला कोडं घालणारी ठरली आहे.

माझ्या आधी काम केलेल्या शोधक माणसांप्रमाणे मलाही चटकन लक्षात आले, की पहिला पिरॅमिड हा अन्य दोन पिरॅमिडपेक्षा खूप जास्त क्लिष्ट आहे. तो अधिक चित्ताकर्षक असून तुलनात्मकदृष्ट्या त्याचा अतिविशाल आकारदेखील सर्वाधिक महत्त्वाचा आहे. त्यामुळे लवकरच मी माझे लक्ष त्याच्या अभ्यासावर केंद्रित केले. कारण पिरॅमिडचे खरे रहस्य त्याच्यातच कुठेतरी लपलेले असणार असाही माझा विश्‍वास होता.

इजिप्तमधील आकाशरंग नयनमनोहर पद्धतीने बदलत जात होते. त्यांच्या सोबतीनं माझी ग्रेट पिरॅमिडशी ओळख झाली. उषःकाली चंदेरी राखाडी किरणे ग्रेट पिरॅमिडला स्पर्श करीत असत. मावळता सूर्य त्याला फिकट जांभळा रंग देऊन जाई. पौर्णिमेच्या गूढ प्रकाशात ग्रेट पिरॅमिडचा पायापासून टोकापर्यंतचा प्रत्येक पाषाण जणू चंदेरी छटा मिसळलेल्या निळसर स्फुरदीप्तीने न्हाऊन निघत असे.

आज जो ग्रेट पिरॅमिड आपण पाहतो, तो प्राचीन लोकांनी जसा पाहिला होता, तसा

चित्र ३.३ पहाटेच्या वेळचे पिरॅमिड आणि नाईल नदी. लेखकाने घेतलेले छायाचित्र.

नसून थोडा निराळा आहे. त्या काळी पिरॅमिडवर सुंदर, पांढऱ्या, मृदू आणि घोटीव अशा चुनखडा दगडाचे चारही बाजूंवर आवरण होते. त्यावरून सूर्याचे तेजस्वी किरण परावर्तित होत असत आणि त्यामुळे पिरॅमिडचे 'द लाइट', 'प्रकाश' हे जे नाव होते, ते शब्दशः योग्य ठरत होते. पिरॅमिडच्या पाषाणांचा खालचा भाग व सर्व बाजू अतिशय सफाईदार होत्या. शिवाय सुशोभित नक्षीकामाप्रमाणे सर्व दगडी चौकोन एकमेकांशी जोडून टाकलेले होते. त्यात इतकी अचूकता होती, की त्यांच्या सांध्यांमधील जोडकामही दिसत नसे. वाळवंटाच्या पिवळसर गालिच्यावर ही विशाल त्रिकोणी वास्तू अशी काही अनपेक्षित चित्ताकर्षक दिसत असे की, प्रखर सूर्यप्रकाशात एखाद्या अजस्र आरशाप्रमाणे ती दिसत असे. पूर्वेच्या जगातील तेजःपुंज सूर्याच्या खाली खूप दूरवरून सुद्धा ग्रेट पिरॅमिड दिसत असे. अगदी उशिरा उशिरापर्यंत म्हणजे बाराव्या शतकाच्या अखेरपर्यंत हे पांढरे दगड योग्य ठिकाणी अस्तित्वात होते. त्यांच्यावरील हायरोग्लिफ म्हणजे चित्रलिपीही सुरक्षित होती. अब्दुल लतीफ यांच्या लेखणीतून त्याचं अनोखं वर्णन उतरलं आहे ते असं,

'इथल्या पाषाणांवर प्राचीन लिपीतील अक्षरे कोरलेली आहेत, पण सध्यातरी त्यांचा अर्थ उमगत नाही. त्या लिपीचा अर्थ ठाऊक असणारी एकही व्यक्ती मला इजिप्तमध्ये गवसली नाही. दोन पिरॅमिडच्या पृष्ठभागावर असलेली कोरीव लिपी इतक्या विस्तृत प्रमाणात आहे, की तिच्या प्रती नकलून घ्यायच्या ठरवल्या तर त्यांची पृष्ठसंख्या सहा हजारांच्यावर जाईल.'

कोणे एके काळी मृदू, घोटीव असलेल्या पिरॅमिडच्या बाजू आता पायऱ्यांप्रमाणे झालेल्या आहेत. तेथील पाषाणाच्या ठोकळ्यांवरील एकही चित्रलिपी सापडत नाही आणि पिरॅमिडच्या घोटीव आवरणाकरिता वापरल्या गेलेल्या हजारो दगडांपैकी तळाचे मोजके दगडच काय ते शिल्लक आहेत. हे जे काही अवशेष शिल्लक आहेत, त्यावरून स्पष्टपणे कळतं, की आच्छादनासाठी वापरलेली सामग्री, कैरो शहराच्या आग्नेय दिशेला असलेल्या मोकॅटम पहाडातून आणलेली होती. अब्दुल लतीफ यांची भेट झाल्यानंतर इजिप्तमध्ये दोन वर्षं भूकंपाचे हादरे बसले आणि भूकंपाच्या भीषण धक्क्यांनंतर कैरो शहर पार कोलमडून पडले. पूर्वी तुर्की आणि ग्रीक लोकांनी जसं देखण्या पार्थेनॉन मंदिराचं (म्हणजे ग्रीक अथेना देवीचे मंदिर) रूपांतर खाणीमध्ये केलं, मग त्यातील बहुतेक सर्व दगड आपली घरं बांधण्यासाठी उचलून नेले, त्याचप्रमाणे अरब लोकांनी ग्रेट पिरॅमिडकडे मोर्चा वळवून मोडून पडलेल्या आपल्या शहराची डागडुजी व नूतनीकरण करण्यासाठी त्यावरील पाषाण नेले. पिरॅमिडच्या पृष्ठभागावरील उतरत्या घसरणीवर बसवलेले घोटीव पांढरे आच्छादनाचे दगड त्यांनी उत्सुकतेने कापून काढले आणि कैरो शहराकडे नेले. एके काळी ग्रेट पिरॅमिडच्या चारही उतरत्या बाजूंवर शोभून दिसणारे

हायरोग्लिफ म्हणजे चित्रलिपीयुक्त दगड, आज इजिप्तच्या राजधानीतील कितीतरी जुनी घरं, मशिदी आणि किल्ले यांच्या जाड भिंतींआड लपून गेले नसतील काय? कैरोमधील तीनशे मशिदींमध्ये सर्वांत सुंदर असलेली सुलतान हसन ही जी मशीद आहे, ती देखील अशा आच्छादनाच्या घोटीव दगडांपासून निर्मिलेली आहे.

एका माफक आकाराच्या शहरातील घरे बांधता येतील एवढी प्रचंड सामग्री पिरॅमिडच्या एका वास्तूमध्ये होती. शक्य झाले असते, तर लोकांनी संपूर्ण पिरॅमिडही हलवला असता. परंतु पिरॅमिडच्या मूळ बांधणीतील एक अजस्र शिळा हलविण्यासाठी लागणारा अमाप खर्च, कामगारांचे कष्ट आणि वेळ हा त्या शिळेच्या किमतीच्या दृष्टीने फारच जास्त होता. त्यामुळे हे काम अशक्यप्राय आहे, असं समजून त्यांनी प्रयत्न सोडून दिले. अगदी वरचा चिरेबंदी भाग काढल्यानंतर ही बाब लोकांच्या लक्षात आली, परंतु तोवर त्यांनी पिरॅमिडला शिखरहीन करून टाकलं होतं.

आज इथलं जे प्रवेशद्वार पर्यटक वापरतात, ते मात्र प्राचीन इजिप्तचे लोक वापरत नसत. त्या वेळचं प्रवेशद्वार कोणतं असावं, याबद्दलची माहिती पिरॅमिडनं कित्येक शतके गूढपणे दडवून ठेवलेली होती, पण मग नंतर एका निश्चयी अरब राजानं त्या मोहिमेवर खूप पैसा खर्च केला. पिरॅमिडनं आपल्या मुठीत प्रवेशद्वाराचं जे गुपित लपवून ठेवलेलं होतं, ते शोधून काढण्यासाठी कामगारांची मोठी फौजच कामाला लावली. ग्रेट पिरॅमिडच्या अगदी अंतर्भागातील मार्ग आणि कक्ष यांना यशस्वीरीत्या छुपं ठेवून ग्रेट पिरॅमिडने ग्रीक आणि रोमन अशा दोन्ही राजांना सारखीच टक्कर दिली. त्याप्रमाणे त्याच्या परंपरेतील दीक्षा न घेतलेल्या इजिप्तच्या नागरिकांनाही हे मार्ग व कक्ष अज्ञातच राहिले होते. रोमन लोक निघून गेल्यानंतरही ग्रेट पिरॅमिडच्या प्रवेशद्वाराची किंवदन्ती प्रसृतच होत राहिली आणि म्हणूनच गुपित समजली गेली.

हे प्रवेशद्वार जेव्हा बंद झाले आणि त्यावर मोहर लागली, तेव्हा अस्पर्श असा त्यातील अंतर्भाग कित्येक शतके शांतीमध्ये राहिला. त्याच्या अंतर्भागात असलेल्या खजिन्याच्या दंतकथेने आकर्षित झालेल्या लोकांनी खजिन्याचा शोध घेण्यासाठी जेव्हा ते प्रवेशद्वार तोडले, तेव्हा त्याची प्रदीर्घ काळाची निद्रा भंग पावली. आपल्या युगातील ८२०व्या वर्षापर्यंत त्याचा ठावठिकाणा लागला नव्हता. मात्र नंतर खलिफ अल मामून याने आपल्याकडील उत्कृष्ट अभियंते, वास्तुकार, वास्तुबांधकाम करणारे आणि कामगार अशा साऱ्यांना गिझाच्या लहानशा पठारावर एकत्र बोलावले. त्यांच्यावर पिरॅमिड खुला करण्याची मोहीम सोपविली. त्या साऱ्यांपैकी एक मुख्य माणूस म्हणाला, ''राजेसाहेब, असं करणं केवळ अशक्य आहे.'' त्यावर खलिफने उत्तर दिले, ''मी हे काम नक्कीच करून घेणार.''

या सर्व माणसांजवळ कोणताही आराखडा किंवा योजना नव्हती. पिरॅमिडचे प्रवेशद्वार उत्तरेकडे आहे अशी जी जुनी परंपरा मानली गेली होती, तिच्यावर विसंबून राहून काम चालू झाले. त्यांनी उत्तर दिशेकडे मध्यबिंदूपासून शोध सुरू केला. मात्र दक्ष अशा खलिफची त्यांच्या कामावर सर्वकाळ नजर होती. कारण विस्मृतीच्या कक्षेत गेलेल्या फॅरोंनी पिरॅमिडच्या आत अमाप खजिना दडवून ठेवलेला असतो, अशी जी जुनी दंतकथा प्रसृत होती, तिचं खरंखोटेपण खलिफला पडताळून पाहायचं होतं. मोठा योगायोगही असा होता, की 'अरेबियन नाइटस्' या सुप्रसिद्ध पुस्तकातील ख्यातनाम अशा व्यक्तिरेखेचा म्हणजे हारून अल रशीदचा तो मुलगा होता.

खलिफ अल मामून हा काही सर्वसामान्य खलिफ नव्हता, तर त्याने त्याच्या दरबारातील पंडितांना ग्रीक चिंतकांचे लेखन अरबी भाषेत अनुवादित करण्याची आज्ञा दिली होती. आपल्या प्रजाजनांना तो वारंवार अध्ययनाचे महत्त्व पटवून देत असे. शिवाय आपल्या देशातील सर्वोत्कृष्ट विद्वान माणसांच्या सहवासात चर्चा करण्यात त्याला फार आनंद मिळत असे.

त्याचा राजेशाही प्रासाद बगदादमध्ये होता आणि बगदादसारख्या प्रख्यात शहरातून तो इजिप्तमध्ये आला होता. मग पिरॅमिड खुला करण्याच्या प्रयत्नानंतर तो बगदादला परत गेला आणि तिथेच त्याची जीवनयात्रा संपली.

ग्रेट पिरॅमिडच्या निर्मात्यांना जाणीव होती, की भविष्यात एक ना एक दिवस तरी माणसाचा लोभ आपल्या वास्तूला धोका पोहोचवणारच. त्यामुळे त्यांनी मध्यभागाच्या कित्येक फूट बाजूच्या अंतरावर प्रवेशद्वार ठेवले होते. शिवाय एखादे प्रवेशद्वार साधारणपणे कसे असू शकते, याचा अंदाज घेऊन अनपेक्षित मोठ्या उंचीवर त्यांनी ते प्रवेशद्वार बांधले होते. त्यामुळे अर्थातच, अल मामूनच्या कामगारांनी पिरॅमिडच्या अंतरंगात प्रवेश करणारा दरवाजा शोधण्यात कित्येक महिने कष्ट घेतले, पण त्यांना एखादा मार्ग किंवा खोली यांचा मागमूसही लागेना. ते काम करत होते आणि त्यांच्यासमोर सातत्याने फक्त घट्ट चिरेबंदी बांधकामच दिसत होते. या लोकांनी फक्त छिन्नी-हातोड्यावर काम करायचे ठरविले असते तर त्यांच्या राजाचे जेवढे जीवन होते, तितका काळ त्यांना तेवढेच काम पुरले असते. परंतु धूर्तपणा करून त्यांनी दगडांसमोर जाळ पेटविले आणि त्या जाळाने दगड जेव्हा तापून लालबुंद झाले, तेव्हा थंडगार सिरका म्हणजे व्हिनेगर दगड फुटेपर्यंत फेकले. हजार वर्षांपेक्षा अधिक जुन्या काळापूर्वी दगड फोडण्यात व्यग्र असलेल्या छिन्नीच्या घावातून निसटलेल्या दगडांवर आगीच्या धगीने आलेले काळेपण, जळकटपण अद्यापही दिसून येते. अतिविशाल दगडांवर ठोकाठोक करताना लगेच बोथट होऊन जाणाऱ्या छिन्नीला धार लावण्यासाठी दोन लोहार तिथे संपूर्ण दिवसभर काम करीत असत. तसेच पिरॅमिडच्या आत शिरण्याची खटपट

करीत असलेल्या थकणाऱ्या कामगारांच्या मदतीसाठी दोन लाकडी यंत्रेही कामाला लावली गेली होती. तरीही खरे व मूळ प्रवेशद्वार, पडव्या आणि आतील खोल्या दृष्टिपथातच येत नव्हत्या.

अरुंद पडवीतून उत्खनन करण्याच्या कामाने उडणाऱ्या धूळ आणि उकाडा यामुळे कामगारांचा जीव कोंडला जात असे. त्या काळात जी काही प्राथमिक दर्जाच्या क्षमतेची अवजारे हाताशी उपलब्ध होती, ती घेऊन अतिकठीण घन असे दगडी चिरेबंदी बांधकाम फोडून आत शिरण्याचा प्रयत्न करणे या गोष्टीमुळे कामगार फारच थकून गेले होते. तसेच एवढे कष्ट उपसून अपयशच समोर येते आहे, हे दिसल्यामुळे त्यांचा धीरही सुटत चालला होता. शंभर फुटांपेक्षाही जास्त असा बोगदा त्यांनी आतील भागात खणला होता. अखेरीस बंड पुकारून अवजारे खाली ठेवून असे निरर्थक कष्ट, काम करायला नकार द्यायचा, अशा मानसिकतेशी सारे कामगार येऊन पोहोचले होते. पण तेवढ्यात एक अवजड दगड पडल्याचा आवाज त्यांच्या कानावर पडला. या लोकांनी आत शिरण्यासाठी जो मार्ग खणून ठेवलेला होता, तिथून काही अंतर पुढच्या अंतर्भागातून हा चिरा निखळला होता.

आता जणू नियतीनेच आपल्या हातात फासे घेतले होते. त्यानंतर सारे जण पुन्हा उमेदीने, उत्साहाने कामास भिडले आणि मूळ प्रवेशद्वाराचा मार्ग लवकरच त्यांनी खणून, शोधून काढला. ग्रेट पिरॅमिड पुन्हा एकदा खुला झाला होता.

आता या छोट्या मार्गातून वर जाणं आणि छुपं दार शोधणं सोपं झालं होतं. दार अशा काही हुशारीनं दडवलं गेलं होतं, की बाहेरून ते कधीही सापडलंच नसतं. अनेक शतके त्या दाराचा वापरच न झाल्याने ते खूपच घट्ट होऊन बसलं होतं. ते दारही आज काळाच्या ओघात अदृश्य झालेलं आहे. मोठ्या भूकंपानंतर कैरोमध्ये जी लूटमार झाली, त्यात ते दार हरवलं. प्राचीन इजिप्तमधील लोकांनी उभारलेल्या गूढ वास्तूला शोभेसं प्रवेशद्वार होतं. ते दार म्हणजे स्वतःच बंद होणारी अशी मोठी दगडी झडप होती. बाह्य भागाला आच्छादून टाकणाऱ्या बांधकामात ते चपखल मिसळून गेलेलं होतं. प्रवेशाच्या मुखबिंदूजवळ ते दार घट्ट बसणारं असून एका घन, विशाल दगडानेच ते घडविलेलं होतं. ते एकदा लावून घेतलं, की बाह्य पृष्ठभागापासून वेगळं काढता येत नसे. ते दार उघडताच स्वतःच्या लांबीइतके गोल फिरून आतील पोकळ भाग दृष्टोत्पत्तीस आणत असे. दार उत्तम तोल सांभाळणारे होते आणि त्यास जो केंद्रबिंदू होता, त्याच्याखाली गुरुत्वबिंदूचे केंद्र होते. ते त्याचे अवजड वजन सांभाळेल अशी रचना केली गेली होती. एका बाजूला जोरदार धक्का मारून दुसऱ्या बाजूने जोरात खेचल्याशिवाय ते उघडले जात नसे. वरच्या बाजूने शक्तिमान खेच बसताच ते हलत असे. बाहेरच्या माणसाला

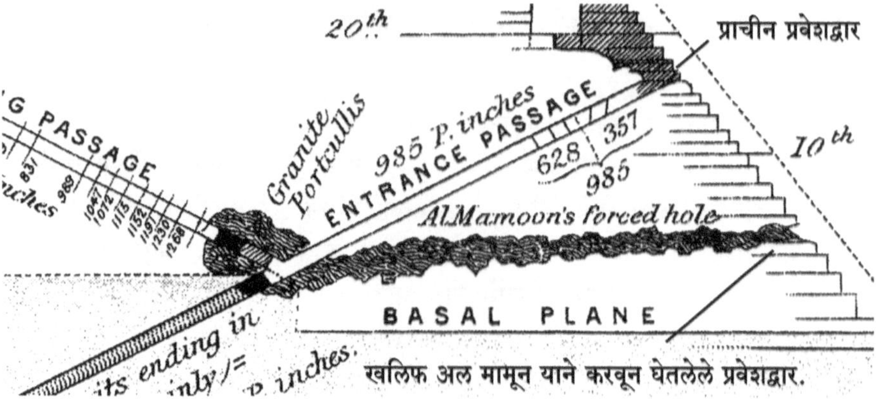

चित्र ३.४ प्राचीन प्रवेशद्वाराजवळ खलिफ अल मामून याने खणलेला बोगदा. पिएइझी स्माइथ

चित्र ३.५ ग्रेट पिरॅमिडचा उत्तर दिशेचा पृष्ठभाग
लेखकाने घेतलेले छायाचित्र
(शीर्षकसहित छायाचित्र)

धडपडत, रांगतच त्या पडवीच्या आत जावे लागत असे.

त्यानंतर केंद्रबिंदूकडे परत फिरणारी दगडी झडप बंद होऊन प्रवेशद्वार पुन्हा एकदा घट्ट होऊन जात असे.

पण एवढंच पुरेसं नव्हतं, की काय म्हणून एक अवजड लाकडी दारही पुढच्या मार्गास अडथळा करून उभे होते. हा एक अडथळा पार केल्यानंतर राजकक्षापर्यंत माणसाला पोहोचायला आणखी दहा दारं पार करून जावी लागत असत. यातील बहुतेक दरवाजे लाकडी होते. शिवाय आणखी एक सरकती, गुप्त अशी दगडी झडपही होती. परंतु आता मात्र यातील काहीही पाहावयास शिल्लक राहिलेले नाही.

*****

मूळ प्रवेशद्वाराच्या मार्गातून आत गेल्यानंतर, खलिफ अल मामूनच्या लोकांना लक्षात आलं, की त्यांच्या कष्टांना विराम मिळालेला नाही. एका विशाल अशा ग्रॅनाइटच्या शिळेपाशी येऊन तो छोटा मार्ग थांबूनच गेला होता. प्रवेशाचे मुख आणि मार्ग हे मध्येच थांबावे या उद्दिष्टाने त्यांची रचना केल्याचे भासत तर नव्हते, त्यामुळे समोरचा विकट असा ग्रॅनाइटचा अडसर कापून काढण्याचा त्यांनी प्रयत्न सुरू केला, परंतु त्यातही त्यांना अपयश आले. त्यांच्या हातात असलेली अवजारे त्या पाषाणाच्या आत शिरूच शकली नाहीत. पिरॅमिडचे बांधकाम करणाऱ्यांनी संपूर्ण इजिप्तमध्ये धुंडाळून हा विशिष्ट प्रकारचा पाषाण शोधून आणलेला असावा, असे स्पष्टपणे दिसत होते.

त्याला छेद देऊ पाहणाऱ्या या आक्रमकांच्या सुदैवाने त्या गडद ग्रॅनाइट पाषाणाच्या बाजूने जे सामान वापरले होते, ते पांढऱ्या चुनखडा प्रकारचे होते. त्यामुळे ते त्या मानाने मृदू होते आणि खणून काढायला बऱ्यापैकी सोपे होते. त्यामुळे कामगारांनी त्यावरच आपली मेहनत केंद्रित केली. ग्रॅनाइटच्या शिळेला एका बाजूने समांतर जाईल, असा बोगदा खणून काढला. काही फुटांपर्यंत कापून काढल्यावर ते त्या शिळेच्या दुसऱ्या टोकाशी आले, तेव्हा तिथून दुसरा छोटा मार्ग निघत असल्याचे, त्यांना दिसले. या दुसऱ्या छोट्या मार्गाचा प्रवेश त्या काळी अजस्र अशा ग्रॅनाइटच्या शिळेने जाणीवपूर्वक बंद केला होता, हे स्पष्टच होते. तो ग्रॅनाइटचा पाषाण आकाराने त्रिकोणी होता आणि त्याचे वजन कित्येक टन होते. प्रवेशद्वाराशी तो अगदी गच्चपणे बसून गेला होता.

जसा पुढचा मार्ग २६ अंशांच्या कोनात वरती जात होता, अगदी तसाच मुख्य दरवाजापासून पहिला मार्ग २६ अंशांच्या कोनात खाली जात होता. हा पुढचा मार्ग चार फुटांपेक्षा कमी उंची आणि जेमतेम तीन फुटांइतकी रुंदी असलेला होता. या खड्या गल्लीतून अल मामूनचे काही अधिकारी व कामगार सरपटत वर गेले. त्यांनी हातातील मशालींचा

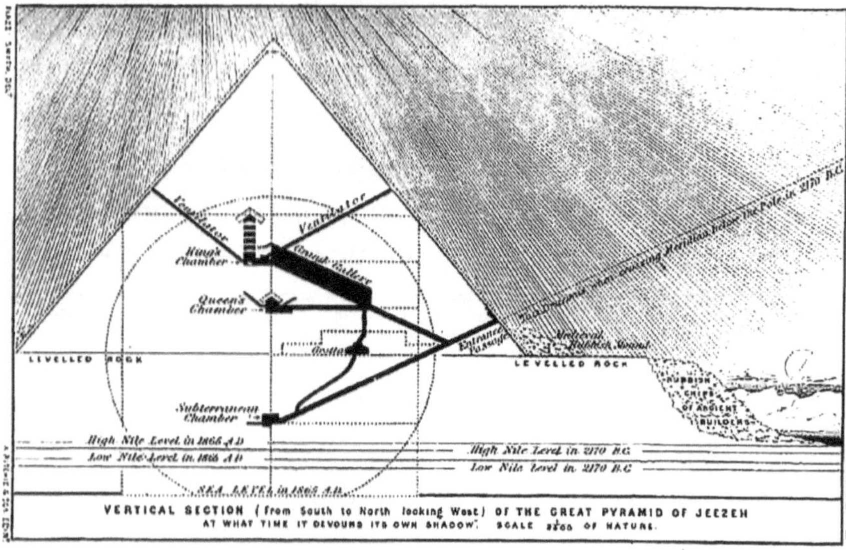

चित्र ३.६ ग्रेट पिरॅमिडच्या आतील सर्व ज्ञात मार्गांचे स्वरूप व छेद दाखवणारे चित्र.
चित्रकार पिएझ्झी स्माइथ

प्रकाश टाकून पाहिले तर त्यांना फक्त रिकाम्या भिंती दिसल्या. मात्र शेवटी ते एका अशा ठिकाणी येऊन पोहोचले, जिथे तो मार्ग आडव्या दिशेने जाण्यासाठी वळला होता. याच ठिकाणी वरच्या दिशेने जाणारी एक मोठी गल्लीची सुरुवात होत होती. या गल्लीची उंची सात पटीने जास्त होती. त्याचबरोबर येथून पिरॅमिडच्या खोल पोटात जाणारा, जणू खाणीतील विहिरीत जाणारा रस्ता असावा, तसा रस्ता खाली उतरत गेलेला होता.

त्या आडव्या रस्त्यावरून, जमिनीकडे मस्तक झुकवून, वाकून हे अनाहूत लोक आत शिरत गेले. यथावकाश ते एका प्रशस्त खोलीत येऊन पोहोचले, पण ती खोली पूर्णपणे रिकामी असल्याचे पाहून त्यांची मोठी निराशा झाली. खोलीच्या भिंती कोऱ्या होत्या. त्यावर चित्रलिपी नव्हती. पूर्वेच्या बाजूला असलेली खोबणी किंवा जागा पाहून आपल्या कष्टांचं चीज होईल असा खजिना कदाचित तिथं असावा, अशी एक अंधुक आशा त्यांच्या मनात उजळली. तिथं शिरण्यासाठी त्यांना एक चौथरा उभा करावा लागला. मग तिथल्या अरुंद गल्लीत शिरल्यावर सापाप्रमाणे सरपटत पुढे जाण्याशिवाय त्यांना पर्यायच नव्हता. पण अचानकपणे हा मार्ग पिरॅमिडच्या गाभ्यातील कठीण अशा चिरेबंदी भागाशी येऊन थांबला. नंतरच्या दिवसात या अंतिम स्थानाला त्यांनी जरा प्रशस्त तर केले, पण त्यांना जो काही खजिना तिथं गवसला, तो होता चुनखडा पाषाणांच्या ठोकळयांचा!

मागे परतण्याचा मार्ग धुंडाळत ते त्याच ठिकाणी पोहोचले, जिथे हा आडवा मार्ग सुरू

चित्र ३.७ लांब आणि खडी उतरती अशी विशाल वीथिका

झाला होता. याच ठिकाणी वरच्या दिशेने जाणारा लांब आणि विशाल असा पडवीसारखा मार्ग त्यांनी निरखून पाहिला. त्यालाच नंतर 'ग्रॅण्ड गॅलरी' (विशाल वीथिका) असे म्हटले जाऊ लागले. त्याला विशिष्ट प्रकारचा उतार असणारे आणि परस्परांना व्यापणाऱ्या अशा सात टप्प्यांचे छत होते. त्या वीथिकेकडे जाणारा मार्ग ज्या कोनात होता, अगदी त्याच अचूक कोनात या वीथिकेची जमीन वरच्या बाजूला जाणारी होती. तिथल्या गुळगुळीत, निसरड्या जमिनीवरून चढायला या लोकांनी सुरुवात केली. त्याच्या कडांना घोटीव ग्रॅनाइट पाषाणाच्या भिंती होत्या आणि त्या अखंडपणे १५० फूट इतक्या वरच्या दिशेने गेलेल्या होत्या. जमिनीच्या दोन्ही बाजूंवर ओळीनं जाणारी दगडी ठोकळ्यांची किनार होती.

वीथिकेच्या टोकाशी अचानक त्यांचा मार्ग एका उंच पायरीने अडविलेला त्यांना आढळला. ते यावर चढले आणि जमिनीच्या समपातळीला धरून एका अरुंद मार्गामध्ये शिरले. तिथून ते अंतर्गत कक्षामध्ये शिरले. काही पावलं अंतर चालून गेल्यावर, एका कठीण अशा वर-खाली करता येणाऱ्या लोखंडी दरवाजाखाली ते वाकले. मगच पिरॅमिडच्या अगदी हृदयस्थानी असलेल्या मोठ्या कक्षात त्यांना प्रवेश करता आला. हा कक्ष सर्व बाजूंनी समप्रमाणात होता. नंतरच्या काळात या जागेला 'राजकक्ष' आणि आधीच्या खोलीला 'राणीकक्ष' असे म्हटले जाऊ लागले. मात्र प्राचीन इजिप्तवासीयांनी हे शब्द कधीही वापरले नव्हते.

चौकोनी, गडद अशा ग्रॅनाइटच्या ठोकळ्यांनी राजकक्षाच्या भिंती घडविलेल्या होत्या. त्याच साधनसामग्रीने नऊ अजस्र अशा तुळयांनी छत घडविले होते. संपूर्ण पिरॅमिडमध्ये या तुळया म्हणजे सर्वांत विशाल दगड असल्याचे समजले जाते. एकेक तुळई सत्तर टनांची आहे. जमिनीच्या पातळीच्या २०० फूट उंचीवर, इतक्या अजस्र तुळया बांधकाम करणाऱ्यानी कशा चढविल्या असतील? आधुनिक काळातल्याप्रमाणे सामान वर चढविण्यासाठीची वाफेवर अथवा विद्युतशक्तीवर चालणारी यंत्रे नसताना

काम कसे झाले असेल, या प्रश्नावर आजच्या काळातील वास्तुविशारद वेगवेगळे सिद्धांत मांडतात, पण त्यांनाही ते कोडं सुटलेलं नाही.

खलिफ अल मामून आणि त्याची माणसं पुन्हा एकदा अतिशय निराश झाली. कारण, तिथं असलेल्या एका उघड्या व दगडी शवपेटिकेशिवाय, तो कक्ष पूर्णपणे रिकामा होता. त्या शवपेटिकेत फक्त अमाप धूळ साठलेली होती.

प्राचीन इजिप्तमधील लोकांनी या पिरॅमिडसारखे अतिविशाल, आश्चर्यजनक कब्रस्तान कोणत्याही हेतूशिवाय बांधले असेल, हा विचारच त्यांना अशक्यप्राय वाटला. त्यामुळे त्यांनी आवेशाने दगडी जमिनीचा काही भाग फोडला, खोलीच्या एका बाजूला बीळ खोदून पाहिले आणि छुप्या खजिन्याच्या तीव्र ओढीने त्यांनी त्या कठीण भिंतीमध्येही खणून पाहिले, पण त्यांचे सर्व प्रयत्न निष्फळ ठरले. एवढं करून अखेरीस त्या अनाहूत लोकांना प्राचीन बांधकाम करणाऱ्या लोकांची धूर्त चतुराई भग्न करता आली नाही. यथावकाश ते सारे थकून-भागून, तीव्र उद्वेगाने आणि प्रचंड निराश होऊन परत फिरले.

त्या लोकांच्या हातून दोन जागांचा शोध घेणं अद्याप शिल्लक होतंच! जो मूळ प्रवेश होता तिथल्या ओसरीतून खाली जाणारा मार्ग आणि खोल अरुंद असा खाणीतील विहिरीसारखा रस्ता त्यांनी शोधला नाही. पहिला मार्ग त्यांना लहानशा बोगद्याकडे नेणारा होता आणि त्यावरून वेगाने खाली उतरंड जात होती. तिथं पाय घसरायला खूपच वाव होता. कारण जवळ जवळ ३५० फूट एवढा खाली घसरणारा तो लहान मार्ग एका कठीण दगडातून कापून बनविलेला होता. एका कक्षात जाऊन तो मार्ग थांबत होता आणि हात वर केला तर छपराला पोहोचेल इतकी तिथली उंची कमी होती. तिथली दगडी जमीन अशी काही खडबडीत होती, की तिथून चालताना अक्षरशः वर-खाली करून चालावे लागत होते. या जागेला त्यांनी 'द पिट' - 'खड्डा' असं नाव दिलं. तिथं फक्त दगड-मातीचा ढीग आणि धूळ साठलेली होती. तिथून काही अंतरावरच्या बाजूस दगडातून कोरून काढलेली एक ओवरी होती, त्यात शिरण्यासाठी सापांप्रमाणे सरपटत, पोटावर सरकत त्यांना आत जावे लागले. इतकं सरपटत जावं लागलं, की चेहरा जमिनीपासून जेमतेम काही इंचांवर राहत होता. भूगर्भातील या बोगद्यातही काही नव्हते. कारण तो एका कठीण दगडी भिंतीजवळ येऊन अचानकपणे संपूनच गेला होता.

आता काय राहिलं तर फक्त खाणीतील विहिरीसारखा मार्ग. हा मार्ग पूर्णपणे खडा होता. त्यात जर का शोध घ्यायचा म्हटलं तर तिथल्या शाईसारख्या काळ्याकुट्ट खोलीत दोरांच्या साहाय्याने एकावेळी एकाच माणसाला उतरता येणं शक्य होतं. उतारावरून साठ फूट खाली गेल्यावर एक लहान खोली लागत होती. ही खोली म्हणजे त्या विहीरवजा

मार्गाचाच जरा रुंदावलेला भाग होता. खोलीतून मार्ग पुन्हा खोल खोल जात होता - जणू अनंत अशा खाईतच तो जातो आहे, असे भासत होते. खोल विहिरीसारखं ते सारं दिसत होतं. इथं मात्र त्या शोधक गटानं थांबायचं ठरवलं. तिथला शोध त्यांनी कधीच पूर्ण केला नाही.

एकंदरीत काय, तर पिरॅमिडमध्ये सर्वत्र खजिन्याचा खच पडला असेल, अशी जी त्यांची कल्पना होती, ती फोल ठरली.

अशा प्रकारे ग्रेट पिरॅमिड पुन्हा एकदा उघडायचा, जो मोठा प्रयत्न, जी मोहीम खलिफ अल मामून याने हाती घेतली होती, ती संपुष्टात आला. आजचे विद्वान अरब इतिहासकार या घटनेच्या अनेक वेगवेगळ्या आवृत्त्या सांगतील. मात्र इथे मांडलेल्या गोष्टी खऱ्या व अधिकृत वस्तुस्थिती आहेत.

*****

हारून अल रशीदच्या मुलाने पिरॅमिडच्या उत्तरेकडील बाजूने खणून एक बीळ तयार केले. या घटनेनंतर पिरॅमिडच्या छिन्न-भिन्न मस्तकावरून कित्येक शतके उलटून गेली. लवकरच अंधश्रद्धा व भयाच्या विळख्यात पिरॅमिडला गुंफणाऱ्या दंतकथा विणल्या गेल्या. पिरॅमिडचा भोवताल भुताखेतांच्या भयात गुरफटला. त्यामुळे अरब लोक कुष्ठरोगी माणसांना जसं दूर ठेवत, तसं पिरॅमिडच्या अंतरंगाचा विषय ते दूर ठेवू लागले. अगदी काही मोजक्या साहसी लोकांनी पिरॅमिडच्या गाभ्याचा आणि खोलीचा शोध घ्यायचा प्रयत्न केला. बहुतांश काळ तेथील गडद मार्ग आणि रिकामे कक्ष राजेपणाला शोभेशा मौनात राहिले. अठराव्या शतकाच्या उत्तरार्धापर्यंत ही परिस्थिती तशीच राहिली. नंतर मात्र भावनाहीन, वस्तुस्थितीला धरून राहणारे, अंधश्रद्धांना थारा न देणारे युरोपीय लोक पिरॅमिडच्या भोवतालची वाळू धुंडाळू लागले. ग्रेट पिरॅमिडच्या प्राचीन वास्तूत पुन्हा एकदा छिन्नी व हातोडीचा नाद घुमू लागला.

हिज ब्रिटॅनिक मॅजेस्टी म्हणजे इंग्लंडच्या राजांचे अल्गीयर्सचे राजदूत असलेल्या उद्योगी स्वभावाच्या नथानिएल डॅव्हिसन यांनी सन १७६०मध्ये दीर्घकाळची सुट्टी घेतली आणि ते इजिप्तमध्ये गेले. ग्रेट पिरॅमिडकडे ते चिंतक नजरेने टक लावून पाहत राहिले. त्यांना ठाऊक होते, की इजिप्तवासीय लोक त्यांच्यातील नामांकित व्यक्तीच्या मृतदेहासह काही विशिष्ट प्रमाणात रत्न व जवाहिर ठेवतातच. पिरॅमिड म्हणजे फक्त अतिविशाल कब्रस्तानची भूमी आहे, हे देखील त्यांना ठाऊक होते.

राजकक्षाजवळ जो उघडा दरवाजाचा मार्ग होता, तिथं जोरात ओरडल्यावर प्रत्येक वेळी एकापेक्षा जास्त वेळा प्रतिध्वनी येतो, ही कुतूहलकारक बाब नथानिएल यांना

आढळून आली. त्यांना योग्यपणे जाणवलं, की त्या अनलंकृत कक्षाच्या मागे आणखी एक खोली नक्की असेल. लिननच्या कापडात गुंडाळलेली एखादी ममी–मृतदेह रत्नांसह तिथं असण्याची अंधुक शक्यता त्यांना वाटली……

काही कामगारांना गोळा करून त्यांनी कामास आरंभ केला. कित्येक शतकांपूर्वी अल मामूनच्या लोकांनी राजकक्षाची भूमी धुंडाळण्याचा निष्फळ प्रयत्न करून पाहिला होता. डेव्हिसन यांना जाणवलेला स्वतःच्या आवाजाचा प्रतिध्वनी डोक्याच्या वरच्या भागातून येतो आहे, असे वाटत होते. त्यामुळे त्यांनी आपले लक्ष छताकडे केंद्रित केले. त्या कक्षाचा आणि त्याला जोडल्या गेलेल्या ओवऱ्यांचा काळजीपूर्वक अभ्यास त्यांनी केला. तेव्हा विशाल वीथिकेच्या पूर्वेकडील भिंतीतून छताकडे जायचा मार्ग अधिक सुकर असू शकतो, असे त्यांच्या लक्षात आले. तिथं असलेल्या अन्य कोणत्याही कक्षाजवळून वर जाणं हे सोपं ठरू शकत होतं. तेथील जागेची नीट पाहणी करण्याकरिता डेव्हिसन यांनी एक शिडी मागवून घेतली. वर चढून पाहिल्यावर, तिथे आधीच एक दरवाजा असल्याचे पाहून त्यांना मोठे आश्चर्य वाटले. मग त्या दारातून ते रांगतच आत शिरले.

तिथं वर वीस फूट लांब अशी एक खोली होती. ती राजकक्षाच्या अगदी बरोबर वर होती. तिचं छत इतकं खाली होतं, की डेव्हिसन यांना आकर्षून घेणाऱ्या खजिन्याचा शोध घेण्यासाठी गुडघे टेकून रांगत जावं लागलं. ती खोली पूर्णपणे रिकामी होती!

डेव्हिसन अल्गीयर्सला परत फिरले. त्यांच्या हाती तर काहीच लागले नव्हते, परंतु त्यांनी जो नवीन कक्ष शोधून काढला होता, त्याला उत्तरकाळातील पुरातत्त्वविद्येच्या अभ्यासकांनी डेव्हिसन यांचे नाव देऊन, त्यांचा समस्यात्मक सन्मान मात्र केला.

एकोणिसाव्या शतकाच्या पूर्वार्धात, डेव्हिसन यांच्यानंतर पिरॅमिडचा शोध घेतला तो एका अनोख्या, अपरिचित उत्खननतज्ज्ञाने. हा तज्ज्ञ स्वप्नाळू होता, गूढवादी होता आणि पुरातत्त्वविद्येचा जाणकारही होता. तो इटलीचा नागरिक होता आणि त्याचं नाव होतं कॅप्टन कॅव्हिग्लिया. त्यानं ग्रेट पिरॅमिडच्या अभ्यासात प्रचंड वेळ खर्ची केला असल्याने, तो स्वतःला, 'टाउट–ए–फेत पिरामिदाल' असं संबोधू लागला. इजिप्तच्या भेटीवर आलेल्या लॉर्ड लिंडसे यांची त्याच्याशी भेट झाली. लिंडसे यांनी इंग्लंडमधील आपल्या घरी पाठवलेल्या पत्रात म्हटले,

'कॅव्हिग्लियाने मला सांगितले, की त्याने जादूविद्या, प्राण्यांचे वशीकरण इत्यादी विषयांचा खूप अभ्यास केला होता. या गोष्टींच्या प्रयोगादरम्यान एकदा त्याच्या जीवावरही बेतलं होतं. परंतु केवळ त्याच्या विशुद्ध हेतूंमुळे तो वाचला… त्याच्या कल्पना मोठ्या चमत्कारिक व अलौकिक होत्या. मृतात्म्यांशी संपर्क साधणे फार

धोकादायक असते, असं तो म्हणत असतो.'

पुरातत्त्वविद्येच्या आपल्या कामादरम्यान, डेव्हिसनने शोधलेल्या खोलीत, कॅव्हिग्लिया खरोखर काही काळ राहिला. शिवाय ती भकास खोली त्यानं निवासी कक्षात परिणत केली!

कॅव्हिग्लियाने आपले काम ग्रेट पिरॅमिडपुरते मर्यादित ठेवले नाही. त्याने दुसऱ्या आणि तिसऱ्या पिरॅमिडमध्येही शोध लावले. दुसरा व तिसरा पिरॅमिड व स्फिंक्स यांच्यामधील असलेली दफनभूमी त्यानं शोधून काढली. त्याचप्रमाणे प्राचीन इजिप्तमधील काही रंजक शवपेटिका व छोटे अवशेष प्रकाशात आणले.

त्यानंतरच्या काळाच्या ओघात अनपेक्षितपणे एका सुंदर तरुण स्त्रीचा इंग्लंडची राणी व्हिक्टोरिया म्हणून राज्याभिषेक झाला. त्या काळात विधात्याने इजिप्तला एक ब्रिटिश अधिकारी पाठवला. तो खराखुरा इंग्रज सभ्य गृहस्थ होता. ब्रिटिश संग्रहालयाचा श्रीमंत असा आश्रयदाता होता. त्याचप्रमाणे राजबिंडे उमदेपण ज्याच्या व्यक्तिमत्त्वात होते असा तो अधिकारी होता. त्याचं नाव कर्नल हॉवर्ड वायस असे होते. तीनही पिरॅमिड आणि त्यांच्या सभोवतालच्या भागामध्ये प्रदीर्घ अशा उत्खननकार्यासाठी त्याने हजारो कामगार नेमले. खलिफ अल मामूनच्या काळानंतर हजार वर्षे उलटून गेल्यानंतर एवढे मोठे उत्खननकार्य सुरू झाले होते. त्याने काही काळ कॅव्हिग्लियाची मदत घेतली. परंतु जातिवंत इटलीचा नागरिक आणि पूर्णपणे पारंपरिक स्वभावाचा इंग्रज अशा त्या दोघांचे स्वभाव जुळले नाहीत. यथावकाश त्यांच्या कामांचे मार्ग वेगळे झाले.

कर्नल वायस याने स्वतःकडील १०,००० पाउंड एवढा पैसा इजिप्तमधील उत्खननकार्यामध्ये ओतला. प्रत्यक्षात ज्या ज्या वस्तू मिळाल्या, त्या ब्रिटिश संग्रहालयाकडे सुपूर्द केल्या. रंजक अवशेष भरलेली खोली सागरी मार्गाने इंग्लंडकडे रवाना झाली. परंतु त्याचा जो सर्वांत अनोखा शोध होता तो मागे, इजिप्तमध्येच राहिला. ग्रेट पिरॅमिडमध्ये, डेव्हिसन कक्षाच्या लगेच वरच्या बाजूला उंचावर चार खोल्यांचा शोध त्याला लागला. अर्थात त्या कामात काही अडचणी आणि धोके अवश्य आले. वायसच्या कामगारांनी जेव्हा चिरेबंदी कठीण भागातून वर जाणारा असा एक छोटा मार्ग उत्खनित केला, तेव्हा कामात तीस फूट खाली कोसळण्याचा धोकाही समोर होता. वरच्या त्या खोल्या, पहिल्या खोलीप्रमाणेच फार बुटक्या आणि संकुचित अशा होत्या. शिवाय त्या खोल्याही रिकाम्या आणि धुळीनं भरलेल्या होत्या.

चुनखडा दगडाची जी सर्वांत वरच्या खोलीची उतरती तुळई होती, तिच्या चांदई असलेल्या त्रिकोणी छताचा शोध लावल्यावर व अभ्यास केल्यावर, खालच्या एकंदर

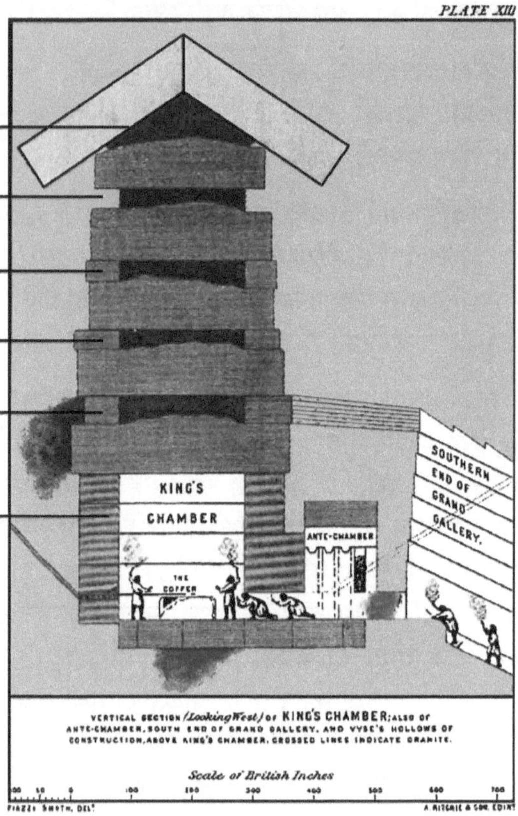

चित्र. ३.८ राजकक्षाचा छेद दाखवणारे रेखाचित्र. पिएझ्झी स्माइथ याने दिलेल्या शीर्षकांसह.

पाचही खोल्यांच्या मालिकेचा हेतू स्पष्ट झाला. पिरॅमिडच्या बाहेर कठीण अशा हजारो अवजड पाषाणांचे जे चिरेबंदी बांधकाम होते, त्याचे प्रचंड ओझे व ताण यथावकाश आतील राजकक्षावर येणार होता. तो ताण कमी व्हावा आणि त्याचे ओझे जरा विभागले जावे, याकरिता त्या खोल्या बांधल्या गेल्या होत्या. त्यामुळे राजकक्षामधील जमिनीवर चिरे निखळण्याचा धोका दूर झाला. कारण तिथे जर भूकंप झाला असता किंवा पिरॅमिडची वास्तू दुभंगली गेली असती तर असं काही होण्याची शक्यता त्यात गृहीत धरली होती. भूकंपाचे धक्के सोसण्यासाठी असे जे प्रतिरोधक टप्पे बनवले गेले होते, ते वास्तुरचनेच्या दृष्टीने कौतुकास्पद होते. या टप्प्यांमुळे दगडांचा प्रचंड डोलारा कोसळून राजकक्ष चिरडून जायचा धोका रोखला गेला होता. पिरॅमिडच्या रचनेस हजारो वर्षे उलटून गेली होती, तरी स्थापत्य व वास्तुरचनेच्या योजनेतील उत्कृष्टता आणि कौशल्य हे निर्विवादपणे सिद्ध झाले होते.

वायसला एक अनोखी गोष्ट सापडली, ती म्हणजे पिरॅमिडच्या आतील भागात असलेली पहिली आणि एकमेव अशी हायरोग्लिफची, चित्रलिपीची मालिका. कारण

पिरॅमिडच्या बाह्य पृष्ठभागावर असलेले अभिलेखाचे पाषाणचिरे तर कधीच उपसून काढून नेले होते. पाच खोल्या बांधताना तेथील दगडांवर खाणकामगारांनी केलेल्या ज्या खुणा होत्या, त्या खुणांमध्ये 'खुफू,' 'खनुम खुफू' आणि 'खनुम' अशा तीन राजांची नावे लंबगोलाकार चित्रात लिपिबद्ध केलेली होती. ही नावे अभिलेखित नव्हती तर प्राचीन इजिप्तमध्ये साधारणपणे राजमिस्त्री लोक खुणांसाठी जो लाल रंग वापरत असत, त्या रंगाने लिहिलेली होती.

इजिप्तविद्येचे तज्ज्ञ लोक 'खनुम' या नावाबद्दल बरेच विचार मांडतात. कारण या नावाचा एकही इजिप्तचा राजा त्यांच्या ऐकिवात नाही. या नावाच्या अस्तित्वाबद्दल त्यांना काहीही सुयोग्य स्पष्टीकरण देता आलेले नाही. परंतु खुफू हा चौथ्या राजवंशातील फॅरो होता आणि दुर्दैवाने उत्तरकालीन ग्रीक इतिहासकारांनी त्याला क्रिऑप्स असे नाव चिकटवले. वायसच्या या शोधानंतर अखेरीस पिरॅमिडच्या बांधकामाचा काळ मात्र त्या अभ्यासकांसाठी निश्चित झाला. अन्य कोणी नव्हे तर खुफूने हा पिरॅमिड उभा केला होता.

परंतु, या पिरॅमिडमध्ये खुफूचा मृतदेह म्हणजे ममी मात्र कुठेही आणि कधीही सापडली नाही.

४

ग्रेट पिरॅमिडमधील एक रात्र

कैरो शहरातील पेंगुळलेल्या मांजरांनी त्यांचे हिरवे डोळे उघडले. अपूर्व पद्धतीने जांभई दिली आणि डौलदारपणे आपले मृदू पंजे शक्य तेवढे ताणून दिले. संध्याकाळ होऊ लागली होती. तिच्या आगमनाबरोबर त्यांच्या जीवनातील खऱ्या महत्त्वाच्या गोष्टींनाही आरंभ झाला. त्यात मैत्रीपूर्ण संभाषण होतं, अन्न शोधणं होतं, उंदरांचा पाठलाग होता, खुल्या मारामाऱ्या होत्या आणि प्रणयाराधनही होतं. सायंकाळच्या आगमनासह मी देखील माझ्या जीवनातील एका सर्वांत चमत्कारिक अशा कृतीला आरंभ करणार होतो, तथापि ही कृती मौन होती.

ग्रेट पिरॅमिडमधील राजकक्षात एक संपूर्ण रात्र, बारा तास थांबायचं आणि जागृत, दक्ष राहून बसून राहायचं, असा एक उपक्रम मी स्वतःसमोर ठेवला होता. आफ्रिकेतील जगतावर हलके हलके अंधाराचं पांघरूण पसरू लागताच इकडे मी या कामास सुरुवात केली. अखेर, आपल्या पृथ्वीच्या पाठीवर बांधल्या गेलेल्या सर्वांत अनोख्या वास्तूमध्ये मी राहणार होतो तर!

अर्थात हे काम पार पाडणं तितकंसं सोपं मुळीच नव्हतं. लोक पर्यटक म्हणून ग्रेट पिरॅमिडला नेहमी भेट देऊ शकत असले तरी, ती वास्तू काही सार्वजनिक मालमत्ता नव्हती. इजिप्त सरकारचा तिच्यावर हक्क होता. एखाद्या परक्या व्यक्तीच्या घरात शिरून, तेथील सर्वांत उत्तम अशा शयनकक्षात रात्र घालवावी तसंच काम होतं हे! पिरॅमिडच्या आत मनाला येईल तेव्हा चालत जाऊन, तेथील एखाद्या खोलीत अशा पद्धतीने रात्र घालवणं, हा विचार तसा भलताच होता.

चित्र ४.१ स्फिंक्सचं खरंखुरं मंदिर असलेला द ग्रेट पिरॅमिड. लेखकाच्या संग्रहातून

प्राचीन-पुरातत्त्ववस्तुखात्याकडून पाच पिएस्टर्स मोजून तिकीट घेतल्यानंतर आपल्याला दर वेळी पिरॅमिडच्या आतील भाग पाहता येतो. म्हणून मग मी पुरातत्त्ववस्तुखात्याच्या कार्यालयात गेलो आणि ग्रेट पिरॅमिडच्या आत एक रात्र थांबायची परवानगी मोठ्या आशेनं मागितली. हे ऐकताच, मी जणू चंद्रावर जायची परवानगी मागितली आहे की काय, असं वाटावं, अशा पद्धतीने, तेथील अधिकारी जणू अर्धचेतनावस्थेतच गेला.

मी जी विनंती केली होती तिच्यामागील कारणमीमांसा थोडक्यात स्पष्ट केली आणि त्याचवेळी क्षमाही मागितली. माझं बोलणं ऐकल्यावर त्या अधिकाऱ्याच्या चेहऱ्यावरील आश्चर्याचे भाव नष्ट होऊन, मजेदार भाव तरळू लागले. त्यानं स्मितहास्य केलं. मी एखाद्या संस्थेतर्फे आलेला आणि पिरॅमिडच्या आत जाण्यासाठी अगदी सुयोग्य असा सदस्य आहे की काय, असं मला वाटू लागलं. पण अखेर तो म्हणाला,

"अशी विनंती आजपर्यंत माझ्यासमोर कोणी केली नव्हती, परंतु ती परवानगी देण्याचा हक्क माझ्या हातात नाही, असं मला वाटतं."

त्याने मला त्याच खात्यातील आणखी एका वरिष्ठ अधिकाऱ्याकडे पाठवून दिले. तिथेसुद्धा आधीच्या कनिष्ठ अधिकाऱ्याच्या खोलीत घडलेल्या विनोदी प्रसंगाचीच पुनरावृत्ती घडली. माझ्यातील आशावाद आता जरा नाहीसा होऊ लागला होता.

या दुसऱ्या अधिकाऱ्याने मृदुस्वरात पण ठामपणे "अशक्य!" असे सांगितले. त्याच्यासमोर एखादा अर्धवट माणूस बसलेला असल्याप्रमाणे त्याने प्रतिसाद दिला. "मला माफ करा, पण असं पूर्वी काही घडलेलं नाही-" असं म्हणत असताना त्याने खांदे उडवले. आणि त्याचे ठाम शब्द रेंगाळत माझ्या कानावर पडले.

मी आता त्याच्या खोलीबाहेर पडावं असं सूचक पद्धतीने सांगत, तो खुर्चीतून उठला.

माझ्या व्यक्तिमत्त्वातील पूर्वीचे पत्रकारितेचे आणि संपादकीय प्रशिक्षण काही वर्षं जरी सुप्तावस्थेत गेले असले तरी आताच्या क्षणी ते बंड करून जागे होत कृतिशील झाले. मी त्याच्याशी जरा वादविवाद करायला सुरुवात केली. विविध पद्धतीने माझी विनंती त्याच्या गळी उतरवायचा प्रयत्न करू लागलो. मग त्याच्या खोलीत चांगलाच ठिय्या देऊन बसलो. माझ्या विनंतीचा विषय पुरातत्त्वखात्याच्या अखत्यारीत येत नाही, असं शेवटी सांगून त्यानं माझा पिच्छा सोडवायचा प्रयत्न केला.

मग हा विषय कुणाच्या अखत्यारीत येतो, असं मी त्याला विचारलं, तेव्हा त्याला त्याबद्दल विशेष माहिती नव्हती, पण मी पोलिसांकडे अर्ज देऊन विनंती केली तर बरं, असं त्याचं म्हणणं पडलं.

माझी विनंती फारच विक्षिप्त आहे आणि त्यामुळे माझ्यावर वेडेपणाचा शिक्का बसायला वेळ लागणार नाही हे आता मलाही जाणवू लागले होते, परंतु ती इच्छा मी त्यागूदेखील शकत नव्हतो. आता तर आपली कृती वास्तवात उतरलीच पाहिजे, असा माझा हट्ट ठाम होऊ लागला होता.

पोलिस स्थानकात मला 'अनुमती विभाग' आढळून आला. पिरॅमिडमध्ये एक रात्र व्यतीत करण्याची अनुमती मिळावी म्हणून मी तिसऱ्यांदा विनंती केली. तेथील अधिकाऱ्याला मला काय उत्तर द्यावं, हे कळेना. म्हणून त्यानं त्याच्या मुख्य अधिकाऱ्याकडे मला पाठविले. आता प्रस्तुत विनंतीवर विचार करण्यासाठी त्याला थोडा वेळ हवा होता. मी दुसऱ्या दिवशी पुन्हा जेव्हा त्याच्याकडे गेलो, तेव्हा त्याने मला पुरातत्त्व खात्याच्या विभागाकडे जायला सांगितले.

आपला हेतू कधी साध्य होणारच नाही, अशा क्षणिक उदास मनोवस्थेत मी घरी परत गेलो.

परंतु 'संकटं ही त्यांच्यावर मात करण्यासाठीच आपल्या पुढे उभी ठाकत असतात', ही म्हण मला आठवली. हे वचन किंवा म्हण फार वापरून घासून गुळगुळीत झालेली असली तरी, तिच्या शब्दांत दडलेलं सत्य तर कमी होत नाही. कैरो शहरातील पोलिसांचे

जे कमाण्डण्ट (प्रमुख) होते, हे सौहार्दाने वागणारे होते. म्हणून त्यांची भेट घ्यायचं मी ठरवलं. त्यांचं नाव होतं अल लेवा रसेल पाचा. त्यांच्या भेटीनंतर मी त्यांच्या खोलीतून बाहेर पडताना लेखी अनुमतीपत्र घेऊनच बाहेर पडलो. ज्या भागात पिरॅमिड स्थित होता, त्या भागातील पोलिसांनी माझा उपक्रम यशस्वी व्हावा म्हणून सर्व साहाय्य करावं, असे त्या पत्रात नमूद केले होते.

मग, एके दिवशी संध्याकाळ व्हायच्या जरा आधीच मी, मेना पोलिस स्थानकाचे प्रमुख असलेल्या मेजर मॅकर्से यांना जाऊन भेटलो. मला हातात एक वही दिली गेली, त्यात मी सही केली. दुसऱ्या दिवसापर्यंत माझ्या सुरक्षिततेची जबाबदारी तेथील स्थानिक पोलिस गटावर होती. पिरॅमिडपर्यंत माझ्याबरोबर त्या स्थानकातील एका कॉन्स्टेबलला जायला सांगितलं गेलं. पिरॅमिडच्या वास्तूबाहेर जो सशस्त्र पोलिस पहाऱ्यासाठी उभा असे, त्याला सर्व सूचना दिल्या गेल्या.

मेजर मॅकर्से यांनी माझ्याशी हस्तांदोलन करीत मजेने म्हटले, ''संपूर्ण रात्रभर तुम्हाला एकट्याला पिरॅमिडच्या आत राहण्याची परवानगी देऊन आम्ही मोठा धोका तर पत्करत नाही ना? तुम्ही पिरॅमिड उडवून तर देणार नाही ना?''

''छे छे. मी तुम्हाला वचन देतो, की मी तसे काही करणार नाही. त्याचबरोबर हे सुद्धा वचन देतो, पिरॅमिडला घेऊन मी कुठे पळूनदेखील जाणार नाही.''

मेजरसाहेब पुढे म्हणाले, ''मला माफ करा पण, तुम्ही आत गेल्यावर तुम्हाला बंद करून ठेवावं लागेल. पिरॅमिडचे प्रवेशद्वार आम्ही दररोज संध्याकाळी लोखंडी जाळीच्या दाराने बंद करतो. त्यामुळे तुम्ही आत बारा तास बंदी असाल.''

''फार छान! आजच्या दिवशी तरी मला अशा तुरुंगवासापेक्षा अन्य कोणतेही निवासस्थान नको आहे.''

*****

पिरॅमिडकडे जाणाऱ्या मार्गावर लेबेक वृक्षांची छाया आहे. तुरळक प्रमाणात रस्त्याच्या बाजूला घरं आहेत. अंतिमतः पिरॅमिड ज्या पठारावर स्थित आहेत, तिकडे हळुहळू गोल वळत जाऊन खड्या चढणीसारखा रस्ता होऊन जातो. मी गाडीने वर चाललो होतो, तेव्हा रस्त्यामध्ये माझ्या मनात विचार डोकावला, की गेली कित्येक शतके अनेक प्रवासी याच मार्गाने येऊन गेलेले आहेत, पण मी जसा उपक्रम हाती घेतला आहे, तसा हेतू घेऊन येणारे मोजकेच असतील.

आता नाईल नदीच्या पश्चिम किनाऱ्यासमोर असलेल्या लहानशा टेकडीवर मी

चढलो. आफ्रिकेच्या उत्तर भागावर मौन पाळून पहारा देत असणारा ग्रेट पिरॅमिड आणि त्याचा सुहृद असलेला स्फिंक्स तिथे होते.

वाळू आणि दगडमिश्रित मार्गावरून मी समोर चालत गेलो, तेव्हा ते विशाल स्मारक मोठं मोठं होत माझ्यासमोर उभं ठाकलं. जगाला आज ज्ञात असणाऱ्या सर्वांत प्राचीन अशा वास्तूला झाकून टाकणाऱ्या त्या उतरत्या त्रिकोणी बाजूंकडे आणि पायापासून शिखरापर्यंत सावकाशपणे निमुळत्या होत गेलेल्या पाषाणांच्या अजस्र चिऱ्यांकडे मी पुन्हा एकदा दृष्टिक्षेप टाकला. ही वास्तू अतीव साधी आहे, तिच्यात अलंकरणाचा एकही कण नाही. सर्व सरळ रेघांमधील आखीवपणात कुठेही वळणं वा गोलाई नाही– अशा अनोख्या पैलूंमुळे या वास्तुशिल्पाच्या निर्मितीतील अजस्र अशा डौलदारपणाला कुठेही बाधा येत नाही.

खलिफ अल मामूनच्या लोकांनी या मूक पिरॅमिडवर जे आ वासलेल्या छिद्रासारखे दार खोदून ठेवले होते, त्या दारातून मी आत शिरलो. त्या अतिविशाल वास्तूच्या अंतरंगात शोध घ्यायला सुरुवात केली. अर्थात मी काही इथं पहिल्यांदा आलेलो नव्हतो, हे खरं असलं तरी, आज जी चमत्कारिक इच्छा घेऊन मी पुन्हा एकदा इजिप्तमध्ये आलो होतो, ते मात्र पहिल्यांदाच घडत होतं. काही अंतर चालून गेल्यावर, या आडव्या गल्लीच्या टोकाशी मी येऊन पोहोचलो. मग पिरॅमिडच्या मूळ प्रवेशद्वारातून जाणारा मार्ग सुरू झाला व माझ्या मार्गाची दिशा बदलली.

मग, हातात विजेरी घेऊन, डोकं जवळपास गुडघ्यांच्या जवळ जाईल इतकं खाली वाकवून, त्या लांबलचक, खोल, उतरत्या, अरुंद आणि निसरड्या गल्लीतून मी खाली उतरत गेलो. त्या वेळची चमत्कारिक शरीरावस्था फारच असुविधाजनक होती. तिथल्या दगडी जमिनीची घसरण इतकी होती, की खाली उतरताना माझा वेग वाढणं किंवा घसरगुंडी होणं क्रमप्राप्तच होतं.

राजकक्षाकडे जाण्यापूर्वी पिरॅमिडच्या खालील भागाचा अभ्यास करावा असं मला वाटत होतं. आधुनिक काळात, सर्वसामान्य नागरिकांना त्या निराशाजनक आणि श्वास कोंडणाऱ्या भागात प्रवेश करता येऊ नये म्हणून तिथं लोखंडी गजांचं उचलता येणारं दार ठेवून प्रवेश बंद केला गेला होता. 'फॅसिलिस डिसेन्सस अॅव्हर्नो' हा प्राचीन लॅटिन वाक्प्रचार मला आठवला, ('पतन होऊन नरकात जाणे सोपे असते'– असा त्याचा अर्थ होतो), परंतु आताच्या क्षणी त्या शब्दांमध्ये जणू कठोर उपहास भरलेला आहे, असं जाणवलं. ज्या पाषाणातून तो रस्ता कोरून काढलेला होता, तो कातीव दगड वगळता अन्य काहीही मला विजेरीच्या पिवळ्या प्रकाशरेखेत दिसत नव्हतं. नंतर, बऱ्याच वेळाने मला उजव्या बाजूला विसाव्यासाठी थोडी जागा मिळाली. तत्क्षणी घसरून मी त्या सापटीत गेलो आणि काही क्षण का होईना, माझं शरीर छान ताणून द्यायची ती संधी मी घेतली. ती जागा म्हणजे अन्य

काही नसून, ज्याला विहीर असं म्हटलं जायचं, त्या लांबोळक्या खड्या मार्गाचे खालचे टोक होते. वर जाणारा ओसरीवजा मार्ग आणि विशाल वीथिका यांच्या एकत्रित येणाऱ्या जागेपासून या विहिरीचा मार्ग सरळ खाली उतरत होता. त्या लांबोळक्या जागेला जुनं नावच अद्याप चिकटून आहे. कारण जवळ जवळ दोन हजार वर्षं असं समजलं जात होतं, की त्या विहिरीच्या तळाशी पाणी असणार. कॅप्टन कॅव्हिग्लियाने तळाशी साठलेला राडारोडा काढला आणि जागा स्वच्छ केली, तेव्हा ती जागा खडखडीत कोरडी असल्याचं लक्षात आलं.

मी मगाशी जो अरुंद मार्ग सोडला होता, त्याच्यापेक्षाही हा विहिरीचा मार्ग अरुंद होता, अनाकर्षक होता. तसंच कठीण पाषाण नुसता आ वासल्यासारखा उघडल्याप्रमाणे ओबडधोबडपणे कापून-कोरून काढलेला होता. त्या रस्त्याच्या दोन्ही बाजूंना समांतर अशा लहान लहान खाचा दगडात कोरलेल्या माझ्या लक्षात आल्या. तिथली जी धोकादायक चढण होती, त्यात हात आणि पाय जरा रोवून आधार घेण्यासाठी त्या खाचा बऱ्या वाटल्या.

तो लहान मार्ग अनियमितपणे आणि अवघडपणे बऱ्यापैकी वर गेलेला होता. वाडग्याच्या आकाराप्रमाणे दगड कोरून बनवलेल्या एका खोलीत तो मार्ग जाऊन पोहोचला. या खोलीला आता 'ग्रोटो' – म्हणजे गुंफा – असं म्हटलं जातं. ज्या दगडी पठारावर पिरॅमिड बांधला गेला होता, त्या पठाराचा स्तर या खोलीमुळे कळत होता. दगडामध्ये नैसर्गिकरीत्या जो खळगा तयार झालेला होता, त्यातच ही गुंफा बनवली गेली होती. त्यानंतर चिरेबंदी बांधकाम करून विहीर खोदली गेली असणार. वरच्या जमिनीवर जसे दगडी चिरे बनवून मग रस्ता बनवला गेला, तसं इथलं काम नव्हतं. विहिरीचा परीघ आता रुंदावला होता. त्यामुळे आधीच्या त्या गुंफेजवळच्या अरुंद भागातील रस्त्यानं जी चढण होती, त्यापेक्षा इथे जास्त अवघड बनली होती.

लांबोळक्या रस्त्याचं मुख तयार करणाऱ्या त्या तुटक्या आणि कठीण द्वारातून एकदाचा मी बाहेर आलो, तेव्हा विशाल वीथिकेच्या वायव्य कोपऱ्यात मी येऊन पोहोचल्याचं मला आढळलं.

पिरॅमिडच्या आतील भागात हा रस्ता कशासाठी आणि केव्हा बरं कोरला गेला असावा? हा प्रश्न आपसूकपणे माझ्या मनात रेंगाळला आणि त्यावर जसा विचार करू लागलो, तसं एक उत्तर माझ्या मनात चमकलं. वरच्या खोल्या आणि विशाल वीथिका यांचा प्रवेश बंद करून, जणू पिरॅमिडच्या इतिहासाच्या युगाचं दारच प्राचीन इजिप्तच्या लोकांनी बंद करून टाकलं. त्यासाठी ग्रॅनाइट पाषाणाचे भयकारक आकाराचे तीन अवरोधक बसवून टाकले. त्या लोकांना काम झाल्यावर बाहेर पडण्यासाठी मार्ग तयार करणं गरजेचं होतं. अन्यथा त्यांना कधीही पिरॅमिडच्या बाहेर पडता आलं नसतं.

माझ्या स्वतःच्या संशोधनावरून मला ठाऊक होतं, की खाणीतील विहिरीसारखा रस्ता आणि गुंफा, पिरॅमिडच्या बांधकामाच्या वेळीच, दोन्ही उत्खनित झाले असणार, परंतु ती विहीर गुंफेपेक्षा जास्त खोल उतरत गेलेली नव्हती. वरचे ओसरीवजा मार्ग आणि भूमिगत मार्ग यांमध्ये हजारो वर्षे थेट जोडणारा असा कुठलाच दुवा नव्हता.

ग्रेट पिरॅमिडच्या रहस्यमय हेतूची पूर्तता झाल्यावर त्याची निर्मिती करणाऱ्या लोकांनी तो दुवा, तो मार्ग कायमचा बंद करून टाकला. पिरॅमिडच्या मूळ निर्मात्यांनी ही पूर्वयोजना आखली होती. त्यामुळे त्यांनी तसे करण्यासाठीची आवश्यक ती साधनसामग्री आत ठेवली होती. तसेच खाली उतरत जाणाऱ्या मार्गाच्या शेवटच्या टोकाला अधिक संकुचित करून ठेवले होते. शिवाय तिथे ग्रॅनाइटच्या दगडाने तीन अवरोधक बसविण्याची सोयही करून ठेवली होती.

आपलं काम करत असलेल्या कामगारांपैकी शेवटच्या गटाने, कठीण पाषाणातून विहीर कापून काढली. कारण तो त्यांचा बाहेर पडण्याचा मार्ग ठरणार होता. ते काम पूर्ण झाल्यानंतर ते सारे पिरॅमिडमधून परतीच्या मार्गास लागले, तेव्हा त्यांनी तो नव्याने कापून काढलेला भाग खालच्या मार्गास म्हणजे मूळ प्रवेशद्वाराजवळ ज्या तीनशे फूट खड्या चढीने जाऊन मिळत होता, त्या बिंदूपाशी हा मार्ग बंद करून टाकणं बाकी राहिलेलं होतं. अशा प्रकारे जी विहीर गुंफेपर्यंत पोहोचायचा खरा मार्ग म्हणून होती, तिचे रूपांतर आता पिरॅमिडचा आतील भाग पक्का बंद करून टाकायचे माध्यम बनले.

बाहेरच्या जगाशी जोडणारा जो तिरका जाणारा मार्ग होता, त्या सोप्या मार्गावर मी परत आलो. कारण मला गिझाच्या दगडी पठारावर खालच्या बाजूला जायचा प्रवास परत सुरू करायचा होता. एका क्षणी कोपऱ्यावर माझ्या समोरून एक मोठी सावली निघून गेली, त्याने मी एकदम दचकलो आणि मागे सरलो, पण नंतर माझ्या लक्षात आले, की ती माझीच सावली होती. ती अशी काही चमत्कारिक जागा होती जिथं काहीही घडू शकतं, असं आपल्याला पक्कं वाटत असतं. काहीही अतर्क्य तिथं घडू शकेल अशी अपेक्षा मनोभूमीवर तयार झालेली असते. आता तिथलं अंतर तुलनात्मकदृष्ट्या कमी होतं. घसरत आणि रांगत मी निघालो होतो. त्या उताराच्या टोकाशी, समतल भूमीवर पोहोचल्यावर मला थोडं हायसं वाटलं, पण अजूनही मी आणखी एका लहान बोगद्यात येऊन पोहोचलो होतो. दहा यार्ड अंतर पुढे मी पुन्हा रांगत गेलो आणि मग 'पिट' म्हणजे खड्डा – असं ज्याला म्हटलं जायचं, त्या विचित्र खोलीत मी येऊन पोहोचलो. मी आजवर पाहिलेल्या खोल्यांपैकी ही खोली सर्वांत जास्त चमत्कारिक होती. एका भिंतीपासून दुसऱ्या भिंतीपर्यंत तिची लांबी पन्नास फुटांपेक्षा जरा कमी भरणारी होती.

पिरॅमिडच्या अचूक मध्यकेंद्राच्या खाली असणारं हे भुयार पाहून इथलं काम घाईघाईनं उरकलेलं असणार, असं माझं मत तयार होत होतं. कठीण दगडातून या खोलीला उत्खनित करून तयार करण्याचं काम अचानकपणे थांबवलेलं असल्याचं जाणवत होतं. तिथलं छत चांगलं कापून झालेलं होतं, पण तोफांचा वर्षाव झाल्यानंतर चर जसा ओबड-धोबड, वर-खाली होऊन जातो, तशी इथली जमीन दिसत होती. जुन्या काळातील इजिप्तचे कारागीर भुयार खणून काढताना साधारणपणे खालच्या दिशेने जाणारे काम आधी करत असत. त्यामुळे जमीन समतल करण्याचे काम शेवटी होत असे. पिरॅमिडसारखं महाकाय बांधकाम हाती घेतलं गेलं आणि कामगारांच्या एका पिढीचं जीवन त्यात सरलं. असं असताना ही एवढी जमीन अपरिष्कृत कशी काय राहिली असावी, हा प्रश्न पुरातत्त्वविद्येच्या दृष्टीनं अद्याप न सुटलेलं कोडं म्हणूनच राहिला आहे. पण खरं तर, संपूर्ण पिरॅमिड हेही एक मोठं कोडंच नव्हे काय!

त्या भुयारात ओतप्रोत भरलेल्या उदासीवर मी माझ्या विजेरीचा एक झोत टाकला आणि जमिनीवर मध्यभागी उजेड टाकून पाहिलं. मी जवळ गेलो आणि तिथं एक मोठा खळगा असल्याचं मला दिसलं. त्या मोठ्या खड्ड्यामध्ये खजिन्याच्या मोहाने शिरलेल्या शोधकांनी खड्डा खणून पाहिला होता, याची मूक साक्ष देत ती जागा पडून होती. खजिनाशोधकांचे अपार कष्ट पार निष्फळ ठरल्याचं दिसत होतं. तेवढ्यात माझ्या डोक्यामागून एक वाटवघूळ उडत गेलं आणि त्याच्या पंखासारख्या पसरलेल्या कातडी पडद्यांचा मला स्पर्श झाल्याने नकोसं वाटलं. हवा नसलेल्या त्या जागेत, वटवाघळाने चिरचिरता आवाज काढला. छिद्रामध्ये भिंतीच्या कडांना उलटे टांगून लटकलेल्या आणखी तीन वटवाघळांची झोपमोड झाल्याचं मला दिसलं. मी बाजूला सरकलो तर वरती छताला लटकलेली आणखी दोन वटवाघळं माझ्यामुळे जागी झाली. मी दक्ष झाल्याने आणि चकित झाल्याने त्यांच्यावर प्रखर प्रकाशाचा झोत टाकला. त्याने ती चिरचिरत, सैरभैर उडत राहिली आणि मग प्रवेशद्वाराच्या मार्गावरील उदास वातावरणात गडप झाली.

चढणीसारख्या त्या जमिनीवरून मी वर आलो आणि खोलीच्या दुसऱ्या टोकाशी येऊन पोहोचलो. तिथं भिंतीत एक लहानसा बोगदा दिसत होता. अंग आखडून घेऊन जेमतेम आत शिरता येईल, एवढ्याच आकाराचा तो होता. पोटावर सरपटत गेलं तरच आत शिरता येऊ शकेल, एवढीच जागा तिथं होती. हजारो वर्षांची धूळ त्या बोगद्यात साठली होती. हा प्रवास तसा चांगला होता, असं म्हणता येणं कठीण होतं, परंतु त्या बोगद्याचं अंतिम स्थान काय असेल, ते कळलं पाहिजे या नेटाने जात राहिलो. दगडात जवळ जवळ वीस यार्ड अंतर मी गेलो तेव्हा तो बोगदा अचानकपणे जिथं संपला आहे तिथलं काम कधीही पूर्ण होऊ शकलेलं नाही, असं मला आढळून आलं.

माझा श्वास पार कोंडला जात होता. मी माझा परतीचा मार्ग चाचपडू लागलो आणि मग परत त्या निर्वात खड्ड्यात येऊन पोहोचलो. खोलीकडे एक अंतिम नजर फिरवली. नंतर पिरॅमिडच्या वरच्या भागात परतायचा माझा प्रवास मी सुरू केला. मी जेव्हा खालील मार्गाच्या तोंडाशी येऊन पोहोचलो, तिथं मी माझे हातपाय ताणले. एखाद्या अजस्र भिंगविहीन दुर्बिणीतून बघावं, तसं तिथून मोकळं आकाश दिसत होतं. कारण मी जिथे येऊन पोहोचलो होतो, तो मार्ग सरळ, थेटपणे ३५० फूट कठीण दगडात उतरत जात होता. एखादी पडवी बांधावी तसा तो तिरक्या पद्धतीच्या कारागिरीसारखा दिसत होता. मनगटावरील दिशादर्शकावरून मी दिशा तपासली तर उत्तरेचं अंतिम टोक दिसत होतं. त्या काळातील बांधकाम करणाऱ्या लोकांनी केवळ महाकायच नव्हे तर विलक्षण अचूक काम केलं होतं.

त्या घसरड्या गल्लीतून मी रांगत मागे येऊन खालच्या स्तरावरील लांबट अशा पडवीवजा जागेत येऊन पोहोचलो. तिथून राणीकक्षात रस्ता जात होता. साधारण बारा एक पावलं चालून जाताच मला आढळून आलं, की मी मध्यभागी असलेल्या कण्यावर येऊन मिळणाऱ्या एका उतरत्या अशा कमानीसारख्या छताखाली उभा होतो. तेथे उत्तरेकडील आणि दक्षिणेकडील भिंतींमध्ये वरच्या बाजूस उघडणारे, हवा खेळती ठेवणारे नळकांडे मी पाहिले. हा कक्ष म्हणजे कधीही कब्रस्तान नसून वापरण्याची एक खोली होती, हे स्पष्ट करणारा एक पुरावाच होता. १८७२ सालात जेव्हा हवा खेळती ठेवणारे हे नळकांडे सापडले, तेव्हा अनेक जण गोंधळून गेले होते. कारण हे नळकांडे कक्षाच्या बाहेर पाच इंचावर थांबले होते आणि वरकरणी पाहता ते भिंतीमधून कापून काढल्याचे दिसत नव्हते. ते ज्या पद्धतीने आढळले त्या अवस्थेत हवा खेळती राहण्यासाठी त्याचा काय उपयोग असू शकतो, हा संशय निर्माण होणं साहजिक होतं. त्यामुळे त्यांचा काहीतरी अन्य उपयोग असू शकतो, असा अंदाज केला गेला. परंतु त्या नळकांड्यांनी कोणे एके काळी आपली भूमिका चोख बजावली होती. पिरॅमिडमधील वरच्या गल्ल्यांमध्ये जसे नवीन दगडांचे चिरे बसविले गेले, तसेच इथेही घडले असणार. त्यामुळे बाहेर जाणारी रंध्रं कायमची बुजवली गेली असणार, हे स्पष्टीकरण अधिक सुयोग्य ठरतं.

बांधकाम अभियंता असलेल्या विनमन डिक्सन याने पिरॅमिडच्या परिसरात काही काम काढले होते. त्या वेळी कुतूहलाने राणीकक्षाच्या भिंतींची पाहणी करताना, योगायोगाने त्याला वातनलिका आढळल्या. एका विशिष्ट ठिकाणी त्याला जाणवलं, की भिंत पोकळ असल्यासारखा आवाज येतो आहे. तसंच त्या भिंतीत एक लहानशी चीर पडल्याचंही त्याला आढळलं. त्यानं तिथं फोडून पाहिलं तर वरच्या भागापासून इंचांवर

त्याला एक लहानसं नळकांडं आढळलं. नंतर त्याच धर्तीवर त्याला समोरच्या भिंतीवर त्या खोलीत दुसरं नळकांडं आढळलं. दोन्ही नलिका पिरॅमिडच्या बांधकामातून गेलेल्या होत्या. त्या नलिकामार्गांचा शोध घेणारे शलाकाकृती दंड त्यात टाकून पाहिल्यावर ते जवळ जवळ दोनशे फूट लांबवर जाऊन पोहोचल्याचं आढळून आलं. त्यावरून त्या दोन्ही वातनलिका होत्या हे उशिरा का होईना, सिद्ध झालं.

पुन्हा पूर्वीच्या स्तरावरील गल्लीत मी आलो. विशाल वीथिकेपर्यंत जाऊन पोहोचलो. त्यानंतर जवळ जवळ दीडशे फूट अंतर मी ती खडी चढण चढून गेलो. दारातून छताला आधार देणारी बांधणी तेथे होती. तो चढ चढायला लागल्यानंतर मला थोडासा अशक्तपणा जाणवू लागला. कारण पिरॅमिडमधील या साहसी वास्तव्याआधी मी तीन दिवस उपवास केलेला होता. अखेरीस, शेवटच्या तीन फूट उंचीच्या पायरीवर मी काही क्षण विसावलो. ही पायरी पिरॅमिडच्या उभ्या अक्षावर अचूकपणे बसवलेली होती. आतील कक्षातून काही पावलं मी चालून गेलो. कडेच्या भिंतींच्या खाचेतून ग्रॅनाइटचा एक दगड खाली लटकला होता. त्यामुळे मला वाकावंच लागलं. त्या दगडामुळे त्या आडव्या गल्लीतून बाहेर पडणाऱ्या जागेत अडथळा निर्माण झालेला होता. मग मी पिरॅमिडमधील सर्वांत महत्त्वाच्या कक्षात म्हणजे प्रख्यात अशा राजकक्षात येऊन पोहोचलो.

*****

इथंही नऊ इंच चौरस आकाराच्या दोन वातनलिका होत्या, त्यामुळे पुन्हा एकवार ही जागा कब्रस्तानाची नव्हती हे स्पष्ट झाले. राणीकक्षात जसे केले गेले होते, तसं मात्र इथे त्यांची खोलीत उघडणारी मुखं बंद केली गेली नव्हती, तर त्यांच्यात बरेच सुटे दगड भरलेले आढळले. कर्नल वायसला ते दगड काढून नलिका स्वच्छ कराव्या लागल्या होत्या. कारण त्यांना त्या नलिकांची नक्की भूमिका काय होती, ते समजून घ्यायचं होतं. पिरॅमिडमधील ज्या ज्या जागा बाहेरून दिसण्याची शक्यता होती, त्या सर्व जागा लपवून ठेवण्याची खटपट केली गेली होती. कदाचित त्यातीलच ही एक कृती असण्याची शक्यता होती.

भिंती आणि सपाट छतावर मी दिव्याचा उजेड टाकला. एवढे प्रचंड असे ग्रॅनाइटचे पाषाण-चिरे किती अचूक पद्धतीने सांधले होते, हे पाहून मला पुन्हा एकदा कौतुक वाटलं. मग प्रत्येक दगड काळजीपूर्वक निरखण्यासाठी साऱ्या भिंतींची परिक्रमा करायला सुरुवात केली. साइनच्या खाणीतून आणलेले गुलाबी छटेचे दगड हे चिरे वा अजस्र चौकोन बनवण्यासाठी दोन भागात कापले होते. जमिनीत किंवा भिंतीत खजिन्याचा व्यर्थ शोध घेणाऱ्या लोकांनी तेथे तोडफोड करून ठेवलेली होती. जमिनीच्या पूर्वेकडील बाजूस दगडांचा काही भाग अदृश्य झाल्याने भग्न जमीन तिथं दिसत होती. वायव्य बाजूला न

भरलेले असे आयताकृती भगदाड होते. या जमिनीचाच भाग असणारा आणि ते भगदाड व्यापून टाकणारा एक मोठा ओबडधोबड दगड एका बाजूच्या भिंतीला टेकवून उभा केला होता. कदाचित अरब लोकांचे हे काम असू शकेल. त्यालाच समांतर पण काही इंचांवर एक चपट्या बाजूंची शवपेटिका होती. त्याला झाकण नव्हते, एकाकी अशी ती एका बाजूस ठेवलेली होती, त्या पूर्ण मोकळ्या खोलीत एवढी एकच गोष्ट अस्तित्वात होती.

कदाचित मोकळा करून ठेवलेला तो पाषाण-चिरा आसनही असू शकेल. त्यामुळे त्या तयार आसनावरच मी बसलो, मांडी घातली आणि उर्वरित पूर्ण रात्र व्यतीत करण्याच्या दृष्टीने स्थिरस्थावर झालो.

मी माझ्या उजव्या हाताला माझी टोपी, जॅकेट आणि बूट ठेवले. डाव्या हाताला जळता दिवा, गरम चहा भरलेला थर्मास, थंड बर्फाळ पाण्याच्या काही बाटल्या, एक वही आणि पार्करचे पेन ठेवले. खोलीवर एक अखेरची नजर फिरवली, माझ्या बाजूला असलेली संगमरवरी शवपेटिका पाहिली आणि मग मी दिवा विझवून टाकला.

माझ्या शेजारीच मी कधीही झटकन चालू करता येईल अशी विजेरीही ठेवली होती. जणू मिट्ट काळोखात अचानकपणे उडी घेतल्यावर आता पुढची रात्र आपल्या पुढ्यात काय वाढून ठेवणार आहे, काय अनोखं असेल, हा प्रश्न मनात उभा राहिला. अशा परिस्थितीत फक्त एकच गोष्ट हातात होती ती म्हणजे प्रतीक्षा... प्रतीक्षा... आणि प्रतीक्षा!

एकेक क्षण हळुहळू पुढे सरकत होता आणि मलाही हळुहळू जाणवायला लागलं होतं, की राजकक्ष हा एका निराळ्या वातावरणाने भारलेला आहे. ते भारलेपण मला फक्त 'मानस (सायकिक*)' पातळीवरून सांगता येईल. कारण मी जाणीवपूर्वक स्वतःला मानसिक स्तरावर ग्रहणशील बनवलं. भावनांच्या बाबतीत तटस्थ आणि एखादा दृष्टिकोन बाळगण्याबाबत नकारात्मक बनवलं होतं. जेणेकरून समजा अभौतिक पातळीवर काही घटना घडली, तर ती टिपून घेण्यासाठी मी अचूक नोंद-माध्यम ठरावं. माणसाच्या पंचज्ञानेंद्रियांच्या कक्षेत येणार नाही अशा कोणत्याही प्रकारच्या अनुभवात माझे व्यक्तिगत पूर्वग्रह वा पूर्वधारणा प्रभाव टाकणाऱ्या ठरू नयेत अशी माझी तीव्र इच्छा होती. मी सावकाशपणे विचारप्रवाहांना कमी केलं आणि नंतर माझं मन अर्धरिक्त अवस्थेत पोहोचलं.

त्यानंतर माझ्या मेंदूवर जी निःस्तब्धता उतरली होती, त्यानं माझ्या जीवनावर पोहोचवलेली निःस्तब्धता अचूकपणे जाणून घेतली. कोलाहल आणि गडबड यांनी भरलेलं जग जणू माझ्यासाठी आता अस्तित्वातच राहिलं नाही. तिथल्या अंधारातून

सायकिक (मानस पातळी): मानस पातळी म्हणजे ती पातळी जिथे भौतिक जगाच्या मर्यादांपलीकडच्या किंवा ज्ञानेंद्रियांमार्फत ज्ञात होणाऱ्या विश्वाच्या पल्याडच्या विश्वाशी संपर्क साधणे शक्य होते.*

माझ्याकडे नीरवता, स्तब्धता आली. पिरॅमिडच्या राज्यात मौन, नीरवता हीच खरं राज्य गाजवते. प्राचीनतेच्या पोटात प्रागैतिहासिक काळात ही निःस्तब्धता आरंभ झाली, तिच्यात खंड पाडणं एकाही पर्यटकाला कधी शक्य झालं नाही. प्रत्येक रात्री मौनाच्या पुनरागमनामुळे आपल्याला अवाक् करणारी एक पूर्णता तयार होते.

राजकक्षातील प्रभावी वातावरणाची जाणीव मला झाली. प्राचीन वास्तूमधील वातावरणाचा निराळा स्तर सर्वसाधारणपणे संवेदनशील माणसांना बऱ्याचदा सहजपणे जाणवणारा असतो. शिवाय माझा अनुभवही तसाच काहीसा होता. काळ जसा पुढे जात होता, तसं तिथलं गंभीर वातावरण संपृक्त होत चाललं होतं. तिथल्या असीम प्राचीनतेचे वातावरण मला वेढून टाकू लागले आणि विसावं शतक जणू माझ्या पायाखालून सरकून जात आहे, असे मला भासू लागले. तरीही मी स्वतः जो निश्चय केला होता, त्याला अनुसरून त्या भावनेला विरोध केला नाही, उलट ती भावना दृढच होऊ दिली.

मी तिथे एकटा नाही, अशी एक घातक भावना माझ्यामध्ये हळुहळू सरकू लागली. गडद अंधाराच्या आवरणात काहीतरी चेतन आणि जिवंत अस्तित्व जाणवू लागलं. ती जाणीव संदिग्ध, पण खरी होती. त्यात 'भूतकाळात' परतण्याचा घटक मिसळल्याने आणखी गहिरी झाली होती. माझ्यातील चेतनेला त्या कशाचंतरी मानस (सायकिक) अस्तित्व आकळत होतं.

अंधारात कंपायमान असणाऱ्या त्या संदिग्ध आणि सामान्य अशा भयप्रद जिवंतपणाचा एखादा स्पष्ट किंवा निश्चित आकार व्यक्त होत नव्हता. तास पुढे सरकत होते आणि रात्र चढत होती तसा गारठाही वाढत जात होता. मला याची तर अपेक्षाच नव्हती. माझ्यातील संवेदनशील ग्रहणशक्ती वाढावी म्हणून मी आधीचे तीन दिवस जो उपवास केला होता, त्याचा परिणाम म्हणजे मला फार गारठा जाणवू लागला. अरुंद वातनलिकांमधून राजकक्षात थंड हवा सरकत आत येत होती. मग माझ्या कपड्यांच्या हलक्याशा आवरणातून आत शिरत होती. माझ्या अंगावरचा शर्ट तसा तलमच होता. त्यामुळे मला थंडीनं कापरं भरू लागलं. मी उठलो. काही तासांपूर्वी अतिशय उकडत होतं म्हणून मी जे जॅकेट काढून बाजूला ठेवलं होतं, ते परत घातलं. वर्षातील काही विशिष्ट वेळी पूर्वेकडील तापमान हे असं असतं– दिवसा खास उष्णकटिबंधातील उष्णता आणि रात्री झपाट्यानं उतरत जाणारं तापमान.

त्या वातनलिकांची तोंडं पिरॅमिडच्या बाहेर नक्की कुठे उघडतात, हे आजवर कळलेलं नाही. फक्त त्यांच्या बाहेरील जागेबद्दलचे अंदाज ज्ञात आहेत. काही इजिप्तविद्या–तज्ज्ञांना तर त्या वातनलिका खरोखर बाहेरपर्यंत नेल्या आहेत की नाही, याबद्दलही शंका होती, परंतु

आत हवा किती गारठवणारी थंड होते, याचा अनुभव मी घेतल्याने त्या शंकेत अर्थ राहिला नाही.

मी पुन्हा माझ्या दगडी आसनावर बसलो आणि परत त्या मरणप्राय, प्रभावी शांततेस आणि कक्षातील उदास काळोखास शरण गेलो. वातावरणास अनुकूल, लवचिक मनानं मी वाट पाहत आश्चर्य करू लागलो. उगीचच मला आठवलं, की पूर्वेकडे कुठेतरी वाळू आणि दलदलीतून सुएझ कालव्यानं आपला सरळ मार्ग शोधला. त्याचप्रमाणे या भूमीचा कणा ठरलेल्या शाही नाईल नदीतून तो कालवा गेला असावा.

खोलीतील विचित्र विषादमय स्तब्धता, माझ्याशेजारी असलेला शवपेटिकेसारखा रिकामा पाषाण, हे सारं काही विशेष प्रेरक नव्हतं. मात्र माझ्या दक्ष वृत्तीत कशानं तरी खंड पडला. कारण मला लवकरच जाणवलं, की माझ्या आसपास जाणवणारं अदृश्य जिवंतपण आता निश्चित रूपास येतं आहे. माझ्या अवती-भवती निश्चितपणे काहीतरी स्पंदित होत होतं आणि मला त्याचं जिवंतपण जाणवत होतं, पण तरीही मला अजून काही दिसत नव्हतं. तो शोध लागल्यानंतर, माझी जी एकाकी आणि अतिप्राकृतिक वा विचित्र परिस्थिती झालेली होती, ती दूर झाली. जमिनीच्या वर दोनशे फुटांवर, कैरो शहरातील लाखो लोकांच्या खूप वरच्या बाजूला एका विचित्र खोलीत मी बसलो होतो. संपूर्णपणे अंधाराने वेढला गेलेलो होतो. हजारो मैल पसरलेल्या वाळवंटाच्या एका टोकावर एका चमत्कारिक इमारतीत स्वतःला बंदिस्त करून घेतलं होतं. शिवाय ती इमारत किंवा वास्तूही अशी होती, की जगातील बहुधा सर्वांत प्राचीन वास्तू होती आणि तिच्या बाहेर सर्वांत प्राचीन राजधानीतील उदास अशा कबरींनी वेढलेलं कब्रस्तान होतं.

पौर्वात्य जगातील मानस (सायकिक) गोष्टींचा शोध घेतलेल्या, गूढविद्येतील गुपितांमध्ये डोकावलेल्या आणि जादुटोणे तसंच चेटूकविद्या पाहिलेल्या माझ्यासारख्या व्यक्तीसाठी आता ग्रेट पिरॅमिडमधील ती प्रशस्त जागा ही अदृश्य अस्तित्व आणि त्या प्राचीन वास्तूचे रक्षण करणारे आत्मे यांची असल्याची जाणीव होऊ लागली. सर्वव्यापी अशा तेथील शांततेतून बहुधा अचानक एखादा अमानवी आवाज येईल की काय, असेही क्षणभर वाटून गेले. त्या भीषण प्राचीन अशा खोलीत थंड हवेची झुळूक आणून पोहोचविणाऱ्या अरुंद वातनलिका बसविल्याबद्दल पूर्वीच्या अभियंत्यांचे मी आभार मानले. पिरॅमिडमध्ये पोहोचेपर्यंत त्यातून येणारी हवा तीनशे फुटांचा प्रवास करून येत असली तरी ती सुखावह नक्कीच वाटत होती. मला एकान्तवासाची सवय आहे आणि एकान्त आवडतोही, परंतु या कक्षात मात्र काहीतरी चमत्कारिक आणि भयकारक आहे, असं नक्की वाटत होतं.

तेथील सर्वग्रासी काळोख जणू एखाद्या लोखंडी ओझ्याप्रमाणे माझ्या मस्तकावर

दाबला जाऊ लागला. एखाद्या अनाहूत भीतीची आशंका माझ्या मनावर तरळू लागली, पण मी ताबडतोब तिला बाजूला सारलं. वाळवंटातील त्या स्मारकाच्या पोटात जाऊन बसण्याकरिता शारीरिक सामर्थ्याची विशेष गरज नव्हती. मात्र नैतिक दृष्टिकोन असण्याची नक्की गरज होती. तिथल्या छिद्रांमधून किंवा कपाऱ्यांमधून साप डोकावणार नव्हते आणि त्याच्या पायऱ्या चढून अवैधपणे आत शिरणारी भटकी माणसेही उपलब्ध नव्हती. खरं तर, मला तिथं आत जिवंतपणाचं एकच चिन्ह आढळलं होतं. आडव्या गल्लीतून मी संध्याकाळी जरा लवकरच येत होतो तेव्हा भयभीत झालेला एक उंदीर मला दिसला होता. एकही खाच नसलेल्या ग्रॅनाइटच्या भिंतीमध्ये तो सैरावैरा धावत सुटकेचा मार्ग शोधत होता. कारण मी त्याच्यावर विजेरीचा प्रकाशझोत टाकला होता. राणीकक्षात येताना जो अरुंद छताचा तुकडा लोंबकळलेला होता, तिथं म्हाताऱ्या, पिवळट रंगाच्या दोन पाली मला दिसल्या. भूमिगत सुरक्षाकक्षात वटवाघळं दिसली होती. ग्रँड व्हॅली म्हणजे विशाल खोऱ्यात मी शिरलो होतो तेव्हा, काही रातकिड्यांचा आवाज ऐकू आला होता, हे खरंय, पण नंतर लवकरच ती किर्ऽ किर्ऽऽ ही थांबली. सारे आवाज थांबले होते. संपूर्ण पिरॅमिडला गुलाम करून टाकणारी अखंड शांतता पसरलेली होती. शारीरिक स्वरूपाचा धोका पोहोचवेल असं तिथं काहीही नव्हतं, तरीही एक धूसर अशी बैचैनी होती. अदृश्य डोळे आपल्याला पाहत आहेत अशी भावना दुसऱ्यांदा निर्माण झाली होती. त्या जागेत स्वप्नवत गूढता आणि अमानवी अवास्तवता भरून राहिलेली होती....

*****

ऊर्जा, ध्वनी आणि प्रकाश यांची कंपनं आपल्या नैसर्गिक आकलनशक्तीच्या क्षमतेबाहेर असतात. हास्याचे खळखळाट आणि गंभीर शब्द, बिनतारी संदेश ऐकणाऱ्यांच्या कानांवर पडण्यासाठी प्रतीक्षेत असतात. परंतु ऐकण्याच्या क्षमता नीट जुळवता न आल्याने ते ध्वनी तसेच राहतात. मी माझ्या मनाला जाणीवपूर्वक ग्रहणशील अवस्थेत आणून ठेवलं होतं. तेथील काळया मौनातील वातावरणात भेदून जाईल अशी एकाग्रता मी विकसित केली होती. माझी अंतर्यामीची एकाग्रता एवढी उत्कट झाली होती, की त्या वेळी ती तात्पुरती का होईना एका अमानवी स्तरावर जाऊन पोहोचली होती. मग असे जर होते तर मग काही अदृश्य ताकदींचे तिथले अस्तित्व मला जाणवणे अशक्य होते, असे कोण बरे म्हणू शकेल?

इजिप्तला ही जी माझी दुसरी भेट होती, त्या भेटीच्या बऱ्याच आधी मी आंतरंगिक एकाग्रतेची पद्धती शिकून घेतली होती. त्यामुळे मला आत्ता तिथल्या वातावरणाशी लगेच जुळवून घेता आले. त्या कक्षात काही प्रतिकूल शक्तींचे आगमन झाल्याचे मला जाणवले. काहीतरी दुष्टतापूर्ण आणि धोकादायक असल्याचंही मला जाणवलं. माझ्या

हृदयात अनामिक भीती शिरली आणि मी तिला दूर सारायचा प्रयत्न करूनही ती पुनःपुन्हा डोकावतच राहिली. शिकून घेतलेल्या उत्कट, एककेंद्री, अंतर्मुख एकाग्रतेच्या पद्धतीचा मी अवलंब करीत राहिलो, तरी भीती वाटतच राहिली. नंतर तिने एका दर्शनाचे रूप घेतले. त्या छायाहीन खोलीत सावल्या फिरू लागलेल्या दिसल्या, मग हळुहळू त्यांना निश्चित आकार येऊ लागला आणि माझ्या चेहऱ्याच्या अगदी निकट काहीतरी दुर्भावनापूर्ण अस्तित्व येऊन थांबले. माझ्या मनःचक्षूंसमोर भयकारक चित्रं तरळली. नंतर एक गडद प्रेतात्मा पुढे आला आणि भयप्रदरीतीने माझ्याकडे टक लावून पाहत राहिला. इजा पोहोचविण्याच्या हेतूने त्याने हात उंचावला. हे सारं करताना मला भयानं गोठवून टाकायचं होतं. शेजारी असलेल्या प्रेतभूमीतून प्राचीन आत्मे दबक्या पावलांनी आत शिरले होते. ही प्रेतभूमी इतकी प्राचीन होती, की तेथील संरक्षित मृतदेह म्हणजे ममी देखील त्यांच्या दगडी शवपेटिकांमध्ये मोडून पडल्या होत्या. मी ज्या ठिकाणी सतर्क राहून थांबलो होतो, तिथे त्यांच्या दुष्ट सावल्या येऊ लागल्या होत्या. काही अंतरावरील खेड्यात असलेल्या अरब लोकांच्या कानावर आलेल्या, त्या सर्व भुताखेतांच्या अमंगल गोष्टी विस्तृतपणे माझ्या स्मृतिपटलावर तरळू लागल्या. त्यामुळेच ग्रेट पिरॅमिडच्या प्राचीन वास्तूत एक रात्र वास्तव्य करण्याचा माझा विचार जेव्हा मी माझ्या एका तरुण अरब मित्राला सांगितला, तेव्हा त्यानं मला परावृत्त करायचा प्रयत्न केला होता.

त्यानं मला इशारा दिला होता, ''तिथल्या भूमीची प्रत्येक इंचन इंच जागा पछाडलेली आहे. त्या परिसरात भुते आणि जेनी (अमानवी पिशाच) यांचे जणू लष्करच आहे.''

त्यानं दिलेला इशारा निरर्थक नव्हता, हे आता माझ्या लक्षात आलं. मी ज्या खोलीत बसलो होतो, तिथे भुताळी आकृत्या हळुहळू सरकत येऊ लागल्या. ज्याचं वर्णन करता येणार नाही अशी एक बेचैनीची भावना माझा ताबा घेऊन राहिली होती. तिच्यासाठी आता सुयोग्य आणि सबळ समर्थन मिळालं होतं. तिथल्या स्तब्ध शांततेत आलेल्या ताणामुळे माझ्या शरीरात चाललेली हृदयाची धडधड मला चांगलीच समजत होती. प्रत्येक माणसाच्या हृदयाच्या तळाशी अमानवी गोष्टींबद्दल जे भय दडून असतं, त्यानं माझ्या आतही डोकं वर काढलं. भय, भयानकता आणि दहशत आलटून-पालटून वारंवार त्यांचे भीषण चेहरे दाखवत होते. नकळतपणे त्याला प्रतिकार म्हणून माझ्या मुठी घट्ट आवळल्या गेल्या, पण मी तिथून हलायचं नाही असं पक्कं ठरवलं होतं. समोरच्या अमानवी, भुताळी आकृत्या खोलीत फिरत माझ्या मनात धोक्याचे इशारे निर्माण करू लागल्या. माझ्यात जेवढे म्हणून साहस आणि प्रतिकारशक्ती होती, ती त्यांनी पणास लावणं मला भाग पाडलं.

माझे डोळे बंद होते पण तरीही ती राखाडी, उडती आणि बाष्पसदृश रूपे माझ्या

दृष्टीसमोर दखल देऊन जात होती. प्रत्येक वेळी त्यांच्यात कमालीची दुष्टता होती आणि माझ्या निश्चयापासून मला ढळविण्याचा त्यांचा प्रयत्न होता.

शत्रुतापूर्ण आकारांनी मला वेढून टाकलं. दिवा चालू करून किंवा उडी मारून अथवा कक्षाच्या बाहेर झपाट्याने जाऊन काही फुटांवर असलेल्या त्या गजांच्या प्रवेशद्वाराशी पळत जाऊन, तिथं असलेल्या सशस्त्र पहारेकऱ्याच्या अतीव सुरक्षित सहवासात जाऊन, हे सारं मला लगेच थांबवता आलं असतं. एका सूक्ष्म स्तरावर दहशत लादून आपल्यातील मन व आत्म्यास त्रास देणारी ही परीक्षा होती, पण या परीक्षेत शरीराला कोणताही स्पर्श झालेला नव्हता. तरीही माझ्या आतील आवाजाने हा सारा अनुभव मी घेतला पाहिजे, असं ठामपणाने सांगितलं होतं.

शेवटी या घटनेचा उत्कर्षबिंदू येऊन ठेपला. राक्षसी आकृत्या, भूमिगत जगातील दुष्ट दहशती, बीभत्स, अविवेकी, असभ्य आणि पिशाची अशी रूपे माझ्याभोवती गोळा झाली. अवर्णनीय अशा घृणास्पद पद्धतीने माझ्यावर प्रभाव टाकण्याचा प्रयत्न करू लागली. त्या काही मिनिटांमध्ये मी असा काही अनुभव घेतला, की तो सदासर्वकाळ माझ्या स्मृतीवर कोरला गेला. तो अतुलनीय अनुभव माझ्या स्मरणपटलावर सुस्पष्ट छायाचित्राप्रमाणे नोंदवला गेला. मी असा प्रयोग पुन्हा कधीही करणार नाही आणि ग्रेट पिरॅमिडमध्ये मी पुन्हा कधीही रात्र व्यतीत करणार नाही, असा निश्चय केला.

या सर्व अनुभवाचा शेवट अचानकपणे धक्का दिल्यासारखा झाला. त्या दुष्ट आकृत्या जिथून आल्या होत्या, तिथल्या संदिग्धतेत विरून गेल्या, मृतांच्या छायारूपी जगात निघून गेल्या आणि त्यांच्यासह त्या दहशतीच्या गोष्टींची मालिकाही नष्ट झाली. माझ्या अर्ध-बधिर नसांना अवर्णनीय अशा सुटकेचा अनुभव आला. एखाद्या सैनिकाला भयंकर असा गोळाबारीचा वर्षाव अचानक थांबल्यावर जसं वाटतं, तसं मला क्षणभर वाटून गेलं.

कक्षामध्ये एक मैत्रीपूर्ण आणि कल्याणकारक असे एक नवे अस्तित्व आता प्रवेशद्वाराशी उभे असल्याचे आणि माझ्याकडे प्रेमळ नजरेने ते पाहत असल्याचे मला जाणवले. तोपर्यंत किती वेळ उलटला होता, ते माझ्या काही लक्षात आले नाही. त्या नव्या रूपाच्या आगमनाने कक्षातील वातावरण चांगल्या पद्धतीने बदलले. त्या रूपासोबत काहीतरी स्वच्छ आणि विवेकपूर्ण भाव आला होता. थोड्या वेळापूर्वी माझ्या संवेदनशीलतेवर जे भीषण आघात झाले होते, त्यावर फुंकर घालण्याचं आणि शांतवण्याचं काम हे नवे अस्तित्व करू लागले. माझ्या दगडी आसनाजवळ त्याची आकृती आल्याचं आणि त्याच्या मागोमाग आणखी एक आकृती आल्याचं मला जाणवलं. त्या दोन्ही आकृत्या माझ्या बाजूला थांबल्या आणि

त्यांनी माझ्याकडे गंभीरपणे पाहिले. त्यांच्या दृष्टीत प्रेषितांचा अर्थ होता. एक महत्त्वाचा क्षण माझ्या जीवनात येऊन ठेपला आहे, अशी मला अंतःप्रेरणा झाली.

त्या दोन आत्मिक अस्तित्वांनी माझ्या दृष्टीवर अविस्मरणीय ठसा उमटवला. त्यांची शुभ्र वस्त्रे, त्यांची पादत्राणे, त्यांच्यातील बुद्धिमत्ता, त्यांच्या उंच आकृत्या- हे सारं पुनःपुन्हा माझ्या मनावर उमटलं. प्राचीन इजिप्तमधील एका संप्रदायाचे ते उच्च धर्मगुरू असल्याचा पूर्ण शाही आब त्यांच्या व्यक्तिमत्त्वात होता. त्यांच्याभोवती प्रकाशवलय होतं. खरंच, ते माणसांपेक्षा फार वरच्या स्तरावरील होते. त्यांचे हावभाव यक्ष-गंधर्वसदृश होते आणि त्यांच्या चेहऱ्यावर एक वैशिष्ट्यपूर्ण धर्मदीक्षितांची शांती विलसत होती.

माझ्याजवळ ते एखाद्या मूर्तीप्रमाणे उभे होते, त्यांचे हात त्यांच्या छातीवर एकमेकांवर तिरके असे ठेवलेले होते आणि ते पूर्णपणे मौन होते.

त्या वेळी चौथ्या मितीमध्ये, खूप दूरवरचा प्राचीन काळ जागृत होत होता काय? काळाची बंधनं ओलांडून मी प्राचीन इजिप्तच्या आरंभीच्या काळात पोहोचलो होतो काय? नाही, तसं नसावं. कारण त्या दोन अस्तित्वांना मी दिसत होतो आणि आता ते माझ्याशी बोलणारच होते.

त्यांच्या उंच आकृत्या पुढे झुकल्या. एका पवित्र आत्म्याचे मुख माझ्या अगदी जवळ असल्याचे मला जाणवले. त्यांचे ओठ हलू लागल्याचंही मला जाणवले. त्यांच्या डोळयांतून आध्यात्मिक तेज ओसंडत होते आणि त्याचा आवाजही माझ्या कानावर येऊ लागला होता.

''गुप्त शक्तींना जागृत करण्यासाठी तू का बरं या जागी आला आहेस? मर्त्य लोकांचे जग तुझ्यासाठी पुरेसे नाही काय?'' असं त्यांनी विचारलं.

माझ्या भौतिक कानांनी ते शब्द ऐकले नव्हते. ध्वनिकंपनांनी नक्कीच त्या कक्षातील शांततेस धक्का पोहोचलेला नव्हता. एखादा बहिरा माणूस विद्युतीय कर्णयंत्र वापरून कृत्रिम कानांनी जसे शब्द ऐकू शकतो, तसं काहीसं ऐकल्यासारखं मला वाटलं. एखाद्या मृदंगाच्या आत शब्द निर्माण व्हावा, तसे ते शब्द माझ्या अंतर्यामी ऐकले गेले होते. हा फरक त्यात होता. खरंच मला जो ध्वनी ऐकू आला, तो मानसध्वनी समजला जाऊ शकला असता. कारण तो माझ्या मस्तकात ऐकू आला होता. पण असं म्हटलं तर तो ध्वनी म्हणजे केवळ एक विचार होता की काय, असंही चुकीचं मत होऊ शकतं. वास्तव मात्र हे होतं, की तो निश्चितपणे एक ध्वनीच होता.

त्यावर मी उत्तर दिलं, ''नाही, ते पुरेसे वाटत नाही.''

मग तो म्हणाला, ''खूप साऱ्या घोळक्यांची शहरात जी गजबज चालू असते, त्यानं माणसाच्या कंपायमान हृदयाला सुखद वाटते, म्हणून तू परत जा. तुझ्यासारख्या माणसांमध्ये जाऊन मिसळ. मग ज्या वैचित्र्याच्या ओढीने तू इथं आला होतास, ती ओढ तू विसरून जाशील.''

मी पुन्हा उत्तर दिले, ''नाही, तसे होऊ शकत नाही.'' तरीही त्याने पुन्हा प्रयत्न करून पाहिला.

''स्वप्नांचा मार्ग तुला तर्काच्या स्तरापासून दूर नेईल. काहीजण त्या मार्गावर गेले होते पण परत आल्यावर ती माणसं वेडी झाली होती. परत फिर. अजूनही वेळ गेलेली नाही आणि मर्त्य पावलांसाठी जो मार्ग आखून दिला गेला आहे, त्यावरून मार्गक्रमण कर.''

मी डोकं हलवत पुटपुटलो, ''मी या मार्गावरूनच गेलं पाहिजे. आता माझ्यासाठी पर्याय नाही.''

मग धर्मगुरूंची ती आकृती माझ्या जवळ पुढे सरकली आणि जिथं मी बसलो होतो तिथं वाकली.

गडद अंधारात मला त्यांच्या चेहऱ्याची रूपरेखा दिसली. ते माझ्या कानाशी कुजबुजले, ''आमच्याबरोबर ज्याचं नातं जुळतं, त्याचं जगाचं आकर्षण संपतं. तू एकटा येऊ शकशील?''

मी उत्तरलो, ''मला ठाऊक नाही.''

काळोखाच्या गर्भातून त्यांचे अखेरचे शब्द माझ्या कानावर पडले,

''ठीक आहे. तुझी निवड झाली आहे. तू जो पर्याय निवडला आहेस, तो घट्ट पकडून ठेव. कारण आता माघार शिल्लक नाही. तुझा निरोप घेतो.'' आणि ते निघून गेले.

आता मी अन्य आत्म्यांच्या सहवासात होतो, त्या आत्म्यांनी इतका वेळ मौन पाळलेलं होतं.

*****

तो आत्मा माझ्या समीप आला आणि मी तिथल्या संगमरवरी शवपेटिकेसमोर उभा राहिलो. त्याचा चेहरा मला दिसला. तो अतिशय वृद्ध होता. त्याच्या वयाचा अंदाज

बांधण्याची हिंमत मला झाली नाही.

''बाळा, गुप्त शक्तींच्या देवतेने आता तुझा ताबा घेतला आहे. आज रात्री तू ज्ञानमंदिरात जाशील.'' निर्मम भाव ठेवून मला स्पष्ट करण्यासाठी ते म्हणाले, ''या पाषाणावरती स्वतःला ताणून झोप! प्राचीन काळात पपायरस वनस्पतीचे तंतू पसरलेल्या आसनावर तिथे पलीकडे झोपवले जायचे,'' असे म्हणत त्यांनी त्या शवपेटीकडे अंगुलिनिर्देश केला.

मला भेटायला जी गूढ व्यक्ती आली होती, तिच्या आज्ञेचे उल्लंघन मी करूच शकलो नाही. मी पाठीवर आडवा झालो.

त्यानंतर लगेच काय घडलं, ते काही मला स्पष्टपणे कळलं नाही, आठवत नाही. जणू काही त्यानं मला एखाद्या विशिष्ट, मंदगतीनं काम करणाऱ्या, भूल देणाऱ्या औषधाची मात्रा दिली असावी. कारण माझे सर्व स्नायू जणू कसून ताणल्यासारखे झाले आणि मग बधिर करणारी सुस्ती माझ्या अवयवांवर पसरू लागली. माझं संपूर्ण शरीर जड आणि बधिर झालं. आधी माझे पाय थंड-थंड पडत गेले. माझ्या पायांपासून अतिसूक्ष्म असा बर्फाळपणा विकसित होत गेला. तो गुडघ्यांपर्यंत पोहोचला आणि मग तो पुढे पुढे पसरतच राहिला. एखादा डोंगर चढताना मी जणू कमरेपर्यंत बर्फाच्या ढिगाऱ्यात रुतून बसलो की काय, असं वाटू लागलं. अशा प्रकारे शरीराच्या खालच्या भागातील सर्व अवयवांची संवेदना गोठून गेली होती.

नंतर मी अर्धनिद्रावस्थेत गेलो आणि मृत्यूच्या गूढ आगमनाची भावना माझ्यात निर्माण झाली. अर्थात मला त्याचा त्रास वाटला नाही. कारण मी बऱ्याच काळापूर्वी मृत्यूच्या भयापासून सुटल्याने मृत्यूच्या अटळतेबद्दल तत्त्वचिंतनात्मक स्वीकारही केला होता.

आता ती विचित्र थंड अवस्था माझ्यावर पकड मिळवू लागली, माझ्या पाठीच्या कण्यातून थंड शिरशिरी जाऊ लागली. माझं संपूर्ण शरीर जणू तिच्या कह्यात गेलेलं होतं. माझ्या मेंदूमधील चेतनेच्या मध्यवर्ती बिंदूमध्ये मी अंतर्यामी बुडतो आहे, असं मला जाणवलं आणि त्याचवेळी माझं श्वसन क्षीण होत गेलं.

ती विचित्र थंडपणाची संवेदना माझ्या छातीपर्यंत पोहोचली आणि माझे उर्वरित सर्व शरीर बधिर होऊन गेले. हृदयविकाराचा झटका यावा तसं वाटू लागलं, पण ती भावना लगेच दूर झाली. कारण सर्वश्रेष्ठ असा घटनेचा क्रम आता येऊन ठेपेल हे मला ठाऊक होतं.

माझा कडक झालेला जबडा मला हलवता आला असता तर माझ्या मनात पुढचा

जो विचार आला त्याला मी खचितच हसलो असतो. ''उद्या लोकांना ग्रेट पिरॅमिडच्या आत माझा मृतदेह मिळेल आणि तोच माझा अंत असेल.''

आता मला खात्री होती, की माझ्यातील आत्मा भौतिक जीवनापासून मृत्यूच्या पलीकडील जगात गेल्याने मला त्या विचित्र जाणिवा होत होत्या.

मला हे जरी पक्कं ठाऊक होतं, की मी मृत्यूपलीकडे जाण्याच्या सर्व संवेदनांमधून जात होतो, तरी कुठलीच विरोध करणारी भावना त्या वेळी माझ्यात उरली नव्हती.

अंतिमतः डोक्यातच साऱ्या संपृक्त चैतन्याचे स्थान असते आणि माझ्या मेंदूत भरपूर वेडावून टाकणारी उलथापालथ चालू झाली होती. उष्णकटिबंधीय प्रदेशातील वातचक्रात अडकल्यासारखं मला झालं होतं. अरुंद छिद्रातून आपण वर वर जात आहोत असं मला वाटू लागलं. मग एका अनंताच्या प्रदेशात मी उतरलो, एका अज्ञात जगात मी प्रवेश केला होता – आणि मी इथं पूर्णपणे मुक्त होतो!

त्या वेळी माझ्या मनावर मुक्ततेचा जो आनंददायक भाव पसरला होता, त्याचे वर्णन करण्यासाठी माझ्याकडे शब्द नाहीत. माझे अस्तित्व मानसिक स्वरूपाचे बनले होते. मी विचार आणि भावना यांनी युक्त असा प्राणिमात्र बनलो होतो, जड देहाच्या अशा हाडा-मांसाच्या मर्यादित चौकटीत आधी मी बद्ध होतो, मात्र आता त्याच्या बंधनातून मुक्त झालो होतो. जणू भौतिक देहातून भुताप्रमाणे मी बाहेर पडलो होतो. जसं एखादी मृत व्यक्ती तिच्या कबरीतून बाहेर पडावी! परंतु अर्थातच मी एखाद्या अचेतन प्रकारात नक्कीच गेलेलो नव्हतो. वस्तुतः आधीपेक्षाही माझ्यात माझ्या अस्तित्वाचा बोध अधिक उत्कट झाला होता. उलट, या अशा उन्नत स्तरावर निर्गमन झाल्यामुळे, मला या चौथ्या मितीत अत्यंत मुक्त आणि आनंददायक वाटले.

सुरुवातीला मला जाणवले, की मी माझ्या पाठीवर झोपलो आहे. माझं शरीर मी तसंच आडव्या स्थितीत सोडून बाहेर पडलो होतो. दगडी आसन आणि दगडी जमीन यांच्यावर मी तरंगतो आहे, पण नंतर असं वाटलं, की तळपायांपासून किंचित पुढे ढकलून एका अदृश्य हाताने मला सरळ केलं. शेवटी मला अनोख्या पद्धतीने मी उभा असून तरंगतोही आहे अशी मिश्र जाणीव झाली.

हाडा-मांसाचा जो देह खाली टाकून आलो होतो, त्याकडे मी पाहिले. दगडी चिऱ्यावर पडलेला तो देह वाकलेला आणि अचेतन दिसत होता. भावहीन चेहरा वरती वळलेला होता, डोळे जेमतेमच उघडे होते, बुबुळं मात्र चमकत होती. त्यावरून पापण्या पूर्ण मिटलेल्या नाहीत, हे जाणवत होतं. हात छातीवर एकमेकांवर तिरके ठेवलेले होते- हातांची अशी स्थिती मी तरी कधी कल्पिलेली नव्हती. मग मला हालचालींची

जाणीव नसताना अन्य कुणी माझे हात तसे दुमडून ठेवले होते काय? पाय आणि तळवे एकमेकांना चिकटतील असे शेजारी-शेजारी राहतील अशा प्रकारे ताणलेले होते. माझा देह म्हणजे मृतदेहच दिसत होता. शरीराच्या त्या खोलीतून मी बाहेर पडलो होतो.

माझ्या मानसदेहापासून एका फिकटसर चंदेरी प्रकाशाची रेघ उमटत गेलेली मी पाहिली. या 'नवीन मी'पासून ती रेघ खाली दगडी चिऱ्यावर पहुडलेल्या बधिर देहापर्यंत गेली होती. हे खूप आश्चर्यकारक होतं. त्याहून मला आश्चर्य याचं वाटलं, की ती मानस स्तरावरची नाळ ही राजकक्षात जिथे मी तरंगत होतो, तो भाग उजळवून टाकत होती. त्या मृदू चंद्रकिरणसदृश प्रकाशात कक्षाच्या दगडी भिंतीही दिसत होत्या.

आता मी अंतराळात प्रवास करणारा विदेही, अतिमानवी असा जीवमात्र होतो. अखेरीस माझ्या लक्षात आलं, की प्राचीन इजिप्तवासीयांनी त्यांच्या चित्रलिपीमध्ये माणसांच्या आत्म्याचे प्रतीक म्हणून पक्षी का रेखाटला होता. मला माझी उंची आणि रुंदी विस्तृत झाल्याचा अनुभव आला होता. जणू काही पंख पसरावेत अशी माझी स्थिती झाली होती. एखाद्या पक्ष्याने आकाशात झेप घ्यावी आणि एकाच बिंदूभोवती भिरभिरत राहावं, अशा प्रकारे मी हवेत उचलला गेलो होतो. शिवाय देह टाकून वर तरंगत राहिलो नव्हतो काय? चित्रलिपीतील पक्ष्याचे प्रतीक तंतोतंत खरे होते.

होय, मी अंतराळात वर उठलो होतो, भौतिक देहापासून माझा आत्मा विलग झाला होता. जणू दोन जुळ्या भागांमध्ये मी विभागलो गेलो होतो आणि दीर्घ काळापासून ज्ञात असलेले जग मी मागे टाकले होते. माझ्या त्या नवीन देहात मला अतीन्द्रिय झाल्याचा अनुभव आला होता. कमालीचा हलकेपणा जाणवत होता. ज्या थंड पाषाणावर माझा भौतिक देह पडलेला होता, त्याकडे मी टक लावून पाहत होतो. त्या वेळी माझ्या मनात एक कल्पना चमकली- त्या साक्षात्कारसदृश अनुभवाने मी भारावून गेलो होतो. त्या अनुभवाने मौनाच्या भाषेतून मला सांगितले,

''ही मृत्यूची स्थिती असते. मी आत्मा आहे हे मला आता समजल्याने, मी भौतिक देहाशिवायही राहू शकतो. ही बाब सिद्ध झाल्याने, माझा त्यावर अढळ विश्वास राहील.''

या विचाराची माझ्यावर घट्ट पकड बसली, त्या वेळी माझ्या भौतिक देहावर मी किंचित वर थबकलो होतो. मरणानंतरच्या जीवनाचा मी प्रत्यक्ष अनुभव घेतला होता. मी मागे सोडून आलेल्या अवशेषाकडे पाहत होतो. त्या अनुभवाने मला जरूर मंत्रमुग्ध केले होते. व्यक्त अशा त्या भौतिक रूपाशी मी गेली अनेक वर्षं स्वतःला संबद्ध समजत होतो काय? त्या वेळी मला स्पष्टपणे समजले, की भौतिक देह म्हणजे केवळ बुद्धिहीन,

अचेतन, मांसाचा गोळा असतो. त्या प्रतिसादहीन अशा डोळ्यांकडे मी पाहिले, तेव्हा या ज्ञानाची तीव्रता जाणवली. खऱ्या 'मी' ला माझ्या भौतिक देहाने बंदिवासात टाकले होते, पण आता मी मुक्त होतो. या ग्रहावर जिथे कुठे मी जन्म घेतला, तेव्हापासून माझ्यातील खऱ्या आत्म्याशी हा भौतिक देह जोडून ठेवला गेला होता.

अचानक जडत्व गेल्यासारखे मला वाटले आणि मी अक्षरशः हवेत तरंगत होतो. अर्धवट तुटलेपणाचा आणि अर्धवट उभे असल्याचा भाव होता.

अचानक, माझ्या बाजूला, ते गंभीर आणि अविचलित रूपाचे धर्मगुरू दिसले. त्यांचे डोळे वरच्या दिशेला होते. त्यांचा चेहरा अजूनही उदात्त होता, दिव्य भावात ते प्रार्थना करू लागले, ''हे स्वर्गस्थ आमन, तुझ्या पुत्राच्या मृतदेहाकडे तुझा चेहरा वळव आणि आत्म्याच्या जगात त्याला सुस्थिर कर. आता त्याचं सारं संपलं आहे.'' आणि मग ते मला उद्देशून म्हणाले,

''आता तू एक महत्त्वाचा धडा शिकला आहेस. माणसाचा जो आत्मा असतो, त्याचं उगमस्थान अमर असतं. त्यामुळे आत्माही अमर असतो, म्हणून माणसांना समजेल अशा भाषेत हे सत्य उतरव. त्याला धारण कर!''

त्यानंतर अचानक एक स्त्रीचा चेहरा अंतरिक्षात मला दिसू लागला! खरंतर मी तिला अर्धवटरीत्या विसरूनही गेलो होतो. तिच्या अंत्यसंस्कारांना वीस वर्षांपूर्वी मी उपस्थित राहिलो होतो. मग एका परिचित माणसाची मुखाकृती मला दिसली. ती व्यक्ती मला मित्रापेक्षाही जवळची होती आणि बारा वर्षांपूर्वी मी त्या व्यक्तीला शवपेटिकेत शेवटचं पाहिलं होतं. त्यानंतर अपघात झाल्यानंतर गतप्राण झालेल्या एका परिचित हसऱ्या मुलाचा चेहरा मी पाहिला.

हे तिघंही माझ्याकडे शांतिपूर्ण चेहऱ्याने पाहत होते आणि त्यांचा मैत्रीपूर्ण आवाज पुन्हा एकदा माझ्याभोवती फिरला. त्या मृतांशी माझं थोडक्यात संभाषण झालं. मग काही क्षणातच ते विरघळून गेले, नष्ट झाले.

ते वरिष्ठ धर्मगुरू म्हणाले, ''तुझ्याप्रमाणेच तेही जिवंत आहेत, जसा हा पिरॅमिडही अस्तित्वात आहे. अर्ध्या जगाचा मृत्यू त्यानं पाहिला आहे, तरी अद्याप तो जिवंतच आहे.''

''बाळा, जाणून घे, की या प्राचीन मंदिरात माणसाच्या जगातील प्रारंभीच्या नोंदी आहेत. पहिल्या प्रेषिताच्या माध्यमातून त्या माणसांनी निर्मात्या ईश्वरासह जो करार केला, त्याच्या नोंदी इथे आहेत. मात्र एक लक्षात ठेव, प्राचीनांकडून निवडक

व्यक्तींनाच हे मंदिर दाखवण्यासाठी आणलं जातं. मग त्या व्यक्ती त्यांच्या लोकांमध्ये परत गेल्या तरी त्यांच्याकडून ही थोर रहस्यं जिवंत राहतात. परत जाताना एक बाब ध्यानात ठेव, की जेव्हा माणसं त्यांच्या निर्मात्या ईश्वराचा त्याग करतील, आपल्या बांधवांचा द्वेष करतील, तेव्हा त्यांचा स्वतःच्याच दुष्टतेच्या ओझ्याखाली नाश होईल. अटलांटिसच्या राजपुत्रांनी असंच केलं. त्यांच्या काळातच हा पिरॅमिड बांधला गेला होता. त्या अटलांटिसच्या लोकांचाही नाश झाला.''

''निर्मात्या ईश्वराने अटलांटिसला बुडवले नव्हते, परंतु लोकांमधील स्वार्थ, दुष्टता, आध्यात्मिकदृष्ट्या अंधत्व हे जे दुर्गुण त्या द्वीपावर नांदत होते, त्यांनी द्वीपाला बुडवले. निर्मात्या ईश्वराचं साऱ्यांवर प्रेम असतं, पण त्या ईश्वरानं जे अदृश्य नियम बनविले आहेत, त्या नियमांचं राज्य माणसांच्या जीवनावर चालतं. मग आता तू ही सूचना लक्षात ठेवशील तर.''

ते गूढ मंदिर पाहण्याची तीव्र इच्छा माझ्या मनात उफाळली आणि माझा तो विचार ही बहुधा त्या आत्म्यानं ओळखला असावा, कारण तो लगेच म्हणालाः

''प्रत्येक गोष्टीची निर्धारित वेळ यावी लागते, पण बाळा, अजून ती वेळ आलेली नाही.''

मी पुरता निराश झालो.

काही क्षण त्यानं माझ्याकडे पाहिलं.

''तुझ्या जगातील लोकांना अद्याप ती गोष्ट धारण करू देण्याची अनुमती नाही. परंतु तुला अशा गोष्टींचा परिचय असल्यामुळे तू आमच्याबद्दल सदिच्छा बाळगून आला आहेस आणि तुझ्या हृदयात त्याबद्दल जाणीवही आहे. त्यामुळे तुला थोडं समाधान तरी मिळेल. चल ये माझ्याबरोबर!''

आणि त्यानंतर लगेच एक चमत्कारिक गोष्ट घडली. मी जणू अर्ध-सम्मूर्च्छेच्या स्थितीत गेलो. जणू माझ्यातील चेतना क्षणिक काळासाठी टिपून घेतली गेली आणि मला अन्य विश्वात नेले गेले. एवढं मला जाणवलं, की एका लांब गल्लीत मी होतो, तिथे मंद उजेड होता, कोणताही दिवा किंवा खिडकी तिथे दिसत नव्हती. माझी अशी कल्पना झाली, की तो प्रकाश म्हणजे माझ्यासह आलेल्या त्या प्रकाशरेषेचा उजेड होता. तरी एवढ्याने त्याचे स्पष्टीकरण होणार नाही, हे मला जाणवत होते. तिथल्या भिंती गुलाबी, चमकदार पक्क्या मातीच्या म्हणजे टेराकोटाच्या रंगाच्या पाषाणाच्या होत्या. त्यांच्या वरचे सांधे खूप पातळ होते. तिथली जमीन, पिरॅमिडचे प्रवेशद्वार जसे उतरते असते, अगदी तशाच कोनात उतरलेली होती. तिथलं चिरेबंदी काम सफाईदार होतं. गल्ली चौकोनी आणि बऱ्यापैकी

खाली उतरती होती. परंतु असुविधाजनक मात्र निश्चितच नव्हती. तिथल्या गूढ प्रकाशाचं उगमस्थान मला कळलं नाही. एखादा दिवा लावलेला असावा असा प्रकाश तिथे होता.

गल्लीतून जरा खाली मी अनुसरण करावं असं त्या वरिष्ठ धर्मगुरूंनी मला सांगितलं. त्यांनी मला 'मागे पाहू नको आणि डोके मागे फिरवू नको' असाही इशारा दिला. त्या उतारावरून आम्ही काही अंतर चालत गेलो. त्याच्या टोकाला मंदिरासारखा कक्ष उघडत आहे, असं मला दिसलं. मी पिरॅमिडच्या आत किंवा खाली होतो हे मला पक्क ठाऊक होतं. परंतु असा कक्ष किंवा गल्ली मी पूर्वी कधी पाहिली नव्हती. याचाच अर्थ, स्पष्ट होता, की ते सारं गूढ ठेवलं गेलं होतं आणि या दिवसापर्यंत त्यांनी शोधांना आव्हान दिलेलं होतं. या आश्चर्यजनक, धक्कादायक शोधामुळे मला फारच उत्साहित वाटू लागलं. त्याचं प्रवेशद्वार नक्की कुठे आणि कसं आहे, याचीही प्रचंड उत्सुकता वाटू लागली. अखेरीस, मी माझं डोकं वळवून झटकन मागे पाहिलं. तिथे मागे गुप्त दरवाजा असेल असं मला वाटत होतं. कुठल्याही दृश्य दरवाजाने मी त्या जागेत प्रवेश केला नव्हता, पण मागे जे काही द्वार म्हणून मला दिसलं, ते बंद होतं. त्यावर पाषाणाचे चिरे होते आणि वरकरणी पाहता ते पक्कं लिंपून टाकल्यासारखं दिसत होतं. एका कोऱ्या भिंतीकडे मी पाहत आहे, हे माझ्या ध्यानात आलं. एखाद्या अदम्य शक्तीने वावटळ उठून सर्व दृश्य टिपलं जाऊन नाहीसंही झालं आणि मी पुन्हा अंतरिक्षात तरंगू लागलो. माझ्या कानावर शब्द पडले, ''अजून नाही, अजून नाही.'' प्रतिध्वनीसारखे ते शब्द घुमत राहिले. काही क्षणांतच माझ्यातील चैतन्याने, त्या पाषाणावर पडलेला माझा भौतिक देह पाहिला.

ते वरिष्ठ धर्मगुरू कुजबुजत्या शब्दांत म्हणाले, ''बाळा, तुला दार सापडलं किंवा नाही याला काहीही महत्त्व नाही. तुझ्या मनातील गुप्त मार्ग शोधून काढ, जो तुला तुझ्या अंतर्यामीच्या आत्म्याच्या कक्षाकडे घेऊन जाईल. तेव्हाच तुला काहीतरी खरोखरच मौलिक असे गवसलेले असेल. ग्रेट पिरॅमिडचं गूढ हे तुझ्याच आत्म्यातील गूढ आहे. गुप्त कक्ष आणि प्राचीन नोंदी हे सारं तुझ्या आत्म्याच्या ठायीच सामावलेलं असेल. पिरॅमिड काय धडा देतो, तर माणसानं अंतर्मुख व्हायलाच पाहिजे. स्वतःचा आत्मा शोधण्यासाठी आपल्यामधील अज्ञात ज्ञानकेंद्राचा शोध घ्यायचं धाडस केलंच पाहिजे. त्याचप्रमाणे मनोमय मंदिरातील अज्ञात खोलीत डुबकी घेऊन त्यातील चिंतनाने गूढ शोधण्याचा प्रयत्न केलाच पाहिजे. आता मी तुझा निरोप घेतो!''

जणू माझं मन एका भोवऱ्यात सापडलं. मी असहायपणे घसरलो, खाली खाली चाललो, खूप खोलात चाललो, अतिशय जड अशा अकार्यक्षमतेनं मला घेरून टाकलं. माझ्या भौतिक देहात जणू विरघळत जाऊन मी पुनर्प्रवेश केला. मी माझी इच्छाशक्ती ताणली, कडक झालेले स्नायू ताणून ते हलवण्याचा प्रयत्न केला. पण काही केल्या मला

ते जमेना आणि अखेरीस मी ग्लानीत गेलो....

शाईसारख्या काळ्यामिट्ट अंधारात दचकून मी डोळे उघडले. माझ्या ठिकाणी असलेली बधिरता गेली होती. मी विजेरी घेण्यासाठी हात पुढे केला आणि उजेड पाडला. मी पुन्हा राजकक्षात होतो. अद्यापि मी अतिशय उत्तेजित होतो. इतका उत्तेजित, की मी उडीच मारली आणि उत्साहाने ओरडलो. माझा आवाज दबलेल्या सुरात प्रतिध्वनित होऊन परतला. परंतु माझ्या पायाखाली जमीन जाणवण्याऐवजी, मी स्वतःच अवकाशातून खाली पडत आहे असं मला वाटलं. पाषाणाच्या कडेवर दोन हात ठेवून त्याच्या कडांना पकडून, लटकून मी स्वतःला वाचवलं. काय झालं असावं, ते माझ्या ध्यानात आलं. उठताना मी नकळतपणे पाषाणाच्या अगदी वरच्या एका टोकावर आलो होतो आणि माझे पाय जमिनीच्या वायव्येकडील कोपऱ्यात खोदलेल्या खड्ड्यामध्ये लोंबकळत होते.

मी स्वतःला सांभाळून उठलो, सुरक्षित ठिकाणी गेलो, विजेरी ताब्यात घेतली आणि हातातील घड्याळावर उजेड टाकला. माझा हात जिथे आपटला, उडी मारून उठताना भिंतीसमोर मनगट आपटले, त्या वेळी माझ्या घड्याळाची काच फुटली होती. मग मी जेव्हा वेळेकडे नजर टाकली तेव्हा माझ्या आसपास जी नीरवता होती, त्यातही मी जोरात मनसोक्त हसलो.

कारण ती अगदी मध्यरात्रीची वेळ असून अचूकपणे बारा वाजले होते, एक क्षण कमी नाही वा जास्त नाही!

*****

पहाट फटफटल्यानंतर जेव्हा सशस्त्र पोलिसाने पिरॅमिडचं लोखंडी दार उघडलं, तेव्हा त्या ग्रेट पिरॅमिडमधून मळकट, थकलेली, मलूल डोळयांची व्यक्ती, गडद अशा त्या प्रवेशद्वारातून धडपडत बाहेर पडली. चौकोनी चिऱ्यांच्या प्रशस्त मार्गातून ती उतरली. तिनं आसपास टक लावून पाहिलं. समोर पसरलेल्या सपाट आणि परिचित अशा भूमीकडे पाहताना तिचे डोळे दिपून जात होते. त्या व्यक्तीनं आधी बरेचदा दीर्घ श्वसन केलं. मग जणू तिनं आतील प्रेरणेनं आपला चेहरा 'रा' म्हणजे सूर्याकडे वळवला. ज्या सूर्यानं माणसाला प्रकाश नावाची भेट दिली होती, त्याबद्दल त्याचे मूकपणे आभार मानले.

छायाचित्र ५.१ कैरो सन १९३० लेखकाच्या संग्रहातून

५

कैरोतील जादुगाराच्या सहवासात

कैरो शहरातील जीवन दोन विश्वांमध्ये चालतं. येथील मध्यवर्ती विशाल अशा अटाबा अल खाद्रा चौकातून पूर्वेकडे आपण जाऊ लागलो तर प्राचीन अशा अरब जगात शिरतो आणि पश्चिम दिशेकडे जाऊ लागलो तर आधुनिक युरोपीय जगाकडे परत येतो. इथलं जीवन अनोखं आहे, कारण पौर्वात्य आणि पाश्चिमात्य, मध्ययुगीन आणि आधुनिक, पौर्वात्य रंग आणि गलिच्छता, पाश्चिमात्य करडा (राखाडी) रंग आणि स्वच्छता असे परस्परविरोधी पैलू काळाच्या जबरदस्त रेट्यानं थेट एकमेकांसमोर उभे ठाकलेले इथं दिसतात.

कैरोमध्ये मला अनेक माध्यम (मेडियम*), जादूगार, फकीर, संत व भविष्याचे आडाखे बांधणारी माणसं आढळली. जवळ जवळ सत्तावन्न प्रकारची माणसं यात मोडत नाहीत. सरकारने त्यांच्यावर वक्रदृष्टी ठेवून बंधने घातली होती. कायद्याने त्यांच्या कामांना मर्यादा आणली होती. गैर वा अवैध कृत्ये करताना कुणी आढळल्यास कसलाही मुलाहिजा न ठेवता त्या कामाशी निगडित माणसांना कायद्याच्या कचाट्यात अडकवलेही जाई. अशा प्रकारच्या विषयांमध्ये मला जरी काही सहानुभूती वाटत असली तरीही कायद्याची बंधने घालण्यामागे सरकारकडेही बरीच सबळ कारणे होती. तोतया वैदू भोळ्या-भाबड्या बेजबाबदार माणसांना भक्ष्य बनवत असत आणि ही भाबडी माणसंही त्यांची बडबड ऐकून चकित होत असत. दांभिक द्रष्टे आदराने स्वीकारले जात असत. भविष्याचे आडाखे बांधणाऱ्या लोकांनी केलेल्या नुकसानाचा अंदाज पूर्णपणे येत नसला तरी सरकारला कारवाई

*मेडियम - जिच्या माध्यमातून मृतात्मे आपल्याशी संवाद साधु शकतात अशी व्यक्ती

करायला भाग पडावे, असे मात्र त्यांचे स्वरूप असे. काही लोकांच्या व्यवसायाबरोबर त्यांच्या व्यक्तिमत्त्वांनी माझं लक्ष वेधून घेतलं होतं. एका जादूगाराने आपले मंत्रतंत्र व जादू यांचा प्रयोग करून माझ्या डोळ्यांदेखत एक कोंबडी मारली. एका सुदानी कृष्णवर्णीय जादूगार वैदू स्त्रीनं, भारत हा माझ्यासाठी भाग्यकारक देश असल्याचं अचूक सांगितलं होतं, पण नंतर मात्र तिनं अगदी चुकीचे असे अंदाजही वर्तविले होते. सीरियातील ख्रिस्ती वंशातील एका तरुण व इजिप्तचा नागरिक असलेल्या मुलाने एलिजाह या प्रेषिताचा तो स्वतःच पुनरावतार असल्याच्या गोष्टीवर पक्का विश्वास दाखविला होता. शिवाय तो त्या प्रेषिताप्रमाणे जगाला धिक्कारून जीवन जगत होता. पाश्चात्त्य भागामध्ये राहणारी एक फ्रेंच महिला, जिला संमोहित अवस्थेत नेल्यावर तिचे डोळे घट्ट बांधलेले असूनही सहजपणे छापील मजकूर वाचून दाखवत असे. एका विशाल मशिदीजवळच्या मोठ्या घरात एक विचित्र वृद्ध व्यक्ती त्याच्या अनुयायांसह राहत असे. ती व्यक्ती स्वतःच्या जगात एवढी हरवलेली होती, की ती नेहमी आत्म्यांशी संवाद साधत राही. त्याचप्रमाणे तिचे बोलणे इतरांना ऐकूही येत असे. एका शूर आणि धाडसी स्त्रीने राजा इब्न सौद याचा आदेश धुडकावून पवित्र मक्केची चलचित्रे घेतली होती, पण आता तीच स्त्री देवदूतरूपी गुरूंच्या हाताखाली पवित्र ग्रंथांचा अभ्यास करण्यात गढलेली होती. ताहरा बे नावाचे एक फकीर होते, त्यांच्या गळयातून वा छातीतून हृदयाच्या जरा वर सुरा खुपसला तरी रक्तस्राव होत नसे, त्यांना कुठलीही इजा होत नसे. असे आणखीही काही लोक होते, ज्यांनी माझे लक्ष व रुची आकर्षून घेतली होती. मर्यादित जागेमुळे त्या साऱ्यांबद्दल जरी लिहू शकलो नाही, तरी त्यातील काही जणांच्या धावत्या माहितीसाठी काही परिच्छेद तरी मी नक्कीच लिहू शकतो.

कैरो शहरातील आणखी एका पैलूने माझे लक्ष वेधून घेतले होते आणि हा पैलू होता धार्मिक अंगाचा. हजारो वर्षांच्याही अधिक काळापासून इस्लामी संस्कृतीत कैरोने लक्षवेधक भूमिका बजावलेली आहे. सर्वसाधारण पाश्चात्त्य माणसाला इस्लामसारख्या मोठ्या धर्माबद्दल फारच जुजबी माहिती असते. कारण त्यांच्या कल्पना चुकीच्या गोष्टींवर आधारलेल्या असतात. त्यामुळे इस्लामचे जे रूप मला आकळले, त्याकरिता संपूर्ण प्रकरणात काहीतरी लिहिणं नक्कीच उचित ठरेल.

*****

ज्या जादूगाराने वा मांत्रिकाने कोंबडीच्या बाबतीत चमत्कारिक घटना घडवून दाखवली, त्या व्यक्तीचे नाव मला गोपनीय राखले पाहिजे. कारण त्याच्या नावाला आपण कसलीही प्रसिद्धी देणार नाही, असे वचन मी इजिप्तच्या सरकारी खात्यातील एका वरिष्ठ अधिकाऱ्याला दिले होते. नव्हे, तशी विनंती मला करण्यात आली होती. त्याच्या कारणमीमांसेत या ठिकाणी जाण्याची आवश्यकता नाही, परंतु मला त्यांची कारणे पुरेशी

छायाचित्र ५.२ सुदानी मांत्रिक व वैदू स्त्रीचे लेखकाने घेतलेले छायाचित्र

वाटली आणि त्यामुळेच मी त्या विवक्षित व्यक्तीचे नाव अज्ञात राखणार आहे.

एके दिवशी भरपूर उकाडा असताना दुपारच्या वेळी अनेक ठिकाणी फिरून, चौकशी करून मी त्या माणसाला शोधून काढलं. मुख्य रस्त्यावरून मी चालत गेलो. तिथं अजूनही जुन्या काळातील दगड प्राचीनतेच्या खुणा दाखवीत होते. अल् अझहर मशीद आणि बाब अल् वजीर येथील उदास कब्रस्तानाच्या मध्ये असणाऱ्या गजबजाटाच्या, गर्दीच्या, अरुंद बोळांच्या आणि चित्रवत मनोरम अशा भागात मी शिरलो. शहरात उंटांचा कळप आलेला होता. प्रत्येक उंटाच्या गळयात किणकिणत्या लहान लहान घंटा बांधलेल्या होत्या. त्यामुळे सगळाच कळप जाताना छानसा, आनंददायक किणकिणाट करीत झुलत चालला होता. अंधाऱ्या गल्ल्यांमधून, त्या मांत्रिकाचे घर शोधीत मी एकटाच, वाट तुडवत पायी चाललो होतो.

असंख्य अरुंद फाटे असलेल्या गल्ल्यांच्या त्या भूलभुलैयातून मी चालत होतो. त्या गल्ल्या इतक्या अरुंद होत्या, की घरांच्या छपरांच्या मधील जागेतून अगदी लहानशी फट असली तर तिथूनही अनियमितपणे आकाशाचे तुकडे दिसत होते. कमी-अधिक मापांच्या गल्ल्यांमध्ये जो सूर्यप्रकाश पडत होता, त्यातून प्रखर उजेड आणि सावली यांचा मनोरम खेळ चाललेला दिसत होता.

अखेरीस वळणा-वळणाचा एक रस्ता मी पकडला. तो रस्ता त्या मांत्रिकाच्या घराकडे जात होता. त्या रस्त्यावर पांढऱ्या धुळीचे थप्पे साठलेले होते. शहराच्या सीमेवरून निराशाजनक असा जो मोकॅटमचा पहाडी भाग दिसत होता, तिथून ही पांढरी धूळ उडून येत असे.

त्या मांत्रिकाचं घर मोठं आणि मध्ययुगीन शैलीचं होतं. त्या घराचा दर्शनी भाग आयताकृती पाषाणाच्या ठोकळयांनी बांधून काढलेला होता. त्यांच्यावर छानसा रंग

दिलेला होता. घराच्या वरच्या भागात घट्ट बंद दारे असलेल्या खिडक्या होत्या. उंचीवर असलेल्या लहान प्रवेशकक्षात जाण्यासाठी कोरीवकाम असलेले आणि साच्यात घडवलेले दोन कवाडांचे दार होते. तिथं मला दोन खुर्च्या व बुटके असे एक मेज आढळले, पण कुणा माणसाचं चिन्ह काही आढळलं नाही. शेजारच्या खोलीत मी दरवाजातून डोकावलो, पण तिथेही कोणी नव्हतं. आतल्या अंगणात जाणाऱ्या अरुंद अशा दगडी गल्लीतून मी चालत निघालो. त्या गल्लीत कागदांचे आणि मोठ्या नोंदवह्यांचे ढिगारे ठेवलेले होते. त्या साऱ्यांवर प्रचंड धूळ साठलेली होती. बहुधा त्या मांत्रिकाने त्याच्याकडील सर्वांत जुन्या संग्रहांचे व नोंदींचे संग्रहागार म्हणून या गल्लीचा वापर केला असावा. उदास होऊन तिथं मी जवळ जवळ पाच मिनिटे नुसता फिरत राहिलो. कधी आणि कुठे एखादा माणूस आपल्याला भेटेल, असा विचार करीत राहिलो, परंतु मला कोणीही भेटलं नाही. त्यामुळे मी मूळ रस्त्यावर परत फिरलो. तिथून एका शेजारी माणसाला घेऊन आलो. ती एक महिला होती. घराच्या वरच्या मजल्यावर ती एकटी गेली. दोन मिनिटांनी, साधारण सतरा वर्षे वयाच्या एका युवकाला घेऊन ती खाली आली.

छायाचित्र ५.३ जुन्या कैरोतील वळणा-वळणांचे रस्ते. लेखकाच्या संग्रहातून

त्या युवकाने जरा अनिच्छेनेच पण मृदू स्वरात विचारले.

''आपल्याला कृपया काय हवं आहे?''

मी त्या मांत्रिकाचे नाव सांगितले तेव्हा तो चकित झाला. अर्थातच मांत्रिकाकडे येणाऱ्या गिऱ्हाइकांमध्ये त्यांनी कधी युरोपीय माणसांची अपेक्षा केलेलीच नव्हती, हे उघड होतं.

''ते माझे वडील आहेत!'' तो उद्‌गारला. ''पण कृपया मला हे सांगा, की तुम्हाला त्यांना का भेटायचे आहे?''

मी माझा हेतू सांगितला आणि माझ्याकरिता आणलेला ओळखपत्राचा कागद मी त्याला देऊ केला. त्या पत्रात खाली असलेली सही पाहून त्याचे डोळे स्वागताच्या छटेने चमकले.

''या! बसा.''

प्रवेशकक्षाच्या शेजारच्या खोलीत तो मला घेऊन गेला आणि तिथं असलेल्या, पांढरे स्वच्छ कापड घातलेल्या दिवाणावर त्यानं मला बसायला सांगितलं.

तो पुन्हा वरच्या मजल्यावर गायब झाला आणि थोड्या वेळाने परत आला. मंद गतीने पायऱ्या उतरत कोणीतरी त्याच्या मागोमाग येत आहे, असे मला जाणवले. खोलीत त्याच्यामागून साठीच्या वयाचे, प्रशस्त देहाचे एक गृहस्थ आले. दारात आल्या आल्या त्यांनी मला सलाम करण्यासाठी आपला हात कपाळापाशी नेला.

त्यांचे मस्तक व खांदे पांढऱ्या शालीत गुंडाळले होते, त्यातून काळ्याभोर केसांची एक बट बाहेर डोकावत होती. त्यांचा चेहरा ठसठशीत, सहृदयी होता, त्यांच्या मिशा चांगल्या जाड असून आखूड दाढी त्यांनी राखलेली होती. त्यांचे डोळे बहुधा मोठे, टपोरे होते, पण ते सतत खाली फरशीकडेच बघत होते. अर्थातच पापण्या सारख्या झुकवून ठेवल्याने त्यांचे डोळे बारीक दिसत होते. त्यांनी मला बसून राहायला सांगितलं आणि ते स्वतः एका मोठ्या आरामखुर्चीत बसले.

*****

मी खोलीत सभोवताली नजर टाकली. खोली मोठी आणि थंड होती, पण अनेक चित्र-विचित्र वस्तू त्या खोलीत भरलेल्या होत्या. भिंतींवर छान आयताकृती तसबिरी होत्या. त्यातील पिवळया पृष्ठभागावर लाल सुंदर लिपीत कुराण ग्रंथातील ओळी लिहिलेल्या होत्या. भिंतीमधील जागेत पेंढा भरून ठेवलेली दोन तपकिरी पाणमांजरे होती. खिडकीजवळ ठेवलेल्या फडताळात नोंदवह्यांचे ढिगारे होते. त्यांच्यावर साठलेल्या धुळीचे प्रमाण पाहता, त्यांना कित्येक वर्षांत कुणी हात लावला असेल असे वाटत नव्हते. माझ्या शेजारी असलेल्या एका उशीवर छापील असे अरबी पंचांग पडलेले होते आणि खोलीभर शाईच्या रिकाम्या दौतीही विखुरलेल्या होत्या.

मी त्यांच्याकडे गेल्यामुळे त्यांना फार गौरवास्पद वाटले, असे त्यांनी मोजक्या शब्दांत सांगितले. पुढे चर्चा सुरू करण्याआधी थोडे खाद्यपदार्थ स्वीकारण्याची त्यांनी मला

विनंती केली. त्यावर मी त्यांचे आभार मानले. परंतु, इजिप्तच्या लोकांची आदरातिथ्याची कल्पना मला असल्याने मला कॉफी नको असल्याचे मी सांगितले. मी कधीही कॉफी पित नसल्याचे स्पष्ट केले. मग पर्शियन चहासारखे अन्य आल्हाददायक पेय त्यांनी देऊ केले. तो चहा मात्र मी आनंदाने स्वीकारला. सेवेसाठी इच्छुक असणारा त्यांचा सेवक जवळच्या बाजारात गेला. तेव्हा त्या वृद्ध मांत्रिकांशी मी काही चर्चा आरंभ केली, पण माझे प्रयत्न फोल ठरले. इजिप्त देशाच्या विशिष्ट अशा शिष्टाचारांच्या मुशीतून घडलेल्या त्यांनी अगदी मोजक्या अक्षरांत उत्तरे दिली. त्यातही त्यांनी स्वतःबद्दल काहीही सांगितले नाही. उलट चतुराईने त्यांनी माझीच उलटतपासणी केली. त्यांच्या प्रश्नांना मी मोकळेपणाने व स्पष्ट उत्तरे दिली. दरम्यान त्यांचा सेवक आला. त्याने गव्हाच्या पिठापासून बनवून तळलेली व मध मिसळलेली धिरडी, केळी, बिस्किटे आणि पर्शियन चहाचे लहान पेले असं सारं आमच्या समोर ठेवलं. त्या वेळी मांत्रिक किंचितसे मोकळे झाल्यासारखे वाटले. वस्तुतः जेव्हा त्यांच्या लक्षात आलं, की त्यांच्यातील अनोख्या शक्तीची थट्टा करण्याच्या हेतूने अथवा त्यांच्या प्रयोगातील छल-कपट उघडकीस आणण्याच्या हेतूने मी चौकशी करत नाहीये, तेव्हा त्यांना खरा आनंद वाटला. परंतु त्यांच्या शिष्टाचाराच्या अंतर्गत सातत्याने एक सावधगिरी बाळगल्याचा भाव मला जाणवला. कारण त्यांना त्यांच्या जीवनात एका परक्या भूमीतील अपरिचित माणसाकडून विशेष ढवळाढवळ करून घेण्याची इच्छा नक्कीच नव्हती.

त्यांनी मला सुचविले, की जर मी त्यांना माझे पूर्ण नाव, माझ्या वडिलांचे नाव, माझी जन्मतारीख आणि जन्मगाव सांगितले तर ते माझे भविष्य सांगू शकतील. मी व्यक्तिगत भविष्य जाणून घेण्यासाठी आलेलो नाही, हे त्यांना पटविण्याचा बराच प्रयत्न केला. कारण प्रत्येक भविष्यवेत्त्याच्या भविष्य सांगण्यात फरक पडत असतात. त्यामुळे ज्या अपरिहार्यतेत आपण काहीही बदल घडवू शकत नाही म्हणून तिच्याबद्दल व्यर्थ चिंतन करत बसण्यापेक्षा मी भविष्याबद्दलच्या अज्ञानात आनंद मानत असतो. ते वयस्कर मांत्रिक महोदय इतक्या सहजासहजी बधणारे नव्हते. त्यामुळे मला रुची असो वा नसो, पण माझ्या जन्मवेळेनुसार माझी कुंडली बनवण्यात त्यांना बराच रस होता. मग त्यांचे स्वतःचे समाधान होण्यासाठी त्यांना माझ्या जन्मकुंडलीवरून आडाखे मांडायचे होते. शेवटी मी त्यांचा आग्रह मानला आणि त्यांना हवी ती व्यक्तिगत माहिती दिली.

मग त्यांनी मला एका कागदावर माझा हात ठेवायला सांगितले आणि माझ्या तळहाताभोवती रेखा ओढली. त्या बाह्यरेखांनी बनलेल्या माझ्या हस्ताकृतीत त्यांनी काही अरबी शब्द लिहिले. हे सारे त्यांनी का केले, ते मला कधीही कळले नाही.

त्यांच्या जादूबद्दलचा विषय मी काढला, पण कोणतेही निश्चित उत्तर न देता त्यांनी

तो मुद्दा टाळला. ते स्वतः कैरोमधील सर्वश्रेष्ठ मांत्रिक होते, असं मी ऐकून होतो आणि तशा शिफारशीही केल्या गेल्या होत्या.

मोठ्या शिताफीने त्यांनी आमच्या संभाषणाचा ओघ अन्य दिशेला वळवला आणि त्यामुळे युरोपमधील जीवनाबद्दल त्यांना माहिती देणे मला भाग पडले.

नंतर त्यांच्या खुर्चीतून उठत ते मला म्हणाले, ''पाच दिवसांनी परत या.''

त्यानुसार मी पुन्हा त्यांच्याकडे गेलो. रीतीनुसार शिष्टाचाराच्या आदरातिथ्याच्या पहिल्या काही गोष्टी पूर्ण झाल्यावर, त्यांनी अरबी भाषेत मजकूर लिहिलेले काही मोठे कागद काढले. त्यावर माझे भविष्य श्लोकांसारख्या वा कडव्यांसारख्या पद्धतीत लिहिलेले आहे, असे त्यांनी मला सांगितले. त्यामुळे ज्या गोष्टीची मी आजिबात मागणी केलेली नव्हती, ती गोष्ट स्वीकारणं मला भाग पडलं. त्यांच्या इच्छेविरुद्ध त्या कामाबद्दल काही मानधन मी त्यांना घ्यायला लावलं.

मग अचानक त्यांच्या दृष्टिकोनात फरक पडल्याचं मला जाणवलं. काही जादुई प्रकार आपण दाखवणार आहोत, असं ते मला म्हणाले. ''मला तुमचा रुमाल द्या पाहू.'' मी तसं करताक्षणी त्यांनी मला ताबडतोब माझा रुमाल मला परत केला. ''छान! आता तो रुमाल अर्ध्यावर फाडून टाका.'' मी तसं केलं. मग त्यांनी फाडलेले दोन्ही कापडाचे तुकडे घेतले आणि त्यावर लेखणीने काही लिहिले. तिथे मेजावर असलेल्या दौतीतील शाई त्यांनी त्यांच्या शाईपेनासाठी वापरली. लिखाण पूर्ण झाल्यावर त्यांनी सुती कापडाच्या तुकड्याची घडी केली आणि तो मला परत केला. ज्या दिवाणावर मी बसलो होतो, तिथं शेजारी असलेल्या तांब्याच्या राखदाणीवर तो कापडाचा तुकडा ठेवायला त्यांनी सांगितले.

पुढे काय घडतंय, याची मी उत्सुकतेने वाट पाहत होतो. त्या मांत्रिक महोदयांनी कागदाचा एक तुकडा घेतला आणि त्यावर एक मोठा त्रिकोण रेखाटला. त्या त्रिकोणाच्या आत त्यांनी काही गूढ चिन्हे आणि काही अरबी अक्षरे काढली. मग कागद मला देऊन, घडी घातलेल्या त्या सुती कापडाच्या तुकड्यावर तो मला ठेवायला सांगितला. मी त्यानुसार केले. काही क्षणांचा अवधी मध्ये गेला आणि त्यांनी अनाकलनीय अशा काही शब्दांचे उच्चारण केले. ते शब्द म्हणताना त्यांनी डोळे घट्ट मिटून घेतले होते. त्यानंतर एकदम त्यांनी आपल्या जाड पापण्या उघडल्या.

जवळ जवळ त्याच क्षणी फाडलेल्या त्या रुमालाने पेट घेतला आणि माझ्या शेजारच्या राखदाणीत जाळ उठला. तो जाळ वरती हवेत उंच उठला आणि मी चकित होऊन बघतच राहिलो. तेव्हा त्याचे रूपांतर धुराच्या दाट ढगात झाले आणि त्या ढगाने

जवळ जवळ सारी खोली व्यापून टाकली. मला श्वास घेणं कठीण होऊ लागलं, माझे डोळे चुरचुरू लागले आणि मी दाराकडे जाण्यासाठी घाईघाईने उठून उभा राहिला, पण माझ्या आधीच मांत्रिक महोदय बाहेर पोहोचले होते. त्यांनी आधीच सेवकाला हाक मारून ठेवली होती. त्या सेवकाने साऱ्या खिडक्या उघडल्या आणि खोलीतील हवा स्वच्छ केली.

ही घटना खरीखुरी जादुई होती, की काही ज्वलनशील रसायनांचा वापर करून घडविलेली हातचलाखी होती, हे मला समजलं नाही. अशा कोणत्याही प्रश्नांचा त्रास मी स्वतःला करून घेतला नाही. कारण मला त्या एकंदर सादरीकरणात फारसा अर्थ वाटला नाही, पण त्या वयोवृद्ध मांत्रिकांना मात्र त्या कृतीचा खचितच मोठा अभिमान होता

''तुम्ही रुमाल कसा पेटवलात?'' मी त्यांना विचारलं. ''माझ्या जीनीच्या मदतीने,'' एवढं स्पष्टीकरण त्यांनी दिले. त्यातून विशेष असं काहीही स्पष्ट झालं नाही. तो विषय मी तसाच सोडून दिला. ज्या गोष्टीत थोडासा देखील अलौकिकपणाचा अंश वाटू शकतो, त्याबाबत असेच उत्तर सर्वसाधारणपणे इजिप्तमध्ये आपल्याला ऐकायला मिळते.

ते म्हणाले, ''तीन दिवसांनी परत या. मात्र येताना तुमच्या बरोबर पांढरा कोंबडा आणायला विसरू नका. तुमच्यामध्ये असलेला चांगुलपणा मला आवडतो, त्यामुळे मी ही तुम्हाला मोकळेपणाने काही जादूचे प्रयोग दाखवेन. पांढरा कोंबडा घेऊन ये. जीनीची करामत तुम्हाला दाखविण्यासाठी मी त्याच्यावर जादू करेन. एक लक्षात ठेव, तो कोंबडा फार लहान वा फार मोठ्या वयाचा नको आणि अन्य कोणताही रंग त्याच्यावर नको.''

आफ्रिकेतील चेटूक करणारे मांत्रिक पांढऱ्या कोंबड्यांचे गळे कापून आपल्या समोर असलेल्या गिऱ्हाइकाच्या डोक्यावर त्याचे रक्त शिंपडतात हे ऐकून असल्याने मी तसे करण्यास नकार दिला. तरी त्यांनी मला आग्रह करणे चालूच ठेवले व माझ्या कामाच्या सफलतेसाठी एखाद्या शक्तिशाली जीनीला मदतीला बोलावण्याचं आवाहन आपण करणार आहोत, असं खात्रीनं सांगितलं. परंतु मी नकारच देत राहिलो. अखेरीस त्यांनी मला माझ्या नकारामागचं कारण खोदून विचारलं. तेव्हा असे विधी आपल्याला घृणास्पद वाटतात आणि आपल्याला तसल्या विधींमार्गे कोणताही फायदा नको आहे, हे मी स्पष्टपणे सांगितले. हे ऐकल्यावर आपल्या प्रयोगात रक्त सांडलं जाणार नाही, असं त्यांनी ताबडतोब वचन दिलं. अंतिमतः त्या खात्रीमुळे मी त्यांचं म्हणणं मानलं.

*****

त्या वयस्कर मांत्रिक महोदयांच्या खिळखिळ्या जुन्या घरी जाण्याकरिता त्याच अरुंद गल्ल्यांमधून धूळ उडवणाऱ्या रस्त्याने मी चालललो गेलो. या वेळी मी कोंबड्यांच्या

बाजाराकडून आलो होतो. अटाबा अल् खाद्रा चौकाच्या थोड्या मागील बाजूलाच हा बाजार होता. माझ्या उजव्या बगलेत मी लहानसर अशी एक गुबगुबीत पांढरी कोंबडी घेऊन आलो होतो. माझ्या हाताखाली त्या कोंबडीच्या हृदयाची धडधड व तिचा उबदार स्पर्श मला जाणवत होता. त्या वृद्ध मांत्रिकांनी तिच्या नशिबी आता काय अनिष्ट लिहून ठेवायचं ठरवलं होतं, यावर मी विचार करीत होतो.

मी तेथे पोहोचल्यावर, मांत्रिकाच्या चेहऱ्यावरील नेहमीची कठोरता दूर झाली आणि स्मितहास्य झळकलं. त्यांच्या विनंतीचा मान मी राखल्याबद्दल त्यांनी माझे आभार मानले. जमिनीवर अंथरलेल्या सतरंजीवर मध्यभागी त्या कोंबडीला मी ठेवावं, असं त्यांनी मला सांगितलं. मग कोपऱ्यात ठेवलेल्या धूपदाणीभोवती तीन प्रदक्षिणा घालायला मला सांगितलं. मी तसं केलं. सुगंधी धुरातून मी तीन प्रदक्षिणा घातल्या. मग मी दिवाणावर बसलो आणि त्या मांत्रिकाकडे व पक्ष्याकडे बघत राहिलो. मांत्रिकांनी एक कागद घेतला आणि त्यावर एक लहानसा चौकोन काढला. नंतर नऊ लहान चौकोन काढून त्या चौकोनाची विभागणी केली. त्या प्रत्येक लहान चौकोनात त्यांनी काही गूढ वा अरबी अक्षरे लिहिली. त्या कोंबडीवर टक लावून पाहत त्यांनी काही गूढ मंत्र पुटपुटायला सुरुवात केली. मला ते मंत्र अर्धवट ऐकू येत होते. त्यांच्या उजव्या हाताच्या तर्जनीच्या हालचाली पाहून त्यांच्या पुटपुटण्यामध्ये अधिकाराचा भाव येतो आहे, असे दिसू लागले. नंतर त्यांनी आदेश दिल्याप्रमाणे हात रोखला. ती बिचारी कोंबडी घाबरली आणि फडफडत खोलीच्या कोपऱ्यात गेली. तिथं खुर्चीखाली ती लपून बसली. तिला पकडून आणून, जमिनीवर मध्यभागी ठेवायला त्यांनी मला सांगितलं. मला तसं करण्याची इच्छा झाली नाही आणि मी त्यांना त्याप्रमाणे सांगून टाकलं. त्यांचा मुलगा मध्यंतरी खोलीत येऊन बसला होता. त्यानं कोंबडीला पकडलं आणि जिथून ती उडून पळाली होती, त्या जागी पुन्हा तिला आणून ठेवलं.

पुन्हा ती कोंबडी दुसऱ्यांदा कोपऱ्यात पळून जायच्या तयारीत होती, तेव्हा मांत्रिकांनी कडक शब्दांत तिला परतायला सांगितलं.

त्या क्षणी ती कोंबडी थरथरू लागली आहे आणि तिची पिसं हलू लागली आहेत, असं मला दिसलं.

मांत्रिकांनी मला धूपदाणीभोवती पूर्वीप्रमाणे तीन प्रदक्षिणा घालायला सांगितल्या. मी दिवाणाकडे परत आलो तेव्हा मला दिसलं, की ती कोंबडी मांत्रिकाकडे नव्हे तर तिच्या मण्यांसारख्या डोळ्यांनी माझ्याकडे पाहत आहे. नंतर तिची दृष्टी कायमस्वरूपी स्थिर होऊन गेलेली मला दिसली.

अचानक मी एक अद्‌भुत दृश्य पाहिलं. त्या कोंबडीचे श्वास कष्टदायक व जड होऊ लागले. प्रत्येक श्वास मोठ्या कष्टाने घेतल्यासारखा होऊ लागला, श्वास घेण्यासाठी तिची चोच सतत उघडी राहत होती.

गूढ अक्षरे लिहिलेला कागद मांत्रिक महोदयांनी जमिनीवर जवळच ठेवला होता. सावकाश चालत ते खोलीत मागे मागे गेले. दारात जाऊन थांबले आणि कोंबडीवर दृष्टी खिळवून त्यांचे चमत्कारिक मंत्र उच्चारू लागले. त्यांच्या आवाजात अधिकार होता. त्यांचा सूर हळुहळू चढत गेला आणि इकडे तो पक्षी हळुहळू अर्धमेल्या स्थितीत जाऊन पोहोचला.

अखेरीस, ती कोंबडी एवढी क्षीण झाली, की तिने पाय ताणले आणि जमिनीवरच ती कोसळली. मग जेमतेम ती सरळ उभी राहू शकली. दोन मिनिटे गेल्यावर तेवढेही तिला अशक्य झाले. ती एका बाजूवर वळली आणि जमिनीवर ताणून पसरली. अखेरीस तिची प्राणज्योत फडफडू लागली. पायांवर उभं राहायचा तिनं अखेरचा निकराचा प्रयत्न करून पाहिला, पण थकून ती पडली. आणखी काही क्षण उलटले. तिला आकडी आल्यासारखं झालं. त्यानं तिच्या शरीराला आचके बसू लागले, तिची पिसं क्षीणपणे फडफडली. त्यानंतर, तिच्या हालचाली कमी कमी होत गेल्या आणि अखेरीस त्या थांबल्या. तिचं मांस ताठरलं, मस्तक कठीण झालं. जेमतेम अर्ध्या तासापूर्वी बाजारातून आणलेला जिवंत पक्षी आता निष्प्राण मृतदेह बनला आहे, हे माझ्या लक्षात आलं. मी अवाक् होऊन उभा राहिलो. त्या प्रकाराने माझ्या हृदयात नकोशी अशी एक तिरस्काराची भावना निर्माण झाली.

त्या मांत्रिकांनी माझा रुमाल कोंबडीच्या देहावर टाकायला मला सांगितलं. ते प्रभावी शब्दांत म्हणाले,

''जादू यशस्वी झालेली आहे. ज्या जीनीनं एक खूण म्हणून या कोंबडीचे प्राण घेतले, तो जीनी यापुढे तुझी सेवा करण्यासाठी तयार आहे. तो तुझ्या भल्याकरिता काम करेल. पूर्वी जेव्हा कधी कधी मी हा प्रयोग केलेला होता, तेव्हा कोंबडी मेली नव्हती. त्या व्यक्तीला मदत करायची जीनीला इच्छा नव्हती, हे त्यातून दिसून आलं होतं.''

तो सर्व प्रयोग घडत असताना मी प्रत्यक्षात पाहिलं होतं. माझ्या विचित्र यजमानाची नजर सातत्याने जमिनीवर खिळलेली होती. त्याबद्दल त्याने एक विशिष्ट स्पष्टीकरण दिले.

''मी जेव्हा जीनीला जागृत करण्यासाठी मंत्र म्हणतो, तेव्हा तो जागृत झाल्यावर मी त्याला आदेश देतो, तेव्हा मी त्याचेकडे कधीही बघत नाही. या प्रयोगात जे नियम

पाळावेच लागतात, त्यापैकी हा एक नियम आहे. परंतु हा विधी अजून संपलेला नाही. पाहा! कोंबडीला गुंडाळून, तू घरी घेऊन जा आणि उद्यापर्यंत तसंच गुंडाळलेलीच ठेवून दे. मग मध्यरात्री कस्र-अल-नील पुलावर उभा राहा आणि नाईल नदीच्या पाण्यात ती कोंबडी सोडून दे. जेव्हा तू तिला पाण्यात टाकशील, तेव्हा एखादी इच्छा करायला विसरू नकोस. एक दिवस जीनी तुझी इच्छा निश्चित पुरी करेल.''

कोंबडीला पूर्णपणे गुंडाळता यावे, इतका माझा रुमाल मोठा नव्हता. म्हणून मी खोलीत इतरत्र नजर टाकली. कैरोतील 'अल अहराम' (द पिरॅमिड) नावाच्या प्रसिद्ध वृत्तपत्राची प्रत उचलली आणि अर्धवट झाकली गेलेली कोंबडी त्यात गुंडाळली. घरी परत आल्यावर माझ्याकडे काम करणाऱ्या तरुण अरब सेवकाकडे ती कोंबडी सोपवली. तिचे आवरण अजिबात काढायचे नाही आणि पुढच्या रात्रीपर्यंत तिला हातही लावायचा नाही, अशा सूचना मी त्याला दिल्या. परंतु त्या खबरदारीच्या सूचना अनावश्यक होत्या. जादूगाराने प्रयोगात ती कोंबडी वापरली होती, म्हणून तिला खाण्यासाठी वापरायचे नाही, असे मी सहजपणे बोललो. ते ऐकूनच तो सेवक दचकला आणि त्याने त्या कोंबडीच्या जवळून जाणंसुद्धा टाळलं.

त्या दिवशी, संध्याकाळी मी माझ्या दोन मित्रांसह उपाहारगृहात जेवायला गेलो

छायाचित्र ५.४ कोंबडीपर प्रयोग करणारे मांत्रिक महोदय. लेखकाच्या संग्रहातून

होतो. मित्रांपैकी एक अमेरिकन होता आणि दुसरा इजिप्तचा. त्यांना मी या प्रयोगाबद्दल व मांत्रिकाबद्दल सर्व काही सांगितले. जादूने नव्हे तर अन्य कुठल्यातरी मार्गाने कोंबडीस मारले गेले असणार, याबद्दल त्यांना खात्री होती. मी त्यावर कोणतेच मत प्रदर्शित केले नाही परंतु विचार खुले ठेवायचं ठरवलं. प्रयोगातील सर्व सविस्तर भाग मी त्यांना सांगितला, तेव्हा ते पोट धरधरून हसले. त्या संध्याकाळभर आमच्या संभाषणात कोंबडीचाच विषय प्रामुख्याने राहिला. त्यांच्या काही बुद्धिमान कोट्यांवर मलाही हसू आल्याचं कबूल केलं पाहिजे. तिथं अनुपस्थित असलेला मांत्रिक हा त्यांच्या हजरजबाबी उक्तींचा प्रतिनिधी बनला होता. मग अचानक त्या उपाहारगृहातील दिवे गेले. आमचं जेवणही अजून अर्धवटच राहिले होते. उपाहारगृहाच्या चालकाने भरपूर खटपट करूनसुद्धा दिवे काही आले नाहीत. शेवटी त्यानं मेणबत्त्या मागवून घेतल्या आणि मेणबत्तीच्या उदासवाण्या उजेडात आम्ही जेवण उरकून घेतलं.

माझा इजिप्तचा मित्र संशयवादी होता. त्यानं सोर्बोर्न येथे शिक्षण घेतले होते. मात्र तात्पुरतं का होईना, त्याचा गमत्या स्वभाव आणि कोटी करण्याची वृत्ती दूर सारून, तो कुरकुरला,

''तुझ्या त्या मांत्रिकानंच असं केलं असणार!'' वरकरणी विनोद वाटणाऱ्या त्याच्या शब्दांत भयांची छटा मला जाणवली.

अर्थात, विजेच्या तारांमधील समस्येमुळे दिवे गेले असणार, पण ती घटना अशा काही चमत्कारिक पृष्ठभूमीवर घडली होती, की त्यामुळे अन्य दोन अशाच घटनांची आठवण त्या वेळी मला झाली. पहिली घटना माझ्या व्यक्तिगत आयुष्यात घडली होती आणि दुसरी मी, प्रख्यात कादंबरीकार रॉबर्ट हिचेन्स यांच्याकडून ऐकली होती. त्यांना मांत्रिक महोदय ठाऊक होते.

पहिली घटना बऱ्याच वर्षांपूर्वी घडली होती. युरोप आणि अमेरिकेत ज्या ज्या विविध संप्रदायांनी डोकं वर काढलं होतं, त्या संप्रदायांचा मी अभ्यास करीत होतो. त्यांपैकी एक संप्रदाय एका संदिग्ध चारित्र्याच्या व्यक्तीकडून चालविला जात होता. हा माणूस पूर्वी पाद्री होता, पण नंतर त्याला चर्चने हाकलले होते. असे असले तरी तो माणूस तसा चांगला ज्ञानी होता आणि त्याचं व्यक्तिमत्त्वही प्रभावी होतं. मी जो शोधक अभ्यास केला, त्यातून मला आढळून आले, की त्या माणसाकडे जबरदस्त अशी संमोहनाची शक्ती असून गैर गोष्टींकरिता तो त्या शक्तीचा वापर करीत होता. सहज विश्वास ठेवणाऱ्या भोळ्या लोकांना तो पैशांसाठी ठकवतही होता. त्याला बळी पडलेल्यांमध्ये ज्या लोकांना मी ओळखत होतो, त्यांना मी सावध केलं. पण हे गुपित मी माझ्याजवळच ठेवलं. कारण प्रत्येक ठकास

यथावकाश महाठक भेटतच असतो, यावर साधारणपणे माझा विश्वास होता. अचानकपणे रात्री दहाच्या सुमारास रस्त्यात माझी एका महिलेशी गाठ पडली. तिच्या पतीला मी चांगलं ओळखत होतो. त्या वेळी मात्र या घटनेचा चरमबिंदू पोहोचला. त्या महिलेची वर्तणूक मला चमत्कारिक वाटली. मी तिच्याशी बोलण्यासाठी थांबलो. ज्या पाद्री माणसाला चर्चने हाकलून दिले होते, त्या व्यक्तीसह आपण एक रात्र व्यतीत करण्यासाठी निघालो आहोत, असे तिने थंडपणे मला सांगितले. ते ऐकून मी चांगलाच दचकलो. रस्त्यावरच्या दिव्याच्या प्रकाशात मी तिला सावकाशपणे घेऊन गेलो. तिथे उजेडात मी तिच्या चेहऱ्याकडे पाहिले. तिच्या डोळ्यातील बुब्बुळांकडे आणि पांढऱ्या भागाकडे मी नीट पाहिले. तेव्हा मला स्पष्टपणे जाणवले, की ती महिला पूर्णपणे संमोहावस्थेत होती. त्यामुळे तिला तात्काळ संमोहावस्थेतून बाहेर काढून तिला तिच्या घरी परत जाण्यासाठी तिचं मन वळवावं, हे मी माझं कर्तव्य समजलं.

दुसऱ्या दिवशी या घटनेबद्दल माझ्या मित्राशी बोलण्यासाठी मी गेलो. तो भारतीय होता. वस्तुतः 'अ सर्च इन सिक्रेट इंडिया' या माझ्या पुस्तकातील दुसऱ्या प्रकरणात ज्याचा उल्लेख आहे, तोच माझा हा मित्र होता. चर्चने हाकलून दिलेल्या त्या पाद्री माणसाकडून, दुर्बल मनाच्या लोकांना उद्‌ध्वस्त करणारे जे जे उद्योग चाललेले होते, त्याबद्दल मी त्याला सविस्तर सांगितले. असल्या धोकादायक माणसाला त्याची अधर्माची कृत्यं करायला मोकळीक देता कामा नये, असंही मी म्हणालो. त्या माझ्या भारतीय मित्राला हे पटलं. तो अत्यंत रागावला आणि त्या धूर्त पाद्री माणसावर त्यानं कडक शाप उच्चारण्याचा मनोदय व्यक्त केला. माझा हा भारतीय मित्र त्याच्या देशी योगक्रियेत आणि पौर्वात्य फकिरांच्या कौशल्यांमध्ये प्रवीण असल्याचं मी जाणत होतो. त्यानं जर शापवाणी उच्चारली तर ती क्षुल्लक गोष्ट नसेल हेही मला ठाऊक होतं. कदाचित हा उपाय जरा अधिक कडक आहे असं वाटून मी त्याला तसं सांगितलं. कदाचित अन्य एखादा सौम्य उपाय करून पाहता येईल असंही मी सुचवलं. अर्थात त्याला जे वाटेल ते त्यानं करावं पण तो धूर्त पाद्री कायमस्वरूपी कुठेतरी निघून जाईल, असं काहीतरी करावं, असं मत मी व्यक्त केलं. माझ्या भारतीय मित्रानं त्याला संमती दर्शवली, पण यथावकाश त्यानं शापवाणीही उच्चारली.

त्यानंतर काय घडलं असावं, हे पाहण्यासाठी मी त्या अधार्मिक पाद्रीकडे गेलो. तेव्हा त्या तोतया प्रेषिताच्या सभोवती त्याच्या शिष्यांचा गराडा होता. त्या लहानशा सभागृहात लवकरच एक अवर्णनीय गोंधळाची घटना घडायची होती. ते सभागृह अचानक गडद काळोखात बुडालं. तिथं दारापर्यंत पोहोचण्यासाठी लोकांची एकच खेचाखेच सुरू झाली. त्या गोंधळात काही लोक खाली पडले. मला त्यांचे आक्रोश, विव्हळणे ऐकू येऊ लागले.

त्या सर्व कोलाहलात भीती आणि हतबलता यांनी युक्त असा त्या पाद्री माणसाचा कर्कश आवाज सगळयांच्या कानावर पडला.

तो ओरडू लागला, ''इथं सैतान आहे. हे सारं सैतानाचं काम आहे.''

मी काडेपेटीतील काड्या पेटवून पाहिलं. तेव्हा तो तेथील व्यासपीठावर आडवा पडून उन्मत्त झाल्यासारखा बोलत होता.

यथावकाश मेणबत्त्या आणल्या गेल्या. मग जवळच्याच एका विश्रामस्थळाकडे त्याचे शिष्य त्याला घेऊन गेले. तिथं त्याचे प्रिय मद्य - व्हिस्की - देऊन त्याला उन्मत्तावस्थेतून बाहेर आणण्याचा ते प्रयत्न करू लागले. नंतर अन्य लोकांकडून आधी सभागृहात काय घडले, ते वृत्तही मला कळले.

आपल्या धर्मगुरूचे व्याख्यान ऐकत सारेजण आपापल्या खुर्च्यांमध्ये शांतपणे बसले होते. तेव्हा अचानकपणे सारे विजेचे दिवे एखाद्या अग्निगोलकाप्रमाणे मोठा आवाज करून फुटले. त्यामुळे साऱ्या दिशांना दिव्यांच्या काचा उधळल्या. सभागृह क्षणार्धात काळोखात बुडाले. तिथला अंधार, दुःखाची छटा आणि गोंधळ यांमध्ये साऱ्यांना, आपला नेता व्यासपीठावरील जमिनीवर जोरात आदळून पडल्याचा आवाज आला. शिवाय तो घाबरून ओरडत आहे, हे ही साऱ्यांनी ऐकले.

मी त्या धर्मगुरूच्या मागोमाग विश्रामगृहाकडे गेलो. तिथल्या प्रतीक्षाकक्षात थांबलो. एक लहानशी चिठ्ठी लिहून ती एका पाकिटात बंद केली. मग त्या धर्मगुरूच्या संमोहित अनुयायांच्या मुख्य माणसाकडे ते पाकीट दिले. धर्मगुरूंना वाचता येईल इतक्या मूळपदावर ते आल्या क्षणी ही चिठ्ठी त्यांना वाचायला द्या, अशी विनंती मी त्याला केली.

त्या पाकिटात लिहिलेल्या चिठ्ठीत त्या धर्मगुरूला निर्वाणीचा संदेश लिहिला होता. 'त्या धर्मगुरूने चोवीस तासात शहर सोडून जावं आणि पुन्हा तोंड दाखवू नये अन्यथा मी पोलिसांचा ससेमिरा त्याच्या मागे लावणार आहे,' असा मजकूर मी त्या चिठ्ठीत लिहिला होता.

आणि खरोखरच तो धर्मगुरू निघून गेला. कुठल्यातरी दूरच्या एका खेड्यात त्याचा मृत्यू झाल्याची बातमी, बारा महिन्यांच्या आत माझ्या कानावर आली.

आता या संपूर्ण गोष्टीतील एका कुतूहलकारक मुद्द्याकडे आपण वळू या. माझ्या भारतीय मित्राने त्या धर्मगुरूच्या नावे शापवाणी उच्चारायचा जो विधी केला, त्या विधीच्या अचूक परमबिंदूच्या क्षणी, इकडे ते सभागृह अंधारात बुडाले होते.

माझी दुसरी आठवण आहे, ती दुदैवी लॉर्ड कार्नरव्हॉन यांच्याशी निगडित.

तूतनखामुनच्या कब्रस्तानापर्यंत जो उत्खनन प्रकल्प पोहोचला होता, त्याला त्यांनी अर्थसाहाय्य केले होते. त्या अद्‌भुत शोधाची गाथा आणि त्या कब्रस्तानाचे द्वार खुले झाल्यानंतर लवकरच मातब्बर घरातील ही व्यक्ती रक्ताच्या विषबाधेला बळी पडल्याची घटना साऱ्या जगाला ठाऊक आहे. तूतनखामुनच्या कब्रस्तानात ढवळाढवळ करणाऱ्यांकरिता प्राचीन लोकांनी शापवाणी उच्चारून ठेवली होती. लॉर्ड कार्नरव्हॉन यांचं आजारपण जलद गतीनं वाढत गेल्याने त्यांना अधिकाधिक उत्तम औषधोपचार मिळावेत याकरिता कैरो शहरात पाठवावे लागले.

कैरोतील त्या वेळच्या सर्वांत मोठ्या विश्रामगृहात म्हणजे 'कॉन्टिनेन्टल सेव्हॉय' या ठिकाणी रुग्णाला ठेवण्यात आलं. त्यांच्या आगमनानंतर लवकरच, एका संध्याकाळी, विजेच्या दिव्यांच्या परिपथात बिघाड झाला आणि विश्रामगृहातील प्रत्येक दिवा विझून गेला. जवळजवळ एक तास ती सर्व वास्तू अंधारात बुडाली होती. जेव्हा विजेचे दिवे पुन्हा लागले, त्या वेळी लॉर्ड कार्नरव्हॉन आपल्या शय्येवर मृत झालेले असल्याचं त्यांच्या परिचारिकेला आढळून आलं!

असो. आता मला पुन्हा माझ्या कोंबडीकडे वळले पाहिजे.

दुसऱ्या दिवशी, मध्यरात्री, कस्र-अल-नील सेतूवर मी गुप्तपणे ती धार्मिक विधीमध्ये वापरली गेलेली कोंबडी पाण्यात अर्पण करण्यासाठी पाळत ठेवून राहिलो. काम जितकं सोपं वाटलं तितकं ते सोपं नव्हतं. कारण हा सेतू किंवा पूल कैरोतील युरोपीय प्रभागाच्या अगदी मध्यवर्ती होता. त्याच्या एका बाजूला ब्रिटिश सैनिकांच्या बराकी- म्हणजे सेनानिवास- होत्या तर दुसऱ्या बाजूला प्रशस्त, उत्तमप्रकारे संरक्षित आणि पोलीस तैनात असलेले असे ब्रिटिश उच्चायुक्तांचे प्रमुख केंद्र होते. नाईल नदीच्या गंभीर पाण्यात, अशा भलत्या वेळी, इतक्या उंचीवरून, संशयास्पदपणे कागदात बांधलेले पुडके टाकणे म्हणजे दिव्यच होते. एखाद्या जबाबदार व्यक्तीने जर हे कृत्य बघितले असते तर त्या व्यक्तीच्या मनात नक्कीच संशय निर्माण झाला असता. एखादा खुनी माणूस त्याला बळी पडलेल्या एखाद्याचा अवयव वा धड फेकून विल्हेवाट लावण्याच्या प्रयत्नात आहे, असंच त्याला वाटलं असतं! शेवटी, एक शांत वेळेची संधी मला मिळाली. ते पुडकं मी पुलावरून फेकलं. ते पाण्यावर पडता क्षणी हलकासा बुडबुड आवाज आला. हे कृत्य करणाऱ्या माणसाने म्हणजे मीच सुटकेचा निःश्वास टाकला आणि मी घाईघाईने परत घरी आलो.

मी सुरक्षित परतलो म्हणून माझ्या अरब सेवकाने अल्लाहचे आभार मानले. एखाद्या मांजरीच्या पिलाला त्याची पहिली उंदराची शिकार गवसली की कसा आनंद होतो, तसाच आनंद त्याच्या चेहऱ्यावर पसरला होता.

छायाचित्र ५.५ कस्र-अल्-नील सेतू इथूनच त्या कोंबडीला मी टाकलं.
(कैरोचा नकाशा पान नं. १२९ येथे पाहावा) एरिक फॉक्सली

*****

त्या मांत्रिकाला मी पुढच्या काळात भेटलो तेव्हा त्याच्या करामतींबद्दल सविस्तर जाणून घेण्याचा प्रयत्न केला. किमान ती खरी जादू होती की हातचलाखी होती, हे तरी कळले असते, पण ते वृद्ध गृहस्थ त्या विषयावर अगदी मोजकं बोलायचे आणि बराच वेळ गप्पच बसून राहायचे. जणू ते त्यांच्या एखाद्या निराळ्याच जगात - बहुधा त्यांच्या जीनीच्या जगात हरवले आहेत की काय, असंच वाटायचं. त्यांना बोलतं करणं खरोखरीच महत्कठीण काम असल्याचं माझ्या लक्षात आलं.

त्यांच्या मुलाला काही प्रश्न विचारले तेव्हा मला समजले, की त्याच्या वडिलांनी कधीही कोणालाही त्यांची गुपितं सांगितली नाहीत. त्या मुलाने स्वतःही त्याच्या वडिलांना बऱ्याच वर्षांपूर्वी त्यांची कला शिकविण्याबद्दल विचारलं होतं. जेणेकरून तो मुलगाही त्या प्रकाराची कामं करू शकला असता, परंतु वडिलांनी त्यांच्या मुलाच्या विनंतीलाही नकार दिला होता. हे काम करणं अवघड आणि धोकादायक असल्याचं त्यांनी त्याला सांगितलं. त्या मुलाच्या पालकांनी त्याला नेहमी घडणारी गोष्ट सांगितली. एका मांत्रिकाने जीनीला जागृत केले होते पण तो त्याला परतवू शकला नाही. त्याचा

परिणाम म्हणून तो जीनी मांत्रिकावर उलटला आणि त्याने त्याला गंभीर इजा पोहोचवल्या. त्यामुळे त्या मुलाला तुलनात्मकदृष्ट्या निरुपद्रवी अशा 'कायद्याच्या' शिक्षणासाठी दाखल केलं गेलं होतं.

त्या वृद्ध मांत्रिकांकडील गुपितं खरी असोत वा खोटी, त्यांविषयी त्यांना बोलतं करणं हे अशक्य असल्याची कारणं माझ्या लक्षात आली. त्यांच्यातील गूढतेमुळेच त्यांना त्यांचं सामर्थ्य आणि कीर्ती प्राप्त झाली होती. त्यामुळे त्यांना अधिक आग्रह करण्याच्या फंदात मी पडलो नाही. कारण ज्यावर त्यांची प्रसिद्धी आणि नशीब अवलंबून होतं, ती माहिती देण्याबाबत ते इच्छुक नव्हते आणि हे साहजिकच होतं.

मांत्रिक महोदयांचा न बोलण्याचा ठाम निश्चय मी जरी भंग पावू शकलो नाही, तरी त्यांच्या त्या धुळकट खोलीत मी जर पुन्हा बसून राहिलो तर त्या गुपितांमागे सर्वसाधारण सिद्धांत काय असतात, एवढं सांगण्याइतपत मी त्यांचं मन निश्चितच वळवू शकेन, असं मला वाटलं. ज्या जीनीबद्दल इजिप्तमध्ये मी एवढं ऐकलं होतं, त्याचा नेमका अर्थ काय असतो, त्याबद्दल तरी मी त्यांच्यासारख्या नामांकित स्रोताकडून जाणू शकलो असतो. मी त्यांच्याशी बोलत असतांना गजांच्या खिडकीतून, सातत्याने एका ठोक्यात ढोलाचा आवाज माझ्या कानावर पडत होता. शेजारच्या घरात एक कनिष्ठ मांत्रिक ढोल वाजवून, मंत्र म्हणून त्याच्यासमोरच्या रुग्णाच्या अंगातून त्याला झपाटून टाकलेल्या आणि त्याच्या आजाराला कारणीभूत ठरलेल्या जीनीला बाहेर काढत होता.

मांत्रिक महोदय माझ्या विचारांमध्ये शिरून म्हणाले, ''आमच्या प्राचीन जादूविद्येवर तुम्हा लोकांना विश्वास नसतो. केवळ ज्यांचं आकलन तुम्हाला होत नाही, अशा जीनीच्या शक्तींचा उपयोग इथे होतो, म्हणून तुम्ही अविश्वास दाखवता.''

मी गप्प राहिलो. कोणत्याही अडचणीशिवाय त्यांचा पौर्वात्य दृष्टिकोन मला समजू शकत होता. अन्यथा पौर्वात्य जगात मला रुची वाटलीच नसती.

जीनी सर्वत्र अस्तित्वात असतात. एखादा माणूस जर आजारी पडला. किंवा जर तो दुर्दैवी किंवा दुःखी असला, तर त्याचं शरीर किंवा जीवन यांवर दुष्ट जीनीने प्रभाव टाकल्याचं मानलं जात असे. पण माणूस सुदैवी ठरला किंवा सामर्थ्यवान ठरला तर चांगल्या जीनीचा प्रभाव त्यास कारणीभूत ठरत असे.

वृद्ध मांत्रिक महोदय मित्रत्वाच्या भावात आहेत, असं आढळल्यावर ''जीनी म्हणजे काय असतं?'' मी सविस्तरपणे विचारलं.

''अदृश्य जीव खरोखर अस्तित्वात असतात, हे नक्की लक्षात ठेवा. आपल्या

आजच्या काळात जरी हे लोकांच्या दृष्टीस पडत नसले, तरी ते असतात,'' ते स्पष्ट करीत म्हणाले. ''भौतिक जगात जसे प्राणी अस्तित्वात असतात, तसं अभौतिक जगात अमानवी अशा प्राणी–आत्म्यांचा वास असतो. हे आत्मे नश्वर माणसांचे नसतात, तर ते थेट अलौकिक विश्वातील असतात. जीनी तसेच असतात. त्यांना प्राणिमात्रांचे आत्मे समजण्याची चूक करू नकोस. कारण त्यांचं स्वरूप बरंच निराळं असतं. एखाद्या हुशार माणसासारखी बुद्धिमत्ता काही जीनींमध्ये असते, तर काहीजण संतांसारखे चांगले असतात. काही जण हे खरोखर सैतानाचे बाप शोभतील असे असतात.'' वस्तुतः, आत्म्यांच्या जगात राहणाऱ्यांचे तीन मुख्य गट होऊ शकतात. जीनी, जीवात्मे आणि देवदूत. देवदूत हे बहुतांशी चांगले असतात आणि पृथ्वीवर कधीही वावरलेले नसतात. जीवात्मे अर्थातच या पृथ्वीतलावर राहिलेले आणि मरण पावलेले स्त्री–पुरुष असतात.

कुत्रा, घोडा आणि उंट यांसारखे काही प्राणी माणसांच्या सेवेसाठी कार्यरत असतात, तसंच काही प्रकारचे जीनीदेखील, अदृश्य वा दृश्य विश्वात माणसाच्या सेवेत राहतील असे असतात. अर्थात, जीनींपैकी काही विशिष्ट प्रकारचे जीनीच मानवी मालकाचे आदेश पाळणारे असतात. प्राचीन काळातील जादू म्हणजे या जीनींना सेवेसाठी वश कसं करायचं, याबद्दलचं ज्ञान असे. हे ज्ञान असणारे खरे जादूगार जुन्या आणि अगदी आत्ताच्या काळातही फार तुरळक असतात. थोडक्यात सांगायचं तर, हा अध्यात्मवादातीलच एक प्रकार होता.

''जीनींना वश करण्यासाठी कोणत्या पद्धती वापरल्या जातात?''

''पहिली आवश्यक गोष्ट म्हणजे त्यांना वश करण्याआधी त्यांचं नाव तुम्हाला ठाऊक असलं पाहिजे. त्यानंतर एक मजकूर कागदावर लिहिला पाहिजे, त्यात त्या जीनीचं नाव, कुराणातील एक विशिष्ट परिच्छेद, एका विशिष्ट आकृतीमध्ये क्रमांकांची रचना असायला हवी. ही आकृती म्हणजे दुहेरी चौकोन असतात किंवा कधी कधी त्रिकोण असतो. तिसरं म्हणजे त्यासाठी उदबत्ती आणि धूप यांची मदत घ्यावी लागते. ज्या प्रकारच्या जीनीला तुम्हाला आवाहन करायचं आहे, त्यानुसार त्या उदबत्त्यांची मांडणी करावी लागते. चौथं म्हणजे काही विशिष्ट मंत्र म्हणावे लागतात. शेवटी, म्हणजे आपल्या स्वतःच्या गुरूकडून ही विद्या मिळविताना आपण दीक्षा घेतलेली असली पाहिजे.'' नंतर ते काही क्षण थांबले आणि मग पुन्हा बोलू लागले.

''या जादूविद्येवर प्रभुत्व मिळविण्यासाठी अतिशय कठीण आणि धोकादायक उमेदवारी करावी लागते. जादू ही नेहमीच फार मोजक्या लोकांच्या हातातील कला होती आणि तशीच राहील. आत्ता मी तुला जसं सांगतोय तसं मी आमच्या श्रद्धांबद्दल सांगू शकतो, पण खरी मौलिक अशी व्यावहारिक गुपितं तुला उघड करून सांगणं

अवघड आहे. कारण अनेक वर्षं जो माझा विद्यार्थी म्हणून राहील अशा व्यक्तीशिवाय अन्य कोणालाही ती गुपितं मी सांगणार नाही. अशी मी, माझ्या स्वतःच्या गुरूंसमोर प्रतिज्ञा घेतली आहे. आमची गुपितं ही सगळ्या माणसांसमोर उघड करणं ही फार गैर गोष्ट ठरेल. कारण दुष्ट वृत्तीची माणसं स्वतःचे हेतू साध्य करण्यासाठी, इतरांना इजा करण्यासाठी ती गुपितं वापरतील. दुसरं म्हणजे या कलेवर आमचं जे प्रभुत्व राहिलेलं आहे, ते आमच्या हातून निसटेल आणि एक खरी गोष्ट सांगू का? आजपर्यंत एकही विद्यार्थी मी स्वीकारलेला नाही. यथावकाश आमच्या भ्रातृसंघाचे नियम पाळून माझ्या मृत्यूआधी, मी कुणालातरी दीक्षा दिलीच पाहिजे, तरच मानवजातीमध्ये हे ज्ञान जिवंत राहील. असं असलं तरी, मला माझ्या मृत्यूची निश्चित वेळ ठाऊक असल्याने माझी कर्तव्यं मी योग्यपणे पार पाडेन.''

वयाने ज्येष्ठ असलेले ते मांत्रिक जरा थांबले. त्यांच्या मितभाषी स्वभावापासून त्यांना जरा बाहेर काढण्यात यश आल्याने मला आनंद वाटला. ते पुढे आणखी काही बोलतील का? त्यांचं बोलणं सुरू राहावं, म्हणून मी आणखी एक मुद्दा काढला. या वेळी त्यांच्या स्वतःच्या दीक्षेबद्दल मी त्यांना प्रश्न विचारला.

त्यावर उत्तर देताना ते म्हणाले, ''माझ्याबद्दल थोडंसं तुम्हाला सांगतो. साठ वर्षांपूर्वी, गर्गा परगण्यातील सुआग शहरात माझा जन्म झाला. माझे वडील प्रख्यात असे व्यावसायिक जादूगार आणि खगोलतज्ज्ञ होते. तेव्हापासूनच मी त्यांच्या जादूविद्येकडे आकर्षित झालेलो होतो, हे मला स्मरतं. खरं तर मी त्या कलेमुळे मोहितच झालेलो होतो. माझा कल माझ्या वडिलांच्या लक्षात आला आणि ते स्वतः यथावकाश मला मंत्रदीक्षा देतील, असं त्यांनी मला सांगितलं. त्यांचेच काम मी पुढे चालवीन म्हणून असे प्रशिक्षण देण्याचे त्यांनी मान्य केले. त्यांच्याकडे जादूविद्येवरील असंख्य अरबी भाषेतील हस्तलिखिते आणि दुर्मीळ पुस्तके होती. ती सारी त्यांनी मला वाचायला व अभ्यासायला सांगितली. माझ्या वयाच्या अठराव्या वर्षी त्यांनी मला दीक्षा दिली. त्यानंतर मी लगेचच घर सोडलं आणि कैरोमध्ये आलो. कैरोत अल् अझहर विद्यापीठात मी माझं नाव दाखल केलं. विद्यापीठात साहित्य आणि धार्मिक अध्ययनात मी स्वतःला व्यग्र ठेवलं. माझ्या वडिलांच्या संग्रहातील काही हस्तलिखितं मी माझ्याबरोबर आणली होती. त्यांचाच मी घरी अभ्यास करीत असे. माणसांच्या निरनिराळ्या वृत्ती व स्वभाव कळण्याचा माझा दांडगा अभ्यास झाला होता. एका दृष्टिक्षेपात माणसाचे चारित्र्य आणि कामना मला सांगता येतील एवढे प्रावीण्य मी मिळवले होते.

''वयाच्या अठ्ठाविसाव्या वर्षी मी विद्यापीठ सोडले आणि त्यानंतर सहसा एकटाच राहू लागलो. जादूविद्येचा अधिकाधिक सराव करू लागलो. जीनीवर माझी पकड

बसल्याचा आत्मविश्वास येईपर्यंत मी सराव करीत राहिलो. त्यानंतर या गोष्टीचा व्यवसाय म्हणून मी स्वीकार केला आणि लोकांसमोर माझी ओळख होऊ दिली. वस्तुतः या विद्येवर जोवर पकड मिळवता येत नाही, तोवर तिच्या प्रयोगापासून दूर राहिलेलंच बरं असतं. माझ्या मुलांनी ही विद्या मी त्यांना शिकवावी म्हणून खूप गळ घातली, पण मी त्यांना अन्य विषयांचा अभ्यास करण्यासाठी प्रवृत्त केलं. कारण एक यशस्वी जादूगार बनता यावे यासाठी आवश्यक असलेले धाडस त्यांच्यात नाही, हे मी ओळखले होते.....

''मी खगोलविद्येचाही अभ्यास केल्याने इजिप्तमधील अनेक दर्जाच्या लोकांपर्यंत माझं नाव पोहोचलं. मग त्यांचं भविष्य विचारायला ते अनेकदा माझ्याकडे येऊ लागले. राजपुत्र, मंत्री, पाशा (वरिष्ठ दर्जाचे अधिकारी) आणि श्रीमंत व्यापाऱ्यांनी माझा सल्ला आजवर घेतलेला आहे. गेल्या वर्षी ॲबिसिनियाच्या सम्राटाच्या मुलीने मला भेट दिली तेव्हा ॲबिसिनियाच्या दरबारातील मंत्र्यानेही माझ्याशी सल्लामसलत केली होती. एकदा मोरोक्कोच्या सुलतानाने काही खास पत्रे घेऊन एक विशेष दूत माझ्याकडे पाठवला होता.

''एकदा रात्रीच्या वेळी चार चोरांनी माझं घर फोडून आत प्रवेश केला. मला ठार मारून त्यांना माझं घर लुटायचं होतं. आधाराच्या काठीच्या साहाय्याने त्यांना मी घराबाहेर हाकलले. दुसऱ्या दिवशी, मी बसलो आणि त्या चोरांची नावं माझ्या जादूने शोधून काढली. नावे शोधून काढल्यावर, त्यांना अटक करता येईल एवढे पुरावे मी गोळा केले. मग त्यांची अटक करवून घेऊन पाच वर्षांसाठी तुरुंगात रवानगी केली.

''काही दिवसांपूर्वीच भुताटकीने झपाटलेल्या एका घराच्या पाहणीसाठी मला बोलावण्यात आलं होतं. तिथं रात्रीच्या वेळी अदृश्य अस्तित्वांकडून खुर्च्या, गालिचे आणि स्वयंपाकाची भांडी फेकली जात होती. मी तिथं धूपपात्र ठेवलं आणि तिथल्या प्रेतात्म्यांकरिता मंत्र उच्चारले. पंधरा मिनिटांतच काही जीनी प्रकट झाले. तेथील त्रास देण्यामागे हे जीनीच कारणीभूत होते. मी त्यांना तेथून हाकलून लावले तेव्हाच त्या घरात पुन्हा शांतता प्रस्थापित झाली. त्यानंतर मात्र तिथून प्रेतात्मे नाहीसे झाले आणि तिथली भुताटकीही थांबली.''

*****

वयस्कर मांत्रिक महोदयांनी टाळी वाजवली आणि त्यानंतर लगेच त्यांचा सेवक पांढरा मुरांबा लावलेल्या मिठाया, काही केक आणि पर्शियन चहाचे लहान-लहान पेले घेऊन आला.

मेजावर बसल्यावर समोर असलेल्या त्यांना मी विचारलं, ''सर्वसामान्य माणसाला हे

जीनी दाखवणं शक्य आहे का?''

''होय, प्रदीर्घ काळची तयारी आणि खूप कष्ट घेऊन ते शक्य होऊ शकतं. उदबत्त्या व धूप जाळल्यावर आणि सावकाशपणे मंत्र म्हणून झाल्यावर तयारी पूर्ण होते. त्यानंतर अंधाऱ्या खोलीत साठलेल्या धुरातून जीनी प्रकट होतो आणि तो मोठ्या आवाजात बोलतो. मात्र आता त्यासाठी कमालीचे कष्ट घेऊन त्या प्रकारची जादू दाखवायच्या फंदात आता मी पडत नाही. कारण माझं वय होत चाललं आहे.''

विचित्र व अमानवी अस्तित्वांसह संपर्क साधणाऱ्या आणि तसं सांगणाऱ्या मांत्रिकांबद्दल मला मोठं नवल वाटलं. ते खरोखरच फार चमत्कारिक होते. त्याच वेळी ते अत्यंत सहृदयी व्यक्तीसारखेही होते. कारण त्यांची लहानगी सहा वर्षांची, सुंदर कपडे घातलेली नात खोलीत अचानक धावत आली, तेव्हा खाली वाकून त्यांनी तिचा प्रेमानं पापा घेतला आणि थोडा वेळ ते तिचं मन रमविण्यासाठी खेळलेही.

मी पुन्हा माझ्या प्रश्नाकडे वळलो.

''तुम्ही ज्या धोक्यांचा उल्लेख केला, ते कशा प्रकारचे असतात?''

त्यांनी माझ्याकडे गंभीरपणे पाहिलं.

''होय, धोक्यांबद्दल सांगितलं ते खरं आहे. ज्यांना जीनीवर ताबा मिळवता येतो, त्यांना धोक्यांनाही तोंड द्यावं लागतं. जीनी हे काही फक्त कठपुतळ्यांसारखे नसतात. जीनी म्हणजे बुद्धिमत्ता असलेली अस्तित्वं असतात. तसंच त्यांना स्वतःच्या इच्छादेखील असतात. त्यामुळे ज्या माणसानं त्यांना वश केलेलं असतं, त्याच्यावर जीनी उलटूही शकतात. त्यांना वश केलेल्या मालकाच्या बाबतीत जरी ते पूर्णपणे आज्ञाधारक असले, त्याला इच्छित अशी सर्व सेवा देत असले, तरी जर का जादूगाराचा स्व-संयम सुटला, त्याची इच्छाशक्ती क्षीण झाली, त्यानं दुष्ट हेतूंकरिता त्याच्यातील अलौकिक शक्तीचा दुरुपयोग केला, अथवा त्याच्यात सर्वोच्च प्रकारचं साहस नसलं तर काही जीनी परत येऊन त्याला त्रास देण्याची शक्यता निश्चित असते. त्यांच्यामुळे जादूगारावर अनपेक्षित संकटं कोसळू शकतात, त्याचा अपघात होऊ शकतो, इतकंच काय, त्याचा मृत्यूही होऊ शकतो. अशा अस्तित्वांच्या साहाय्याने सर्वोत्कृष्ट आश्चर्येही साध्य करता येतात. परंतु जर जीनींसारख्या सेवकांवर जादूगाराची नीटशी पकड नसेल, तर मात्र जीनी दयाशून्य होऊन त्याच्या विरोधात उलटण्याची शक्यता फार मोठी असते.''

''प्राचीन काळातील इजिप्तच्या लोकांनाही जीनी ठाऊक होते, असं तुम्हाला वाटतं का?''

''अर्थातच त्यांच्या पुरोहितांना ज्या शक्ती अवगत असत, त्या शक्तींपैकी महत्त्वाचा भाग म्हणजे हे ज्ञान होय. सर्वांत महत्त्वाची कब्रस्ताने आणि खजिन्यांच्या जागा यांवर पहारा देण्यासाठी जीनींचा वापर केला जाई. मंदिरातील पूजाविधींच्या वेळी त्यांना जागृत केलं जाई आणि वाईट हेतूंच्या पूर्तीसाठीही त्यांचा वापर केला जाई.''

ग्रेट पिरॅमिडमधील राजकक्षात एक रात्र घालवल्याचा माझा अनुभव, दोन पुरोहितांचे आत्मे आणि गुप्त मार्गांचे दर्शन अशा सर्व गोष्टी मी त्यांना सांगितल्या.

त्यावर भाष्य करीत ते म्हणाले, ''पिरॅमिडच्या आत आणि स्फिंक्सशी निगडित असे एका विशिष्ट वर्गातील जीनी आहेत. प्राचीन इजिप्तमधील श्रेष्ठ पुरोहितांनी त्यांना वश केलं होतं आणि काही विशिष्ट गुपितांचं रक्षण करण्यासाठी त्या जागी त्यांना कैद करून ठेवलं. अशा गुप्त जागांमध्ये शिरण्याचा ज्यांचा कल असू शकतो, त्याच्या मनावर ते मोहिनी टाकतात आणि त्यांचा प्रवेश होण्याला अटकाव करतात. होय, ग्रेट पिरॅमिडमध्ये गुप्त मार्ग, कक्ष आणि गोपनीय नोंदी असू शकतात, यावर माझाही विश्वास आहे. एकदा त्यांचा शोध घेण्याच्या हेतूने मी तिथे गेलो होतो, परंतु तिथले पहारेकरी भूमिगत मार्गामध्ये प्रवेश करण्याची परवानगी देत नसल्याने, मला नाउमेद होऊन परत फिरावं लागलं होतं. तरीही, पिरॅमिड आणि स्फिंक्सच्या गुपितांना राखणाऱ्या जीनींवर विजय जरूर मिळवता येऊ शकतो. मात्र हे करण्यासाठी त्यांचं विशिष्ट रूप, मंत्र, नाव आणि लेखी अक्षरांची खूण ठाऊक असणं अत्यंत गरजेचं आहे. दुर्दैवानं, प्राचीन इजिप्तच्या लोकांसह हे ज्ञान लुप्त झालं आहे.''

जादूगार वा मांत्रिक यांच्या ठायी असणाऱ्या शक्तींबद्दल मी प्रश्न विचारला. तेव्हा अशा शक्ती मर्यादित असतात, हे त्या वयस्कर मांत्रिकांनी मान्य केलं.

''अर्थात, सगळं काही आम्ही करू शकतो, असं आपण म्हणूच शकत नाही. आम्ही काही ठराविक गोष्टीच करू शकतो, एवढंच. एकटा अल्लाह सर्वज्ञ असतो आणि त्याचाच सर्वांवर आदेश चालतो. आपली कला वापरायचा प्रयत्न आम्ही करू शकतो, परंतु अल्लाहचा शब्द हाच अंतिम असतो.''

कैरोच्या आकाशाच्या स्वच्छ, मोतिया रंगाच्या छायेखाली मी पुन्हा एकदा धुळकट रस्त्यावर बाहेर पडलो होतो. माझ्या जॅकेटच्या खिशात अंडाकृती, लालसर-तपकिरी रंगाचा, ताशीव 'अगेट' म्हणजे 'गोमेद' हा मौल्यवान दगड होता. मांत्रिक महोदयांनी मला तो भेट म्हणून दिला होता. ते म्हणाले, की तो पूर्वीच्या काळच्या एका फॅरोचा दगड होता. त्या दगडाच्या घोटीव पृष्ठभागावरून बोटं फिरविताना, आत्ताच ज्या व्यक्तीला मी भेटून निघालो होतो, तिच्याबद्दल विचार करीत होतो. त्यांच्या सांगण्यानुसार त्याचा

आदेश मानायला तयार असणाऱ्या त्या अदृश्य सेवकांबद्दलही माझ्या मनात विचार घोळत होते. मला स्पष्टपणे कळलं होतं, की हा सर्व प्रकार म्हणजे जादूटोणा, चेटूक आणि काळी विद्या यांच्या सीमारेषांवरून चालणारा धोकादायक प्रवास होता.

जीनी म्हणजे आधारहीन अशा प्राचीन कल्पना होत्या काय? नाही – कारण प्रकृतीमध्ये गुप्त पातळ्यांवर माणसाशिवाय राहणारे असे अन्य जीवमात्रही असतात. हा सिद्धांत स्वीकारणं अवघड नव्हतं; अलंकारिक तर्काने आपण या निष्कर्षाप्रत पोहोचू शकतो. अशा अमानवी जीवमात्रांमध्ये अतिशय गडद, दृष्ट वृत्तीचे असणारे आणि जे शांतिप्रदरीत्या लाभदायक असणारे, अशी वर्गवारी असणं सहज शक्य होतं. मांत्रिक महोदय जे काही म्हणतील ते सर्व जीनी करेल किंवा नाही हा भाग वेगळा. इजिप्तमधील प्रदीर्घ काळ पडणाऱ्या प्रखर सूर्यप्रकाशाचाही त्यांच्या मेंदूवर कदाचित काही परिणाम झाला असेल, पण मला निश्चितपणे असं काहीच ठरवता आलं नाही.

भारतामध्ये एका योगी व्यक्तीनं, गूढपणे, माझ्या डोळ्यांदेखत एका मृत पक्ष्याला जिवंत करून दाखवलं होतं, पण त्या पक्ष्याचं ते जिवंतपण फक्त तात्पुरतं ठरलं होतं. आणि इथं इजिप्तमध्ये मी त्या तसल्याच प्रयोगाचं, तितक्याच तोलामोलाचं असं आश्चर्यकारक उलट रूप पाहिलं होतं.

त्यांनी मला जे सांगितलं, ते सर्वच मी शब्दबद्ध करण्याचा प्रयत्नही केला नाही. कारण काही माणसांना असं लिपिबद्ध होण्याबद्दल संकोच वाटतो आणि ते तशा प्रकारचे संकोची होते, हे मी मानस पातळीवर जाणलं होतं. त्यांचे शब्द मी स्मृतीत साठवले आणि जेव्हा एकटा होतो, तेव्हा ते शब्द कागदावर उतरवले – त्यानंतर ते शब्द पाहताना किती विचित्र वाटले होते! इजिप्तदेशीय जादूचे प्रकार वा रूपं यांचा शोध घेण्याची माझी इच्छा होती. त्यातील हा पहिला आणि कुतूहलकारक असा परिणाम होता.

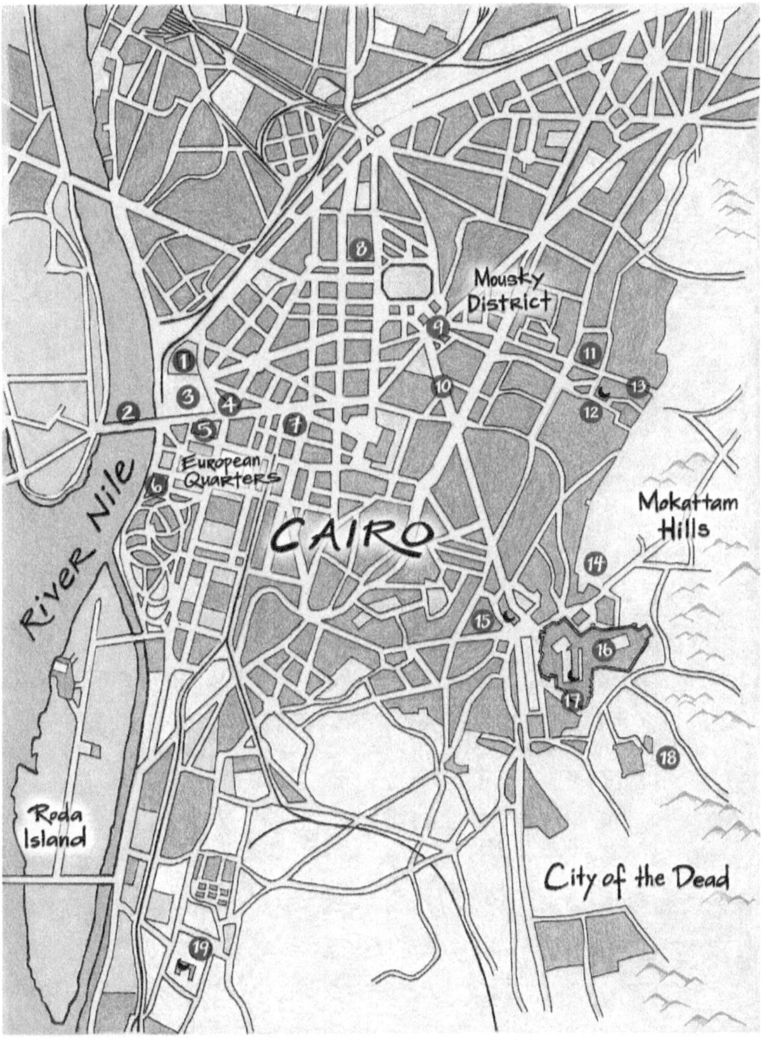

नकाशाकृती ६.१ कैरो शहरातील युरोपीय वस्तीत लेखक फेरफटका मारत असे, त्या वेळच्या कैरोचा नकाशा. सन १९३० रोझमेरी क्यूब्राल हॅरिस

१. इजिप्त वस्तुसंग्रहालय, २. कस्र - अल् - नील सेतू, ३. ब्रिटिश सैनिकांच्या सेना वसाहती, ४. इस्मालिया चौक, ५. गॅरिसन सेनानिवासांकडे जाणारा व संमोहनतज्ज्ञाच्या घराजवळचा रस्ता, ६. ब्रिटिश उच्चआयुक्तालय, ७. कोंबड्यांचा बाजार, ८. शेफर्ड हॉटेल, ९.अटाबा - अल् - खाद्रा चौक, १०. शरिया मुहम्मद अली मार्ग, ११. खान खलील बाजार, १२. अल् अझहर मशीद, १३. अल - अझहर - मशीद विद्यापीठ, १४. बाब - अल् - वजीर कब्रस्तान, १५. सुलताना हसन मशीद, १६. तटबंदी/गढ, १७. मुहम्मद अली मशीद, १८. बेकताशी मठावास आणि १९. अम्र मशीद

६

संमोहनाद्वारे साध्य केलेली अचाट कृत्ये

कधी कधी आपण ज्यांची अपेक्षाही केलेली नसते, अशा गोष्टींना आपण सामोरे जातो. कैरो शहरातील युरोपीय वस्तीतून फेरफटका मारताना मला अन्यही काही अलौकिक गोष्टी आढळून आल्या. कदाचित भविष्यात कधीतरी त्या गोष्टी विज्ञानाद्वारे अखंडपणे स्पष्ट होतीलही. तेव्हा मग आपण त्यांना अलौकिक म्हणून मानणारही नाही.

ब्रिटिश गॅरिसनच्या सेनानिवासांकडे थेट जाणाऱ्या रस्त्यावर एके ठिकाणी वैशिष्ट्यपूर्ण तरुण दांपत्य राहत आहे, असं मला आढळलं. कैरो हे असं काही बहुराष्ट्रीय शहररूपी मोहोळ आहे, की इथं एका इमारतीमध्ये राहणाऱ्या लोकांमध्ये अर्धा डझन लोक वेगवेगळया राष्ट्रीयतेचे आहेत, असं आढळून येतं. या भागात प्रामुख्याने फ्रेंच लोक दिसतात. मी उल्लेख केलेले तरुण दांपत्य बऱ्याच वर्षांपासून इजिप्तमध्ये राहत होतं. त्या गृहस्थांचं नाव मिसियर एदुआर्द एडस् होते आणि त्यांच्या पत्नीचे नाव मादाम मार्गारीट! एदुआर्द यांच्या अंगी काही प्रमाणात संमोहनविद्या होती आणि मार्गारीट ही त्यांच्या प्रयोगांकरिता असाधारणरीत्या उत्तम साहाय्यक व माध्यम होती. काही वर्षे प्रशिक्षण आणि सराव केल्यानंतर त्यांना या विद्येत काही प्रमाणात कौशल्य प्राप्त झालं. त्यांच्या विद्येच्या द्वारे, माणसांच्या मनात आणि शरीरात लपलेल्या, वापरात न आलेल्या अद्‌भुत शक्तींचे वा शक्यतांचे प्रत्यक्ष प्रदर्शन ते करू लागले होते.

मी विविध प्रकारे त्यांची परीक्षा घेतली. आमचे बहुतेक प्रयोग वरकरणी तसेच अनाकर्षक असले तरी वैज्ञानिक संशोधनाच्या दृष्टीने केलेले होते. मात्र त्यातून चरित्रविषयक असे निष्कर्ष दोन-तीन वेळेस इतके विलक्षण प्रकारचे निघाले, की त्यांच्यामुळे एक

छायाचित्र ६.२ ए आणि ६.२ बी

मिसियर एदुआर्द एडस् आणि त्यांची पत्नी मादाम मार्गारीट, लेखकाच्या संग्रहातून

अगदी काटेकोरपणे भौतिकवादी माणूसही चकित होऊन गेला असता. कारण त्याने अशा शक्यतांची संभाव्यता कधी विचारातच घेतली नसेल.

ज्या पहिल्या घटनेबद्दल मी वर्णन करणार आहे, ती घटना परीक्षणांसाठी आवश्यक अशा अटी पाळून केली गेली होती. त्या वेळी एका प्रथितयश ब्रिटिश अधिकाऱ्याच्या, जरा संशयवादी स्वभावाच्या पत्नीला मी बोलावले होते. ती घटना अधिक अचूक परीक्षण करणारी ठरल्याचं, तिलाही मान्य करावंच लागलं. शिवाय त्यात कसलीही हातचलाखी नसल्याचं तिनं सांगितलं.

मिसियर एडस् यांच्या साध्याशा व मोजकं सामान असलेल्या अभ्यासिकेत आम्ही चौघे बसलो. मिसियर एडस् हे तिशीतले एक देखणे गृहस्थ होते. त्यांचे केस कुरळे व दाट होते. त्यांचं कपाळ रुंद आणि बुद्धिमत्ता सूचित करणारं होतं, डोळे स्थिर आणि भेदक होते, त्यांचं नाक ग्रीकांसारख सरळ होतं, त्यांच्या शब्दांमध्ये फ्रेंच भाषेचा व उच्चारांचा प्रभाव होता. त्यांचं संवादकौशल्य अनोखं होतं आणि तासचे तास ते समोरच्या व्यक्तीला अखंड संभाषणाच्या ओघात गुंतवून टाकू शकत असत. शब्द जणू एकमेकांवर कुरघोडी केल्यासारखे त्यांच्या मुखातून शीघ्र गतीने उच्चारले जात. त्यांच्या संपूर्ण व्यक्तिमत्त्वात प्रभावीपणा आणि सामर्थ्य ओसंडून वाहत होते.

उलट मादाम मार्गारीट या संमोहनविद्येतील एक अत्यंत आदर्श अशा माध्यम व्यक्ती होत्या. त्या मृदू, संवेदनशील, शांत, संकोची आणि उत्कंठित स्वभावाच्या होत्या. मिसियर एडस् यांनी आपला उजवा अंगठा मादाम मार्गारीट यांच्या भुवयांच्या मध्यभागी दाबला

छायाचित्र ६.३ संमोहन प्रयोगातील माध्यम व्यक्ती. लेखकाच्या संग्रहातून

आणि जवळ जवळ दोन मिनिटे तो अंगठा तसाच ठेवला. त्या वेळी ते स्थिरपणाने त्यांच्या चेहऱ्याकडे पाहत होते. एवढीच काय ती त्यांनी कृती केली. मादाम मार्गारीट यांना त्यांनी हाताने काही सूचक संदेश केले नाहीत किंवा अन्य कुठली साधने वापरून संवाद साधला नाही. साधारणपणे संमोहनविद्यातज्ज्ञ अशा गोष्टींचा वापर करत असतात.

फ्रेंचमध्ये भरभर बोलत मिसियर एडस् म्हणाले, ''कित्येक वर्षांपूर्वी मी जेव्हा पहिल्यांदा मादाम मार्गारीट यांना संमोहित करायला सुरुवात केली, तेव्हा मी फार क्लिष्ट पद्धत वापरायचो. अवचेतनावस्थेच्या पहिल्या स्तरावर त्या जाण्याआधी मला बऱ्यापैकी थांबावं लागायचं. मात्र आता आम्ही इतकं एकत्र काम केलेलं आहे, की अन्य गोष्टींची तयारी करत असतो, तेव्हाच मी त्यांना संमोहित करू शकतो. अन्य संमोहनविद्यातज्ज्ञ व्यक्तीला मादाम मार्गारीट यांना असं सहजी संमोहित करता येणं शक्य नाही. पाहा! त्या आता संमोहित झाल्यादेखील!''

मादाम मार्गारीट यांचे शरीर काहीसे ताठरले, त्यांनी डोळे मिटून घेतले होते आणि त्यांना त्यांच्या सभोवतालचा विसर पडलेला असल्याचे दिसून येत होते. त्यांची तपासणी करण्याची मी अनुमती मागितली. मी त्यांच्या पापण्या वर उचलून पाहिलं, तेव्हा संवेदना हरपल्याची नेहमीची लक्षणं मला दिसून आली. त्यांची बुबुळे पार वर जाऊन भिडली होती. त्याच असाधारण ठिकाणी खिळून राहिली होती. संमोहनावस्थेच्या पहिल्या पातळीवर त्या पोहोचल्याचा हा शास्त्रीय पुरावा होता.

आम्ही अगदी साध्याशा कृती करायला सुरुवात केली. मिसियर एडस् यांनी त्यांना खोलीच्या पलीकडे पाहायला सांगितले. त्यांनी मादामला सूचना दिली, ''किती दुःखद दृश्य तिथे आहे. तो गरीब माणूस किती अपार वेदना सोसतो आहे, ते पाहा. असं घडणं किती दुःखद! किती वाईट!''

मादाम मार्गारीट यांनी खोलीतील दूरच्या कोपऱ्यांकडे पाहिले आणि त्या दुःखी दिसू लागल्या. लवकरच त्या रडूही लागल्या. एक-दोन मिनिटांच्या आत त्यांच्या गालावरून अश्रू ओघळू लागले.

मग अचानक संमोहनतज्ज्ञ असलेल्या एडस् यांनी खोलीच्या दुसऱ्या कोपऱ्यात, एक आनंदाने चाललेली मिरवणूक पाहून हसण्याचा आदेश मादामना दिला. काही क्षणांनंतर त्यांचं दुःख कमी होऊ लागलं, त्यांनी स्मितहास्य केलं आणि नंतर नैसर्गिक पद्धतीने त्या खळखळून हसू लागल्या.

अशा पद्धतीने (विविध सूचनांनुसार) त्या तीन वर्षे वयाच्या बालकाएवढ्या झाल्या, सैनिक बनल्या आणि गुडघा मुरगळलेला माणूस बनल्या. मिसियर एडस् ज्या सूचना त्यांना त्यांच्या शब्दांतून देत होते, त्या सर्व सूचनांना अचूक प्रतिसाद देत नवनवीन व्यक्तिरेखांचे रूप घेत होत्या.

त्यानंतर मिसियर एडस् यांच्या सल्ल्यानुसार, मी मादामच्या भुवयांवर, पापण्यांवर आणि गालांवर पूर्ण झाकून टाकणारी एक घट्ट पट्टी बसवली. गोंदाची ही पट्टी बसविल्यानंतर मादामला डोळे उघडणं पार अशक्य झालं, परंतु या प्रयोगातील पूर्वतयारी अजून अचूक असावी, या दृष्टीने मी त्यांच्या डोळयांभोवती मखमली लाल कापडाची जाडसर अशी पट्टी बांधली. म्हणजे आता एका स्तरावर खात्री पक्की झाली.

मादामच्या माध्यमाद्वारे कोणत्या सूचनांनुसार कृती करून घेतली जावी, याबद्दलचे काही आदेश मी एडस् यांच्या कानात, कुजबुजत्या आवाजात सांगावेत असे एडस् यांनी मला स्वतःच सुचवले. त्या सूचनेनुसार, मी हलक्या आवाजात सांगितलेः ''तुमचा उजवा हात उचला.'' एडस्, मादाम मार्गारीटच्या जवळ गेले. त्यांच्यापासून काही इंच अंतरावर त्यांनी आपला उजवा हात हवेत उंचावला. मादाम यांनी आपल्यासारखे करावे असे त्यांनी सांगितले.

मादाम मार्गारीटचे डोळे एवढ्या काळजीपूर्वकपणे बंद केलेले होते, की एडस् यांनी कोणती कृती केली, हे त्यांना खचितच दिसले नसणार, पण तरीही तंतोतंतपणे त्यांनी एडस् यांच्यासारखाच आपला उजवा हात ताबडतोब उचलला!

एडस् आमच्याकडे परत आले आणि त्यांनी माझ्यासह तिथे आलेल्या महिला अतिथीला अन्य एखादी हालचाल सुचवायला सांगितले. त्यांनी हलक्या आवाजात म्हटले : ''दोन्ही हातांची बोटे एकमेकांच्या विरुद्ध येतील असे करा.'' एडस् आपली बोटे त्या पद्धतीने धरून, ज्यांना काहीही दिसत नव्हते, त्या मादामसमोर आले आणि मादामनेही बिनचूकपणे त्यांची नक्कल केली!

*****

आता सर्वांत जास्त रंजक असा प्रयोग घडणार होता. मादामच्या कपाळावर स्पर्श

करून आणि बोलून त्यांना आदेश देऊन, एडस् यांनी आपल्या माध्यम व्यक्तीला द्वितीय दर्जाच्या संमोहन पातळीवर नेले. या पातळीवर अवचेतन मनात दडलेल्या शक्ती खळबळ माजवून कृतीमध्ये येऊ लागतात.

एडस् यांनी मादामना आपल्या मेजाशी बसायला सांगितले. त्यांनी त्या सूचना पाळल्या. त्यांच्या डोळयांभोवती जाड, लाल कापडाची पट्टी बांधून ठेवल्याने त्या चमत्कारिक दिसत होत्या.

मेजावरील कोणतेही पुस्तक निवडून त्यातील कोणत्याही एखाद्या परिच्छेदाची निवड करावी, असे एडस् यांनी आम्हाला सांगितले. आम्ही विज्ञान विषयावरील एक फ्रेंच भाषेतील पुस्तक उचलले. सहजपणे जे पान उघडले, ते त्रेपन्न क्रमांकाचे होते. त्यावरील एका विशिष्ट परिच्छेदावर आम्ही खूण करून ठेवली आणि मादामसमोर मेजावर ते पुस्तक ठेवले.

मादाम मार्गारीट यांनी पेन्सिल उचलली, तोवर एडस् यांनी मेजावर कागद ठेवला. ठाम आवाजात ते म्हणाले,

''आता पुस्तकातील निवडलेला परिच्छेद शोधा. तुम्हाला कोणत्याही अडचणीशिवाय तो वाचता येईल. त्यानंतर तुम्ही जे वाचाल ते तुमच्या शेजारी ठेवलेल्या कागदावर लिप्यन्तर करून लिहा. चला, सुरुवात करा!''

संमोहित असलेल्या मादामनी मिनिटभर आपली पेन्सिल हवेत स्थिरपणे धरली. डोळ्यांवर पट्टी बांधलेल्या अवस्थेत छापील पानांकडे पाहिले आणि त्यानंतर सावकाशपणे व विचारपूर्वकपणे त्यांनी कागदावर लिहायला सुरुवात केली. तीन-चार शब्द लिहिल्यानंतर त्यांनी पुन्हा पुस्तकाकडे वळून पानावर वाकून पाहिलं. जणू काही त्यांचे डोळे उघडे होते आणि त्या प्रत्येक ओळ वाचू शकत होत्या. त्यांना काहीही दिसू नये याबाबत पुरेपूर काळजी घेतल्याचे समाधान आम्हाला झाले होते.

आलटून पालटून वाचणं आणि लिहिणं ही क्रिया त्या करीत होत्या. त्यांच्या कृतीकडे आमची उत्सुकता कशीतरी दाबून ठेवून आम्ही पाहत होतो. परिच्छेदातील प्रत्येक शब्द त्या अचूकपणे उतरवत असल्याची खात्री एडस् आम्हाला देत होते. या घटनेच्या दरम्यान ते पूर्णवेळ शांत होते.

काही विशिष्ट शब्द अधोरेखित करण्याची सूचना मादामना द्यावी असे मी त्यांना सांगितले. दुसऱ्या ओळीतील दुसरा शब्द व तिसऱ्या ओळीतील तिसरा शब्द मी अधोरेखित करायला सुचविले होते. तशी सूचना त्यांना दिली गेली आणि त्या सावकाशपणे बरोबर ते शब्द अधोरेखित करीत आहेत, हे आम्ही पाहिले.

अखेरीस परिच्छेदलेखन संपले आणि आम्ही लगबगीने मेजाकडे जाऊन त्यांच्या लेखनाचे परीक्षण केले. मूळ छापील मजकुरातील शब्दन् शब्द पाहून आम्ही ते पडताळून घेतले. मूळ मजकूर असा होता.

Toutefois le danger scientifique est ici beaucoup moins du côté des statisticiens trop zélés que du côté de ceus qui tendent à conclure d'après leur intuition sur un nombre limité. . . .

कागदावर मादाम मार्गारीट यांनी जी हस्तलिखित प्रत बनवली होती, त्यातील मजकूर आश्चर्यकारकपणे या शब्दांशी जुळणारा होता. ज्या शब्दांना आम्ही अधोरेखित करावयास सांगितले होते, तेही त्यांनी अचूकपणे केले होते. त्यांच्या लिखाणात फक्त एकच चूक होती, 'स्टॅटिस्टिसिएन्स' या शब्दाऐवजी त्यांनी 'स्टॅटिस्टिक्स' असे लिहिले होते. ही एवढीच एक कुतूहलकारक परंतु समजून घेता येईल अशी चूक होती.

मादाम मार्गारीट यांनी परिच्छेदलेखन पूर्ण केले नाही. कारण त्यांच्यातील अद्‌भुत शक्तीचे प्रदर्शन पुरेसे व्हावे एवढा प्रयोग झालेला आहे, असे आम्हाला वाटले.

त्यांच्याकडून हाच परिच्छेद तंतोतंतपणे डाव्या हाताने लिहून दाखवण्याचा आणखी एक उत्कंठावर्धक प्रयोग करून घ्यावयाचा होता. नैसर्गिक पद्धतीने त्या दोन्ही हात सफाईदारपणे वापरू शकत नसत, परंतु संमोहनावस्थेत त्यांनी डाव्या हाताने करावयाचे लेखनही कुशलतेने केले.

त्यानंतर मिसियर एडस् यांनी, बेरीज करण्यासाठी अनेक आकड्यांची मालिका लिहिण्यासाठी त्यांना दिली. हे आकडे आधी आम्हीच त्यांना सांगितलेले होते. त्यांचे खरे लिखाण दाखवणारी जी पाने होती, त्यांवरून हे दिसत होते, की १३ आणि १०३ हे आकडे लिहिताना त्यांच्याकडून समजण्यात काहीतरी चूक झालेली होती. जरी त्यांचे डोळे अद्यापि घट्ट बांधलेले होते, तरीही क्रमांकांच्या योग्य त्या स्तंभांमध्ये हे आकडे त्यांना सुयोग्य प्रकारे लिहिता आले आणि योग्य प्रकारे त्यांची बेरीजही करता आली.

पुढच्या प्रयोगातून आमच्या हे निदर्शनास आले, की आपल्या आत किती प्रचंड क्षमता सुप्त आणि अव्यक्त अवस्थेत असतात. माझ्यासह ज्या पाहुण्या बाई आलेल्या होत्या, त्यांनी मादाम मार्गारीटचा हात आपल्या हातात घेतला आणि स्वतःच्या पतीच्या प्रतिमेवर, प्रकर्षाने मानसिक पातळीवर लक्ष केंद्रित केलं. त्यांचे पती तिथे अनुपस्थित होते, तरीही मादाम एडस् यांनी थोड्याच वेळात त्यांचे चरित्र, क्षमता, त्यांचा स्वभाव आणि त्यांचे रंगरूप आदी गोष्टींबद्दल वर्णन केले. ते सरकारी अधिकारी आहेत, ही माहिती देखील

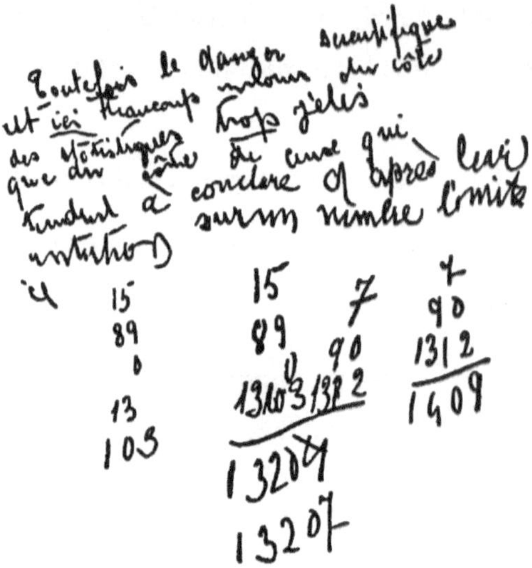

चित्र. ६.४ मादाम मार्गारीट यांचे डोळे बंद केलेले असताना त्यांनी केलेले अंकलेखन व हिशोब. लेखकाच्या संग्रहातून

त्यांनी दिली, हे मोठं वेधक होतं.

आपल्या मनातील विचार अचूकपणे ओळखल्यावर, ''होय. अगदी बरोबर!'' असं त्या आश्चर्याने उद्गारल्या.

आणि तरीही, अन्य एका प्रसंगी मी जेव्हा मादाम मार्गारीट यांच्या बरोबर होतो, तेव्हाही त्या अशाच प्रकारच्या स्तरावरील संमोहनावस्थेत होत्या, तेव्हा त्यांनी स्वतःच्याच इच्छेने माझ्या भविष्यात डोकावण्याची इच्छा व्यक्त केली, पण अतिशय असमाधानकारक असे निष्कर्ष काढले.

त्यांनी केलेल्या काही भाकितांच्या असत्यतेबद्दल मनातल्या मनात मला त्यांच्यातील फोलता कळली होती. आणि पुढच्याच काही महिन्यांच्या अवधीत त्यांची विधाने पार असत्य ठरली. माझे चरित्र, ध्येयं, आशा आणि महत्त्वाकांक्षा यांबद्दल कथन करण्याचा त्यांनी प्रयत्न केला, तेव्हा मात्र त्यांची विधाने बरोबर आली. त्यामुळे आता हे स्पष्ट झाले होते, की अन्य वेळेप्रमाणे भविष्यकथन हे नेहमी अतिशय संदेहास्पद राहते. एखाद्याच्या चरित्रावरून सर्वसाधारणपणे काही घटनांचे फक्त ठोकताळे बांधता येतात.

अंतिम प्रयोगासाठी मादाम मार्गारीट यांना तृतीय स्तरावरच्या संमोहनावस्थेत नेण्यात आले. ही अधिक प्रगाढ अवस्था असते आणि यात शरीराचे काही अवयव बधिर होतात. संमोहनतज्ज्ञाला आपल्या माध्यमाच्या शरीराद्वारे स्वतःच्या आदेशानुसार हालचालीही करवून घेता येतात. शिवाय या कृतींचा त्या माध्यमास पत्ताही लागत नसतो.

एडस् यांनी मादामच्या डाव्या हातावर कापसाच्या बोळयाने चोळले. त्यांच्याकडे असलेली सुई आमच्याकडे परीक्षणासाठी दिली. नंतर हाताच्या मांसल भागात ती सुई खुपसली. दुसऱ्या बाजूने सुईचे टोक बाहेर येईपर्यंत आत घातली. हाताच्या आरपार दुसऱ्या बाजूने ती सुई अर्धा इंच तरी बाहेर आली. वरकरणी मादामना त्याच्या काहीही वेदना झाल्यासारखे दिसले नाही. उलट मिसियर एडस् यांनी त्यांना सांगितले, की एक विदूषक आपल्यापुढे विनोद सांगत उभा आहे. आता हे ऐकून मादाम खदखदून, अंग हलवून हसू लागल्या. काही मिनिटांनंतर त्यांनी मादामच्या हातातून सुई बाहेर उपसून काढली. मादामच्या त्वचेवर किंवा सुईवर रक्ताचा एक थेंबही आम्हाला दिसला नाही! त्यांच्या तळहातावर सुई खुपसलेल्या ठिकाणी फक्त एक बारीकसा काळा ठिपका दिसत होता.

*****

मिसियर एडस् यांना संमोहनविद्येबद्दल काही प्रश्न विचारले.

ते सुशिक्षित गृहस्थ होते. विद्यापीठ-पदवीधारक होते. त्याचप्रमाणे एका काळात कुठल्यातरी महाविद्यालयात त्यांनी मानसशास्त्राचे अध्यापनही केले होते. त्यामुळे त्यांना 'प्रोफेसर एडवर्ड' असे म्हणवून घ्यायला आवडत असे. अर्थात गौरव वाटण्याकरिता एवढी अपेक्षा असणं खूपच साहजिक आणि निरुपद्रवी होतं. त्यामुळे तशा संबोधनानेच मी त्यांचा उल्लेख करून बोलत असे.

त्यांनी दाखवलेल्या प्रात्यक्षिकांबद्दलचे स्पष्टीकरण मी त्यांनी विचारले, तेव्हा माझ्याबद्दल तीव्रपणे आदर व्यक्त करून ते म्हणाले,

''मिसियर! मी तुमच्याशी अगदी स्पष्टपणे बोलेन. संमोहनाची घटना कशी घडते यामागील गूढ शक्ती वगैरेंबद्दल आम्ही काहीसुद्धा जाणत नाही. मात्र, या घटना घडवून आणता येतील अशी तंत्रे आम्हाला ठाऊक आहेत. शिवाय कोणत्या परिस्थितीत आमचा प्रयोग यशस्वी होईल वा अयशस्वी होईल, याचे आडाखेही आम्हाला ठाऊक आहेत.''

''आमच्या असं लक्षात आलं आहे, की सर्व माणसांमध्ये एक विशिष्ट प्रकारची ऊर्जा असते, ज्याला आपण चुंबकीय प्रभाव असे म्हणतो. माझ्यासारख्या काही माणसांमध्ये हा प्रभाव अत्यंत प्रखरपणे विकसित झालेला असतो. याशिवाय दुसऱ्या व्यक्तीवर लक्षणीय प्रभाव टाकता येईल अशा प्रद्धतीने त्याचा वापरही करता येतो. ज्याचं प्रात्यक्षिक आत्ताच तुम्ही पाहिलं. दुसऱ्या बाजूला या कृतींमध्ये मी टाकलेल्या प्रभावाला सहजगत्या स्वीकार करून कुठल्याही विरोधाशिवाय त्यांच्यातील इच्छाशक्तीला त्या प्रभावानुसार घडवतील, असे लोक आवश्यक असतात. माझ्यातील शक्तीचा शोध जेव्हा मला लागला, तेव्हा

त्याला अधिकाधिक समर्थ करण्याचा प्रयास मी करीत राहिलो. आज ज्या पद्धतीचे कौशल्य तुम्ही पाहिलेत, त्या उच्च पातळीवर मी स्वतःला नेऊन ठेवले. सातत्याने मादाम मार्गारीट यांच्या साहाय्याने प्रयोगांचा सराव करून, आम्ही हे असे प्रयोग आता दाखवू शकतो. सुरुवातीच्या काळात त्यांच्यावर संमोहनाच्या टप्प्यांचा प्रभाव टाकायला खूप वेळ लागत असे. परंतु अखंड प्रयत्न आणि अनुभव यांच्या जोरावर, आता काही क्षणांमध्येच त्यांना प्रभावित करण्यात मला यश मिळते.''

''मादाम संमोहनावस्थेत असताना काय घडतं बरं? त्या जणू त्या वेळी झोपेत चालणाऱ्या व्यक्तीसारख्या होतात,'' ते अधिक स्पष्ट करीत म्हणाले, ''त्या, त्या वेळेस ज्या अर्धतंद्रीच्या संमोहनावस्थेत असतात, त्या वेळी पिस्तूल झाडल्याचा आवाज आला तरी त्यांना जाणीव होणार नाही. डॉ. प्रेयर आणि डॉ. बर्जर यांनी झोपेत चालणाऱ्या व्यक्तींच्या काही विशेष नमुन्यांचा अभ्यास केला होता. तेव्हा त्यांना आढळून आले, की झोपेत चालणारी माणसे त्यांचे डोळे बंद असूनही चांगल्यापैकी पाहू शकतात. या गूढ स्थितीमुळे हे सिद्ध होते, की माणसातील चेतना दोन भागात असते. मानसतज्ज्ञ ज्याला अवचेतन मन म्हणतात, ते अस्तित्वात असते. आमच्या प्रयोगांवरून, हे दिसून येते, की हे अवचेतन मन अतिशय अतीन्द्रियदर्शी असून भौतिक जगातील बंधनांपासून ते मुक्त असते.''

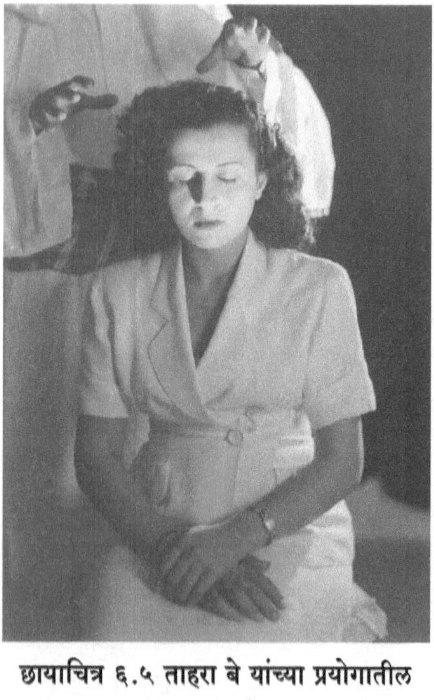

छायाचित्र ६.५ ताहरा बे यांच्या प्रयोगातील साहाय्यक-माध्यम व्यक्ती. लेखकाच्या संग्रहातून

चेतनावस्थेतील माणसाला जे करणे अशक्य वाटते, ते अशा व्यक्ती आपल्या शरीराद्वारे साध्य करून दाखवतात. आपण आपल्या मर्यादांबद्दल जे बोलतो, ती समजूत खोटी असते, हे यावरून दिसून येते. आपण स्वतःबद्दल जेवढा विचार करतो, त्यापेक्षा आपल्यात कितीतरी जास्त क्षमता असतात, हे समजते. बंधनात टाकणाऱ्या सर्व कल्पनांपासून माध्यम व्यक्ती संमोहनामुळे मुक्त होत असते.

''डोळयांवर पट्टी बांधलेली असतानाही मादाम मार्गारीट पुस्तक वाचू शकत होत्या, याबद्दल तुम्ही काय स्पष्टीकरण द्याल,'' मी विचारले.

''मी एवढेच म्हणतो, की अबोध शक्तींना मर्यादा घालायचे धाडस आम्ही करीत नाही. कारण अतीन्द्रियदर्शित्व ही आपणा सर्वांमधील एक नैसर्गिक क्षमताच असते. अन्य शब्दांत सांगायचं झालं तर, अबोध मनात स्वतःच्या अशा पाहण्याच्या, ऐकण्याच्या आणि संवेदनेच्या शक्ती असतात. हे अबोध मन भौतिक इंद्रियांवर अवलंबून नसते. डोळे आणि कान आदी इंद्रियांच्या मदतीशिवाय ते काम करू शकते. संमोहनाच्या स्थितीमुळे माध्यम व्यक्तीचे लक्ष भौतिक इंद्रियांपासून - खरे तर संपूर्ण भौतिक शरीरापासूनच- दूर होते- आणि पूर्णतया अबोध मनावर ते लक्ष केंद्रित होते. त्यानंतर त्याच्या गूढ क्षमता अभिव्यक्त व्हायला लागतात. खरं तर, यापेक्षा अधिक असं त्याबद्दल मला काहीही सांगता येणार नाही. अशा प्रयोगाला पूरक अशी परिस्थिती फक्त मी निर्माण करू शकतो आणि मग या सुप्त क्षमता कशा पद्धतीने काम करू लागतात, हे पाहतो.''

''तुम्ही हातांनी काही खुणा करीत नाही, हे मी पाहिले. तसं करणं अनावश्यक आहे असं तुम्हाला वाटतं का?''

''मिसियर, तसे हातवारे काही संमोहनतज्ज्ञांना आवश्यक असतील, असं मला वाटतं,'' खूप उत्साहाने उत्तर देत ते म्हणाले, ''पण माझे काम त्यांच्याशिवाय चालू शकते. मी पूर्णपणे माझ्या इच्छाशक्तीवर अवलंबून राहतो आणि माझ्या माध्यम व्यक्तीला तोंडी बोलून जे आदेश वा सूचना द्याव्या लागतात, तेवढे मी करतो. माझ्या अनुभवातून मी असा विश्वास ठेवायला शिकलो आहे, की संमोहनाचे खरे यश, या दोन पद्धतींवर, म्हणजे विशेषतः शांतपणे आणि अधिकाराने दिलेल्या सूचना व चुंबकीय ऊर्जेचे प्रदान यांवर अवलंबून असते. चुंबकीय ऊर्जेचे प्रदान हे कौशल्य मिळेपर्यंतच गरजेचे असते.''

*****

दर वर्षी काही काळ कैरोमध्ये एक व्यक्ती मुक्कामास येत असे. आधुनिक इजिप्तमधील सर्वांत ख्यातनाम फकीर असं आपण त्यांचं वर्णन नक्की करू शकतो. ती उल्लेखनीय व्यक्ती अन्य कुणी नसून - ताहरा बे - हे होय. त्यांनी केलेल्या प्रयोगांवर बरेच विवाद निर्माण झाले होते, जसं ते स्वतःच्या शरीरात बाण आणि सुऱ्या खुपसून घेत त्याचप्रमाणे अनेक टीकाकारांनी त्यांच्या कीर्तीमध्येही सुरा खुपसायचा प्रयत्न केलेला होता. असं असूनही असंख्य प्रतिष्ठित लोकांना त्यांच्यातील क्षमता मोठ्या रंजक, तसेच खात्रीदायकही वाटलेल्या होत्या ही वस्तुस्थिती होती. इजिप्तचे राजे फुआद, रुमानियाचे राजे कॅरोल, इटलीचे राजे व्हिक्टर इमॅन्यूएल असे लोक त्यांच्या प्रशंसकांमध्ये होते. त्यांना सन्माननीय पाहुणे म्हणून त्यांनी बोलावलेही होते. सिन्योर बेनिट मुसोलिनी यांनी चिगी राजमहालात अनेकदा ताहरा बे यांचे स्वागत केले होते. काटेकोर तपासणीच्या परीक्षेतून त्यांनी ही आमंत्रणे स्वीकारली

होती. भारत आणि आफ्रिकेच्या वेगवेगळया भागांमध्ये त्यांच्यासारखे प्रयोग केलेले सहा अज्ञात फकीर मी पाहिले होते. त्यामुळे तशा प्रयोगांवर विश्वास ठेवण्यात मला स्वतःला तरी काही अडचण वाटत नव्हती. ताहरा बे, हे सुद्धा मला माहितीचे असल्याने, ज्या शक्ती आपल्याकडे असल्याचा दावा ते करीत असत, त्या शक्ती त्यांच्याकडे खरोखरच होत्या. दुर्दैवाने भविष्य कथन करणे आणि जादू दाखवणे हे लोकप्रिय प्रकार करताना, ते जेव्हा उच्च स्तरावरून खाली येतात, तेव्हा मात्र मला त्यांचे समर्थन करणे जड जाते. अर्थात, सर्व दोष काही त्यांनाच द्यायला पाहिजे असे नाही. एकदा त्यांच्यासह झालेल्या अनौपचारिक भेटीच्या वेळी चहा घेताना ते दुःखाने माझ्यासमोर म्हणाले, ''माझ्यातील शक्तींना व्यावसायिक रूप देण्यासाठी या जगानं मला भरीस पाडलं. मला या क्षेत्रातील वैज्ञानिक व्हायचं होतं, पण मला कलाकार होणं भाग पडलं.'' अन्य काहीही चर्चा असो, मला त्यांचं मोठं कौतुक वाटतं. ते खरेच पहिले असे पौर्वात्य फकीर होते, ज्यांनी त्यांच्यातील अलौकिक शक्तींच्या भोवती गूढ शब्दजालाचं किंवा धार्मिक असंबद्धतेचं आवरण घालण्यास स्पष्ट नकार दिला. परंपरागतरीत्या गूढतेचं, वेडगळपणाचं आवरण अद्‌भुत गोष्टींभोवती वेटाळलेलं असतं, या मूर्खतेपासून दूर गेलेल्या फकिरांमधील अलौकिक शक्तींमागच्या सत्याचा त्यांना मागोवा घ्यायचा होता. त्यांनी स्वतः मिळवलेले यश आणि त्यामागील सैद्धांतिक तत्त्वे वा आधार यांबद्दल त्यांचा जो दृष्टिकोन होता, तो अतिशय उत्फुल्लपणे समंजस आणि आधुनिक होता. मध्ययुगीन मानसिकतेच्या, अविकसनशील वृत्तीच्या, अविवेकीपणाच्या आणि गूढतेवर प्रेम करणाऱ्या लोकांना फकीर म्हणण्याची जी एक पारंपरिक प्रथा होती, त्या सर्वांच्यात ताहरा बे निराळे होते. थोडक्यात सांगायचं तर, त्यांना अंधविश्वासाच्या जागी विज्ञानाची प्रतिष्ठापना करायची होती.

चित्र ६.६ ताहरा बे.
लेखकाच्या संग्रहातून

त्यांच्या प्रयोगांचे आकलन करून घेण्याआधी, ताहरा बे या व्यक्तीस जाणून घेणे गरजेचे आहे. त्यांच्या जीवनाची रूपरेषा थोडक्यात सांगितली तर उत्तम ठरेल. त्यांनी जशी माहिती दिली, तशीच मी इथे मांडणार आहे. त्यामुळे आपण आधी त्यांना भेटू या.

कदाचित तुमच्या डोळयासमोर एखादी निस्तेज, कृश, तपस्वी व्यक्ती उभी राहील. पण त्या जागी जरा ठेंगणी, सभ्य, काळयाभोर

केसांची आणि सौम्य गव्हाळ वर्णाची, गंभीर, शांत, दाढी असलेल्या चेहऱ्याची व्यक्ती आणा. ते कधी कधी अरब पद्धतीचा झगा व शिरोवस्त्र धारण करतात, तर कधी सर्वसामान्य पद्धतीची युरोपीय फेल्ट टोपी घालतात. कधी कधी ते अरब वस्त्रांऐवजी सहजपणे युरोपीय पद्धतीने उत्तम शिवलेले कपडे घालतात. दोन्ही प्रकारच्या वस्त्रांत ते सहजपणे वावरतात. त्यांचे भेदक, सुंदर डोळे असाधारणपणे आकर्षक आहेत. कारण त्यांची शुभ्र बुबुळे ठळकपणे उठून दिसतात आणि त्यांच्या काळ्याभोर डोळयांना त्यामुळे एक गंभीर खोली आणि गूढता मिळालेली दिसते. त्यांचा स्वभाव नेहमी मृदू आणि आर्जवी असतो. साधारणपणे उत्तम असे इजिप्तचे नागरिक जसे आतिथ्यशील आणि सफाईदार वर्तणुकीचे असतात, तसेच ते आहेत. त्यांचे बोलणे अत्यंत शांत आणि नम्र असते. त्यांच्या बोलण्याच्या सुरावरून, या माणसाच्या ठायी निसर्गातील सर्वांत गूढ शक्ती वसत असतील, शिवाय त्यांच्यावर त्यांचा पूर्ण ताबा, संयम असेल, याची कल्पनाही येत नसे. त्यांचं व्यक्तिमत्त्व गांभीर्यपूर्ण तसंच आत्मविश्वासपूर्ण आहे आणि साधारणपणे परिपक्व फकिरांमध्ये जो संयम आढळून येतो, तो लक्षणीय प्रकारे त्यांच्या ठायी होता. दिवसभरात ते अनेकदा धूम्रपान करत.

''नाईल नदीच्या खोऱ्यात, कामानं गजबजलेल्या अशा टँटा नावाच्या लहानशा शहरात सन १८९७ मध्ये माझा जन्म झाला. याच शहरात तेराव्या शतकातील प्रसिद्ध फकीर शेख सईद अहमद अल बदावी यांची कबर आहे. पूर्वेकडील सर्व भागांतून भाविक लोक तिथे भेट देण्यासाठी येतात. मला जन्म देतेवेळी माझ्या आईचा मृत्यू झाला. माझे वडील इजिप्तमधील कॉप्ट या ख्रिस्ती वंशातील होते. माझ्या वडिलांचा फकिरांच्या उपदेशांशी चांगला परिचय होता. त्यांचे मित्रही त्यांच्या वृत्तीला समानधर्मी होते, त्यामुळे भावी काळाला पूरक अशा जडणघडणीच्या वातावरणात मी मोठा झालो. लहानपणीच, फकिरांची जीवनसरणी आणि परंपरा यांच्याशी माझा परिचय करून दिला गेला. माझे वडील माझ्या शिक्षकांपैकी एक होते. मी लहान होतो, त्या काळात देशांतर्गत घडामोडींमुळे आमचं घर आम्हाला बदलावं लागलं. त्यामुळे माझे वडील, मी स्वतः आणि माझे शिक्षक असे आम्ही तुर्कस्तानात गेलो. तिथं काँस्टँटिनोपल या ठिकाणी स्थायिक झालो. त्या ठिकाणी मला आधुनिक शिक्षण मिळालं, मी वैद्यकशास्त्राचा अभ्यास करून डॉक्टर झालो. या शिक्षणाचा मला फार उपयोग झाला. कारण मी स्वतः जे मानस प्रयोग करायचो, त्यांची शास्त्रीय चिकित्सा करण्यासाठी मानसिकरीत्या मी तेथे तयार झालो. मी ग्रीसमध्ये दवाखाना काढला. काही काळ तो चालवला. त्या ठिकाणी मी असा एक प्रयोग केला, ज्याला फकिरांच्या क्षमतांमध्ये सर्वांत जास्त अद्भुत मानलं जातं. तो प्रयोग होता मृतोत्थान किंवा पुनर्जीवन प्राप्त करण्याचा. मरणाच्या खाईत स्वतःला लोटून भूगर्भात मी स्वतःला अठ्ठावीस दिवस पुरून घेतलं आणि अंतिमतः त्यातून मी जिवंत उठलो. तेव्हा मला कुठलीही इजा झाली नाही. महानगरीय तसेच

ख्रिस्ती नामवंतांनी मला खूप विरोध केला आणि या प्रयोगापासून परावृत्त करण्याचाही प्रयत्न केला गेला. कारण असल्या कृतीत त्यांना त्यांच्या धर्माला विरुद्ध अशी घटना दिसली होती. मात्र सरकारी अधिकाऱ्यांनी माझी बाजू घेतली आणि मी डॉक्टर असल्याने, माझी इच्छा असल्यास स्वतःला पुरून घेण्याचा अधिकार मला आहे, असे त्यांनी उत्तर दिले. अन्य प्रसंगांच्या वेळी देखील माझे वैज्ञानिक प्रशिक्षण आणि डॉक्टरची पदवी यांमुळे माझा मार्ग सुकर होण्यात मोठी मदत झाली.''

''मी बल्गेरिया, सर्बिया आणि इटली येथे भेट दिली. इटलीमध्ये त्या वेळच्या ख्यातनाम वैज्ञानिकांना मी माझ्या प्रयोगांची पडताळणी करण्याची आणि शिशाच्या शवपेटिकेत मला बंद करण्याची अनुमती दिली. माझे शरीर त्या वेळी पूर्णपणे वाळूने झाकून टाकण्यात आले. शवपेटिकेला खिळे ठोकून बंद करण्यात आले आणि स्नानजलाच्या हौदात ही शवपेटिका पार तळाशी सोडून देण्यात आली.''

''अर्ध्या तासाने पोलिसांनी यात लक्ष घातले आणि हा प्रयोग बंद करायला लावला. परंतु एवढा काळही असे राहणे म्हणजे प्रयोग यशस्वी झाल्यासारखेच होते. त्यानंतर मी फ्रान्सला गेलो. त्याही ठिकाणी या प्रयोगाची पुनरावृत्ती करण्याची आणि हा

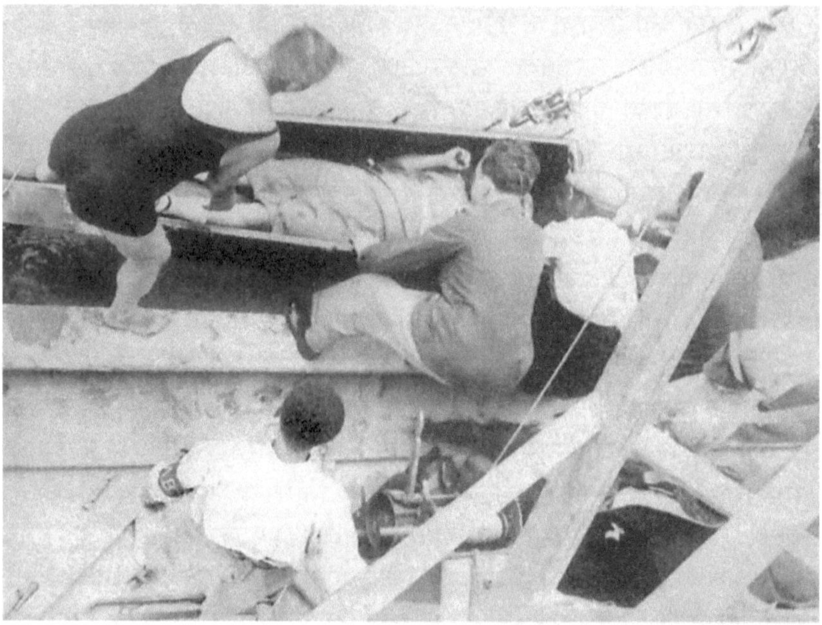

छायाचित्र ६.७ (इटलीमध्ये) ताहरा बे यांना शवपेटिकेत ठेवण्यात आले आहे.
लेखकाच्या संग्रहातून

प्रयोग अधिक काळ चालू ठेवण्याची मला अनुमती मिळाली. पाण्याखाली शवपेटिकेत मी चोवीस तास राहिलो. माझे शरीर प्रतिसादविहीन अवस्थेत होते. प्रयोगादरम्यान कोणतीही चलाखी केली जात नाहीये, यावर पोलीस आणि अन्य लोक नजर ठेवून होते. त्या जागी घेतली गेलेली दोन छायाचित्रे आहेत. पहिल्या चित्रात ताठर झालेला माझा देह शवपेटिकेत ठेवला जाताना दिसतो आहे आणि दुसऱ्या छायाचित्रात, पाण्याखाली चोवीस तास ठेवली गेलेली शवपेटिका पाण्यातून बाहेर काढली जात असताना दिसते. मला या प्रयोगाच्या निमंत्रणाबद्दल आनंद झाला आणि तो प्रयोग करून दाखवण्यातही आनंद वाटला. कारण भारतीय फकीर स्वतःला पुरून घेऊनही जिवंत राहू शकतात, या प्रयोगातील खोटेपणा उघड करून दाखवण्याचा अहंकारी खटाटोप अनेक टीकाकारांनी केला होता. भारतावरील तुमच्या पुस्तकातही अशा फकिरांच्या प्रयोगाबद्दल तुम्ही लिहिले आहे. या टीकाकारांचे म्हणणे होते, हे फकीर जमिनीच्या पोटातून हवा खेळती राहण्याचा गुप्त मार्ग आधीच खोदून ठेवतात. मग त्या वातनलिकेच्या मार्गाद्वारे त्यांना श्वासोच्छ्वास करता येतो. जे फकीर खोटे असतात, ज्यांना निव्वळ काही चलाखी करून दाखवायची आणि भ्रम निर्माण करावयाचा असतो, ते फकीर निःसंशय असल्या क्लृप्त्या करीत असतील, परंतु ज्या फकिरांनी आमच्या कलेतील खरीखुरी गुपिते शिकून घेतली आहेत आणि स्वतःच्या इच्छेनं ज्यांना आपल्या देहात प्रवेश करता येतो, त्या लोकांना असल्या हीन गोष्टींची गरजच नसते. हेच सिद्ध करण्यासाठी मी शवपेटिका पाण्यात ठेवण्याच्या कृतीला संमती दिली. कारण पाण्यामध्ये सर्व परिस्थिती पारदर्शकपणे दिसते आणि प्रत्येक गोष्टीवर दर्शकांचा ताबा राहतो. विशेषतः डॉक्टर लोकांना या प्रयोगात रस होता. त्यांचा खरेपणा पडताळून पाहण्याचा हरेक प्रयत्न त्यांनी करून पाहिला. कारण त्यांचंही बरोबरच होतं. परंतु हा प्रयोग प्राकृतिक नियमांवर आधारित असल्याने मला भय वाटण्याचं कोणतंही कारणच नव्हतं.''

''युरोपीय जीवनातील सुविधायुक्त जीवनाची मला आवड जरूर आहे, पण तरीसुद्धा माझ्या देशाशी माझं घट्ट नातं आहे. त्यामुळे वर्षातील अर्धा-अर्धा काळ विभागून मी इजिप्त आणि युरोप अशा दोन्ही ठिकाणी राहतो. मला युरोपीय लोक आवडतात आणि त्यांच्यापैकी काही जणांना माझ्यातील कौशल्य कौतुकास्पद वाटतं आणि ते माझं स्वागत करतात. स्पेनच्या राणीने मला त्यांच्या देशात येण्यासाठी निमंत्रण पाठवले. तेव्हा त्यांनी मला सोबतीने घेऊन येण्यासाठी एका प्रतिनिधीलासुद्धा पाठवलं होतं. मला माझं यश अनाठायी अजिबात वाटत नाही. एखाद्या छानशा चित्रपटाप्रमाणे सारा भूतकाळ माझ्या नजरेसमोरून सरकत जातो. अहंकार आणि लोभ असल्या भावनांपासून खरा फकीर फार उंच असतो. लौकिक गोष्टींच्या अतिरेकी हव्यासापासून अनासक्त राहून तो अंतर्मुख असं जीवन जगतो.

तुम्ही पौर्वात्य फकिरांना जाणता, पण माझं उदाहरण तसं निराळं असल्याचं तुम्हालाही मान्य असेल. कारण अन्य कितीतरी सच्चे फकीर युरोपला भेट देण्याची फिकीरच करीत नाहीत. चिकित्सक तपासणीला सामोरं जाणं म्हणजे त्यांना अपमान वाटतो. खरं तर तुम्हा युरोपीय लोकांना प्रयोग करून दाखवणं, ही बाबच त्यांना निरर्थक वाटते. कारण युरोपीय लोक अशा गोष्टींना फसवेगिरी किंवा हातचलाखीच समजतात. थोडक्यात काय, कोणत्याही योग्य कारणाशिवाय असा शिक्का ते मारून मोकळे होतात. आणखीही महत्त्वाचं म्हणजे तुमच्या भाषांचं जे ज्ञान माझ्याकडे आहे, तेही त्यांच्याकडे नसतं. मला इटलीतील भाषा तसंच फ्रेंच भाषाही येते. विद्यापीठात वैद्यकशास्त्र, एखादी विज्ञानशाखा किंवा एखादे प्रस्थापित आधुनिक शिक्षण घेणाऱ्या अशा अन्य एकाही फकिराची मला माहिती नाही. तुम्ही हे जाणलं असेल, की सर्वसाधारणपणे असं ज्ञान घेण्याचा त्यांना तिटकारा असतो. त्याला ते एक अडथळा समजतात. अर्थात, मी त्यांच्याशी सहमत नाही.''

*****

ज्या लोकांना अशा काही परंपरा-विरोधी विषयांमध्ये रस आहे, अशा डॉक्टर आणि अन्य व्यवसायातील परिचितांचा एक लहान गट मी एकत्र केला. जेणेकरून काही आश्चर्यजनक, भयानक अशा घटनांची वा प्रयोगांची मालिका पाहण्याची दुर्मीळ संधी आम्हाला मिळाली. ताहरा बे यांनी ज्या सहजतेने आणि चपळाईने ते प्रयोग केले, ते फारच विस्मयकारक होतं.

या फकिराने - म्हणजे ताहरा बे यांनी युरोपीय पद्धतीचे कपडे घातले नव्हते. लांबलचक असा सुती झगा त्यांनी परिधान केला होता. डोक्याभोवती अरबी पद्धतीचे वस्त्र गुंडाळले होते. त्याला दुहेरी निळया व सोनेरी तंतूंचे काम होते. त्यांच्या गळयात एक साखळी होती. त्यात, त्यांनी ज्या संप्रदायाची दीक्षा घेतली होती, त्याचे चिन्ह असलेला पंचकोनी सोनेरी तारा पदकाच्या ठिकाणी होता अशी साखळी त्यांच्या छातीवर रुळत होती. त्यांच्या कमरेभोवती सोनेरी जाड गोफ होता. आपल्या छातीवर हातांची घडी घालून ते उभे होते. खोलीतील जमिनीवर, त्यांच्या प्रयोगात लागणाऱ्या विविध वस्तू आणि साहित्य ठेवलेले होते - मेजावर खंजीर, टोपीच्या पिना, सुऱ्या, सुया, दाभण आणि काचेचे काही तुकडे दाटीवाटीने ठेवले होते. अन्य मेजावर लांब, अणकुचीदार खिळे ठोकलेली फळी ठेवली होती. एक जड दगड, वजनकाटा, लांब हातोडा, एक पांढरी कोंबडी आणि रानससा पाय बांधून एका टोपलीत ठेवले होते. दोन चकाकणारी धारदार पाती होती, तिपाईची जोडी, लांब अशी एक शवपेटिका, त्याही पेक्षा लांब अशी एक पेटी, लाल वाळूचा ढीग, फावड्यांची जोडी, काही लहान पंचे, दोऱ्यांचे बंडल अशाही गोष्टी तिथे उपलब्ध होत्या. धूपपात्रातील जळणाऱ्या धुपाचा मंद

सुवास खोलीभर पसरला होता. त्यांना प्रयोगात साहाय्य करण्यासाठी दोन युवक तिथे उभे होते. मग ताहरा बे स्वतः पुढे आले, पण ते मौन पाळून होते. विजेच्या दिव्यांच्या मृदू प्रकाशात ते फार रुबाबदार दिसत होते.

आमच्यासमोर प्रत्येक वस्तूची काळजीपूर्वक तपासणी केली गेली, जेणेकरून त्यांच्या खरेपणाबाबत कोणतीही शंका राहू नये. वस्तूंबाबत कोणतीही हातचलाखी केल्याचा संशय आमच्या मनात राहू नये.

फकीर असलेल्या ताहरा बे यांनी आपल्या मानेला स्पर्श केला, मानेच्या किंचित वरील त्वचा आपल्या बोटांनी ठामपणे दाबली. दुसऱ्या हाताने त्यांना आपल्या माथ्यावरील दोन्ही कानांच्या वरील भाग दाबले. नंतर अचानकपणे त्यांनी आपल्या तोंडात हवा ओढून घेतली. त्याचा परिणाम म्हणून त्यांच्या गळ्याचा भाग क्षणिक काळापुरता उत्तेजित झाला. एका मिनिटाच्या आत त्यांचे डोळे मिटले आणि ते स्वयं-संमोहित होऊन गेले. त्याच वेळी त्यांनी अचानक एक विशिष्ट आवाज केला. त्यांची संमोहनावस्था प्रतिसादविहीन अवस्थेत इतक्या ताठरपणाने बदलली गेली, की त्यांच्या साहाय्यकांनी त्यांना हातांचा आधार दिला नसता, तर ते एखाद्या मृत व्यक्तीसारखे जमिनीवर धाडकन कोसळले असते.

आता त्यांचा देह लाकडाप्रमाणे कडक झाला होता. पहिल्या प्रयोगाकरिता त्यांना कमरेपर्यंत उघडे ठेवण्यात आले.

तिपाईच्या जोडीवर धारदार अशी कापण्याची लांब पाती त्यांच्या एका साहाय्यकाने ठेवून दिली. त्या धारदार पात्यांवर ताहरा बे यांना आडवे ठेवले गेले. त्यांचे खांदे आणि पायाचे घोटे इथे ती पाती आली होती. ते अशा स्थितीत असताना डॉक्टरांनी त्यांच्या हृदयाचे ठोके मोजले. १३० एवढा मोठा आकडा दिसल्यावर त्यांना मोठे आश्चर्य वाटले.

नंतर एक मोठी शिळा पुढे आणली गेली, तिचं वजन केलं गेलं, ते साधारण नव्वद किलोग्रॅमच्या आसपास किंवा इंग्रजी वजनमापानुसार दीडशेच्याही जरा वरच होतं. ग्रॅनाईट पाषाणाची ती मोठी ओबडधोबड शिळा होती. ताहरा बे यांच्या साहाय्यकांनी ती शिळा त्यांच्या पोटावर ठेवली. एका साहाय्यकाने लोहार वापरतात तो मोठा हातोडा घेतला आणि त्या शिळेवर तो जोरदार प्रहार करू लागला. ताहरा बे या फकीर महोदयांचं शरीर एवढं घट्ट आणि टणक झालं होतं, की जणू त्यांचा देह लोखंडाचा बनलेला असावा. शिळा आणि त्यावरचे घाव यांचं प्रचंड वजन आणि ताण यांचा तसूभरही परिणाम त्यांच्यावर झालेला नव्हता. यथावकाश मोठा आवाज करीत त्या शिळेचे दोन तुकडे होऊन तुटून जमिनीवर पडले. ताहरा बे यांना उठवलं गेलं, त्यांच्या स्वतःच्या पायांवर उभं केलं गेलं, त्या वेळी त्यांच्या साहाय्यकांनी त्यांना आधार दिला होता. वर वर पाहता, काय घडले याबद्दल त्यांना

विशेष जाणीव झाली नव्हती असे दिसत होते. त्यांना काही वेदना झाल्याचंही दिसत नव्हतं. डॉक्टरांनी मोठ्या कुतूहलाने त्यांना तपासले. धारदार पात्यांमुळे त्यांच्या त्वचेवर एक ओरखडाही उठल्याचे दिसत नव्हते! फक्त ग्रॅनाइटचा पाषाण ठेवल्याच्या ठिकाणी त्यांच्या पोटावर ठळक लालसरपणा आला होता.

या सर्व अवघड प्रयोगाचा त्यांच्यावरचा परिणाम पाहता त्यांना फुलांच्या शय्येवरच झोपवलं असेल असंच वाटू शकतं. बनारसमध्ये कनिष्ठ दर्जाचा एक योगी, अणकुचीदार खिळयांच्या शय्येवर बसायचा आणि निजायचा, हे पाहिल्याचं मला स्मरण झालं. त्या वेळी त्या प्रयोगापासून मी प्रतिकर्षित होऊन निघून गेलो होतो आणि मला त्यात बोधप्रद असं काही वाटलं नव्हतं.

या प्रयोगानंतर ताहरा बे यांना मोठे, टोकदार खिळे लावलेल्या लाकडी फळीवर ठेवलं गेलं. त्यांचा एक साहाय्यक उडी मारून चढला आणि त्यांच्या छातीवर व ओटीपोटावर पाय ठेवून उभा राहिला. या प्रयोगानंतरही डॉक्टरांनी त्यांची पुन्हा तपासणी केली. त्यांच्या उघड्या पाठीवरती खिळयांच्या टोकांची फिकटशी चिन्हंदेखील उठलेली दिसत नव्हती! त्यांच्या नाडीचे ठोके आता १३२ दिसले होते.

पुन्हा त्यांना त्यांच्या पायांवर उभं केलं गेलं.

ताहरा बे यांच्या पापण्यांची हालचाल होत असलेली आम्हाला दिसली, सावकाशपणे त्यांनी डोळे उघडले. दोनेक क्षणांनंतर त्यांची बुबुळे हालचाल करू लागली. एखाद्या स्वप्नात माणूस दूर जातो आणि मग स्वप्नावस्थेतून उठताना तो जसा दिसतो, तसेच ते दिसत होते. पुढचा अर्धा तास त्यांचे डोळे अनैसर्गिकपणे स्थिर राहिले. हळूहळू ते चेतनावस्थेत आले. तोंड उघडून श्वास घेण्याचा त्यांनी मोठ्या कष्टाने प्रयत्न केला. त्यांनी त्या वेळी तोंड एवढे उघडले, की त्यांची जीभ वळून घशाकडे गेलेली असल्याचे आम्हाला दिसले. श्वास घेतल्यानंतर त्यांनी आपले बोट तोंडात घातले आणि जीभ पुन्हा नैसर्गिक अवस्थेत आणली.

ज्या प्रतिसादविहीन अवस्थेत त्यांनी स्वतःला झपाट्याने लोटून दिले होते, त्यातून ते पूर्णपणे जागृतावस्थेत परत आले होते.

एखाद–दोन मिनिटे विश्रांती घेतल्यानंतर, त्यांनी आणखी एक प्रयोग दाखवायला सुरुवात केली. वेदना सहन करण्याच्या बाबतीत त्यांच्या शरीराचा मांसल भाग असंवेदनशील राहतो की नाही, हे त्यातून दिसणार होते.

त्यांनी डॉक्टरांना आपल्या जबड्यात टोपीच्या दाभणसदृश पिना खुपसायला सांगितल्या. एका डॉक्टरांनी ताबडतोब तसे केले. तोंडाच्या बाहेर हे दाभण आलेले दिसतील

छायाचित्र ६.८ (डावीकडे) खिळयांच्या शय्येवर निजलेले ताहरा बे. लेखकाच्या संग्रहातून.

छायाचित्र ६.९ (उजवीकडे) जबडा आणि छाती यात फकीर महोदयांनी स्वतःला भोसकून घेतले होते. लेखकाच्या संग्रहातून

अशा कोनात ते खुपसले गेले होते. डॉक्टरांना ठाऊक असतं, की शरीरात काही विशिष्ट जागा अशा असतात ज्या ठिकाणच्या दोन स्नायूंमध्ये किंवा दोन नसांमध्ये एखादी गोष्ट खुपसली तरी तिथे कोणतीही इजा होत नाही. त्यामुळे, फकीर महोदयांच्या चेहऱ्यावर दाभणसदृश पिना खुपसताना खऱ्याखुऱ्या ज्या धोकादायक जागा शरीररचनाशास्त्राच्या दृष्टीने असतील, त्याबाबत विशेष काळजी घेतली गेली. नंतर त्यांनी त्यांच्या जबड्यातून आणखी टोकदार, जाड असे दाभण खुपसले. या काळात ताहरा बे पूर्णपणे जागे होते आणि काय चालले आहे, याची त्यांना पूर्ण जाणीव होती. मात्र तरीही कुठल्याच वेदनेचे चिन्ह त्यांच्याठायी अजिबात दिसून येत नव्हते.

त्यानंतरची चाचणी आणखी धोकादायक होती. आपल्या घशातून मोठा सुरा खुपसून तो स्वरयंत्राच्या पुढून काढून एक इंचभर मांसल भागातून घालून त्याचे टोक दिसावे, यांकरिता त्यांनी अन्य एका डॉक्टरांना विनंती केली. काही डॉक्टरांनी साहाजिकच चाचणीच्या रास्त कारणास्तव संशयवादी बुद्धीने ताहरा बे यांच्या डोळयांतील बाहुलीचे काटेकोर निरीक्षण करायचे ठरवले. त्यांच्या डोळ्यांतील बाहुली आकुंचित होते किंवा प्रसारित होते, हे त्यांना पाहायचं होतं. यातून ताहरा बे यांनी आधी काही औषधाचे सेवन केले होते की नाही, हे कळण्याची शक्यता होती. कसलीही वेदना जाणवू नये याकरिता गुप्तपणे त्यांनी प्रयोगांच्या आधी काही औषधे घेतली असावीत की काय, हे तपासण्याच्या दृष्टीने त्यांनी संशयवादाचा दृष्टिकोण घेतला होता. मात्र त्यांचे डोळे

अगदी सहज स्थितीत असल्याचे त्यांना आढळले. जेव्हा सारी शस्त्रे हटवली गेली, तेव्हा त्यांच्या त्वचेवर रक्ताचा एक थेंबही आढळून आला नाही. ही बाब इतकी विलक्षण होती, की काही डॉक्टरांनी त्यांच्या चेहऱ्यावर काचेच्या तुकड्यांनी कापून पाहिले. तेव्हा त्यांच्या त्वचेवर रक्ताचा एक थेंबही दिसला नाही. त्यांनी त्यांच्या खांद्यात आणि छातीत बाण आणि दाभण खुपसून पाहिले, तरीही परिणाम मात्र तसाच अद्भुत दिसला.

आपल्या ठायीची आणखी एक विलक्षण शक्ती दाखविण्यासाठी त्यांनी अधिक धारदार चाकू आपल्या छातीत खुपसून बाहेर काढायला सांगितला. त्या जागेचा व्रणदेखील रक्तविहीन राहिला. फकिरांना खरोखर जखम झाली असेल तर आता रक्ताचा प्रवाह वाहिलेला पाहायची डॉक्टरांनी विनंती केली. ताबडतोब फकिरांनी अशी शक्ती वापरली, की रक्ताचा प्रवाह असा काही सुरू झाला जेणेकरून त्यांची छाती रक्तरंजित दिसू लागली. हे दृश्य फारच भयानक होते. जेव्हा डॉक्टरांचं समाधान झालं, तेव्हा त्या इजिप्तदेशीय फकिरांनी केवळ इच्छाशक्ती वापरून रक्तप्रवाह थांबवला. ते पाहून तर तिथे उपस्थित असलेले लोक दिङ्मूढच होऊन गेले. दहा मिनिटांनंतर त्यांची जखम पूर्णपणे भरून आलेली होती.

त्यांच्या एका साहाय्यकाने धगधगती मशाल आणली आणि ती ताहरा बे यांच्या डाव्या पायाच्या बाजूने संपूर्ण शरीरभर फिरवली. त्या धगीने त्यांची त्वचा आणि मांस किंचितसे तडतडल्याचा आवाज आम्ही ऐकला, पण तेव्हादेखील त्यांचा चेहरा शांत, अविचल आणि पूर्णपणे अक्षुब्ध असाच होता.

अजूनही एका डॉक्टरला शंका होती, की ताहरा बे यांनी गुपचुपपणे काही सामर्थ्यशाली औषधे घेतली असावीत. मशाल फिरवली जात असताना त्यांनी ताहरा बे यांचे हृदयाचे ठोके मोजले. त्यांना ठोक्यांमध्ये कसलाही फरक आढळला नाही. त्यांनी जरी एखादी वेदना लपवली असती किंवा तीव्र इच्छाशक्तीने वेदनेच्या जाणिवेवर विजय मिळवलेला असता, तरीही हृदयाचे ठोके वाढले असतेच. त्यांचा चेहरा फिका पडला असता आणि त्यांच्या छुप्या वेदनेची चिन्हं दाखवणाऱ्या अन्य गोष्टीही घडून आल्या असत्या. अगदी त्यांनी जरी कॅफिनसारख्या उत्तेजक पेयाचे सेवन केले असते तरी त्यांचे श्वसन नक्कीच नैसर्गिक राहिले नसते. पण सर्व गोष्टी त्यांच्या संदर्भात नैसर्गिक राहिल्याचा प्रत्यय समोर येत होता.

अन्य प्रयोगात त्यांच्या हृदयाच्या वरील मांसल भागात लांब बाण आरपार घालून एक बाण हातांमध्ये घुसवून, विरुद्ध बाजूने ते बाहेर काढण्याची योजना होती.

*****

पुढच्या प्रयोगात ते प्राण्यांना कसं वश करू शकतात, हे त्यांनी दाखवले. हे प्रयोग काही भारतीय योगीही काही वेळा करून दाखवतात. ताहरा बे यांच्या विनंतीवरून मी

एक ससा आणि कोंबडी आणली होती. त्यांचे प्रयोगाचे सामान ज्या मेजावर होते, तिथे एका टोपलीत त्यांना ठेवून दिले होते. आता त्यांच्याकडे त्यांनी लक्ष वळवले.

त्यांनी ससा हातात घेतला आणि त्या पाठीमागचे पाय त्याच्या मानेजवळ आणले. सशाने दोन-तीन वेळा पळायचा प्रयत्न केला, पण त्याच्या मानेच्या पाठीमागील शिरेचे एक केंद्र दाबले. तसे केल्यावर ससा त्याच्या पाठीवर ताणून पडला. मग जशा स्थितीत ताहरा बे यांनी त्याला ठेवलं होतं, तसाच तो राहिला. जणू काही तो मृतच झाला की काय, असं दिसत होतं. त्याचे डोळे सताड उघडे आणि त्याचं शरीर ताठरलेलं असलं तरी त्याची बुबुळे वेळोवेळी हलत आहेत, हे आम्ही पाहिलं. त्यामुळे तो असहाय झालेला असला तरी तो नक्कीच जिवंत होता. ही घटना तपासण्यासाठी आमच्यापैकी एकजण सशाजवळ गेला आणि त्याने सशाच्या डोळ्यांजवळ बोट नेले. ताबडतोब सशाने डोळे मिटले आणि पुन्हा उघडले. त्यामुळे ससा पूर्ण चेतनावस्थेत असल्याचे दिसून आले. त्याला काही प्रतिसाद देता येत नव्हता, तरीही तो जिवंत होता.

ताहरा बे यांनी सशाच्या मानेवर एक हलकेच थापटी मारताच ससा ओरडून उडी मारून उठला आणि मेजावर मजेत टुणटुण उड्या मारत फिरू लागला. त्याला कसलीही इजा झालेली नव्हती. कुठल्या वेदनादायक अनुभवाचं चिन्हही त्याच्या ठिकाणी दिसत नव्हतं.

हाच प्रयोग कोंबडीवरही करण्यात आला. सशाप्रमाणे कोंबडीनंही आज्ञाधारक प्रतिसाद दिला. त्या त्या प्राण्याला कोणत्या स्थितीत, किती वेळ ठेवायचं, हा ताबा, ही शक्ती ताहरा बे यांच्यामध्ये होती.

ताहरा बे यांनी आम्हाला सांगितलं, की आता त्यांचं शरीर वेदनेबाबत संवेदनशील झालेले आहे. पहिल्या प्रतिसादविहीन अवस्थेनंतर वेदनेबाबतची त्यांची तटस्थता वीस ते चोवीस मिनिटांच्या वर राहत नाही. अन्य शब्दांत सांगायचं झालं तर ते आता पूर्णपणे सामान्य स्थितीत आले होते. त्यांनी कबुली दिली, ''आता जर का तुम्ही अचानक आणि अनपेक्षितपणे मला सुऱ्याने भोसकले, तर वेदनेने मी नक्कीच ओरडेन.''

अखेरीस, या संध्याकाळी घडणाऱ्या प्रयोगमालिकेतील सर्वांत अद्भुत प्रयोगाची वेळ झाली. अर्थातच जिवंत स्थितीत पुरून घेणे, हाच तो प्रयोग होता. प्रयोगातील वास्तवता पडताळून पाहावयाच्या सर्व काटेकोर अटी पाळल्या जाऊन हा प्रयोग पार पडला.

ताहरा बे यांनी सांगितले, आता ज्या संमोहावस्थेत ते स्वतःला नेत होते, त्यातून बाहेर पडण्याची निश्चित वेळ व मिनिटे ते स्वतःच आधी ठरवून ठेवणार होते. त्यामुळे अचूक दीड तास त्यांना पुरलेल्या अवस्थेत ठेवावं, त्यापेक्षा एक क्षणही अधिक नाही. कारण

दीड तासांचा काळ पूर्ण होण्याच्या पाच मिनिटे आधी ते स्वतः जागृत अवस्थेत यायच्या प्रक्रियेला सुरुवात होईल, असं ते म्हणाले.

शवपेटिका मध्यभागी आणली गेली, त्या खोलीतील जमिनीची नीट तपासणी केली गेली. इजिप्तमध्ये ज्या प्रकाराने जमिनीवर फरशा बसवलेल्या असतात व नक्षीकाम असते, तसेच तिथे सगळे होते. छतही होते. त्याच्या खाली जी खोली होती, तिचे छत फरशीखाली होते. कैरोमध्ये युरोपीय पद्धतीच्या ज्या इमारती उभ्या होत्या, तशा इमारतींमधील एका इमारतीच्या सदनिकेत आम्ही होतो. गुप्त मार्गांची तिथे सुतराम शक्यताच नव्हती, परंतु आमच्या समाधानासाठी जमिनीवर एक साधासा गालिचा अंथरला गेला. त्या गालिचावर शवपेटिका ठेवण्यात आली.

स्व-संमोहनावस्थेत ज्या पद्धतीने नेहमी ताहरा बे स्वतःला नेत असत, त्या पद्धतीने त्यांनी सुरुवात केली. मानेच्या पाठीच्या भागावरील शिरा त्यांनी दाबल्या आणि ललाटाच्या कडेच्या दोन्ही भागातीलही शिरा आपल्या बोटांनी दाबल्या. आपल्या जिभेची गुंडाळी करून त्यांनी ती घशाकडे नेली. विचित्र पद्धतीने त्यांनी हवा तोंडात ओढून घेतली. काही मिनिटांच्या अवधीतच ते पूर्णपणे प्रतिसादविहीन अवस्थेत गेले. त्यांचे संपूर्ण शरीर बधिर झाले. आपल्या साहाय्यकांच्या हातांमध्ये ते कोसळले. ते साहाय्यक जेव्हा त्यांना आधार देत होते, तेव्हा त्यांचे हृदयाचे ठोके व श्वसन सुरू तर नाही ना, याची तिथल्या डॉक्टरांनी कसून तपासणी केली!

त्यांचे कान, नाकपुड्या आणि तोंड अशा सर्व ठिकाणी त्यांच्या साहाय्यकांनी कापूस ठेवला. आता त्यांचे ताठर, पुतळ्यासारखे झालेले शरीर शवपेटिकेत झोपवले गेले. शवपेटिकेत असलेले ताहरा बे आणि शवपेटिकेत विसावलेली अन्य कोणतीही मृत व्यक्ती यांत काय भेद आहे, हे सांगणं फार अवघड होतं. विवर्ण चेहऱ्याच्या या 'जिवंत मृतदेहा'च्या ठायी चेतनेचे कसलेही चिन्ह दिसत नव्हते.

शवपेटिकेत मऊ, लालसर वाळू फावड्यांनी भरण्याचे काम त्यांच्या साहाय्यकांनी तातडीने सुरू केले. ताहरा बे यांना पूर्णपणे वाळूखाली झाकून टाकण्यात आले. मग शवपेटिकेचे लाकडी झाकण आणले गेले आणि खिळे ठोकून ते पक्के बसवले गेले.

त्यानंतर एक लांब लाकडी पन्हळ गालिचावर आणली गेली आणि शवपेटिकेच्या शेजारी ती ठेवली गेली. शवपेटिका उचलून तिला त्या पन्हळीच्या आत ठेवलं गेलं. ताहरा बे यांचे साहाय्यक पुन्हा कामाला लागले आणि शवपेटिका पुन्हा वाळूनं भरली. ती पन्हळ काठोकाठ भरून टाकली गेली.

आता आम्ही दीड तास वाट पाहू लागलो आणि ताहरा बे हे त्यांच्या तात्पुरत्या

अशा वाळूच्या चिरविश्रांतिस्थानात अचल पडून राहिले होते. या प्रयोगात केली गेलेली प्रत्येक गोष्ट आम्ही काळजीपूर्वक निरखली होती. त्यातील प्रत्येक टप्पा आम्ही कसून पाहिला. आता जर का या प्रयोगातून सहीसलामत बाहेर पडले तर मात्र त्यांच्यातील अद्‌भुत शक्तींबद्दल आम्हाला वाखाणणी करणे भागच पडले असते.

अखेरीस ठरवलेला कालावधी पूर्ण झाला आणि आम्ही दिलेल्या शब्दानुसार पुन्हा वाळू उपसून काढून बाजूला टाकली गेली. शवपेटिका त्यातून बाहेर काढली गेली, उचलून ठेवली. मग तिचे झाकण काढण्यात आले. त्यात ताहरा बे हे फकीर महोदय ताठर मृतदेहासारखे पडलेले होते. निष्प्राण अशा त्यांच्या त्वचेचा रंग राखाडी झालेला होता. निश्चितपणे सर्वार्थाने ते मृत व्यक्तीप्रमाणेच झालेले होते.

त्यांना बाहेर काढले गेले, त्यांच्यातील ताठरपणा जरा कमी झाला आणि मग त्यांना खुर्चीत बसवलं गेलं. काही क्षणांनंतर त्यांच्यात पुन्हा जिवंतपणाची चिन्हं दिसू लागली. त्यांच्या पापण्या फडफडू लागल्या, नंतर शांतपणे श्वसन सुरू झालेले दिसू लागले आणि

छायाचित्र ६.१० वैज्ञानिक व डॉक्टर लोकांच्या देखरेखीखाली ताहरा बे यांना जिवंत पुरले जात आहे. लेखकाच्या संग्रहातून

हळुहळू संपूर्ण शरीर चेतनावस्थेत आले.

शवपेटिकेतून ताहरा बे यांना बाहेर काढल्यानंतर साधारण बारा मिनिटांच्या अवधीनंतर ते पूर्ववत झाले आणि त्या विचित्र अनुभवाबद्दल बोलू लागले.

''मला इतकी गाढ झोप लागून गेली होती, की तुम्ही लोकांनी माझ्या बाबतीत काय केलं ते मला काहीही कळलं नाही. या खोलीत मी डोळे मिटले होते एवढंच मला आठवतं आणि मी स्वतःला दिलेल्या पूर्वसूचनेनुसार ठरवलेल्या अचूक क्षणी पुन्हा या खोलीत जागा झालेलो आहे.''

ताहरा बे यांच्यासारख्या लहानसर चणीच्या विलक्षण व्यक्तीसह, त्यांचे तीन वेळा केलेले जीवावरचे प्रयोग पाहताना आमची ती विलक्षण संध्याकाळ संपली!

मी परत फिरलो तेव्हा माझ्या मनात विचार घोळत होते, या शतकाच्या अखेरीस उपभोगवादाची चंचल आकृती देहदंडाच्या कक्षेत आणली गेली पाहिजे. कारण मनाचे गूढ उकलण्यात उपभोगवादाने विशेष काहीच योगदान दिलेले नाही.

काही निराशावादी वैज्ञानिक असे भाकित करतात, की पृथ्वीचा अंत हा एका बर्फाळ, हिममय ग्रहामध्ये रूपांतर होण्यामध्ये होईल आणि पृथ्वी शून्यामध्ये परिभ्रमण करीत राहील. कदाचित तसं घडेलही. परंतु माणसाच्या या निवासस्थानाच्या अंताप्रमाणे, माणसाचा अंत इतका आशाहीन मात्र नक्कीच नसेल. कारण माणूस हा त्याच्या देहापलीकडेही असणारं एक अस्तित्व आहे.

७

इजिप्तमधील सर्वाधिक ख्यातनाम फकीर महोदयांशी वार्तालाप

इजिप्तमधील खास मंद सुगंधित अशा अनेक सिगारेटी ताहरा बे यांच्याकडे होत्या; त्यातील एका सिगारेटचा झुरका त्यांनी मारला. मग त्यांच्या अनोख्या प्रयोगांमध्ये अनुस्यूत असणाऱ्या तत्त्वप्रणाली आणि सिद्धांत यांबद्दल ते माझ्याशी बोलू लागले. कैरोत असलेल्या युरोपीय वळणाच्या इमारतीतील एका प्रशस्त, सुखासीन अशा सदनिकेत आम्ही बसलो होतो. मला बरंच काही सांगण्याचं वचन त्यांनी दिलं होतं. त्यामुळे ते पुढे काय काय सांगतील, याबद्दल माझ्या मनात जराशी साहसी उत्सुकताही होती आणि खरोखरच माझ्या प्रश्नांना विचारप्रवर्तक उत्तरे मिळाली.

ज्या लोकांनी अलौकिक व अद्भुत प्रयोग सादर केले आहेत, त्या लोकांकडून स्पष्टीकरण समजून घेणं हे नेहमीच रंजक आणि बरेचदा लाभदायक ठरतं. कारण त्यांनी केवळ पुस्तकी सिद्धांत शिकलेल्या प्राध्यापकांकडून शिक्षण घेतलेलं नसतं.

ताहरा बे यांनी बोलायला सुरुवात केली. आपल्या सर्वांमध्ये खूप मोठ्या क्षमता अंतर्भूत असतात, हे ओळखून आपण प्रारंभ करायला हवा. जोपर्यंत हे करीत नाही, तोवर आपण अनावश्यक रीतीने जखडलेलो राहतो. त्या अनावश्यक मर्यादांमुळे आपण आपल्या अंतर्यामी असलेल्या अलौकिक मानसिक आणि भौतिक शक्तींचा वापरच करून घेऊ शकत नाही.

लोकांना मी जेव्हा काही प्रयोग करून दाखवतो, तेव्हा त्यांना ती हातचलाखी किंवा अलौकिक स्तरावरचं काहीतरी आहे असं वाटतं, पण या दोन्ही गोष्टी चुकीच्या

छायाचित्र ७.१
विलक्षण व्यक्तिमत्त्वाचे ताहरा बे.
लेखकाच्या संग्रहातून

आहेत. कारण या गोष्टी अचूकपणे वैज्ञानिक आहेत, निसर्गनियमांना धरून घडणाऱ्या आहेत. हा घटक त्यांच्याकडून पार वगळला जातो. हे खरं आहे, की मी काही मानसिक नियम वापरतो, ज्यांच्याबद्दल फारच कमी माहिती असते. पण असं जरी असलं तरी तेही नियमच तर आहेत. मी जे काही करतो, त्यात मनाला येईल तसं काहीतरी, अतिमानवी किंवा निसर्गनियमांविरुद्ध असं काहीही नसतं. ज्या लोकांना मी दृश्य भ्रम निर्माण करणारा आणि हातचलाखी करणारा जादूगार वाटतो, त्या लोकांच्या मनाची क्षुद्रता आणि त्यांच्या मर्यादित अनुभवांमुळे मानवजातीतील उन्नत क्षमतांचे आकलन करून घेण्याची त्यांची असमर्थता पाहून मला त्यांची कीवच करावीशी वाटते.

शेवटचं वाक्य आशुलिपीत लिहून घेताना माझी लेखणी जरा अडखळली आणि मी वर पाहिलं. आपल्या टीकाकारांकडे संकेत केल्यानंतर त्यांच्या गूढ डोळ्यांत चमकणारा एक आतुर दुःखद भाव मला दिसला. त्यांच्याकडे पाहून प्रत्येक माणसाला असंच वाटत असे, की या व्यक्तीला शत्रुत्व नव्हे मित्रत्व साधणं जमतं; गैरसमज निर्माण करण्यापेक्षा समजून घेण्यावर त्यांचा भर असतो.

''उदाहरणार्थ, जेव्हा मी टोकदार दाभण वा तत्सदृश गोष्टी माझ्या जबड्यात खुपसतो, तेव्हा लोकांना वाटतं, एकतर ही एखादी हुशारीची युक्ती वा चलाखी असावी किंवा काही उत्तेजक औषधांचे सेवन केलेले असावे. जर या दोन्ही गोष्टी नसतील तर मी बळपूर्वक माझ्या वेदना दाबून टाकत असणार. समजा त्यांच्या सांगण्याप्रमाणे या गोष्टी खऱ्या असतील तर एवढ्या भीषण जखमा होऊनही माझ्या शरीरावर कोणतेही ओरखडे कसे उठत नाहीत? पण वस्तुस्थिती अशी आहे, की लोक त्यांच्या ठराविक विचारांच्या चाकोरीतून बाहेरच पडू इच्छित नाहीत. मी जी स्पष्टीकरणं देतो, त्यांच्या संभाव्यतेचं सत्य त्यांना समजूच शकत नाही. त्यांच्या स्वतःच्या गळ्यात किंवा चेहऱ्यावर सुरे आणि दाभण खुपसले तर मग लगेचच त्यांना भेद कळेल. आपल्याला यातील काहीच जाणवत नाही असं ते म्हणतील शिवाय जाणीव होऊ न देण्याचा ते आटोकाट प्रयत्न करतील; पण तरीही त्यांना ती जाणीव होतच राहील.

रोषपूर्वक असे मत व्यक्त केल्यावर ते जरासे थांबले.

''मात्र तुम्हाला माझ्याकडून स्पष्टीकरणं हवी आहेत. त्यात दोन गुपिते आहेत – खरं तर गुपित हा काही तितकासा योग्य शब्द नाही, पण थोडाफार उपयुक्त ठरेल. त्या गुपितांमुळेच मला हे प्रयोग करता येतात. त्यातील पहिलं गुपित म्हणजे शरीरातील काही विशिष्ट शिरांच्या केंद्रावर दिलेला दाब आणि दुसरं म्हणजे प्रतिसादहीन अवस्थेत प्रवेश करण्याची क्षमता. ज्या कोणाचीही या बाबतीत योग्यता असेल, माझ्याप्रमाणे या दोन गुपितांचं दीर्घकालीन प्रशिक्षण घेण्याची आणि सराव करण्याची तयारी असेल, त्यांना हे प्रयोग करता येऊ शकतील. असे केल्याखेरीज हूं की चूं न करता या प्रयोगांमधील वेदना सहन करणं मला तर कठीण जाईल. कारण मी त्या हिंदू फकिरांसारखा बनलेलो नाही. संन्यासांच्या सिद्धांतानुसार स्वयंइच्छेने स्वतःवर लादलेल्या भयंकर वेदना सहन करू शकणाऱ्या हिंदू फकिरांना तुम्ही पाहिलं असेल. तशा प्रकारची साधना आणि पद्धती मला विशेष पसंत नाही. सैद्धान्तिक पातळीवर काही गोष्टींबाबत मात्र आमच्यात समानता आहे. ते म्हणजे निरासक्त आत्मिक पातळीवर जीवन जगणं आणि कृतीच्या बाबतीत जीभ गुंडाळून मागे नेऊन प्रतिसादहीन अवस्थेत प्रवेश करण्यासारखे आहेत.''

पौर्वात्य फकिरांची विचार-पद्धती जाणून घेऊन, ज्या स्पष्टपणे ते बोलले, त्याचं मला मोठं नवल वाटलं. तरीही मी त्यांना पुन्हा म्हणालो, ''तुमच्या पहिल्या गुपिताबद्दल जरा अधिक स्पष्ट करून सांगाल का?''

मृदु स्वरात ते म्हणाले, ''होय. थोडक्यात सांगतो. आपल्या सर्व शिरांना वेदनेची जाणीव असते, हे तुम्हाला सांगणं अनावश्यक आहे; पण बोटांनी विशिष्ट दाब देऊन त्या शिरेतून रक्त मेंदूपासून दूर काढता येऊ शकते, हे विशेष सांगण्यासारखं आहे. धमन्यांच्या काही विशिष्ट केंद्रांशी असे केले तर त्यांच्यावर बधिरावस्थेचा परिणाम होऊ लागतो, पण एक ध्यानात ठेवा, ही कृती वाट्टेल तो माणूस करू शकतो, असं मी अजिबात सुचवत नाहीये. कारण याकरिता दीर्घकाळाचं सुयोग्य प्रशिक्षण आवश्यक असतं. प्रशिक्षणाशिवाय तसेच मार्गदर्शनाशिवाय असे प्रयोग करणं ही मूर्खपणाची आणि धोकादायक बाब आहे.

''बोटांनी दिलेला दाब आणि बधिरावस्थेत जाण्याच्या प्रक्रियेवर विचार केंद्रित करणं हे जेव्हा एकत्रितपणे घडतं, तेव्हा स्नायू व धमन्या पूर्णपणे सैलावल्या जातात. मग जीभ पूर्णपणे मागे घेऊन जराशा अशिष्ट प्रकारे हवा ओढून घेतली जाते, तेव्हा निश्चितपणे एक बधिरावस्था वा प्रतिसादविहीन अवस्था आपल्याला घेरून टाकू लागते. त्यानंतर साधारण पंचवीस मिनिटांच्या अवधीनंतर आपले मांस, तीव्र आणि कठोर वेदनांबाबत पूर्णपणे असंवेदनशील बनून जाते.''

''तुम्ही कोणत्या नसांवर दाब देता?''

''आपल्या मस्तकाकडे असणाऱ्या मानेच्या धमन्या, ललाटावरील संमोहन केंद्र आणि फुफ्फुस व जठराच्या धमन्या त्यासाठी मुख्यत्वे असतात. परंतु मी आधी जसं म्हणालो त्याप्रमाणे त्यांच्याबाबतीत खेळ करून चालत नाहीत. उदाहरणार्थ, जर कुणी मानेच्या धमन्यांवर दाबले आणि मेंदूपासूनचा तिथला रक्तपुरवठा खंड पाडण्यात यश आले तर मानेतील रक्तप्रवाहामुळे मेंदूत काही गुणगुणता आवाज जाणवू लागतो. मग माणूस, असहायपणे मागे कोसळतो व त्याला निश्चितपणे चक्कर येते, पण मी हे सर्व सुरक्षितपणे करू शकतो. कारण बालपणापासून मला या कलेत कुशल असलेल्या व्यक्तींकडून प्रशिक्षण मिळालं आहे.''

''आणि जीभ आतील बाजूला गिळणे म्हणजे काय?''

''होय. अर्थात, भारतात योगी लोक असं करताना तुम्ही पाहिले असेल. मी चार महिन्यांचा बालक होतो, तेव्हापासून माझे वडील आपल्या बोटांनी माझी जीभ मागे वळवत असत. त्याचा परिणाम म्हणून मला झटका येऊन चक्कर येत असे. जर का हा झटका अधिक हिंसक होत असेल, तर सराव अधिक झाला आहे आणि आता तो काही वेळ थांबवणं इष्ट आहे असे समजावे. आज, मी सहजपणे माझी जीभ पाठीमागे वळवू शकतो, पण तरीही जीभ पूर्वावस्थेत आणताना मला कधी कधी थोडं अवघड जातं. मग बोटांनी ढकलून तिला पुढे आणावं लागतं. हिंदू लोक कधी कधी जीभ लांब करण्याचा हठयोग करतात. जीभ पाठीमागे गुंडाळणे आणि श्वासनलिका बंद करणे या अवघड प्रयोगासाठी ते असं करतात. त्यामुळे तोंडात काही धोकादायक जंतू वा कीटक जाण्यालाही अटकाव होतो. कारण त्या वेळी शरीर असहायपणे जमिनीवर पडलेले असतं.''

***

''असे गृहीत धरू, आपण प्रतिसादहीन अवस्थेत शिरलो आहोत. त्यानंतर काय घडतं?''

''त्या अवस्थेत शिरण्याआधी मी पुन्हा जागृतावस्थेत कधी यायचे ती वेळ ठरवून ठेवलेली असते. तो क्षण जेव्हा येऊन ठेपतो, तेव्हा मी जागा होतो. अनेक लोक रात्री अशी स्वयंसूचना देऊन विशिष्ट वेळेला अचूकपणे झोपेतून जागे होतात आणि उठून दुसऱ्या दिवशीची कामे करू लागतात. आपले अंतर्मन कधीच झोपी जात नाही, याचा तो पुरावा होय. आपले जे बाह्य मन असते, त्याला थोडा निद्रेचा खंड आवश्यक असतो. झोपेत चालणारी माणसे बऱ्याचदा बुद्धिपूर्वकपणे काही कृती करताना आढळतात, हेही त्या अंतर्मनाचाच एक प्रत्यय आहे. जागृतावस्थेत मात्र या लोकांना त्यांच्या त्या कृतींचे

विस्मरण झालेले असते.

''आता पूर्वीच्या मुद्द्यांकडे येऊ. प्रतिसादविहीन अवस्थेची सुरुवात होताना श्वसन आणि रक्ताभिसरण या दोन महत्त्वाच्या कृती खंडित होतात. असं झालं तर फक्त मृत्यूच ओढवू शकतो असेच विधान बहुतांशी लोक करतील, हे तुम्ही जाणता; हा मुद्दा तुम्हाला पटवून देणाऱ्या चर्चेसाठी मी इथे थांबणार नाही, कारण हे तुम्ही भारतात प्रत्यक्ष पाहिलं असल्याने तुमच्याकडे पुरावा आहेच. फक्त जे ज्ञानी फकीर असतात, तेच श्वसन व रक्तप्रवाह थांबवून ठेवला तरी जिवंत राहू शकतात. मी जेव्हा सम्मूर्च्छित / प्रतिसादहीन अवस्थेत जातो, तेव्हा माझ्या शरीरातील संपूर्ण रक्ताभिसरण थांबलेलं असतं. मला याठिकाणी एक गोष्ट सांगणं अत्यावश्यक आहे, की संमोहनाच्या प्रयोगांच्या दरम्यान, माणसाला जी सम्मूर्च्छा येते, ती आणि प्रतिसादहीन ही अवस्था एकच नव्हे. कारण त्या प्रयोगांच्या दरम्यान जी संमोहनावस्था येते, त्या वेळी रक्ताभिसरण बऱ्याच प्रसंगी वाढलेले दिसून येते. त्याचं कारण काय असतं? कारण त्या वेळी वापरल्या गेलेल्या पद्धती पूर्णपणे भिन्न आणि निराळ्या पातळीच्या असतात. तुम्ही संमोहनाच्या सूचनांचं उदाहरण घेतलं, तरी त्यातील फरक लक्षात येईल. त्या उलट मी शुद्ध शरीरशास्त्रीय माध्यमांचा आधार घेत असतो. त्यांचा आधार घेऊन मी धमन्यांवरील दाब देण्याची आणि जीभ गुंडाळून घेण्याची कृती करतो. दुसरं असं, की बधिरावस्थेच्या दुसऱ्या पातळीवरून मी जेव्हा जागा होतो, तेव्हा पंचवीस मिनिटांच्या वर वेदनांबाबतची असंवेदनशीलता माझ्यात टिकून राहत नाही. मात्र संमोहनावस्थेत असणाऱ्या लोकांच्या बाबतीत असं वेळेचं बंधन नसतं. संमोहन सूचना दिल्यानंतर व्यक्तीला जी बधिरावस्था येते, त्या वेळी तिची वेदनांची जाणीव संपते, हे खरं आहे. परंतु ती अवस्था संपल्यानंतरही ही असंवेदनशीलता टिकून राहते, असं जे माझ्या बाबतीत घडतं, ती गोष्ट वेगळी आहे. शेवटी आणखी सर्वांत महत्त्वाचा भेद म्हणजे मी ज्याप्रमाणे स्वयंइच्छेने स्वतःला बधिरावस्थेत नेतो; त्याप्रमाणे कुठला संमोहनतज्ज्ञ स्वतःला सम्मोहनावस्थेत नेऊ शकतो बरं?''

''तुमच्या कारकिर्दीत केल्या गेलेल्या प्रयोगांमुळे इतक्या असंख्य वेळा स्वतःला भोसकून सुद्धा तुमच्या शरीरावर व्रण नाहीत, ही मोठी विलक्षण गोष्ट आहे. डॉक्टर, त्याबद्दल आपण काय स्पष्टीकरण द्याल?''

''हे साध्य करण्यासाठी मी दोन गोष्टी करतो. पहिली म्हणजे मी तात्पुरत्या काळापुरतं रक्ताभिसरण वाढवतो. तुम्ही पाहिलं आहे, की गेल्या संध्याकाळी प्रयोगाच्या वेळी माझा रक्तदाब १३० होता. त्यामुळे माझ्या हृदयालाही गती मिळते पण त्याचा अतिरेक होत नाही. शिवाय त्याच्या वेगामुळे मला थकवाही येत नाही. रक्तप्रवाहाच्या अशा जलद गतीमुळे जखमा आश्चर्यकारकरीत्या जलद गतीने, नैसर्गिकरीत्या भरून येतात. हे मी माझ्या केवळ

इच्छाशक्तीच्या आधारे करतो, हे ध्यानात ठेवा बरं. दुसरं म्हणजे उष्णता निर्माण व्हावी यासाठी रक्ताचं तापमान वाढवावं लागतं. जखमांमध्ये जर का जंतुसंसर्ग झाला असेल, तर ते जंतू त्यामुळे नष्ट होतात आणि खरोखरच निर्जंतुकीकरण होऊन जातं. माझ्या जखमा कधीही पिकत नाहीत, नेहमी काही मिनिटांच्या अवधीत त्या भरून येऊन बऱ्या होतात. जर का गंभीर जखमा असतील तर फार फार तर काही तासांच्या अवधीत त्या बऱ्या होतात.''

पुरून टाकल्यानंतरही ताहरा बे जिवंत राहू शकत होते. हा त्यांचा जो अत्यंत साहसी प्रयोग होता, तो विषय मी काढला.

त्यांनी सिगारेटचे उरलेले थोटूक टाकून दिले आणि दुसरी सिगारेट ताबडतोब शिलगावली.

मला उत्तर देत ते म्हणाले, 'हजारो वर्षांपूर्वी प्राचीन इजिप्तमध्ये, त्याचप्रमाणे प्राचीन भारतात हाच प्रयोग बरेचदा केला जात असे, हे मी तुम्हाला सांगायला नको. आजच्या काळात आढळणाऱ्या विलासी भौतिकतेचा त्या काळात स्पर्शही झालेला नव्हता. आत्म्याच्या अस्तित्वावर प्रत्येकाचा विश्वास होता आणि त्याचमुळे मला ज्या प्रकारचे अनुभव येतात, त्या प्रकारच्या अनुभवांची तत्कालीन माणसांना जाण होती. आम्ही फकीर आजही मानतो, की आपलं शरीर जिवंत राहणं आणि मनाची चेतनता यांना आत्म्याकडूनच मार्गदर्शन मिळत असतं, त्या काळात हे प्रत्येक जण मानत असे. आम्ही मानतो की, आत्मा हा शरीराशिवाय वेगळा राहू शकतो. आपले शरीर ज्या रासायनिक अणूंनी बनलेले असते, ते अणू जसे कार्बन, पोटॅशियम, हायड्रोजन, ऑक्सिजन आणि अन्य घटकांच्या रूपात परत पृथ्वीबरोबर एक होतात. तसेच त्या सगळ्यांमागील जी मुख्य प्राणशक्ती म्हणजे आत्मा असतो, तो सुद्धा त्याच्या अज्ञात ऊर्जास्रोताकडे परत जातो. तो ऊर्जास्रोत शाश्वत असतो. मला तुम्हाला हे सांगायला नको, की आधुनिक भौतिकवादामुळे माणसाला दांभिक विचारसरणीची जी सवय लागते, त्यामुळे आत्म्याच्या अनंत शक्तीचा आवाकाच माणसाला कळू शकत नाही. कारण सारं सैद्धांतिक पातळीवर राहून जातं.

''थोडक्यात मी असं सांगू शकतो, की प्रगाढ अशा प्रतिसादहीन अवस्थेमुळे भौतिक जीवन खंडित होतं; परंतु आत्म्याची अदृश्य चमक मात्र कायमच कार्यरत राहते. हे दाखवून देण्याकरिता दीर्घकाळचं कठोर प्रशिक्षण घ्यावं लागतं. हे प्रशिक्षण साधारणपणे बालवयापासून सुरू होतं. माझ्या वयाच्या फक्त चौथ्या महिन्यापासून माझ्या वडिलांनी हे प्रशिक्षण सुरू केलं होतं. आता जर का माझी इच्छा असेल तर मी स्वतःला काही दिवस पुरून घेऊ शकतो. शिवाय जागृतावस्थेत येताना मला फारशी काही इजाही

झालेली आढळणार नाही.''

''संशयवादी लोक नेहमी एक आक्षेप घेत असतात,'' मी जरा दबकतच म्हणालो, ''त्यांच्या आक्षेपानुसार श्वसनाशिवाय जमिनीखाली कुणी जिवंतच कसं राहू शकेल?''

''हे पाहा, एक साधंसं उदाहरण देतो. पूर्व आफ्रिकेतील किनाऱ्यावरील मोतीशोधक माणसं आठ ते नऊ मिनिटं पाण्याखाली श्वासोच्छ्वासाशिवाय राहू शकतात. माझ्या माहितीनुसार सर्वसामान्य मनुष्यप्राणी श्वसनाशिवाय राहू शकत असल्याचा हा उच्चांक आहे. आता प्राणिजगताकडे वळू या. बेडूक हा उभयचर जलद श्वसन करतो. तरीही पाण्याखाली चार तासांपर्यंत तो राहू शकतो. बेडूक ते कसं काय करू शकतो? तुम्ही त्याचं अवलोकन करून पाहा म्हणजे तुमच्या ध्यानात येईल, की त्याचं शरीर तेव्हा ताठरलेलं असतं. वस्तुतः ते शरीर बधिरावस्थेत गेलेलं असतं. त्याचे डोळे पापण्यांनी नव्हे तर एका विशेष अशा संरक्षक कातडी आवरणाने झाकले गेले आहेत. पाण्यात राहिल्यावर डोळ्यांशी पाण्याचा अखंड संपर्क झाल्याने उद्‌भवू शकणारे धोके त्यामुळे दूर होतात. पाण्यातील कासवाचे आणखी एक उदाहरण पाहा. किनाऱ्यावरील हवेत जसे ते मोकळेपणाने हिंडू शकते, तसे कित्येक तास ते पाण्याखालीही राहू शकते. परंतु तुम्ही कासवाला मोकळ्या हवेपासून नेऊन त्याच्या इच्छेविरुद्ध जर सतत पाण्याखाली राहणं भाग पाडलं तर ते गुदमरून मृत्युमुखी पडू शकते. त्याचं कारण असं, की पाण्याखाली राहायच्या अनुभवाकरिता त्याला आधी पुरेशी तयारी करायला अवधी मिळालेला नसतो. मगरीही कासवांप्रमाणे उभयचर प्राणिमात्र असतात. काही काळ त्या श्वसनाच्या अभावात, बधिरावस्थेत शीतनिद्रा काळात जातात. काही जातींची वटवाघळं देखील हिवाळ्यात शीतनिद्रावस्थेत जात असतात. त्या काळात त्यांचे श्वसनही खंडित झाल्यात जमा असते.

''हायबरनेशन किंवा शीतनिद्रावस्थेत जाण्याची ही जी काही प्राण्यांमध्ये क्षमता असते, ती खरोखर विलक्षण असते, हे मी तुम्हाला सांगू इच्छितो. जर का प्राणी असं करू शकत असतील तर माणसांना का बरं जमणार नाही? अखेर मनुष्य म्हणजेही देहधारी प्राणीच आहेत. प्राणी ज्या तंत्राने शीतनिद्रावस्थेत जातात, ते तंत्र वापरून माणसंही त्या अवस्थेत जाऊ शकतात. आम्ही फकिरांनी हीच गोष्ट सिद्ध करून दाखवली आहे. मी जर का प्रतिसादहीन, बधिरावस्थेत स्वतःला न नेता जमिनीत जिवंतपणी गाडून घेतलं असतं, तर दहा मिनिटांच्या आत गुदमरून गेलो असतो. काही प्रसंगांमध्ये आपण श्वसनाशिवाय राहू शकतो.''

ताहरा बे यांनी त्यांच्या सुगंधी सिगारेटमधून करड्या रंगाच्या धुराचा एक झुरका सोडला. मग मी त्यांना विचारले,

छायाचित्र ७.२ ताहरा बे. लेखकाच्या संग्रहातून

"तुम्ही ज्याप्रमाणे सांगत आहात, त्यानुसार शरीर गाडले गेल्यानंतर आत्मा त्या शरीरापासून विलग होत असेल, तर तो कुठल्या पल्याडच्या जगात प्रवेश करतो? त्या जगतातील अनुभवांबद्दल तुम्ही आम्हाला काय सांगू इच्छिता?"

"दुर्दैवाने मी तुम्हाला त्याबद्दल विशेष काहीच सांगू शकणार नाही. अलौकिक विश्वातील रहस्य जाणणारा माणूस म्हणून मला कसलाही आव आणायचा नाही. अंतर्मनातील अद्भुत सामर्थ्ये आम्ही जरी काही पातळीपर्यंत विकसित केली असली, तरीही काही गूढ स्तरांवर आम्ही प्रवेशही केलेला नसतो. आम्ही फकीर लोक झोपेत चालणाऱ्या व्यक्तींसारख्या दशेत असतो. मात्र तेव्हा आम्हाला आमच्या अस्तित्वाचंही भान उरत नाही आणि तरीही आम्ही निश्चितपणे अस्तित्वात असतो. जेव्हा आम्हाला लौकिक किंवा भौतिक देहाचं भान येतं, तेव्हा आलेल्या अलौकिक अनुभवाचं स्मरण राहत नाही. कदाचित असंही होत असेल, की आम्ही आत्मिक विश्वात जात असू, पण आम्हाला नंतर काहीच आठवत नसल्याने त्या विश्वाबद्दल आम्हाला काही सांगता येत नाही. त्या वेळची निद्रावस्था ही इतकी प्रगाढ असते, की ती शीतनिद्रावस्थेत (हायबरनेशन) असलेल्या प्राणिमात्रांसारखीच असते, ज्याबद्दल मी तुमच्याशी आधी बोललो होतो."

ही बाब खरोखरीच हळहळ वाटण्याजोगी होती. ताहरा बे यांच्यासारखा जो माणूस अनेकदा मृत्यूचा अनुभव घेऊन आला होता, त्याला पारलौकिक अनुभवांबद्दल काहीच सांगता येऊ नये, ही निश्चितपणे हताश करणारी गोष्ट होती. जर का कबरीपलीकडे पूर्ण अचेतनतेसारखा संपूर्ण काळोख असेल, तर तो जिवंत काळोख असावा, हा मोठाच विरोधाभास म्हणावा लागेल. इतका नकारार्थी अभिप्राय व्यक्त करीत माझी निराशा मी बोलून दाखवली.

त्यांनी आपले खांदे उडवले.

"वस्तुस्थिती ज्या पद्धतीने आपल्यासमोर येते, तिचा आपण आदर राखला पाहिजे. पण असं असलं तरी, परतल्यानंतरचा माझा विश्वास असा आहे, खऱ्या मृत्यूच्या वेळी, माझा जीवात्मा हा त्या परमात्म्यालाच जाऊन मिळणार, त्याच अर्थाने मला असं वाटतं, की आपण अमर्त्य असतो," ते म्हणाले.

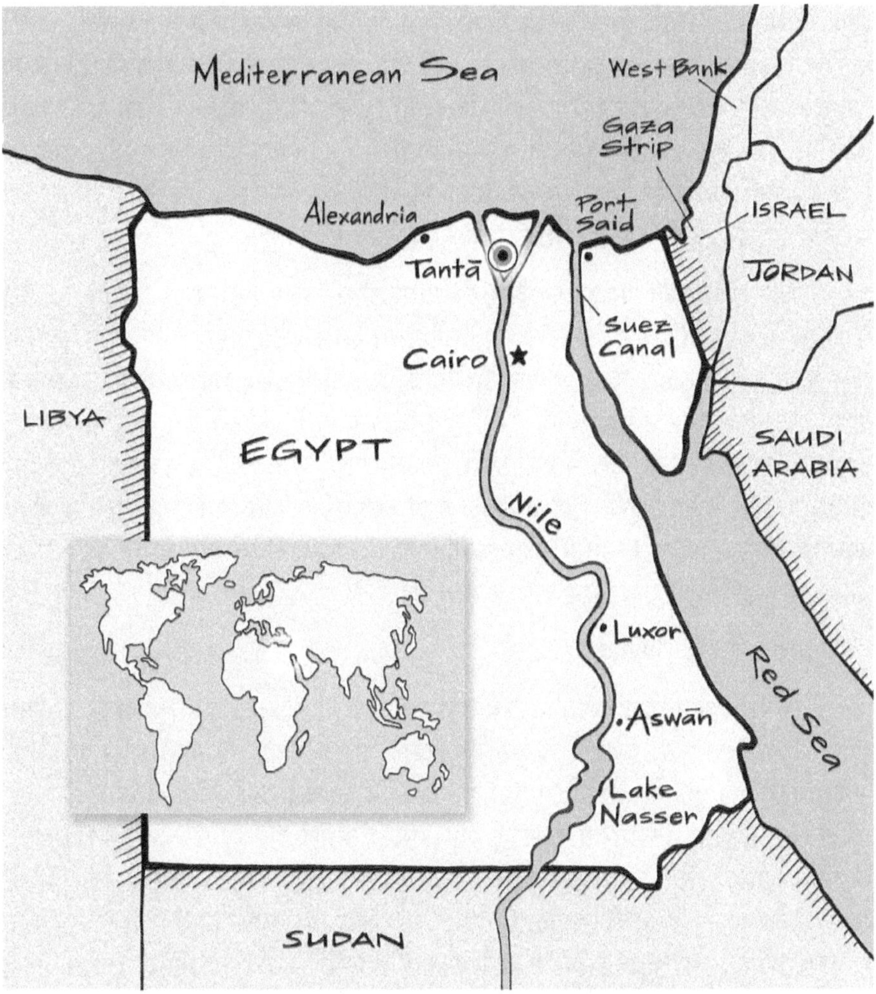

नकाशा चित्र ७.३ नाइल नदीच्या खोऱ्यातील टँटा हे ताहरा बे यांचे गाव.
रोझमेरी क्यूबेल हॅरिस.

तुम्ही शाश्वत अलौकिक ऊर्जास्रोत म्हणा किंवा ईश्वर म्हणा – तो पूर्ण अचेतनतेची अनंत अवस्था असेल, हे मला नीटसं उलगडत नव्हतं. कारण मनुष्यप्राण्यासारखा चेतन जीव, अचेतन अस्तित्व किंवा ईश्वर यापासून आपलं मन कसं काय मिळवू शकतो, याची मला तात्त्विक कल्पना करता येत नव्हती. परंतु हा मुद्दा मी चर्चेस घेतला नाही. कारण त्यामुळे मी अध्यात्मशास्त्रासंबंधी तर्क–वितर्कात प्रवेश केला असता आणि मला सद्यः स्थितीत वैज्ञानिक वस्तुस्थितीबद्दल जाणून घ्यायचे होते. महत्त्वाचं म्हणजे डॉ. ताहरा बे यांच्या मनमोकळ्या स्पष्टीकरणांबद्दल मला आदर होता. कारण त्यांना जे अनुभव जशा पद्धतीने आले, त्यांचे त्यांनी यथायोग्य विवरण दिलं होतं.

गाडून घेण्याच्या एका विलक्षण प्रसंगाबद्दल ते मला नंतर सांगू लागले. ''टँटा येथे, सन १८९९मध्ये एका प्रख्यात फकिराने स्वतःला जिवंत गाडून घेतले होते. टँटा हे गाव म्हणजे डॉ. ताहरा बे याचं जन्मगाव होतं. १७ मे १९२५ पर्यंत आपण उठायचंच नाही, असं त्या फकीर महोदयांनी आधीच ठरवलेलं होतं. ती विवक्षित तारीख आली, तेव्हा त्यांना गाडलेल्या अवस्थेतून बाहेर काढलं गेलं. त्या वेळी ते जिवंत असल्याचे आढळून आले होते. त्यांच्या शरीरावरील मांस व्यवस्थित होते आणि त्यांची सर्व इंद्रिये व्यवस्थितपणे काम करीत होती. फक्त त्यांनी वाणीची शक्ती गमावलेली होती. मात्र या घटनेनंतर सहा महिने उलटताच त्यांचा मृत्यू झाला.''

ताहरा बे पुढे म्हणाले,

''भूमीखाली गाडले गेल्यानंतर त्यांच्या शरीराची जी झीज झाली, त्याचा हा परिणाम होता. दीर्घकाळ अशा पद्धतीने गाडून घेतल्यामुळे फकिराच्या जीवनावर परिणाम होतो. उलट, एखाद्याने एक ते तीन दिवस एवढ्या लहान कालावधीसाठी स्वतःला गाडून घेतले, तर त्याचा परिणाम उत्तमरीत्या उत्साहवर्धक असतो आणि औषधी परिणामयुक्त असतो. कित्येक शतकांपूर्वी इजिप्तमधील दरवेशांना हे कळले होते. त्या काळात काही विशिष्ट अपराध्यांना शासन देण्याची जबाबदारी दरवेशांवर सोपवली जायची होती. त्या अपराध्यांना मृत्युदंड देण्याऐवजी, दीर्घकाळपर्यंत पुरून ठेवण्याची शिक्षा फर्मावली जात असे. त्या आधी हे दरवेश काही विशिष्ट प्रकारे त्या अपराध्यांच्या शरीरावर लेपांचे संस्कार करीत असत. गुन्ह्याच्या तीव्रतेनुसार गाडले जाण्याचा काळ कमीअधिक ठरत असे. मात्र या घटनांवरून दरवेशांच्या ध्यानात एक बाब आली, की अशा कठोर शिक्षेमुळे त्यांचे जीवन जरूर कमी होत असे, पण त्या अपराध्यांना झालेले वेगवेगळ्या प्रकारचे आजार, गरम वाळूच्या आत गाडले गेल्यानंतर बरे झालेले असत. माझं मत असं आहे, की अशा प्रकारच्या गाडले जाण्याने, जी दीर्घकाळ विश्रांती मिळत असे, उपवास घडत असत, त्यामुळे रोगनिवारणाचा फायदा होत असावा. आजकाल ही उपवास पद्धती लोकप्रिय होऊ लागलेली आहे. त्यामुळे

निसर्गाला त्याच्या पद्धतीनुसार काम करता येतं आणि शरीरातील व्याधी बऱ्या होतात. दोन दिवस गाडून ठेवले गेले, की अपराध्याला दोन दिवस उपवास घडत असे. त्यातून शरीरातील प्रत्येक इंद्रियाला विश्रांती मिळत असे. आपण आपल्या इंद्रियांना एवढे कामाला लावलेले असते, की अशी विश्रांती त्यांच्यासाठी फार गरजेची असे. जमिनीत गाडले गेल्यानंतर जी पूर्ण हालचालविहीन अवस्था प्राप्त होत असते, त्यातून रोगनिवारणाच्या कार्याला पूर्ण चालना मिळत असे. यातून आत्म्याच्या अलौकिक शक्तीला भौतिक पदार्थावर ताबा मिळतो. शिवाय आपल्या अंतर्मनाची जी तीक्ष्ण बुद्धिमत्ता आहे, तिला काम करण्यासाठी वाव मिळतो.''

''परंतु जिवंतपणी गाडले जाण्यात धोके नसतात काय?'' या प्रश्नाच्या उत्तराला सहमती दाखवत त्यांनी आपले हात फैलावले.

''अर्थातच धोके असतात, पण योग्य ती खबरदारी घेऊन ते टाळता येऊ शकतात. त्यासाठी जी प्रक्रिया करावी लागते, ती करताना कमालीची काळजी घ्यावी लागते. कारण इथे आपण थेट जीवन व मृत्यूशी खेळत असतो. सैद नावाच्या एका तरुण फकिराचा यातच हकनाक मृत्यू झाला होता. अठरा वर्षांचा सैद अतिशय गुणी, होतकरू मुलगा होता. त्यानं फकीर होण्याकरिता आपलं जीवन अर्पण करून टाकलं होतं. मी ज्याप्रकारे प्रतिसादविहीन बधिरावस्थेत जातो, हे तुम्ही पाहिले आहेच. त्याच प्रकारचे प्रशिक्षण सैदला मिळाले होते. एके दिवशी त्याने ठरविले की आपण कमीत कमी सहा वर्षे तरी स्वतःला जमिनीत गाडून घ्यायचे. त्याच्या इच्छेनुसार व्यवस्था करण्यात आली. त्याचा देह एका विशेष कबरीत ठेवण्यात आला. त्याच्या या प्रयोगावर देखरेख असावी आणि गरज पडल्यास मदतीला धाव घेता यावी, या हेतूने काही भक्तिमान अंतःकरणाचे मुस्लीम लोक रमजानच्या पवित्र काळात वर्षातून एकदा त्याची कबर उघडून पाहायचे. त्याच्या शरीराची अवस्था तपासून त्याच्यासाठी प्रार्थना म्हणायचे. पहिली दोन वर्षे त्याचे शरीर उत्तम प्रकारे संरक्षित असल्याचे दिसून आले.परंतु तिसऱ्या वर्षी जेव्हा कबर उघडली गेली, तेव्हा काही किडे पेटिकेत शिरल्याचे आणि त्याच्या देहाचा काही भाग त्यांनी नष्ट केल्याचे, आढळताच त्यांना मोठा धक्का बसला.''

''डॉक्टर, याचं स्पष्टीकरण आपण कसं द्याल?''

माझ्याकडून दृष्टी वळवून ते खिडकीतून बाहेर बघू लागले. त्यांच्या नजरेचा मी पाठलाग केला तेव्हा मला दिसलं, की त्यांची दृष्टी नाईल नदीवर खिळली आहे. नाईल ही अशी अद्‌भुत नदी होती, जिनं हजारो वर्षं लाखो लोकांना अन्न-पाणी देऊन पोसलं, आधार दिला होता. मायाळू पित्याच्या कुशीत घेतल्याप्रमाणे तिनं इजिप्तला आपल्या कवेत घेतलं होतं. थोड्या वेळानं ताहरा बे परत वळले.

''त्या घटनेबाबत मला दोन शक्यता वाटतात. पहिली शक्यता म्हणजे गाडून घेण्याआधी ज्या तयारीच्या गोष्टी असतात त्या नीटनेटक्या व्हाव्या लागतात. कदाचित त्या नीट पार पडल्या नसाव्यात. इतक्या प्रदीर्घ काळ ज्या फकिराला स्वतःला गाडून घ्यायचं आहे, त्याचं संपूर्ण शरीर मऊ मेणानं व्यवस्थित लिंपावं लागतं. जणू काही त्याच्या संपूर्ण शरीरावर मेणाचा साचा बसवावा लागतो. नंतर ज्या शवपेटिकेत त्याला निजवलं जातं, त्या पेटीतील धुळीचा कण न् कण बाहेर काढावा लागतो आणि पूर्ण पेटीची स्वच्छता पाहावी लागते. बिचाऱ्या सैदने या पूर्वतयारीची दक्षता घेतली नसावी. मला असं वाटतं, की त्याच्या शवपेटिकेला, इजिप्तमध्ये आढळणाऱ्या एका विशिष्ट जातीच्या अतिशय लहान परंतु शक्तिशाली सापाने भोक पाडलं असावं. या सापाने शवपेटिकेत प्रवेश केला असावा; त्याच्या शरीरावरून सरपटत जाऊन त्या सापानं सैदच्या नाकपुडीत प्रवेश केला असावा आणि मग तो तिथून त्याच्या मेंदूपर्यंत घुसला असावा. सैदच्या शरीराला जी इजा झाली त्यामुळे त्याच्या शरीरात ऑक्सिजनने प्रवेश केला असणार. प्रतिसादविहीन बधिरावस्था तेव्हाच नीट राहू शकते जेव्हा शरीरापासून ऑक्सिजनचा संपर्क तुटलेला राहतो, असं मला वाटतं. संमोहित बधिरावस्थेत असलेल्या शरीरापासून ऑक्सिजन दूर राखला गेल्याने सूक्ष्म जिवाणू किंवा अन्य किडे त्या शरीराला स्पर्श सुद्धा करत नाहीत. आपल्या शरीरापासून किड्यांना दूर राखण्यात सैदला अपयश आले. त्याच्या शवपेटिकेत जीवांनी प्रवेश केला आणि त्याच्या इंद्रियांच्या आत प्रवेश करून त्याच्या मांसावर ते जीव जगू लागले.''

स्वेच्छेने गाडून घेण्याच्या अवस्थेत ज्या फकिराला यश मिळत नाही, त्याची काय भीषण अवस्था होत असते, याचं भयानक चित्र डॉ. ताहरा बे यांनी माझ्यासमोर उभं केलं होतं. राजवंशातील तसंच उमराव घराण्यातील मृत व्यक्तींवर लेपनाचे व ममी म्हणजे संरक्षित मृतदेह करण्याचे सर्व उपचार व्यवस्थित करून जाड दगडी शवपेटिकेत ठेवण्याचे कार्य प्राचीन इजिप्तचे लोक करत. त्याचप्रमाणे शवपेटिकांसाठी उत्तम व अभेद्य असा ग्रॅनाइटचा पाषाण वापरला जात असे. या गोष्टींमागचा अर्थ आता उलगडायला सुरुवात झाली होती.

''मी जेव्हा स्वतःला पुरून घेण्याचा प्रयोग करतो, तेव्हा हवा आत खेळती राहावी म्हणून गुप्त वातनलिकांची सोय करून घेतली असेल, अशी जी टीका केली जाते, ती किती निरर्थक आहे, हे तुमच्या लक्षात येईल. मी जेव्हा वयानं लहान होतो, तेव्हा खुल्या बागेत स्वतःला एका तासाच्या अवधीसाठी गाडून घेत असे. मग लोक माझ्या कबरीवर नाचत असत. लोकांना हातचलाखीचे खेळ दाखवून चकित करणं, हा माझा उद्देश कधीच नव्हता. परंतु आपल्याच अंतर्यामी किती अज्ञात व महान शक्ती दडलेल्या असतात, याचं प्रात्यक्षिक दाखवणे हा माझा हेतू असतो.

''कधी कधी एखादा प्रयोग करतेवेळी माझी फसगतही झाली होती; परंतु त्या

वस्तुस्थितीचा स्वीकार करण्याचा निखळपणाही मी कायम दाखवला आहे. मात्र माझं प्रशिक्षण आणि अनुभव खूपच प्रदीर्घ असल्याने प्रयोगात चुका होण्याचे प्रसंग फारच दुर्मीळ असतात.''

***

पुढचा प्रश्न विचारताना मी म्हणालो, ''डॉक्टर, तुम्ही संमोहित बधिरावस्थेत असताना भूल देण्याचे औषध न वापरता तुमच्यावर – अंतर्गत शरीरावर एखादी शस्त्रक्रिया करता येऊ शकते काय?''

''असं करता येऊ शकेल असा मला विश्वास आहे; परंतु मी तसं कधी करून पाहिलं नाही. कट्यार आणि टोपीच्या पिनांनी मला ज्या जखमा झाल्या होत्या, त्या वरवरच्या असाव्यात असं एकदा एका डॉक्टरांनी सुचवलं होतं. वेदना न जाणवता मला शस्त्रक्रिया सहन होईल काय, असंही त्यांनी विचारलं होतं. असं करून पाहायला हरकत नाही; पण शस्त्रक्रिया गंभीर स्वरूपाची नसेल तरच हा प्रयोग करून पाहायला मी तयार आहे, असं मी म्हटलं. त्यावर डॉक्टरांनी मला सांगितलं, की एखादी शस्त्रक्रिया जर आजार वा रोग या कारणांमुळे अत्यावश्यक बनलेली नसेल तर ती करण्यासाठी देशात कायद्याची परवानगी नाही. पण मी आजारी किंवा रोगग्रस्तही नव्हतो, त्यामुळे तो विषय आम्हाला पुढे ढकलता आला नाही.''

डॉ. ताहरा बे यांच्या विशेष अनुभवांच्या पृष्ठभूमीचा आढावा आम्ही एव्हाना घेतला होता. आता अशा अनुभवांबद्दल त्यांचं सर्वसामान्य मत काय आहे, हे मला जाणून घ्यायचं होतं. पौर्वात्य फकिरांबाबत त्यांची मतं इतकी विशेष, स्वतंत्र होती, की त्यातील मुद्द्यांचा अधिक शोध घ्यावा, असं मला खचितच वाटून गेलं. हा विषय काढल्यावर ते हसले आणि माझं शेवटचं वाक्य त्यांनी पूर्णही होऊन दिलं नाही. थोडेसे हात हलवत तात्काळ ते पुढे म्हणाले.

''माझे दृष्टिकोन वैज्ञानिक पातळीवर तपासले जावेत, त्यातून असत्य सूचना आणि असत्य स्वयं–सूचना वगळल्या जाव्यात असं मला वाटतं. कारण धार्मिक किंवा अंधश्रद्धाळू समजुतींची बेमालूम सरमिसळ त्यात होत असते. त्यांच्यामुळे सत्याला धोका कसा पोहोचतो, हे मी स्वतः पाहिलं आहे. फकिरांच्या परंपरेपासून मी पूर्णपणे बाजूला झालेलो आहे. आमचे विज्ञान आणि धर्म या दोन भिन्न गोष्टी आहेत; त्यांच्यात ते अंतर राखलं गेलंच पाहिजे. माझा धर्मावर विश्वास नाही असं अजिबात नाही; उलट मला धर्म हा आदरणीय आणि माणसाच्या जीवनात अत्यावश्यक वाटतो. कारण धर्मामुळे माणसाला नैतिक सामर्थ्य प्राप्त होत असतं. तुम्ही भारतात पाहिलं असेल, की सर्वसाधारणपणे माणसाला त्याच्या

आत्मिक सामर्थ्यामुळे ईश्वरत्वाशी, पवित्र आत्म्याशी किंवा देवदूतांशी जोडून टाकण्याची वृत्ती अस्तित्वात असते. माणसाचे अंतर्मन फार ताकदवान असते. त्यामुळे आमची शिकवण जर अंधश्रद्धांपासून मुक्त ठेवायची असेल, वैज्ञानिकदृष्ट्या स्पष्ट करता येईल अशी राखायची असेल तर उपरिनिर्दिष्ट भेद ठेवणे फार गरजेचे आहे. अनेक फकीर स्वयंसूचनांच्या आहारी जातात; तर अन्य काही जण परंपरांनी दिलेल्या सूचनांना बळी पडतात. त्यांना उत्तम प्रयोग करून दाखवता येऊ शकतील; पण त्यांची सैद्धांतिक स्पष्टीकरणे खोटी असू शकतात. संमोहित दरवेश लोक तुम्ही पाहिले असतील. ते त्या अवस्थेत स्वतःला सुरीने काही इजा करून घेतात, मात्र त्याची वेदना त्यांना जाणवत नाही. हा प्रयोग करण्याआधी त्यांनी बऱ्याच प्रकारचे कर्मकांड सविस्तरपणे केलेले असतात आणि खूप साऱ्या प्रार्थना म्हटलेल्या असतात. हे सगळं माझ्या मतानुसार अनावश्यक आहे. यातून ते लोक स्वयंसूचनेच्या संमोहनावस्थेपर्यंत पोहोचतात; ज्या अवस्थेत मी त्वरित प्रार्थनांशिवायच पोहोचू शकतो. कारण मी त्यात अंतर्भूत असलेले निसर्ग-नियम पूर्णपणे समजून घेतलेले आहेत. मला खात्रीने असं वाटतं, की फकिरांनी लोकांच्या मनावर आपले धार्मिक विचार बिंबवण्यासाठी, त्यांना प्रभावित करण्यासाठी बरेचदा त्यांच्यातील विलक्षण शक्तींचा वापर केलाय. अशा प्रयोगांमधून गूढतेचा जो परिणाम होतो, तो त्यांना हवासा वाटतो. आज विज्ञान आणि शिक्षण यांनी एवढी प्रगती साधल्याचा काळ असताना, अशा गोष्टी निष्फळ आहेत. व्यर्थ गूढतेच्या आहारी जाणाऱ्या लोकांनी विज्ञानाचा अभ्यास करून, जर आपले प्रयोग वैज्ञानिकदृष्ट्या समजावून सांगितले तर खूप बरं होईल.''

डॉ. ताहरा बे यांच्या बोलण्यात वास्तव होतं. जादुई छू-मंतर करण्याचे दिवस आता संपले आहेत. गूढ गोष्ट आणि गूढता निर्माण करण्याची वृत्ती हे जुन्या काळातच गडप झालं आहे. आज ज्ञानप्रकाशाच्या काळात सत्य हे थेटपणेच सांगितलं गेलं पाहिजे. सत्य सांगण्यासाठी आता पुराणकथा, काल्पनिक कथांचे वळणा-वळणाचे माध्यम, प्रतीके, समानधर्मिता, तुटक संदर्भ किंवा अद्भुतता निर्माण करणारे शब्द वापरायची गरज राहिलेली नाही.''

''परंतु उच्च धार्मिक भावावेश आपल्याला प्राप्त झाल्याचे सांगणाऱ्या फकिरांबाबत तुम्ही काय म्हणाल?''

''त्यांना तसा धार्मिक अनुभव आला असेलही. मी ते नाकारत नाही; परंतु तो भावावेश धर्मविश्वाशी निगडित आहे. म्हणून धर्मविश्वाशी निगडित गोष्टी माझ्या प्रायोगिक संशोधनाच्या कक्षेबाहेरच्या आहेत ज्याचं मला ज्ञान आहे, या क्षेत्रात काम करणं, माझ्यासाठी पुरेसं आहे. आपलं अंतर्मन कसं काम करतं, आत्म्याचं स्वरूप कसं आहे, शरीराने मृत्यूसदृश अवस्था भोगल्यानंतरही आत्मा विनाश पावत नाही. शिवाय तो

पुनरागमन करू शकतो, हे दाखवून देणं माझ्यासाठी पुरेसं आहे. त्यातून येणाऱ्या अनुभवांनंतर आत्म्याचं सत्यत्व कोण बरं नाकारू शकेल? या आत्म्यातील अद्‌भुत शक्तींना मी दाखवू शकतो, हे मला पुरेसं आहे. कारण माझ्या शरीरावर मोठ्या पाषाणाचा आघात केल्यानंतरही मला इजा न होता, त्या पाषाणाचे तुकडे होतात. त्या वेळी तो आत्माच माझ्या शरीराला साहाय्य करीत असतो. माझा एक मित्र उत्तम, प्रशिक्षित खेळाडू आहे. माझा प्रयोग आपण करून पाहावा असं त्याला वाटलं; परंतु तसं करताना त्याचा पाठीचा कणा तुटला. त्यानं त्याचं शरीर छान तरबेज केलं होतं, पण आपल्या अंतर्मनाच्या शक्ती विकसित करायला तो विसरला होता. त्या शक्तींमुळे मानवी जीवनात ज्या आशा निर्माण होतात, त्या खूप उदात्त असतात. कधी कधी मला असं वाटतं, की मानसिक शक्तींच्या बळावर नवीन सोनेरी युगसुद्धा निर्माण करता येईल. अंतर्मनाच्या शक्तींना केवळ रोगट कल्पनाशक्तीचं रूप असं संबोधून विज्ञानाला त्यांची बोळवण करता येणार नाही. त्या शक्तींचा गंभीर आणि उत्कट अभ्यास विज्ञानाला करावाच लागेल. असं करणं म्हणजे सृष्टी निर्माण करणाऱ्या अव्यक्त, अज्ञात अशा विश्वशक्तीला नमन करण्यासारखं ठरेल.

माणसाच्या मनात असलेला सनातन असा जो स्फिंक्स असतो, तो आपल्यातील कुतूहल जागृत करून आपल्याला शोध घ्यायला भाग पाडतो, तेव्हा आपल्याला भय बाळगण्याची गरज नसते. जीवमात्रांच्या ठायी असणारे रंगहीन जीवद्रव्य म्हणजे प्रोटोप्लाझम, त्यापासून स्वर्गापर्यंत उठणारा माणूस, हे जे प्राचीन कोडं आहे, त्याचा आधुनिक जगात शोध घेतला जाईल, हे विधिलिखित आहे. विसाव्या शतकात या भविष्यकथनाला मोठ्या स्वरूपात प्रमाणित केलं जाईल.

८

करुणामय, दयाळू अल्लाहला स्मरून

मशिदीच्या मोठ्या खांबांमागे मी गुडघे टेकून बसलो. माझ्या आसपासची सारी माणसं ज्या उच्च शक्तीला उद्देशून आदरभावाने परिपूर्ण अशा भक्तीने अल्लाह असं म्हणतात, त्या शक्तीच्या दिशेने माझे हृदयरूपी पंख मी वरच्या दिशेने झेपावू दिले. त्या शक्तीला मी आजवर कुठले नाव देऊ शकलो नव्हतो; परंतु इजिप्तमध्ये प्रवास करताना अल्लाह हे नाव देणं मीही मानलं होतं. मला माहीत होतं, हे असं करताना, आपण सारे जण एकाच परम अस्तित्वाला अधोरेखित करीत असतो. जे परम अस्तित्व त्याच्या हाताच्या ओंजळीत आपल्याला सामावून घेतो, त्याला आपण निःशब्द स्वरूपात किंवा एका शब्दानेही अवश्य मानू शकतो.

तिथं किती वेळ गेला मला कळलं नाही. कोणीतरी कुराणमधील चिंतनपर भाग वाचायला सुरुवात केली, तेव्हा मला भान आलं. कुराण म्हणजे अल्लाहचे पवित्र शब्द – ज्यांचं वाचन सुरू झालं होतं. त्या वाचनकर्त्याच्या तोंडून सुखद स्वरात अरबी भाषेतील शब्द कानावर पडत होते. मी वर पाहिले आणि प्रेषिताच्या आज्ञेनुसार संध्याकाळी एकत्र झालेल्या लोकांकडे पाहिले. आपल्या साऱ्यांचे जीवन व अस्तित्व यांचा जो दिव्य मूलस्रोत असतो, त्याचं काही क्षण मी स्मरण केलं. माझ्या शेजारी एक वृद्ध व्यक्ती बसली होती. तिने शुभ्र रेशमी कापडावर निळे पट्टे असलेला लांब झगा परिधान केला होता. फिकट अक्रोडासारखा तिच्या त्वचेचा रंग होता आणि शुभ्र दंतपंक्ती होती. प्रार्थना म्हणत म्हणत त्यांनी आपलं कपाळ लाल मऊ गालिचावर टेकवलं; ते परत परत वर उठत होते आणि वाकत होते. नंतर त्यांनी आपले पालथे हात मांडीवर ठेवले; एकीकडे त्यांचं प्रार्थना म्हणणं

सुरू होतं आणि मग बऱ्याच वेळाने पुन्हा एकदा त्यांनी आपले मस्तक जमिनीला टेकवले.

त्यानंतर आणखी एका वृद्ध व्यक्तीने तिथे प्रवेश केला आणि अल्लाहची करुणा भाकली. मी आसपास पाहिले. त्याच्या ठायीची भक्ती पाहून सारेजण हलले होते. तो माणूस अतिशय गरीब दिसत होता. शिवाय त्याचे जीर्ण कपडे कोणे एके काळी खचितच पांढरे शुभ्र असतील, पण आता ते फिकुटलेले, करड्या रंगाचे झाले होते. शिवाय लवकरच ते लक्तरं होण्याच्या मार्गावर असल्याचे दिसत होते.

जीवन आणि अल्लाह यांनी त्याच्यावर टाकलेला संघर्ष झेलताना झालेली त्याची थकावट त्याच्या व्रणांकित आणि सुरकुत्यांनी युक्त अशा चेहऱ्यावर झळकत होती. परंतु इथे जगाचे ताप विसरायला लावणाऱ्या आदरयुक्त वास्तूत तो आला होता. म्हणून त्याचं मन प्रार्थनेवर केंद्रित झालेलं होतं. काही ओळी जणू त्याच्या त्वचेवरूनच ओघळून गेल्या होत्या आणि हळूहळू त्याच्या चेहऱ्यावर मृदू शांतीचे भाव पसरले. त्याच्या भावना कुणालाही सहजपणे वाचता आल्या असत्या. जणू त्या भावना म्हणत असाव्यात :

'हे अल्लाह, विजेत्या, रक्षणकर्त्या, तुझ्या सेवकाला तू कठीण जीवनपथ दिला आहेस; पण माझ्यासाठी काय सर्वोत्कृष्ट आहे, हे तूच जाणतोस. तुझ्यासमोर नत होऊन तुझी प्रशंसा करणं किती चांगलं आहे. तुझ्या प्रेषितानं शांतिपूर्ण शब्द सांगितले नव्हते का? भय बाळगू नकोस; दुःखीही होऊ नकोस. परंतु तुझ्यासाठी जो स्वर्ग असेल त्याचा आनंद मान. त्यामुळे अल्लाह, सर्वश्रेष्ठ राजा, तूच सत्य आहेत.'

सर्वशक्तिमान अल्लाहच्या कृपाछत्राखाली आपलं आयुष्य अर्पण करण्याची हिंमत दाखवणारा हा माणूस होता. त्याला त्याचा पश्चात्ताप कधीही झाला नव्हता. जे त्याच्या वाट्यास आलं, ते इन्शाल्लाह (ईश्वरेच्छा) असे कृपापूर्ण शब्द म्हणून त्यानं त्याचं भागधेय स्वीकारलं होतं.

मी अन्यत्र पाहिलं. एक श्रद्धाशील मुस्लीम माणूस तिथं उभा होता. तो नुकताच बाजारातील त्याच्या दुकानातून आलेला व्यापारी वाटत होता. प्रथेनुसार तो त्याचा चेहरा पूर्वेकडे वळवून पायात किंचित अंतर ठेवून उभा होता. चेहऱ्यासमोर त्याने हात पसरले, नंतर कानांना स्पर्श केला आणि नंतर एका विशिष्ट स्वरात त्यानं प्रार्थना अर्पण करीत म्हटलेः ईश्वर नक्कीच सर्वश्रेष्ठ असतो! त्यानं कंबरेजवळ हात खाली घेतले आणि कुराणमधील प्रारंभिक भाग वाचला. नंतर त्याने हात गुडघ्यांजवळ घेतले. शरीर किंचित वाकवले. मग बोटे पसरून तो म्हणाला, प्रार्थना करणाऱ्या व्यक्तीचे शब्द अल्लाहच्या कानावर पडू देत! प्रार्थना म्हणत, वाकत त्याने आपली उपासना सुरू ठेवली. कर्मठ मुस्लीम लोकांसाठी सांगितल्या गेलेल्या जवळजवळ तेराशे वर्षं जुन्या पद्धतीने तो जमिनीवर वाकत होता. शेवटी

त्याने आपले मस्तक वळवले आणि उजव्या खांद्यावरून जणू तेथील सर्व लोकांकरिता उद्देशून तो म्हणाला, 'तुम्हाला सर्वांना शांती आणि अल्लाहची कृपा प्राप्त होऊ देत.' मग आपले मस्तक डावीकडे वळवीत त्याने पुन्हा तेच आशीर्वचन उच्चारले. काहीवेळ तो पाय मुडपून बसला. नंतर उठून तो शांतपणे मशिदीबाहेर पडला. त्याचं हृदय आता अल्लाहच्या प्रेमाने भरून गेल्याने आता तो शांतपणे आपल्या उद्योगधंद्यांकडे वळणार होता.

प्रार्थनेत गढलेली अन्य अनेक माणसं तिथे उपस्थित होती. प्रार्थना करतेवेळी बाह्य जगाचे कुठलेही भान त्यांना नव्हते. प्रेषित महंमद यांनी सांगितले होते, की चक्षू आणि विचार हे अल्लाहवर एकवटले पाहिजेत. त्याचप्रमाणे आसपासचे सर्व लोक त्या शब्दांचे तंतोतंत पालन करीत होते. हे फार स्तुत्य होतं. ही माणसं अन्य सहकाऱ्यांचं वा स्वतःचं इतरांकडून मूल्यमापन करण्यासाठी इथे जमलेली नव्हती; तर केवळ अल्लाहकरिता ते सारे जण एकत्र आले होते आणि त्याच्यावरच त्यांनी आपले सर्व लक्ष केंद्रित केले होते. तटस्थ आणि दयाळू वृत्तीच्या प्रेक्षकालाही ते दृश्य पाहणे अविस्मरणीय होते.

कैरोतील लांब झगे घातलेले नागरिक बसत होते, नमन करीत होते किंवा वाकत होते. त्यांच्याजवळ लाल, टोपी घातलेले, युरोपीय कपडे परिधान केलेले व्यापारी होते. अभागी, गरीब लोक, भाग्यवान श्रीमंत लोकांच्या संगतीत अल्लाहची प्रार्थना करीत होते. ज्यांच्या डोक्यात बृहत् ग्रंथांचे साहित्य साठले आहे असे विद्वान लोक रस्त्यांवर फिरणाऱ्या अशिक्षित बांधवांमागे बसण्यासाठी जराही कचरत नव्हते. या साऱ्यांच्या ठायी दिसणारी आदराची भावना आणि एकाग्र लक्ष यांचा तिऱ्हाईत माणसावर चांगला प्रभाव पडत होता. या सुंदर आणि अरबी पद्धतीच्या कमानी असलेल्या प्राचीन, लाल तसंच शुभ्र व सोनेरी भिंतींच्या मशिदीत महंमदांनी लोकशाहीचे तत्त्व स्थापिले होते.

कैरोतील मशिदींजवळून मी जेव्हा जेव्हा रेंगाळत फिरलो, तेव्हा प्रत्येक वेळी त्यांच्या सौंदर्याने मला भुरळ घातली. शुभ्र संगमरवराचे प्राचीन देखणे शेकडो स्तंभ या मशिदींना शोभा आणतात. घुमटदार, कलाकुसरीने युक्त, तपकिरी आणि सोनेरी छत असलेल्या कमानी, या साऱ्यांकडे जेव्हा आपण पायापासून वरच्या टोकापर्यंत बघतो, तेव्हा आपण दिलखुलास प्रशंसा केल्याशिवाय राहूच शकत नाही. मुख्य कमानीच्या पाषाणांना अप्रतिम अशा भौमितिक कलाकुसरीने जी शोभा येते, त्याकडे बघून आनंद वाटल्याशिवाय राहील का?

मी उठलो आणि अनिच्छेनेच परत फिरलो. सपाता चढवलेले माझे पाय पायऱ्यांवरून हळुहळू उतरू लागले आणि मी तिथले रंगीत दृश्य पाहण्यात गढलो. तिथे वरवंडीवर व्याख्यानपीठाभोवती लाल गालिचे अंथरलेले होते. तिथेच शुभ्र दाढीचे लोक आमच्यासाठी

छायाचित्र ८.१ इब्न तुलुन मशिदीचे संगमरवरी चौकोनी प्रांगण; डावीकडे असलेला मीनार; मध्यभागी असलेले संगमरवरी, घुमटाकार कारंजे. छायाचित्र - पावेल झेकेली

कुराणमधील उताऱ्यांचे पठन करीत होते. प्रार्थनेसाठी एक लहान जागा होती आणि तिच्या बाजूला अरुंद खांब होते; तसेच नाजूक नक्षीकाम केलेली उच्च बैठक होती. तिचे अक्रोडाच्या लाकडाचे दार अरबी कलाकुसरीने विलक्षण शोभून दिसत होते. अरब लोकांनी या नाजूक कलाकुसरीची संपन्न देणगी जगाला दिलेली आहे.

कुराणमधील अरबी वाक्यं सोनेरी चमकत्या अक्षरांनी लिहिलेल्या चित्रवल्लरी भिंतीवर शोभत होती; ती लयदार अक्षरे अतिशय सुंदर दिसत होती. भिंतीच्या खालील भाग बहुरंगी संगमरवराने युक्त होता. सर्व जागा कशी प्रशस्त होती. अल्लाहच्या प्रार्थनेसाठी लोक जिथं एकत्र जमतील, अशी जागा बांधताना येथील बांधकामकर्त्या व्यक्तीने छान ऐसपैस वास्तू उभी केली होती.

चौकोनी फरशा व नक्षीकाम केलेली पायवाट ओलांडून मी आलो आणि दोनशे फूट रुंद पसरलेल्या प्रांगणात येऊन पोहोचलो. हे प्रांगण संगमरवरी, चौकोनी आणि बिनाछताचे होते. स्वर्गातून वाहणाऱ्या वाऱ्यांकरिता वरच्या बाजूने खुले राखले होते. त्याच्या चोहोबाजूने स्तंभावली होती. तिच्यावर प्रशस्त खुली जागा होती. तिच्यामुळे बाहेरच्या जगाशी असलेला संपर्क प्रभावीपणे तुटत होता; स्वर्गीय असे प्रांगण कुराण ग्रंथात वर्णन असल्यासारखे

शोभत होते. शिवाय कैरोतील एखाद्या कोलाहलयुक्त प्रांगणापासून ते फार भिन्न होते. या स्तंभापासून त्या स्तंभापर्यंत मऊ सतरंज्या पसरलेल्या होत्या. गंभीर चेहऱ्याच्या, श्रद्धाशील, फेटा बांधलेल्या विद्वानांचे लहान लहान गट तिथे बसून वा वाकून प्रार्थनेत मग्न होते; किंबहुना करण्यासाठी काही काम नसल्याने भरपूर वेळ हाती असलेली गरीब माणसेही होती. काहीजण प्रार्थना करीत होते तर काहीजण वाचत होते. काही निद्राधीन झाले होते तर काहीजण नुसते बसून होते. गोलाकार स्तंभांमधून चिमण्या चिवचिवाट करीत उडत होत्या. विद्वान लोकांनी त्यांचा अभ्यास, पठन संपवल्यावर जेव्हा चिमण्यांसाठी दाणापाणी आणले, तेव्हा तर चिवचिवाट खूपच वाढला होता.

प्रांगणाच्या मध्यभागी एक आवृत, नक्षीकामाने युक्त, संगमरवरी असे कारंजे होते. त्याच्या लहानशा घुमटाकारी छताला गोल खांबांचा आधार होता. काचेप्रमाणे दिसणारा त्यावरील लेप रंगीत होता. त्याभोवती सावली देणारी ताडाची झाडे आपली उन्नत मस्तकं घेऊन उभी होती. त्या प्रशस्त चौकोनी प्रांगणाद्वारे साधेपणा, सौंदर्य आणि शांती यांचे आकर्षक चित्र डोळ्यांसमोर उभे होते. तिथं शांती आणि अल्लाह यांचे संपूर्ण राज्य होते. अर्थात कमानीची छतं आणि खांबांमधील नक्षीकामाच्या वरील जागांमध्ये वर्षानुवर्षं आपली घरटी थाटून राहिलेल्या पक्ष्यांचा किलबिलाट कानावर पडतच होता. परंतु त्यांच्या अखंड मधुर किलबिलाटाने शांतीच्या साम्राज्याला देखणी पृष्ठभूमी मिळाली होती. कारंज्याच्या जवळ ताज्या पाण्याने भरलेला एक खळगा होता. त्या पाण्याजवळ हे पक्षी बसत होते. आपली पिसं स्वच्छ करून तहान भागवत होते. पाण्यात आपलं लहानसं शरीर डुंबवून पंखांच्या फडफडाटाने पाणी उडवीत होते. खऱ्या भक्तांप्रमाणे तेही आपली कामं पूर्ण करीत होते आणि पुन्हा उडून अन्य साऱ्या पक्ष्यांच्या परंपरागत चिवचिवाटात आपला सूर मिसळत होते.

खुल्या प्रांगणात सकाळचा तेजस्वी सूर्य इकडे तिकडे मोठ्या सावल्या निर्माण करीत होता. तिथं रेंगाळणारे लोक जेव्हा माझ्याकडे पाहत, तेव्हा त्यांच्या डोळ्यांत तात्पुरते प्रश्नचिन्ह उमटत होते. पण त्यावर जास्त विचार न करता तो प्रश्न झटकून ते पुन्हा आपले काम पूर्ववत करू लागत. शेकडो वर्षांपूर्वी आपल्या दौडणाऱ्या घोड्यावरून खाली उतरलेल्या व शिरस्त्राण, चिलखत घातलेल्या विजयी अशा एखाद्या धर्मयोद्ध्याने या प्राचीन मशिदीत प्रवेश केल्यानंतर त्याला जे दृश्य दिसले असते, तेच आणि तसेच दृश्य जणू आज मी इथे पाहत होतो. कैरो शहर वेगाने बदलतंय, परंतु तेथील अनेक मशिदी जशाच्या तशा उभ्या आहेत. आधुनिक सैनिकांना प्रवेश द्यायला अटकाव करीत भक्कम तटबंदीने त्या उभ्या आहेत. कदाचित त्या अशा प्राचीन जागा आहेत, की आजच्या आमच्या वेगवान आणि घाईत असलेल्या पिढीला शांती म्हणजे काय, हे तिथं

छायाचित्र ८.२ इब्न तुलून मशिदीचा मिनार.
खालेद मुर्सी हॅमड

गेल्यानंतरच शिकायला मिळतं. कदाचित आजच्या माणसांपेक्षा ती जुनी माणसं किंचित कमी हुशार असतीलही; परंतु त्या काळातील शांततेची आठवण करून देणाऱ्या या जागा आहेत. ताडाच्या सावलीखाली किंवा तेथील तोरण पथावर आजच्या लोकांना ईशस्थानाची आठवण तरी होईल किंवा स्वप्नांमध्ये रमायचं सुख अनुभवता येईल. किमान त्यांना जर इच्छा असेल तर शहराकडे, तेथील धावपळीकडे पाहण्याची एखादी सुखद उसंतीची जागा तरी इथे सापडेल. शिवाय आयुष्याचं खरं मोल काय असतं, याचा विचार करायची फुरसत तरी मिळेल. या जागेत अनुभवास येणाऱ्या प्राचीन शांततेचा सूक्ष्म, मानसिक पातळीवर मी आस्वाद घेतला.

या एकान्तस्थळाच्या प्रवेशद्वाराशी मी पायातील सपाता काढल्या. कारण त्या पवित्र मशिदीच्या भूमीवर कुठेही पादत्राणे घालून फिरायची आणि रस्त्यांवरची अस्वच्छता तिथं पसरवायची अनुमती नव्हती. एका अंधाऱ्या खोलीतून पुढे आलेल्या सेवकाकडे मी सपाता दिल्या. त्या खोलीत दगडी पायऱ्यांचा जिना उतरलेला दिसत होता. हजारो श्रद्धाशील लोकांच्या पावलांमुळे जिन्याच्या पायऱ्या झिजल्यासारख्या दिसत होत्या. तिथल्या गर्दीच्या एका लहानशा गल्लीतून तो जिना पुन्हा वर आलेला दिसत होता.

*****

काही पावलं चालून गेल्यावर मी थांबलो. अल्लाहच्या साधनेसाठी बांधलेल्या त्या प्राचीन इमारतीचा चेहरामोहरा, ठेवण पाहण्यासाठी मी वळून पाहिलं. जुन्या घरांच्या ओळीत त्या इमारतीची पुढील लांबलचक भिंत लपून जात होती, हे पाहून मी जरा खिन्न झालो. परंतु उंच चढत गेलेली मिनार, अतिभव्य घुमट, चकाकणारे गोलाईदार छोटे घुमट आणि उंच नक्षीकामाच्या खिडक्या त्याचप्रमाणे अजस्र प्रशस्त प्रवेशद्वारे बघून त्या खिन्नतेची बरीच भरपाई झाल्यासारखे वाटले.

तिथल्या मिनारांना कमीत कमी अष्टकोनी पैलू आणि तीन छज्जे होते. मशिदीच्या

छायाचित्र ८.३ त्या कोटामधील अनेक मशिदींपैकी एक मशीद. सन १९३०. लेखकाच्या संग्रहातून

वर त्यांच्या चौकोनी पायांवरून हे मिनार उंच उठले होते. जणू काही मशिदीतून विचार आणि आकांक्षाच उंच उठत जातात. त्याचं ते प्रतीक होतं. छोट्या घुमटांवर सपाट माथा होता; मध्यवर्ती असा जो अतिभव्य घुमट होता, त्याच्या तुलनेत हे छोटे घुमट छानशा मोठ्या फेट्यांप्रमाणे किंवा पगडीप्रमाणे शोभून दिसत होते. मी पाहत होतो, तेव्हा माझे डोळे दिपून जायचे, इतक्या ठळकपणे ते घुमट सूर्यप्रकाशात चमकत होते. भिंतींवरचे परकोटे किंवा कंगोरे असे काही पसरत गेले, की त्यांच्याद्वारे एक अचूक असा चौकोन तयार झाला होता. उंच, घोटीव भाग आणि लाल भिंती यामुळे लौकिक जगातील व्यवहार व देव–घेव यांपासून आपला संपर्क तुटत होता.

मी पुन्हा खाली पाहिले. प्रवेशद्वाराच्या दोन्ही बाजूला तुर्कस्तानातील विशेष मिष्टान्ने, केक, मिठाया यांचे विक्रेते रस्त्यावर होते. रस्त्याच्या कडेला लहान मेजांवर त्यांनी आपल्याकडील खाद्यपदार्थ विक्रीसाठी मांडून ठेवले होते. काही जणांनी तर पदपथावरच कापड पसरून त्यावर ते ठेवले होते. अतीव समाधान चेहऱ्यावर बाळगून अधेमधे तिथे येणाऱ्या ग्राहकांची वाट पाहत शांतपणे हे विक्रेते बसलेले होते. पायऱ्यांशी खेटून थोडेसे भिकारी बसले होते. मशिदीत प्रार्थनेसाठी येणारे जाणारे एखाद दुसरे लोक एकमेकांशी दोन–चार शब्द बोलण्यासाठी थांबले होते. भडक व पट्टेरी किरमिजी रंगाचा झगा घातलेला लिंबू सरबताचा विक्रेता मोठे पितळी भांडे व पेल्यांची चळत घेऊन फिरत होता. प्रश्नात्मक नजरेने त्याने माझ्याकडे पाहिले आणि मग तो तेथून निघून गेला. भली मोठी दाढी राखलेला एक अनोखा वृद्ध माणूस लहान चणीच्या करड्या रंगाच्या गाढवावर बसून दौडत गेला. रस्त्यावर अन्य माणसांची लगबगही सुरू होती. दुपारच्या झळांनी हवेत कंप जाणवत होता. सूर्य देखण्या अशा निळ्या आकाशात तळपत होता.

मशिदीच्या आत पवित्र आवारात शेकडो वर्षं प्राचीन अशी शांती वसत होती आणि मशिदीच्या बाहेर लोकांची गजबज, उसळता उत्साह आणि गर्दी, कोलाहल यांचं साम्राज्य होतं. जीवनाचे जणू हे दोन चेहरे होते आणि अल्लाहच्या पसरलेल्या पंखांखाली

या दोहोंनाही स्थान होतं.

*****

एके दिवशी संध्याकाळ व्हायच्या जरासं आधी मी इस्मालिया चौकातून चाललो होतो. तेव्हा भाड्याने मिळणारी एक रिकामी गाडी, गाडी-स्थानकावर लागते आहे असं मला दिसलं. पालिकेच्या लहानशा उद्यानाभोवती हिरव्या लोखंडी कुंपणावर त्या गाडीचा चालक चढताना मी बघितलं. सूर्य मावळत असताना मक्केच्या दिशेने खाली बसून त्या चालकाने प्रणाम केला. आसपासच्या जगाचं भानही न ठेवता पुढे सहा ते सात मिनिटे त्याने आपली प्रार्थना केली. कोणत्याही दिशेला न बघता, धर्माने परिपूर्ण अंतःकरणाने तो त्याच्या प्रार्थनेत गढला होता. त्या सुंदर कृतीने मी भारावून गेलो. त्यात कलात्मक प्रभाव होता आणि श्रद्धाशील अशी निष्ठाही होती. चौकातील रहदारी नियंत्रक पोलिसाने त्या चालकाची विशेष दखल घेतली नाही आणि पालिकेच्या उद्यानात त्याने कुंपणावरून प्रवेश केल्याकडेही दुर्लक्ष केले.

अन्य एके दिवशी रात्री दहाच्या सुमारास जराशी शतपावली करण्यासाठी मी नाईल नदीच्या तीरावरील शांतशा, एकाकी रस्त्यावर बाहेर पडलो होतो. रस्त्यावरच्या एका दिव्याच्या खांबाखाली, पालिकेच्या अधिकाऱ्यांनी रस्ता झाडण्याच्या कामावर नेमलेला एक युवक मला दिसला. त्याच्या शेजारी बर्च वृक्षापासून बनलेला झाडू होता. दिव्याच्या लोखंडी खांबाला टेकून तो बसला होता. अर्थात त्याच्या दमवून टाकणाऱ्या कामातून थोडी विश्रांती घेण्यासाठी तो टेकला होता. रात्रीचं आकाश नीलमण्याच्या लहानशा घुमटासारखं देखणं दिसत होतं. त्याच्या हातात जीर्ण झालेल्या पानांचं एक पुस्तक होतं आणि त्यातून वाचत तो मोठ्या आनंदाने गुणगुणत होता. दिव्याच्या मिणमिण प्रकाशात डोळे बारीक करून तो पुस्तकात बघत होता. तो इतका मनापासून रममाण होऊन, शब्दांमध्ये मग्न होऊन गात होता, की त्याला माझी चाहूल ही लागली नाही. अल्लाहच्या विचारांनी त्याच्या चेहऱ्यावर आनंद झळकत होता. मी त्याच्या पुस्तकात डोकावून पाहिलं. ते पुस्तक म्हणजे कागदी वेष्टन असलेली स्वस्तात मिळणारी कुराण ग्रंथाची प्रत होती. त्या युवकाचे कपडे मळलेले आणि फाटलेले होते आणि त्यावरून त्याला कामाचे पैसे खूप कमी मिळत असणार असं दिसत होते, पण तरीही त्याचा चेहरा म्हणजे मूर्तिमंत आनंद होता. 'तुला शांती मिळू देत' अशा शुभेच्छा मी त्याला देण्याची गरजच मला वाटली नाही. त्याला तर आधीच शांती गवसली होती.

तिसऱ्या दिवशी संध्याकाळी शरीया महंमद अलीसमोरच्या एका उपाहारगृहात जेवण करून मी माझ्या नेहमीच्या दिनक्रमात जरा बदल आणला. या उपाहारगृहात युरोपीयन लोक फारसे जात नसत. शहराच्या जुन्या भागात हे उपाहारगृह होते. त्यामुळे

तेथील जुन्या रीतीही तशाच जुन्या पद्धतीने चालत होत्या. या उपाहारगृहाचा मालक लाल टोपी घालत असे. त्याची ओळख झाल्यापासून मला त्याच्याबद्दल आदरच वाटत असे. कारण त्याचे चरित्र फार सत्शील होते. त्याच्या ठायी आतून जो नम्रतेचा भाव होता, तो वरवरचा नव्हता तर हृदयापासून आलेला होता. शुभ्र कपडे घातलेल्या तेथील सेवकाने माझ्यासमोर मेजावर ताटल्या जेमतेम मांडल्या, तोच अचानक झटकन तो एका कोपऱ्यात गेला. भिंतीशी टेकवून ठेवलेली एक वस्तू त्याने उचलली. ती वस्तू तो इतक्या आदबीने हाताळत होता, की जणू त्याचा मोठा खजिना असल्यासारखे एखाद्याला नक्कीच वाटले असते. ती वस्तू अन्य काही नसून फिकुटलेली अशी चटई होती. ती चटई त्याने उलगडली आणि जमिनीवर पसरली. तिचं टोक मक्केच्या दिशेने म्हणजे पूर्वेकडे करून तो स्वतः त्यावर बसला. चटईच्या खाली अर्थातच कठीण जमीन होती. पुढची दहा मिनिटे त्याने पद्धतशीरपणे आपला नमाज, श्रद्धाशील अंतःकरणाने पूर्ण केला. हलक्या आवाजात तो आपली प्रार्थनाही म्हणत होता. त्याचे विचार त्या क्षणी अल्लाहने परिपूर्ण होते. त्या वेळी उपाहारगृहात माझ्यासारखे आणखी सात-आठ लोक आले होते आणि दोनच सेवक तिथे कामाला होते. ती वेळ जेवणाची असल्याने अजूनही लोक तिथे येण्याची मोठी शक्यता तर होतीच. पण तरीही उपाहारगृहाच्या मालकाने त्या कृतीसाठी अनुमतिदर्शक मान डोलावली. मान डुलवल्यामुळे त्या लाल टोपीच्या झिरमिळ्या मागे-पुढे डुलल्या. त्याच्या गल्ल्यावरून तो बाजूला झाला नाही आणि उपाहारगृहातील वातावरणाकडे तो मोठ्या प्रेमाने पाहत होता. एखाद्या सुलतानाने आपल्या राजमहालाकडे नजर फिरवावी, तसे भाव त्याच्या चेहऱ्यावर होते. तो कोणत्याही मेजापाशी गेला नाही किंवा त्यानं थेटपणे पैसे स्वीकारले नाहीत. त्याने एखाद्या पौर्वात्य अधिपतीसारखा आब आणला होता. तो आदेश देत असे आणि इतर लोक त्या आदेशांचे पालन करीत असत. उपाहारगृहात आलेल्या गिऱ्हाइकांनीही ती वेळ चांगल्या वृत्तीच्या मुस्लीम माणसांप्रमाणे स्वीकारली होती. सारे जण शांतपणे सेवकांची वाट पाहत होते. अखेरीस त्या सेवकाची प्रार्थना पूर्ण झाली. भक्तियुक्त अंतःकरणाने त्याने, 'अल्लाह एकमेव आहे' आणि 'अल्लाहचा विजय असो' असे म्हटले. मग त्याला आपल्या आसपासच्या गोष्टींचे भान आले. आपण सेवक असल्याची कामे ध्यानात घेऊन त्याने आपली चटई गुंडाळली आणि कोपऱ्यात उभी करून ठेवली. आनंदाने, सौम्यपणे त्याने सर्वत्र बघितले. माझ्याकडे पाहिले. तो हसला आणि मला पुढे कोणती खाद्यपदार्थाची मागणी करायची आहे, हे विचारण्यासाठी आला. उपाहारगृहातून बाहेर पडताना त्याने माझा निरोप घेतला आणि 'अल्लाह तुमचे रक्षण करो' अशा सदिच्छा व्यक्त केल्या.

इस्लाम हा धर्म जेव्हा अशा प्रकारे कृती आणि आचारांमधून अभिव्यक्त होतो, तेव्हा

अन्य व्यक्तीला त्याचे आकलन करून घेणे सुगम होते. मला आठवते, की कैरोहून सुएझ बंदर जोडणाऱ्या आगगाडीने मी प्रवास करीत होतो. तेव्हा वाटेतील एका स्थानकाशी आगगाडी थांबली होती. कुठलं गाव आलं आहे, हे पाहण्यासाठी मी जेव्हा खिडकीतून बाहेर डोकावले, तेव्हा साधेसे कपडे घातलेले मजूर मला दिसले. आगगाडीच्या मार्गावर मजुरांचा एक गट काम करीत होता. कुराणचे पठन करण्यासाठी व जमिनीवर आपले मस्तक टेकविण्यासाठी त्या गटातील एक जण जरा बाजूला गेला. पोलादी अशा रेलमार्गापासून काही अंतरावर वालुकामय जमिनीवर तो नमाज पढण्यासाठी बसला. पोटाला अन्न मिळविण्यासाठी त्याचं कामं महत्त्वाचं होतं; परंतु अल्लाहप्रती आपलं असलेलं कर्तव्य विसरण्याइतकं नक्कीच काम महत्त्वाचं नव्हतं. मी त्याच्या चेहऱ्यावरचे भाव जाणून घेत होतो. त्या अंतःप्रेरणेने जीवन जगत असलेल्या माणसाचे भाव मला त्याच्या चेहऱ्यावर सापडले. तो साधासा मजूर असला तरी अंतर्मनाची शांती त्याला नक्कीच गवसली होती.

कैरोमध्ये आढळणाऱ्या बऱ्याच चहापानगृहांपैकी एका लहानशा दुकानात मी शिरलो. दुपारची वेळ होती. चहा घ्यावा आणि इजिप्तमध्ये मिळणारे केक खावे म्हणून तिथे गेलो होतो. चहाच्या सुखद सोनेरी-तपकिरी पाण्यात साखरेचा चौकोन टाकून मी ढवळू लागलो. त्या वेळी दुकानाच्या मालकाने जमिनीवर बसून दुपारची प्रार्थना सुरू केली. तो शांतपणे प्रार्थना करीत होता; कुजबुजल्याप्रमाणे तो म्हणत होता; अल्लाहसाठी तो ही प्रार्थना अर्पण करीत होता. त्याच्या ठिकाणी आढळणाऱ्या भक्तीचे मला कौतुक वाटले. लौकिक जगाच्या गडबडीतही आपला धार्मिक भाव व्यक्त करता यावा आणि दैनंदिन जीवनाशी प्रार्थनेचा मेळ बसावा, याकरिता प्रेषित महंमदांनी आदरणीय अशा बुद्धिपूर्वक आपल्या अनुयायांना जी पद्धती सांगितली होती, तिचेही मला कौतुक वाटले. व्यावहारिक जीवन व धर्म यांची योग्य सांगड घालणे आवश्यक असते.

गरीब, साध्या, निरक्षर, अशिक्षित आणि त्याचप्रमाणे तथाकथित अडाणी लोकांकरिता इस्लाम म्हणजे काय असतो, हे स्पष्ट करणारी चार ठळक उदाहरणे मी इथे नमूद केली. तशी अनेक उदाहरणे मी पाहिली. मध्यमवर्गीय आणि श्रीमंत वर्गांसाठी इस्लाम काय असतो बरं? मी म्हणेन कमकुवत झालेली श्रद्धा. मला जाणवलं, की पाश्चात्त्य विज्ञानाच्या शिक्षणाचा परिचय झाल्यानंतर सर्व पौर्वात्य भूमीप्रमाणे इथेही धार्मिक गोष्टींचा पाया कमकुवत झाला आहे. मला टीका करायची नाही; परंतु ही एक अटळ वस्तुस्थिती म्हणून मला नोंदवायची आहे. श्रद्धा आणि विज्ञान या दोन्हींची जीवनात गरज असते, यावर माझा ठाम विश्वास आहे. याच मुद्द्यांवर मुस्लीम समाजातील जाणत्या लोकांचेही विचारमंथन सुरू झाले आहे. विसावं शतक आणि आधुनिकतेचे वारे इस्लाममध्येही शिरणार हे त्यांनाही ठाऊक आहे. परंतु त्यांना हेही ठाऊक आहे, की तसे झाल्याने पूर्णपणे चैतन्य विसरून लौकिकतेच्या

आहारी जाण्याचीही गरज नाही. अनेक गोष्टी पाहता, मला जाणवले, की युरोप आणि अमेरिकेतील उच्चवर्गीयांपेक्षा, इजिप्तमधील उच्चवर्गीय आपला धर्म अधिक घट्ट पकडून आहेत. एकंदरच पौर्वात्य माणसांच्या रक्ताच्या कणाकणात श्रद्धा ही भावना मुरलेली असते. शिवाय त्यांनी कितीही प्रयत्न केला तरी त्यांना ती टाळता येत नाही.

माझ्या एका मित्राच्या कार्यालयात मी जे काही बघितले, त्याचा अर्थ लावण्याचा मी प्रयत्न करणार आहे. तसं मी अन्य कार्यालये आणि घरांमध्येही घडताना पाहिलं होतं. एके दिवशी दुपार होण्याआधी मी माझ्या एका मित्राला पर्शियातील चहाचा आस्वाद घेण्यासाठी बोलावले होते. कामातून फुरसत मिळाल्यावर यावे असे मी त्याला म्हटले होते. कारण हा मित्र कामांत खूप व्यग्र असे आणि तो सरकारमध्ये इन्स्पेक्टर - जनरल या पदावर कार्यरत होता.

हिज एक्सेलन्सी म्हणजे परम आदरणीय खालेद हसनेन बे यांचे कार्यालय अन्य कोणत्याही युरोपीय कार्यालयांसारखेच होते. फरक एवढाच होता, की त्या ठिकाणी कुराणमधील काही भाग अरबी भाषेत तसबीर करून लावलेला होता. ते काचेच्या मेजाशी बसत; दूरध्वनीवर त्यांचे सातत्याने संभाषण सुरू असे. सोयीच्या, उघडझाप करता येणाऱ्या कपाटांमध्ये त्यांच्या कामाच्या फाईल ठेवलेल्या असत.

त्यांच्या कार्यालयातील एक इन्स्पेक्टरने त्यांना आणि काही क्षणांनंतर माननीय खालेद यांनी मला विचारले, ''मी माझी प्रार्थना आत्ता केली तर आपला काही आक्षेप नाही ना?'' अर्थातच मी त्यावर सकारात्मक प्रतिसाद दिला.

सतरंज्या पसरल्या, त्या दोघांनी पादत्राणे काढली आणि नेहमीच्या पद्धतीने ते बसले. पुढची पूर्ण बारा मिनिटे ते नमाजात गर्क होते. त्यांचे कर्मचारी काम करीत होते, निरोप येत-जात होते, कागदपत्रे ठेवून जात होते पण त्यांच्या चाहुलीची तिथे दखल घेतली जात नव्हती. दोघेही जणू काही एकांतात होते. अशा प्रकारे प्रार्थना करीत होते आणि मी तिथे असण्याचीही त्यांना फिकीर नव्हती. त्यांची प्रार्थना संपल्यावर दोघेही उठले आणि आपापल्या जागी काचेच्या मेजाशी बसून पूर्वीच्या कामकाजाला लागले.

पाश्चात्त्य कार्यालयात कधीही दिसू शकणार नाही असं ते दृश्य पाहून मी फार प्रभावित झालो. युरोप वा अमेरिका या कोणत्याही देशात असे दृश्य दिसणार नाही. दुपारची वेळ झाली, की लोक दुपारच्या जेवणासाठी घाईने जातात, तर इथे आधी प्रार्थना करतात आणि मगच जेवणाचा विचार करतात.

पाश्चात्त्य जगात श्रद्धा जर खरोखरच अस्तित्वात असेल तर आपल्याला या उदाहरणामधून बरंच काही शिकण्यासारखं आहे. मात्र, आपण आपली श्रद्धा एवढी ताणू

शकतो का, याबद्दल मला जरा साशंकता वाटली.

इजिप्तमधील वास्तव्यात मला ही बाब खूपच जाणवली. अल्लाह ही ईश्वराची संकल्पना मुस्लिमांकरिता खूप सत्य अशी बाब असते; केवळ धूसर तात्त्विक कल्पना नव्हे. व्यापारी, सेवक, कामगार, श्रीमंत, पाशा, अधिकारी वर्ग अशा कोणत्याही गटातील माणूस असो, अल्लाहपुढे गुडघे टेकण्याच्या वेळी आपली कामे थांबवताना तो कुठलाही विचार करीत नाही. मग कार्यालयात, दुकानात, रस्त्यात अथवा घरी म्हणजे मशिदीशिवाय अन्यत्र कुठेही तो असला तरी, सकाळी आणि रात्री कामं थांबवताना अल्लाहपुढे नम्रपणे नत होण्याचा विचार टाळू शकत नाही. अशा लोकांकडून कदाचित आम्हाला अन्य काही शिकवण्यासारखे नसेलही; परंतु कार्यमग्न आणि कामांच्या खूप व्यापात गढलेल्या पाश्चात्त्य जगाला मात्र ही गोष्ट तो निश्चितच शिकवू शकतो. इस्लामची तात्त्विक चर्चा मी पुढे करणार आहे. परंतु उच्च अशा त्या शक्तीवर आपला विश्वास किती असावा, हा मुद्दा इथे आहे; मग आपण त्या शक्तीला कोणत्याही नावाने संबोधत असलो तरी, त्याने काही फरक पडत नाही.

खुल्या रस्त्यात वा जागेत, जमिनीवर गुडघे टेकून सर्वांसमोर ईश्वराची पूजा करणारा एखादा माणूस तुम्ही लंडन वा न्यूयॉर्कमध्ये पाहत आहात अशी कल्पना करा. ज्या ईश्वरामुळे आपलं अस्तित्व आहे, त्या ईश्वराचे स्मरण करण्याची त्याला इच्छा झालीय असे समजा. तेथे अशा माणसाची थट्टा तरी केली जाईल, लोक त्याला हसतील किंवा अति-शहाणे लोक त्याची कीव करतील. शिवाय प्रवासी आणि वाहनांच्या रहदारीत खोळंबा निर्माण केल्याच्या कारणावरून त्याला अटक तरी करतील!

*****

निकटच्या, मध्यवर्ती आणि अतिदूरच्या पूर्वेकडे चंद्रकोर झळकते. आफ्रिकेच्या दूरवरच्या भागात जरा उशिराने व वेगाने या चंद्रकोरीचे किरण पसरले. इस्लामची ताकद त्याच्या अनुयायांच्या संख्येत नव्हे पण त्याच्या ठायी जी दृढ भक्ती असते, त्याने मोजावी लागते. त्यांच्या ठायी जो श्रद्धेचा भाव आहे, तो कदाचित आपण हरवला आहे. असं का बरं झालं असावं?

आपण आरंभापासून सुरुवात करू. एकदा अरेबियातील हीरा पर्वतावरच्या खडतर उतारांमधील एका दगडी गुहेत एक व्यक्ती गुडघे टेकून बसली होती. त्या व्यक्तीने शुद्ध अशा सर्वोच्च शक्तीची प्रार्थना करायला सुरुवात केली. कर्मकांडाला धर्म समजून अंधविश्वासांमध्ये अडकलेल्या आपल्या बांधवांना पहिल्या सत्पुरुषांप्रमाणे शुद्ध श्रद्धेची प्राप्ती व्हावी याकरिता ती प्रार्थना करत होती. ती व्यक्ती म्हणजे प्रेषित महंमद होते.

ते मध्यमसर उंचीचे होते, त्यांचे केस लांब होते, चेहरा किंचित फिकट; गालांवर

जरा उजळलेला स्पर्श होता. चेहऱ्याची ठेवण रुंद आणि नाक अगदी ठसठशीत. त्यांचे वस्त्रपरिधान अतिशय साधं होतं. ते आधी व्यापार करत होते. पूर्णपणे सचोटी, निष्ठा, न्यायी व्यवहार आणि संपूर्ण विश्वासार्हता यांनी त्यांचे नाव आदराने प्रतिष्ठित झाले होते. दूरवरच्या सिरीयापर्यंत उंटांच्या तांड्यांवरून त्यांचा व्यापार फैलावला होता. वर्षानुवर्षे परिश्रम करणाऱ्या त्यांच्या उंटांच्या तांड्यालादेखील वाळूच्या तांबूस रंगांवरून तसंच खडकाळ घाटांवरून, सामान वाहून नेत असताना अचूक मोजकी पावलं टाकण्याचं वळण लागलेलं होतं. काळे फेटे बांधलेले तांड्याचे नायक दूरवरच्या बाजारांमध्ये सामानाची विक्री करायचे. रात्रीच्या वेळी सारेजण झोपी गेलेले असताना, प्रेषित महंमद एकटे फिरायचे आणि वाळवंटातील मऊ वाळूवर बसून आयुष्याची गूढे आणि ईश्वरकल्पनेवर विचार करायचे. आकाशाकडे पाहत असलेल्या त्यांच्या चेहऱ्यावर रहस्य तारे त्यांच्या चंदेरी किरणांचा वर्षाव करायचे. जणू त्या ताऱ्यांनीच प्रेषित म्हणून त्यांची खूणगाठ बांधली होती.

खदिजा या विधवा स्त्रीशी विवाह झाल्यानंतर मानवी अस्तित्वाच्या चिंतनविषयांवर महंमद अधिकाधिक विचार करू लागले. त्यांच्या काळात जी धर्मकल्पना होती, तिच्यातील कमतरता त्यांना प्रकर्षाने जाणवू लागल्या होत्या व त्या धर्मकल्पना आपल्या बांधवांचे पूर्ण समाधान करू शकत नाहीयेत हेही त्यांना जाणवले. मक्का शहराजवळ असलेल्या हीरा पर्वतावरील त्यांच्या आवडत्या एकांतस्थळी ते गेले आणि तेथे पूर्ण रात्रभर त्यांनी परम ईश्वराची काकुळतीने प्रार्थना केली. त्यांची ती प्रार्थना केवळ व्यक्तिगत साक्षात्कारासाठी नव्हती तर त्यांच्या साऱ्या लोकांसाठीही होती. प्रार्थनेनंतर ते पूर्ण एकाग्र अवस्थेत गेले आणि त्याचवेळी त्यांना साक्षात्कार झाला. त्या साक्षात्कारातून बदल घडला आणि त्यातून त्यांचा ईश्वराशी संपर्क घडला. एकापाठोपाठ एक असे सर्व आवरण बाजूला झाले. कसा विरोधाभास असतो पाहा – त्या उदास अंधाऱ्या गुहेत आता त्यांना प्रकाशमान सत्य गवसले!

एक आवाज त्यांच्या कानावर पडला.

''तूच तो माणूस आहेस. अल्लाहचा तू प्रेषित आहेस!''

त्यानंतर त्यांना देऊ केलेला मान महंमदांनी आदराने ग्रहण केला आणि नंतर आपल्या व्यापाराच्या मोठ्या जबाबदारीचा त्याग केला. अल्लाहच्या शब्दाला प्रसृत करणारा नवा प्रवक्ता म्हणून त्यांनी भूमिका स्वीकारली. ते असा संदेश देणार होते, की एका शतकाच्या कालावधीत तो तीन खंडांमध्ये पसरणार होता.

रोममधील भविष्यवेत्त्यांनी ख्रिस्तागमनाची वार्ता दिली होती आणि त्यानंतर ते शांत होते. यथावकाश ख्रिस्तांचे आगमन झाले, त्यांचे शब्द त्यांनी ऐकू इच्छिणाऱ्यांना ऐकवले आणि ते निघून गेले. पण त्या वेळी अनेक लोक असे होते, ज्यांना त्यांच्या लौकिक जीवनाचे

ध्येय सापडले नव्हते. मग आध्यात्मिक जीवनाचा सूर सापडणे दूरच! या घटनेनंतर सहाशे वर्षे कालावधीसाठी थोडा काळ शिल्लक असतानाच निराकार ईश्वरकल्पना मांडणाऱ्या या प्रेषिताचे आगमन झाले!

*****

प्रेषित महंमद यांची पत्नीच प्रथम त्यांची शिष्या झाली हे त्यांचं केवढं सुदैव होतं. कारण पत्नीमुळे पतीचं जीवन निरर्थक ठरत असतं किंवा उत्तम घडणीचं होत असतं. गुहेत आपल्याला जो अनुभव आला, तो त्यांनी पुढच्या ज्या व्यक्तीला सांगितला, त्या व्यक्तीचं नाव होतं वराकाह! तेही ऋषितुल्य असून वृद्धत्वाने वाकले होते. तसंच त्यांना दिसतही नव्हतं, त्यांनी महंमदांना इशारा दिला,

''कदाचित लोक तुम्हाला निर्वासित करतील. कारण कोणाही मर्त्य मानवानं ईश्वराचा संदेश हालअपेष्टांशिवाय आणलेला नाही. ईश्वरानं जर मला जीवन आणखी दिलं तर शत्रूंवर तुम्हाला विजय मिळवता यावा, याकरिता मी माझी संपूर्ण शक्ती समर्पित करेन.''

जे जे उत्प्रेरित असे प्रेषित असतात, त्यांना नेहमी एकाकीपणा आणि गैरसमज यांचा सामना करावा लागतो. त्यांना ज्या अदृश्य आणि अमूर्त रूपाने याची भरपाई मिळते, तिचा अर्थ समजणं, सामान्य जनतेला अवघड जातं.

प्रत्येक नव्या धर्मपद्धतीला आरंभी भावहीन आणि असमंजस प्रतिसादांना तोंड द्यावे लागते.

प्रेषितांचे मित्र आणि नातेवाईक यांचा गट सर्वप्रथम या बदलास तयार झाला. शहराबाहेरच्या एका शांत वास्तूमध्ये एकत्र भेटून त्यांनी प्रार्थना केली.

मक्केमध्ये, लोक प्राचीन काळातील यातुपद्धतीचे अनुसरण करीत होते. त्याद्वारे मानस (सायकिक) पातळीवरील अज्ञात शक्तींना प्रेरित करू पाहत होते. त्यात विविध मतांतरे होती पण इथे मात्र हा गट एकमेव ईश्वराची उपासना करीत होता.

पुढे हळूहळू या गटात भर पडत गेली. गुप्तपणे ते सारे जण प्रार्थना करीत होते. सार्वजनिक रूपात समोर येण्यासाठी योग्य क्षणाची वाट पाहत होते. कारण विधिलिखिताने अद्याप तो क्षण लिहिलेला नव्हता. मग नंतर एके दिवशी अल्लाहच्या आवाजाशी प्रेषितांचा संपर्क झाला. तो आवाज सांगत होता,

''तुला दिलेला संदेश लोकांना दे.'' त्यानंतर त्यांनी लोकांना मोठ्या संख्येने एकत्र बोलावण्यास सुरुवात केली. त्यांनी न घाबरता सांगितले, की त्यांच्या जुन्या

धर्मकल्पनांना त्यांनी लवकर दूर सारले नाही आणि खऱ्या उपासनेकडे ते वळले नाहीत तर त्यांच्यावर अल्लाहचा कोप होईल. ऐकणारे लोक आपले विचार न बदलताच नापसंती दाखवून निघून गेले.

पण प्रेषितांच्या ठायी स्फुल्लिंग चेतवले गेले होते, त्यामुळे ठिकठिकाणी जाऊन त्यांनी संदेश ऐकवण्याचे काम सुरू केले. ते जाडे भरडे कपडे परिधान करीत व साधे अन्न खात असत. आपल्याकडे जे जे होते, ते बहुतांशी सर्व त्यांनी गरिबांना देऊन टाकले. काबाच्या पवित्र ठिकाणी ज्या ३६६ प्रतिमा होत्या, तेथे उपस्थित असलेल्या मूर्तिपूजकांना विरोध करण्यासाठी ते गेले. पैशांची सावकारी करणाऱ्या लोकांमध्ये येशू ख्रिस्त जसे धाडसाने गेले होते, तसेच काहीसे येथे घडले. संतप्त जनसमुदायाने त्यांच्यावर हल्ला केला. तेव्हा प्रेषितांना वाचविताना त्यांचा एक अनुयायी मृत्युमुखी पडला.

प्रेषितांचा वाण-वसा कोण सांभाळू शकतो? तर ज्याचा त्यांच्या शब्दांवर पूर्ण विश्वास असतो तो माणूस!

प्रेषितांसारख्या स्पष्टवक्त्या व्यक्तीला आपण शांत करू शकत नाही, हे दिसल्यावर तेथील अधिकाऱ्यांनी त्यांना संपत्ती व अधिकारपदाची लालूच दाखवली. ते न बघता अल्लाहाची तुमच्यावर अवकृपा होऊ शकेल, असे महमंदांनी त्यांना उत्तर दिले.

त्यानंतर त्यांना उघडउघड त्रास देणे सुरू झाले. मग त्यांनी त्यांच्या अनेक अनुयायांना ॲबिसिनियामध्ये आश्रय घेण्याचा सल्ला दिला. मक्केतील अधिकाऱ्यांनी तिथेही त्यांना गाठले आणि तेथील सम्राटाला त्या शरणार्थींना आपल्या ताब्यात द्यावयास सांगितले. ती आज्ञा मानण्याऐवजी त्या सम्राटाने शरणार्थी गटातील जाफर नावाच्या एका प्रवक्त्याला बोलावून विचारले, ''हा असा कोणता धर्म आहे, ज्यामुळे तुम्ही तुमच्या लोकांपासून दूर झालात? ''

त्यावर जाफरने सांगितले, ''पूर्वी तो स्वतः बऱ्यापैकी वन्य जीवन जगत होता, मूर्तिपूजा करीत होता, खराब झालेलं मांस भक्षण करीत होता आणि दुर्बलांवर अन्याय करीत होता. त्यानंतर त्याच्या आयुष्यात ईश्वरप्रेषित महंमदांचं आगमन झालं. त्यांनीच खरा आध्यात्मिक, एकमेव ईश्वराच्या उपासनेचा, सचोटीचा, दानाचा आणि नीतीचा मार्ग दाखवला.'' कुराणमधील काही उतारे त्याने म्हणून दाखवले, त्यावर सम्राट उद्गारला, ''होय खरं आहे. मोझेसनेही असाच संदेश आणला होता - एका दिव्यापासून प्रज्वलित होण्याचा संदेश! तुम्ही जा, तुमच्यापर्यंत मी कोणाला पोहोचू देणार नाही. तुमच्या निवासस्थानी तुम्ही जा, राहा आणि तुमच्या पद्धतीने उपासना करा. कोणीही त्रास देणार नाही.''

दरम्यान, अरेबियामध्ये मुस्लिमांना दिला जाणारा त्रास आणखीच वाढला. प्रेषितांनी स्वतःला सिद्ध करावं म्हणून त्यांनी काही चमत्कार दाखवावा, असं त्यांच्या विरोधकांनी सांगितलं, तेव्हा आकाशाकडे टक लावून बघत ते म्हणाले,

''ईश्वरानं मला चमत्कार करून दाखवायला पाठवलेलं नाही. त्यानं मला तुमच्याकडे पाठवलं आहे. मानवजातीसाठी अल्लाहचा संदेश घेऊन आलेला मी एकमेव प्रेषित आहे. ''

त्या कठीण काळात, एका रात्री आपल्याला आलेला एक अद्‌भुत अनुभव त्यांनी सांगितला. गॅब्रिएल या देवदूतानं त्यांना, त्यांच्या पार्थिव शरीराबाहेर आत्मा वा जीव या चैतन्याच्या रूपाने बाहेर नेले. शिवाय देवदूतांच्या जगात ॲडम, अब्राहम, मोझेस, येशू आणि अन्य थोर प्रेषितांची भेट झाल्याचा अनुभव त्यांना आला असल्याचं सांगितलं. जगाचं जे विधिलिखित लिहिलं गेलं होतं, तेही त्यांना दाखवलं, असाही त्यांना अनुभव आला.

या अनुभवानंतर महंमदांच्या तत्त्वांचा बऱ्याच वेगाने प्रसार होऊ लागला आणि त्यांच्या त्रासातही वाढ झाली. एकदा प्रेषितांच्या जीवावर बेतण्याची शक्यता निर्माण झाली. परंतु मक्केतून ते गुप्तपणे बाहेर पडले आणि वाळवंटातून मार्ग काढीत मदिना शहराकडे गेले. तिथं त्यांचे मोठे स्वागत होऊन पहिल्या मशिदीची पायाभरणी झाली. मुस्लीम नव्या कालिकेत त्यांच्या या आगमनाचा दिवस पहिल्या वर्षाचा पहिला दिवस म्हणून नोंदवला गेला. ख्रिस्ती कालगणनेनुसार ते ६२२ वे वर्ष होते.

इस्लामच्या भवितव्यात या घटनेने मोठा बदल घडला. महंमदांच्या नेतृत्वाखाली एका लहान दलाने शहर सोडून शत्रूला तोंड दिले व त्यांचा पराभव केला. या विजेत्यांनी आगेकूच करून आणखी एक युद्ध केले, जे अनिर्णायक पद्धतीने संपले. आणखीही काही लढाया नंतर झाल्या आणि महंमदांच्या सामर्थ्यात उत्तरोत्तर वाढ होऊ लागली. प्रेषितांचे ध्येय व संदेश घेऊन त्यांनी ग्रीसचा राजा, ॲबिसिनियाचा सम्राट, पर्शियाचा राजा, इजिप्तचा राजा अशा सर्वांकडे आपले दूत पाठवले.

मक्केतून निघून गेल्याला सात वर्षे उलटल्यानंतर आपलं सैन्यबरोबर घेऊन महंमद पुन्हा तिकडे जावयास निघाले. अनावश्यक रक्तपात त्यांना मंजूर नव्हता. त्यामुळे त्यांनी आपल्या अनुयायांना शहरापासून आठ मैल अंतरावर आपल्या शस्त्रांचा ढीग करून ठेवायला सांगून शहरात शांतिपूर्वक प्रवेश केला. त्यांना प्रवेशासाठी अनुमती दिली गेली आणि सुरक्षित परत जायला सांगितले गेले, परंतु मक्केतील मंदिरात ज्या मुस्लिमांनी अभय घेतले होते, त्यांना संपविण्यासाठी मक्केतील काही जणांनी विशिष्ट जमातींच्या टोळ्यांतील माणसांना साहाय्य केले. त्यामुळे आपल्या सैन्यास घेऊन पूर्वेकडे मक्केच्या

दिशेने जाणे महंमदांना भाग पडले. त्यांनी शहर ताब्यात घेऊन तेथील मूर्ती नष्ट केल्या. तेथील रहिवाशांचे शांतिपूर्वक धर्मांतरण करून आपल्या सरकारची तेथे स्थापना केली.

त्यानंतर संपूर्ण अरेबियामध्ये इस्लाम पसरला. वन्य टोळ्या प्रेषितांच्या पायाशी बसून धर्मतत्त्वांचे शिक्षण घेऊ लागल्या. अराफत टेकडीवर, उंटाच्या पाठीवर आसनस्थ असताना, महमंदांनी आपल्या अनुयायांना अंतिम संदेश दिला.

ते म्हणाले, ''मी कुराण हा ग्रंथ तुम्हांकरिता ठेवून जात आहे.'' आपल्या नेहमीच्या संथ, सुविचारीत पद्धतीने ते बोलत होते. ''कुराणचे पालन करा अन्यथा तुम्ही वाट चुकाल. कारण बहुधा ही माझी अंतिम यात्रा असेल. इस्लामच्या आधीच्या काळात असलेल्या तुमच्या पूर्वसवयींकडे वळू नका आणि माझ्या जाण्यानंतर एकमेकांचे जीव घेऊ नका. कारण एक दिवस तुम्हाला अल्लाहला तोंड द्यायचं आहे. तुम्ही जी पापे केली असतील, त्यांची उत्तरेही तुम्हाला त्या वेळी द्यावी लागतील.'' प्रेषित हे अल्लाहचा संदेश घेऊन आले असले तरी ते तुमच्यासारखीच एक व्यक्ती होते, केवळ कबरींना आदर देऊन भागणार नाही, हे देखील लक्षात ठेवायला त्यांनी सांगितले.

त्यानंतर लवकरच एके दिवशी दुपारी, प्रेषित जिथून आले होते, त्या थोर अज्ञात स्रोताशी जाऊन मिळाले. त्यांचे अखेरचे शब्द होते :

''आता त्याच्यासारखा अन्य कोणी श्रेष्ठ मित्र नाही.''

आपल्या कालगणनेनुसार ही घटना ६३२ व्या वर्षी घडली. त्या वेळी महंमद यांचे वय एकसष्ट होते. आपल्या स्वतःच्या देशात प्रेषितांना आदर मिळत नाही, हा अटळ नियम त्यांनी खोडून काढला होता.

९

मुस्लिमांच्या प्रमुख धर्मगुरूंसह संवाद

मुस्लीम धर्माबाबत असलेल्या काही प्रश्नांबाबत माझ्या काही संकल्पना बनलेल्या होत्या. मात्र त्यामागे माझा ढोबळ अशा स्वरूपाचा अनुभव होता. परंतु प्रेषित आणि मुख्य धर्मग्रंथ, याबाबत माझ्या मनात जे काही अनुत्तरित प्रश्न होते, त्याबाबत जाणून घेण्याची मला अतिशय उत्सुकता होती. त्यामुळे परम आदरणीय शेख अल् इस्लाम यांच्याकडे जायला मी निघालो. इजिप्तमधील धर्माचे प्रमुख केंद्र जे अल् अझहर मशीद, विद्यापीठाचे गोलाईदार मिनार आणि कंगोरेदार भिंतींच्या आश्रयाखाली आहे, त्यावर शेख अल् इस्लाम अध्यासित आहेत. त्यांचे व्यक्तिगत नाव शेख मुस्तफा अल् माराघी आहे. ज्या संस्थेचे ते प्रमुख पालकत्व सांभाळतात, ती संस्था हजारो वर्षांपासून आदराचे स्थान मिळवलेली आहे. इस्लामी केंद्रस्थान मानल्या गेलेल्या या संस्थेचा शब्द, श्रद्धा आणि संप्रदायाबाबत असलेल्या प्रश्नांच्या संदर्भात अंतिम मानला जातो. कारण त्यांच्याकडे धर्माध्यक्षीय सत्ता आहे. हे खरे आहे, की अरबी भूमीत मक्कामधील काबा येथे प्रत्येक श्रद्धाशील मुस्लीम व्यक्ती जाण्याची इच्छा ठेवतो. परंतु इजिप्तमध्ये इस्लामचा मेंदू म्हणजे विचारकेंद्र आणि धमन्यांचे जिवंत केंद्रस्थान आहे. इजिप्तमधील इस्लामचे ते केवळ आदरणीय धर्माध्यक्ष नाहीत तर अल् अझहरच्या आंतरराष्ट्रीय स्वरूपामुळे ते अन्य देशांच्या मुस्लीम धर्मविषयक गोष्टींबाबत अधिकारी समजले जातात. इस्लामबाबत ज्यांना सखोल अभ्यास करावयाचा आहे आणि प्रेषित महंमद यांचे विचार इत्थंभूत समजून घ्यायचे आहेत, अशा असंख्य जिज्ञासूंकरिता फार पूर्वीपासून अल् अझहर या मुस्लिमांच्या अभिमानस्थळी अध्यापन चालत आले आहे.

छायाचित्र ९.१ अल् अझहर मशीद व विद्यापीठ
लेखकाच्या संग्रहातून

शेख अल् माराघी यांच्याशी मी संवाद साधला तेव्हा ते म्हणाले, ''कुराण ग्रंथ जर योग्य प्रकारे वाचला तर ईश्वरकल्पना आणि विश्व यांच्याबाबत वैज्ञानिक संशोधनास त्यात प्रोत्साहन दिले गेले आहे. जो विश्वाचा निर्माता आहे, ज्याने विश्वाची निर्मिती केली आहे, त्याच्या दृष्टीने कोणतेही विज्ञान परके नाही. शिवाय इस्लामच्या तत्त्वांना विरुद्ध जाणारे असेही त्यात काही नाही. आमच्या धर्मातून अंधश्रद्धा आणि अतिकाल्पनिक असे अर्थान्वय यांना दूर सारून शुद्ध स्वरूपातील आमच्या धर्माचा अभ्यास होण्याच्या कार्यात त्यामुळे मदतच होते. आत्ताच्या शतकात जेव्हा विज्ञानाने एवढी प्रगती केलेली आहे, अशा काळात विद्यार्थ्यांसमोर अध्ययनासाठी सुयोग्य संदर्भ व साहित्य ठेवणे, हे इस्लामच्या हिताचे आहे.''

एडवर्ड लेन यांनी पूर्वी म्हटले होते, की आपल्या धर्मश्रद्धांपेक्षा भिन्न असलेल्या लोकांना त्यांच्या धर्मकल्पना सांगण्याबाबत मुस्लीम लोक विशेष उत्सुक नसतात, पण आता त्या जुन्या शतकानंतर परिस्थिती बदललेली आहे. चांगला बदल होतो आहे; परंतु काहीजण अजूनही कर्मठच आहेत.

मी मुस्लीम नसल्याने एवढ्या मोठ्या पदावरील व्यक्तीशी संवाद साधण्याची संधी मिळणं, तसं कठीण होतं. मात्र काही चांगल्या मित्रांच्या माध्यमातून ही संधी मला मिळाली.

कैरोच्या मध्यवर्ती गजबजाटातून मी निघालो. पुढे मोठा रस्ता दुभागत होता. त्याने बाजारात दोन रस्ते पडले होते. एका रस्त्याने अल् अझहरच्या प्रवेशद्वाराशी म्हणजे मुस्लीम जगताच्या ज्ञानकेंद्राशी मला आणून सोडले. अरबी वास्तुकलेने सुशोभित आणि प्रशस्त अशा कमानींमधून मोठ्या, स्वच्छ उजेडाच्या अंगणात मी आलो. याच रस्त्याने

कालौघात माझ्यापूर्वी हजारो विद्यार्थी येऊन गेले होते. पौर्वात्य विश्वाला प्रेषित महंमद यांचे शब्द शिकविण्यासाठी ते तेथे शिकत होते. पवित्र कुराण ग्रंथाचा अर्थ व्यवस्थित सांगता यावा, या दृष्टीने त्यांना शिकवले गेले होते. त्याद्वारे त्यांनी मुस्लीम संस्कृतीची ज्योत तेवत ठेवणे अपेक्षित होते.

मुलाखत वा संवाद साधण्याच्या कक्षात मला नेले गेले. आदरणीय धर्माध्यक्षांना मी भेटलो आणि आम्ही एकमेकांचे शुभचिंतन केले. मुस्लीम जगतात विशेष सन्मानाची जागा असलेल्या या धर्माध्यक्षांच्या व्यक्तिमत्त्वाकडे मी पाहिले. त्यांचा चेहरा गंभीर होता आणि उंची मध्यम होती.

शेख अल् माराघी हे पूर्वी सुदानमधील ज्येष्ठ काझी होते. केवळ धार्मिक वर्तुळांमध्येच त्यांचा प्रभाव होता असे नव्हे, तर एकंदर समाजात त्यांना वैशिष्ट्यपूर्ण स्थान होते.

त्यांनी शुभ्र पगडी धारण केली होती. त्यांचे डोळे शांत व तीक्ष्ण होते; नाक सरळ होते; बारीक करडी मिशी त्यांनी राखलेली होती. चेहरा दृढ होता आणि हनुवटीवर छोटी, करड्या रंगाची दाढी होती. ते ज्या संस्थेचे संचालन करीत होते, तेथे हजारो विद्यार्थ्यांना निःशुल्क शिक्षण दिले जाई. प्रेषितांची तत्त्वे शिकविली जात, कारण हेच विद्यार्थी भविष्यात ते तत्त्व धारण करणार होते. या संस्थेद्वारे स्वतःचा निधी उभारला जाई व सरकारकडूनसुद्धा तिला अनुदान मिळत असे. गरीब विद्यार्थ्यांना जेवण व निवास देऊन काही जणांकडून भत्ताही स्वीकारला जात असे. जुन्या इमारतीत सर्वांची सोय होणे अवघड असल्याने अन्य जिल्ह्यांमध्ये अनेक शाखा उघडल्या गेल्या. अशा विस्तृतीकरणामुळे अध्यापनातही थोडे थोडे बदल होत गेले होते. आधुनिक विज्ञानशाखांचा परिचय करून द्यायला सुरुवात झाली होती. सुसज्ज प्रयोगशाळा होत्या आणि भौतिकशास्त्र व रसायनशास्त्र या विषयांकरिता अर्धगोलाकार आसनव्यवस्था होत्या. त्याचप्रमाणे अद्ययावत अध्यापन पद्धतींचा तेथे अवलंब केला जाई.

मात्र, या सुधारणा फार काळजीपूर्वकपणे अमलात आणल्या गेल्या होत्या. इतक्या काळजीने, की जुने वातावरण कायम ठेवले गेले होते. प्राचीन तसेच नव्या शिक्षणपद्धती दोन्हीही सुयोग्य प्रकारे अस्तित्वात होत्या.

स्तंभांची आणि तोरणपथांची शृंखला, वीथिका आणि मिनारांना आपल्या कवेत घेणाऱ्या भिंतीच्या आत मी शिरलो. तेव्हा तेथे काळी दाढी राखलेल्या बऱ्याच व्यक्ती बसून अरबी पुस्तकांचे अध्ययन करीत आहेत, असे मला आढळले. विद्यार्थी आपले पाठ एका विशिष्ट सुरांत म्हणत होते. एका ठेक्यात त्यांचा आवाज वर-खाली होत होता. हे सारं मी ऐकत होतो. तेथील छान एकांतस्थळी मांडी मुडपून लहान लहान गट बसले होते आणि

छायाचित्र ९.२ इस्लामचे धर्मप्रमुख असलेले शेख मुस्तफा अल् माराघी (सन १९३०) लेखकाच्या संग्रहातून.

छायाचित्र ९.३ अल् अझहर मशिदीतील शिक्षक व विद्यार्थी. लेखकाच्या संग्रहातून

मध्यभागी त्यांचे अध्यापक बसले होते.

अध्यापनाची परंपरागत पद्धती त्या जुन्या इमारतींमध्ये व्यवस्थितपणे जपली गेलेली होती. अन्यत्र नव्या शिक्षणपद्धतींचा झालेला परिचय मी पाहत होतो. आता मला जाणवलं, की आदरणीय धर्माध्यक्षांनी आधुनिक शिक्षणपद्धतींचा अवलंब करून एका नव्या जीवनाचा परिचय करून दिलेला होता. त्यांच्या या प्रयत्नात त्यांना नव्या मुस्लीम पिढीचे सहकार्य मिळाले, परंतु कठीण आवरण घेऊन राहिलेल्या अन्य धर्मज्ञानी लोकांशी मात्र त्यांना काही काळ संघर्ष करावा लागला. कारण त्या लोकांना बदलत्या जगात जुळवून घेऊन टिकण्यासाठी नवीन रूप धारण करावे लागेल, हे मतच मान्य नव्हते. हा संघर्ष दीर्घ काळ चालला पण अखेरीस आदरणीय धर्माध्यक्षांचा विजय झाला.

जसं, जुन्या कैरोतील गजबजाटाच्या अरुंद गल्ल्यांमध्ये सूर्यप्रकाश तुकड्या-तुकड्याने शिरत जातो; जुन्या गल्ल्यांमध्ये स्वच्छता हळूहळू पोहोचते; शतकांच्या जुन्या दुर्गंधाची तीव्रता ताज्या, स्वच्छ हवेने कमी होत जाते; अगदी तसंच जुन्या पौर्वात्य जगावर नव्या विचारांचा जोरदार ठसा उमटू लागला होता. नव्या-जुन्या कल्पनांचा मिलाफ करण्याच्या दिशेने नव्या पिढीचा जो प्रवास सुरू झाला होता, तो तर अटळच होता.

इथं आलेले विद्यार्थी, पर्शिया ते झांजिबार या टप्प्यातील सर्व मुस्लीम विश्वातून काना-कोपऱ्यातून आलेले असतात. अल् अझहर संस्थेच्या अधिकृत संस्कृतीमुळे हे विद्यार्थी जणू चुंबकाकडे आकर्षित व्हावेत, तसे आलेले असतात. या विद्यार्थ्यांनी लाल टोपी, पांढरी पगडी आणि विविधरंगी वस्त्रे परिधान केलेली होती. बाहेरून तेथे आलेल्या विद्यार्थ्यांमध्ये चीनचे विद्यार्थी असण्याची अपेक्षा मला होती आणि तसे मला आढळलेही! परंतु तरुण जपानी विद्यार्थीही पाहून मला मोठं आश्चर्य वाटले.

शेख अल् माराघी यांनी काळ्या आणि पांढऱ्या रेषा असलेला लांबसर असा पट्टेदार रेशमी शर्ट परिधान केला होता. या शर्टवरच त्यांनी लांब झगा घातलेला होता. त्याच्या बाह्या रेशमी आणि सैलसर होत्या. कमरेभोवती त्यांनी पांढरा पट्टा बांधला होता. मोरोक्कोमध्ये मिळणारी मऊ पिवळी मोजडी घातली होती. त्यांचे टोक पायांच्या बोटांच्या दिशेने वळलेले होते. त्यांच्या वेशभूषेमध्ये साधेपणाचा ठसा उमटत होता.

त्यांच्या व्यक्तिमत्त्वातील गंभीर शांतपणा मला भावला.

''इस्लामचा मुख्य संदेश कोणता आहे,'' असं विचारून मी संवादास सुरुवात केली.

बराच विमर्श, चिंतन करून आदरणीय धर्माध्यक्ष उत्तर देऊ लागले.

''पहिले तत्त्व हे आहे, की ईश्वर एकमेव आहे. महंमदांचा हा मुख्य संदेश होता.

महंमदांच्या पूर्वी ईश्वराचा हा संदेश अन्य प्रेषितांना (म्हणजे मोझेस व येशू यांना) दिला गेला होता. महंमदांनी तोच संदेश ज्यू व ख्रिस्ती लोकांना देऊन तेथील पुरोहितांना एकत्र व्हायला सांगितले; परंतु त्यांच्यातच कलह माजतोय, असे त्यांना आढळले.

''ईश्वर एकमेव आहे, यावर विश्वास ठेवून; त्या ईश्वराची स्तुती व पूजा करायला हवी. ईश्वर आणि त्याने निर्माण केलेल्या मनुष्यात कोणत्याही माध्यमाची गरज नसते. प्रेषित आणि धर्मदूत हे ईश्वराचा न्याय व कायदा सांगणारे मध्यस्थ असतात. ते लोकांना ईश्वराची आज्ञा मानण्याचे, त्याची आराधना करण्याचे मार्गदर्शन देतात. ईश्वर हा एकच असा आहे, की आपल्या उणिवेत केवळ त्याचेच साहाय्य मागायला हवे. अन्य कोणाचीही क्षमायाचना करण्याची वा गरजेच्या काळात करुणा भाकण्याची गरज नसते. कारण (विजयी असा) ईश्वर म्हणतो :

''ज्याचा तुमच्या लाभासाठी वा हानीसाठी काहीच उपयोग नाही, त्याला आवाहन करू नका. आवाहन फक्त अल्लाहचे करा. जर अन्य कशाचे आवाहन तुम्ही करत असाल तर खचितच अन्यायपूर्ण असे काहीतरी करीत आहात... ''

आणि

''जर अल्लाहने तुमच्या झोळीत दुर्दैवाची परीक्षा लिहिली असेल तर त्यातून तारण करणाराही त्याच्याशिवाय अन्य कोणीच नसतो. जर त्याने तुमच्या झोळीत सुदैवाचं दान टाकलं तर त्याची कृपा थांबवायला अन्य कोणीही समर्थ नसतो. त्याच्या सेवकांवर ज्या वेळी त्याची कृपा होते, त्या वेळी तो त्याच्यावर कृपेचा वर्षाव करतो. म्हणून तोच सर्वांत दयाळू असतो.''

'' आत्मा या विषयाबद्दल आपण काय सांगाल?''

''कुराण ग्रंथात या शब्दाची व्याख्या आढळत नाही; त्यामुळे इस्लामच्या प्रमुख धर्मवेत्त्यांनी वेगवेगळ्या वेळी विविध कल्पना मांडल्या आहेत. ही सर्व मते बौद्धिकतेच्या पातळीवर अभ्यासली जाऊ शकतात. परंतु पवित्र कुराण ग्रंथात या मतांचा समावेश होऊ न देण्याची खबरदारी घेतली पाहिजे. तरीही आमचा विश्वास आहे, की न्यायदिनाच्या दिवशी प्रत्येक पवित्र आत्म्याला त्याच्या सत्कृत्यांचे फळ मिळेल व दुष्कृत्ये करणाऱ्या आत्म्यांना त्यांची शिक्षा मिळेल. त्यामुळे नैतिकतेचा पाया घडतो. अल्लाहने म्हटले आहे.

'' ज्याने कणभर सत्कृत्य केले आहे त्याला त्याचा सत्परिणाम मिळेल आणि ज्याने कणभरही दुष्कृत्य केले आहे, त्यालाही त्याची शिक्षा मिळेल.''

''ईश्वराच्या अन्य प्रेषितांमध्ये व महंमद यांच्यामध्ये काय फरक आहे?''

छायाचित्र ९.४ जुन्या कैरोतील अम्र इब्न अल्-अस् मशिदीचा तोरण पथ.
खालीद मुर्सी हॅमूद

''मानवजातीला उपदेश देण्यासाठी अल्लाहकडूनच साक्षात्कार, निवड झाल्यामुळे प्रेषित महंमद व अन्य प्रेषित यांच्यात भिन्नता नाही. कोणताही भेदभाव न बाळगता मुस्लीम लोक साऱ्या प्रेषितांवर विश्वास ठेवू शकतात. अल्लाहने म्हटले होते :

''हे विश्वास ठेवणाऱ्या लोकांनो : अल्लाहवर तसेच जे आमच्यासाठी अल्लाहचा संदेश घेऊन आले त्या साऱ्यांवर आम्ही विश्वास ठेवतो. अब्राहम, इस्माइल, इसाक आणि जेबुब आणि त्यांची संतती यांच्याद्वारे तसेच मोझेस आणि येशूद्वारे संदेश पाठविला गेला. तो लोकांपर्यंत पोहोचवला गेला. आम्ही त्या कोणातही भेद करीत नाही. आम्ही अल्लाहला शरण जातो.''

व्यवस्थित विचार केल्यानंतरच त्यांनी हे उत्तर दिले.

''ईश्वर शोधण्यासाठी एक माणूस दुसऱ्याची मदत करू शकत नाही, असं आपल्याला वाटतं का? मी असं विचारतोय, कारण तुमच्या धर्मात पुरोहितांचा जो अभाव आहे, तो फार लक्षणीय आहे.''

''होय, खरं आहे. इस्लाममध्ये मनुष्य आणि ईश्वर यांच्यामध्ये पुरोहित नसतात.

परंतु आमच्यामध्ये विद्वान मुस्लीम असे जे लोक आहेत, ते कुराणमधील अर्थ आणि ईश्वराप्रत जायचा मार्ग लोकांना समजावून सांगतात. तसेच प्रेषित महंमद यांच्या उक्तींचा व कृतींचा अर्थ स्पष्ट करतात. ''

''इस्लामने काही तत्त्वं घालून दिली आहेत, त्यांचे पालन केल्याशिवाय कोणीही स्वतःला मुस्लीम म्हणवून घ्यायला सुयोग्य ठरत नाही. अल्लाहने त्याच्या धर्मदूतांकरवी सर्व धर्मांची जी तत्त्वं पाठवली, त्या तत्त्वांपेक्षा निराळी अशी ती निश्चितच नाहीत. ईश्वराशी एकरूप होण्यात श्रद्धा ठेवणारा इस्लाम हा एकमेव धर्म नव्हे. ती ईशतत्त्वे पाळण्याच्या संदर्भात महंमद आणि अन्य प्रेषित व धर्मदूत यांच्या शब्दांना महत्त्व आहे. अल्लाहने म्हटले होते,

'अल्लाहशी निगडित असा खरा धर्म इस्लामच आहे. अन्य मते त्यास स्वीकारणीय नाहीत. ज्यांना धर्मग्रंथाचा संदेश दिला गेला आहे, त्यांनी सत्य पूर्ण जाणून घ्यावे. शत्रुत्व आणि आपापसातील द्वेषभावना यांना स्थान देऊ नये.'

''त्यामुळे ज्यांनी आमच्या धर्माचा सुव्यवस्थित अभ्यास केला आहे, त्या लोकांचा आम्ही एक गट करतो. ज्यांनी अभ्यास केलेला नाही त्यांचा वेगळा गट बनवतो. पहिल्या वर्गातील लोकांच्या शब्दांना आम्ही मान देतो आणि ऐकतोही, परंतु त्यांना आत्म साक्षात्कारी लोक म्हणत नाही. केवळ विद्वान, पंडित म्हणून मान देतो. कोणीही मुस्लीम व्यक्ती तुम्ही 'अमुक करा वा करू नका' असे अधिकारवाणीने सांगू शकत नाही. कारण तसे करण्याचा अधिकार फक्त ईश्वराला आहे. आमच्या धर्मश्रद्धेत मध्यस्थ लोकांचा अभाव आहे. इस्लामचा तो पाया आहे. परंतु पवित्र ग्रंथांचे अध्ययन करण्याकरिता जे आपले जीवन अर्पण करतात, त्यांना आम्ही मोठा सन्मान देतो. त्यांचे मत व सल्ला विचारण्यासाठी त्यांच्याकडे जातो. त्यामुळे ज्या कृष्णवर्णीय माणसाने मुस्लीम धर्मतत्त्वांचा नीट अभ्यास केला आहे, त्याचे मत इतरांनी आदरपूर्वक श्रवण करावे असा अधिकार त्याला अवश्य मिळतो. आमच्या इतिहासात अशीही घटना आहे, ज्या प्रसंगी राजसिंहासनस्थित खलिफाने, प्रेषितांच्या उपदेशांचा व उक्तींचा उत्तम अभ्यास केलेल्या कृष्णवर्णीय गुलामांचा सल्ला घेतला होता. त्यानंतर अशा ज्ञानी माणसाला गुलामी करावी लागली नाही.''

''आपल्या धर्मात मशिदी अत्यावश्यक आहेत का, असा प्रश्न मी आपल्याला विचारू शकतो का?''

''मशिदींमध्ये लोक प्रार्थना करण्यासाठी जातात तसेच, दर शुक्रवारी धर्मोपदेश ऐकण्यासाठी जातात. परंतु मशिदींमध्ये पुरोहित वा धार्मिक अवडंबराचे कार्यक्रम नसतात.

इस्लामचे अनुसरण करायला मशिदी अत्यावश्यक असतात, असे नाही. मुस्लीम लोक कोणत्याही स्वच्छ जागी आपली प्रार्थना करू शकतात; ते फक्त मशिदीतच प्रार्थना करतात असे नाही. मशिदी उभ्या करण्यामागे, पूजेत सामाजिक बंधुता आणण्याचा आमचा उद्देश असतो. मशिदी अत्यावश्यक नसल्या तरी मशिदींमध्ये प्रार्थना केली तर ते स्वागतार्हच आहे.''

''आपल्या प्रार्थनांचे स्वरूप काय असते?''

अतिशय संयत शब्दांमध्ये उत्तर देताना ते म्हणाले, ''एखादी मुस्लीम व्यक्ती जेव्हा प्रार्थना करते, तेव्हा कुराणातील त्याने शिकलेला व लक्षात ठेवलेला भाग ती म्हणत असते. साधारणपणे प्रार्थना करतेवेळी माणसाने ज्या गोष्टींचे स्मरण राखले पाहिजे, तो भाग विशेषतः पारंपरिकपणे म्हटला जातो. आपले ईश्वराप्रती कर्तव्य काय असते केवळ तेवढंच म्हणणे हा प्रार्थनेचा हेतू नसतो, तर जे पठन केलं जातंय त्या शब्दांबाबत आपण सुशिक्षित असायला हवं, हा प्रार्थनेचा हेतू असतो. जेव्हा एखादा मुस्लीम मनुष्य दिवसभर ते शब्द उच्चारत राहतो, तेव्हा त्याला त्यांचे सातत्याने स्मरण राहते. या उद्देशाने कुराणमधील शब्द उद्धृत करणे, उच्चारणे हा सर्वोत्तम मार्ग आहे. आम्ही फक्त एकमेव अल्लाहची प्रार्थना करतो. अल्लाहाशिवाय आम्ही कोणाचीही मदत मागत नाही. अशा प्रकारची दोन वाक्ये बरेचदा म्हटली जातात. दुसरं असं, की काही उदाहरणं ठरवली जाऊन म्हटली गेली तर अज्ञानी लोकांना त्याचा उपयोग होतो.

''आमच्या प्रार्थना छोट्या असतात. त्यांत कुराणमधील प्रारंभिक भाग आणि अन्य सात उतारे असतात. ज्यांना अन्य अधिक उतारे म्हणायचे आहेत, ते तसं म्हणू शकतात. परंतु मानवनिर्मित कोणत्याही भागाचा त्यांत अंतर्भाव करायचा नसतो.

''मुस्लीम व्यक्तीने पाच वेळा प्रार्थना केली पाहिजे. ठरवून दिलेल्या वेळांमध्ये अगदी अपरिहार्य कारणांमुळे जर नमाज करता आला नाही, तर नंतर त्याने तो केला पाहिजे. नमाजाची एकही वेळ चुकता कामा नये. ''

*****

''एखादी व्यक्ती जर गंभीररीत्या आजारी असेल तर मग?''

आजारी व्यक्तीला नमाजाच्या विशिष्ट पद्धतीने बसता वा उभे राहता येत नसेल तर तिने पडून नमाज पढावा. त्या व्यक्तीला बोलता येत नसेल तर अल्लाहला आदर व्यक्त करण्यासाठी आपल्या मस्तकाशी हात उंचवावेत. आम्ही ज्या शरीरमुद्रेद्वारे नमाज करतो, त्यातून अल्लाहबद्दल आदर व्यक्त केला जातो, अल्लाहपुढे नत होतो, ही बाब कृपया ध्यानात

ठेवावी. ईश्वराची महानता माणसाने जाणून असावी, हे उत्तम.''

''दिवसभरात पाच वेळा नमाज पढणे, हे माणसांसाठी जरा अधिक होत नाही का?''

''नाही, माणसाने वारंवार ईश्वराची आठवण ठेवावी म्हणून हे नमाज गरजेचे आहेत. आणि मी आधी सांगितल्याप्रमाणे त्यामधून माणसाचे आध्यात्मिक शिक्षणही घडते. त्यामुळे जेव्हा अल्लाहचा उल्लेख ते 'दयावंत' असा करतात, तेव्हा अल्लाहच्या जवळ दया असते हा मुद्दा त्यांच्या लक्षात येतो. शिवाय आपल्या स्वतःच्या जीवनातही आपण दयाळू व्हायला शिकायला हवं, हा मुद्दाही त्यातून निर्देशित असतो. अल्लाहबाबत ज्या ज्या सद्गुणांचा उल्लेख केला जातो, ते सर्व सद्गुण आपल्या जीवनात उतरले पाहिजेत, हेही अर्थातच अपेक्षित आहे.''

त्यानंतर एक कर्मचारी आत आला. त्याने धर्माध्यक्षांनी पुढे केलेला हात आपल्या हातात घेतला. तो खाली वाकला व त्याने अतीव श्रद्धेने त्या हाताचे चुंबन घेतले. नंतर आपल्या मस्तकाला त्या हाताचा स्पर्श केला. तो बसल्यानंतर मी पुढचा प्रश्न विचारला,

''मक्का येथे यात्रा करण्याचा उद्देश काय असतो?''

''इस्लाममध्ये मशिदींमुळे बंधुत्व वाढते. त्याचप्रमाणे मक्केच्या यात्रेमुळे आंतरराष्ट्रीय स्तरावर इस्लाममधील बंधुत्व वाढत राहते. इस्लाममध्ये सर्व माणसांत बंधुभाव असतो. मशीद व यात्रा यांच्यामुळे त्यांना एकत्र येता येते. समता हे इस्लाममधील तत्त्व आहे. इस्लामचे स्वरूप लोकशाहीवादी असून वर्गभेदातील द्वेष त्यामुळे दूर होतो. गरिबी व कंगालतेवर मात करण्यासाठी इस्लाममध्ये एक उपाय शोधून काढला आहे. दान देण्यासाठी विशिष्ट पद्धती घालून देताना, श्रीमंत लोकांनी त्यांच्या पैशातील काही टक्के गरजूंमध्ये वाटावेत, असे ठरविले गेले आहे. सर्व माणसांनी जर या तत्त्वाचे पालन केले, तर मानवजातीत सदिच्छा, शांती आणि करुणा नांदू शकेल. समाजातील वर्गांमध्ये सुयोग्य असा समतोल राहील. जो माणूस अल्लाहवर विश्वास ठेवतो, तो मशीद किंवा यात्रेमध्ये भेटणाऱ्या अन्य लोकांना समान समजतो. त्यामुळे एखादा राजा देखील भिकाऱ्याच्या बाजूने त्याच्यासह चालू शकतो किंवा त्याच्याशेजारी बसून प्रार्थनाही करू शकतो. वांशिक आणि अन्य भेद न ठेवण्याचे आवाहन इस्लाम धर्म लोकांना करतो. अशामुळे लोकांमध्ये धार्मिक एकता राहते आणि मानवतेच्या धाग्याने लोक बांधले जातात. कल्याणकारी आणि उत्तम कामांचा अपवाद वगळता इस्लाममध्ये उधारीला मान्यता नाही. सर्वश्रेष्ठ अल्लाहने म्हटले होते,

''हे माणसांनो, ॲडम व इव्हपासून आम्ही तुम्हाला निर्मिले आहे. समूह व टोळ्यांमध्ये तुमची रचना केली जेणेकरून तुम्ही एकमेकांना जाणून घ्यावेत. जे कल्याणकारी कार्य करतात, ते निश्चितपणे अल्लाहच्या कौतुकास पात्र ठरतात. तुमच्या

मनातील सूक्ष्म विचारसुद्धा जाणून घेण्यासाठी अल्लाह हा सर्वज्ञ आणि संवेदनाशील आहे.''

''पाश्चात्त्य लोक आणि तेथील संस्था यांबद्दल पौर्वात्य दृष्टिकोनातून आपले व्यक्तिगत मत काय आहे? कारण त्याबद्दल आपण ऐकले किंवा पाहिलेही असेल.''

''पाश्चात्त्य लोकांबद्दल माझे व्यक्तिगत मत असे आहे, की ते लोक वैज्ञानिक आणि सामाजिक संस्कृतीच्या फार उन्नत स्तरावर पोहोचले आहेत. परंतु पाश्चात्त्य सभ्यतेत आध्यात्मिक प्रयोजनांचा अभाव मला आढळतो. एखादी सभ्यता जेव्हा लौकिक आणि आध्यात्मिक अशा दोन्ही स्तरांवर समान विचार करते, तेव्हा आपण त्या सभ्यतेला उत्तम म्हणू शकतो. कारण हे दोन्ही पैलू परस्परपूरक व परस्परसंबद्ध असतात.

''युरोपीय संस्थांबाबत बोलायचे झाले तर तशा अनेक संस्थांची आम्ही प्रशंसा करतो. शिवाय त्यांचे अनुसरण करायचाही प्रयत्न करतो. आमच्या पवित्र ग्रंथातही ज्ञानाबद्दल नेहमी प्रशंसात्मक शब्द आढळतात.

कारण आमच्या प्रेषितांनीही म्हटले होते,

'जो सश्रद्ध असतो, त्याने जिथून कुठून ज्ञानाचा हरवलेला खजिना सापडेल, तिथून तो मिळवण्याचा प्रयत्न करायला हवा.'

''पाश्चात्त्य संस्थांमध्ये व्यक्तिगत स्वातंत्र्यकल्पनेचा जो अतिरेक असतो, त्यावर आमचा आक्षेप आहे. कारण त्याची परिणती हळुहळू अनुचित व्यवहाराकडे होऊ लागल्याने संस्थेच्या मूलभूत अस्तित्वालाच धोका पोहोचू शकतो.

''व्यक्तिगत स्वातंत्र्य हा माणसाचा नैसर्गिक अधिकार असल्याचे आम्हाला मान्य आहे; परंतु प्रत्येक वेळी त्याचा योग्य वापर होतोच, असे मात्र आपण म्हणू शकत नाही. इस्लाममध्ये हे तत्त्व तसे चांगले अमलात आणले गेले आहे, म्हणून स्वतःसाठी वा इतरांसाठी जे हानिकारक नाही, तसं करण्याची साऱ्यांना अनुमती असते.''

*****

इस्लामच्या प्रारंभिक काळात मशिदींमधील काही भाग धार्मिक तसेच असांप्रदायिक ज्ञानाच्या शिक्षणासाठी अधिकाऱ्यांकडून बाजूला राखला जात असे. मोठ्या मशिदींजवळ जेव्हा विद्यार्थी वसतिगृहे आणि शिक्षकांसाठीच्या खोल्या बांधल्या गेल्या, तेव्हा त्या मशिदी विद्यापीठांसारख्याच दिसू लागल्या. त्या संस्थांच्या देखभालीकरिता आर्थिक तजवीज करून ठेवली जाऊ लागली. अल् अझहर ही त्यांपैकीच एक मोठी मशीद होती. प्रेषितांच्या गमनाच्या काळाच्या वेळी, सातव्या शतकाच्या सुमारास आक्रमक तार्तारांच्या

पायाशी बगदाद खिळखिळे होऊन पडले होते. त्या वेळी खलिफांना बरखास्त केले गेले होते. राजा अल् साहिर बिबर्स याने ॲबासिड राजपुत्रांपैकी एकाला स्वसंरक्षणाखाली घेतले आणि त्याला खलिफ केले. बंद पडलेली अल् अझहर मशीद राजा बिबर्सने पुन्हा सुरू केली आणि तिच्यावर निधीचा वर्षाव केला. यथावकाश अल् अझहरने आपली कीर्ती पुन्हा प्राप्त केली आणि दूरदूरच्या अंतरावरून शिकण्याच्या आकर्षणाने तिथे विद्यार्थी येऊ लागले. काळाच्या ओघात जगात असलेल्या इस्लामी विद्यापीठांमध्ये अल् अझहर ही मशीद सर्वांत मोठी व महत्त्वाची ठरली. तिच्यात वाढ होत राहिली. ती मुस्लीम लोकांची मोठी संस्था ठरली. अन्य कोणत्याही मशिदीला मिळाली नाही एवढी मान्यता अल् अझहरला निःसंशयपणे मिळाली.

''अल् अझहरमध्ये मी जे बदल घडवून आणतोय, ते विद्यार्थ्यांना त्यांना मिळणाऱ्या ज्ञानाच्या क्षेत्रांतील त्यांची मानसिक व सांस्कृतिक क्षितिजे विस्तारण्याची संधी मिळावी यासाठीच.''

''सत्याचा शोध घेताना, इस्लाम तर्कशुद्ध विचारसरणीची शिफारस करतो. अंध अनुसरण करणारे आणि तसे वागणारे वा त्याला प्रोत्साहन देणारे लोक खऱ्या इस्लामला मान्य नाहीत. अल्लाहनेही म्हटले होते, की अल्लाहने जे सांगितले आहे त्याचेच अनुसरण करा. ज्यांना काही माहीत नाही वा ज्यांना काही मार्गदर्शन नाही त्यांना अनुसरू नका. ''

''आधुनिक काळात विज्ञानाचे शिक्षण वाढते आहे व जास्तीतजास्त व्यावहारिकतेकडे कल वाढतो आहे, अशा वेळी इस्लाम आधुनिक गरजांकरिता उपयुक्त ठरू शकतो का?''

''इस्लाममध्ये मानवी वृत्ती व तर्क यांच्या गरजा लक्षात घेऊनच विचार मांडले आहेत. ज्या इस्लाममध्ये अनुयायांनी ज्ञान मिळवून वाढवावे त्यानंतर आपली कर्तव्ये पार पाडावीत अशी सूचना आहे, तो इस्लाम आधुनिक काळातील विज्ञान व संस्कृती यांच्या संदर्भात अनुपयुक्त, असंगत कसा बरं ठरेल? वस्तुतः इस्लामने लोकांना ज्ञानग्रहण करायचा उपदेश दिलेला आहे. या संदर्भात असे म्हटले गेले आहे, की

'स्वर्गात आणि पृथ्वीवर जे जे आहे त्याचा विचार करा.'

जे स्वर्ग व पृथ्वी यांच्या निर्मितीविषयी चिंतन करतात, ते खरे श्रद्धावान असतात असं कुराणमध्ये सांगितलं गेलं आहे.

''धर्मपालन करताना लौकिक जीवन आणि विज्ञान यांत सामंजस्य राखता येते हे प्रत्येक मुस्लीम व्यक्तीने सिद्ध केले आहे. तत्त्वज्ञान आणि विज्ञानाविषयी त्यांनी ग्रीक व रोमन ग्रंथांचा अभ्यास केला. त्यांचा अनुवादही केला; टीका प्रसिद्ध केली आणि

त्यात सुधारणाही केली. कृषी, वाणिज्य तसेच औद्योगिकतेसह अन्य सर्व व्यावहारिक उद्योगांना त्यांनी अंगीकारले.

''इस्लामचा प्रसार इतक्या लवकर व वेगाने झाला याचे एक कारण म्हणजे इस्लाम हा व्यावहारिक धर्म असून तो केवळ तात्त्विक धर्म नाही, हे होय. ज्यांची अंमलबजावणी करता येईल असे कायदे व आदेश आणि जीवनात उतरवता येतील अशी तत्त्वे इस्लामने घालून दिली आहेत.

''इस्लाममध्ये मानवी वृत्ती ध्यानात घेऊन शरीर व आत्मा या दोन्हींचा समतोल विचार होईल अशी तत्त्वे स्थापित केली आहेत. त्यात कोणत्याही तत्त्वांची एकमेकांवर कुरघोडी नाही. आयुष्यातील उत्तम गोष्टींचा कायदेशीरपणे आनंद घेता यावा असा विचार आहे. त्याचबरोबर माणसाच्या जिव्हालौल्यावर नियंत्रणही सांगितले आहे, जे स्वतः करिता हानिकारक आहे. जे स्वतःला नैतिकदृष्ट्या अधःपतित करेल, त्यापासून दूर राहण्याचा उपदेशही आहे. माणसाच्या आध्यात्मिक बाजूकडे दुर्लक्ष न करता इस्लामने त्याला खूप प्राधान्य दिले आहे.''

छायचित्र ९.५ इजिप्तमधील दोन मुस्लीम महिला; सन १९३० लेखकाच्या संग्रहातून

''महिलांना बुरखा घालायला का सांगितला जातो आणि ही प्रथा कधी थांबू शकेल का? पाश्चात्त्य देशांमध्ये साधारणपणे असे समजले जाते, की इस्लामी देशांमध्ये स्त्रियांना खालच्या स्थानावर ठेवले जाते; एका अर्थी त्या अर्ध्या गुलाम असतात आणि त्यांना कनिष्ठ वागणूक दिली जाते. आपण याबद्दल काय सांगाल?''

धर्माध्यक्ष या प्रश्नास उत्तर देताना म्हणाले, ''स्त्रियांना बुरखा घालायच्या संदर्भात इस्लामची एक विशिष्ट धारणा अशी आहे, की स्त्रियांनी परक्या लोकांसमोर आकर्षणाचे स्थान ठरू नये आणि सार्वजनिकरीत्या स्वतःला भडकपणे सादर करू नये. असे केल्याने स्त्रियांना स्वतःचा सन्मान राखता येतो आणि पुरुषांनाही स्वतःवर नैतिक नियंत्रण ठेवता येते. इस्लाम

ने असा नियम घालून, निःसंशयपणे स्त्री-पुरुषांचे दोघांचेही मोह व पाप यांपासून संरक्षण साधले आहे.''

''इस्लाममध्ये तसा बुरख्यात अतिरेक केलेला नाही. जिथे सुरक्षितता असेल तिथे महिलांनी चेहरा व हात झाकून घेतले नाहीत तरी चालते.''

मुस्लीम महिलांना हलक्या दर्जाची वागणूक मिळते किंवा त्या अर्ध्या गुलामीतच असतात अशी जी पाश्चात्त्य मते आहेत, ती आमच्या धर्माच्या शिकवणुकीनुसार खरी नाहीत आणि सुसंगतही नाहीत. कारण इस्लामने महिलांना संपूर्ण हक्क दिले आहेत. मर्यादेच्या चाकोरीत राहून ज्या गोष्टींनी त्यांना आनंद मिळेल, त्या करायची मुभा त्यांना असते. रूढींना अनुसरून त्यांना स्वातंत्र्य आहे. त्यांच्या क्षेत्रात त्या जबाबदारी सांभाळून असतात. त्यांना शिक्षणापासून वंचित ठेवले गेले नाही. उलट, महिलांनी स्वतःला अधिकाधिक विकसित करून घ्यावे, असेच सांगितले गेले आहे. महिलांना त्यांची मालमत्ता राखण्याचा अधिकार आहे. त्या त्यांच्या संपत्तीचे दान करू शकतात, हाही हक्क त्यांना आहे. महिलांना मुखत्यारपद, पालकत्व, विश्वस्त होण्याचा अधिकार आहे आणि गुन्हेगारांची प्रकरणे वगळता महिला न्यायाधीशही बनू शकतात. काही मुस्लीम महिला त्यांच्या विद्वत्तेसाठी प्रख्यात होत्या; काही महिला त्यांच्या नीतिपरायणतेसाठी

छायाचित्र ९.६ तुर्कस्तानच्या सुलतानांकडे असलेला पवित्र कुराण ग्रंथ.
लेखकाच्या संग्रहातून

ज्ञात आहेत; तर काही महिलांनी साहित्यक्षेत्रात मोठे नाव कमावले आहे. काही अशिक्षित माणसांनी त्यांच्या भोवतालच्या वातावरणाच्या प्रभावामुळे महिलांना वाईट वागवल्याने मुस्लीम महिला गुलामीत असल्याचे अपसमज प्रसृत झाले. इस्लामवर अशा प्रकारचे आक्षेप घेण्याची गरज नाही, हे एव्हाना स्पष्ट झाले आहे.''

बहुपत्नीकत्व प्रथा, अन्य सामाजिक जबाबदाऱ्या आदी काही मुद्द्यांबद्दल आमची चर्चा झाली. त्यानंतर मला त्यांनी मुलाखतीसाठी दिलेला वेळ संपला. इस्लाममधील मानवतेची तत्त्वे त्यांनी मला समजावून दिली होती.

रात्र होऊ लागली; रत्नांसारखे हजारो लुकलुकते तारे त्या रात्रीची शोभा वाढवू लागले. त्या वेळी मी अल् अझहर बाहेरच्या रस्त्यावर उभा होतो. निळ्या आभाळात ढगांच्या झिरझिरीत आवरणामागे चंद्रकोर चमकत होती. मशिदीतील मुअझिनचा स्पष्ट आवाज अल्लाहचे एकमेवत्व वर्णन करीत आसमंतात पसरत गेला.

कमानीची प्रवेशद्वारे, भौमितिकदृष्ट्या उत्तमपणे कोरलेल्या कमानी, फरशीची अंगणे पसरलेल्या त्या शहरावर अल्लाह आणि त्यांच्या दूतांची मेहेरनजर होती. मक्केकडे तोंड करून लोक नमाज पढू लागले होते. अल्लाह सर्वश्रेष्ठ आहे, अशा साध्याशा शब्दांत त्यांची प्रार्थना सुरू झाली होती.

१०

प्राचीन अबायडॉसच्या शांतीमध्ये

अरेबियातील भटक्या टोळ्यांपर्यंत प्रेषित महंमद यांनी मांडलेली आध्यात्मिक स्वरूपाची अल्लाहची उपासना पोहोचायच्या आधी सात हजार वर्षांपूर्वीच्याही आधीच्या काळात, पारदर्शक आकाश मिरवणाऱ्या या भूमीत एक धर्म फुललेला होता. त्या धर्माच्या अनुयायांनी अतिविशाल अशा पाषाणमूर्ती कोरून ठेवल्या होत्या. त्या प्राचीन धर्मातील विद्वान लोकही अज्ञात अशा ईश्वराची उपासना करत असत. तो प्राचीन धर्म केवळ मूर्तिपूजेचा धर्म नव्हता. आजच्या विद्वान अशा इजिप्तविद्यातज्ज्ञांनाही त्या काळातील धर्माबद्दल फारसे काही सांगता येत नाही. कारण तो इतिहासाच्या फार पूर्वकाळातील भाग आहे. त्या कालखंडाबद्दल इतकी विस्कळीत माहिती उपलब्ध आहे, की त्यावरचे आवरण विशेष दूर करता येत नाही. त्यामुळे त्या काळातील लोक आणि घटना यांच्या संदर्भात फक्त काळजीपूर्वक अंदाजच बांधावे लागतात.

आधुनिक इजिप्तमध्ये प्राचीन इजिप्तच्या धर्मविचाराचे मंदिर व मुस्लीम लोकांची मशीद अशा वास्तू लुक्झोरसारख्या ठिकाणी एकमेकांच्या शेजारी उभ्या असलेल्या दिसतात. आपल्याला इजिप्तमध्ये असे परस्परविरोधी घटक आढळून येतात.

पृथ्वीच्या पाठीवर अरबी आक्रमणांच्या गदारोळात ‘काळ’ एखाद्या काळ्या छायेप्रमाणे सहनशीलता धारण करून असतो. प्राचीन मंदिरांचा किणकिणता नाद धूसरपणे रेंगाळत राहताना दिसतो!

इजिप्तमधील आदिकालीन श्रद्धा पूर्णपणे दूर करणं इजिप्तला शक्य नाही.

छायाचित्र १०.१ अबायडॉस मंदिर बांधणारा पहिला सेटी. लेखकाच्या संग्रहातून

पुरातत्त्वविद्येचे लोक जे अप्रतिम काम करतात, त्या कामाच्याद्वारे भूतकाळ एखाद्या फिनिक्स पक्ष्याप्रमाणे आपल्या डोळ्यांसमोर पुन्हा उभा राहतो. दृश्य स्वरूपात उभ्या असलेल्या त्या पाषाणमूर्ती इजिप्तच्या भूमीला कधी कधी भूतकाळाशी बांधून ठेवतात. परंतु बहुतांश प्रसंगी त्यांचा विसरच पडलेला असतो.

भूतकाळ आणि वर्तमानकाळ यांच्यातील सीमारेषा अनिश्चित आहे. काळाच्या पटावरून दूर गेलेले लोक आणि त्यांची पुरातन पूजापद्धती इजिप्तच्या भूमीवर रेंगाळत असते. प्रत्येक संवेदनशील माणसाला हे जाणवते. दुर्दैवाने आज त्यांची मंदिरे खचली आहेत; बहुतेक तर वाळूने दबलेली वा उध्वस्त होऊन छतविहीन होऊन गेली आहेत. काजळकाळ्या रात्रीच्या वेळी, त्या मंदिरांमधील खांबांमधून मोठी वटवाघळे घिरट्या घालतात. जर शुष्क झालेल्या ममी मृतदेहांपैकी त्यांच्या अस्तित्वाबद्दल सांगायला कुणीतरी शिल्लक राहिले असते तर! मात्र त्यांचे आत्मे त्यांना चिरपरिचित असलेल्या स्थानांवरच रेंगाळत असतात. मला ठाऊक असलेल्या अन्य अनेक देशांपेक्षा अशा तथाकथित मृतांच्या शक्तीचा प्रभाव इजिप्तवर नेहमीच जास्त असल्याचे मला जाणवते.

अबायडॉस येथील सेटीच्या मंदिरामध्ये असलेल्या स्तंभयुक्त सभामंडपाच्या सात भित्तिस्थानांपैकी एका भिंतीच्या खोबणीत मी पायावर पाय टाकून एकदा बसलो होतो, तेव्हा त्या अस्पर्शी विरासतीच्या अस्तित्वाचा मला नव्याने शोध लागला. भित्तिचित्रयुक्त भिंतींवरून काही निराळ्याच आकृती माझ्याकडे टक लावून पाहत असल्याचे मला जाणवले. घेवड्याची शेते व उसाच्या शेतीतून जाणाऱ्या पायवाटांवरून दोन तास मी रपेट मारली होती. पहाटेच्या सुखद, ताज्या आणि नवसंजीवनी देणाऱ्या हवेचा अनुभव नुकताच घेऊन मी आलो होतो. पहिल्या सेटी फॅरोने बांधलेल्या जुन्या मंदिरातील गर्भगृहाचा उंबरठा मी ओलांडला आणि भूतकाळाची एक अजब जाणीव माझ्यामधून सरसरत गेली. मी तिथे बसलो तेव्हा त्या जुन्या काळाची दर्शनेच जणू माझ्या डोळ्यांसमोरून सरकत गेली.

दगडी रस्त्यावरून जुनी मिरवणूक जात असल्याचे मी क्रियाहीन होऊन पाहिले. वेदीच्या कक्षाकडे लयबद्ध रीतीने ती मिरवणूक निघालेली होती. त्या प्राचीन पुरोहित यातूकारांच्या

अस्तित्वाचा एक ठळक ठसा मला जाणवला. (प्राचीन गूढविद्येला यातुविद्या म्हटले जाते.) त्या पुरोहितांनीच तर ओसिरीस या देवाचे आशीर्वाद आणण्यासाठी त्या मंदिरस्थानाला आपला केंद्रबिंदू बनवले होते. ओसिरीस हा देव तिहेरी तुरे असलेले उंच शिरोभूषण परिधान केलेला असा दाखवला जाई. शतकानुशतके त्या पुरोहितांचे काही मंत्रोच्चार स्वर्गातूनही दुमदुमत राहिले होते. एक अज्ञात विशाल अस्तित्व माझ्यासमोर उलगडून मला मोहित करू लागले. त्याच्या उदात्त पंखांखाली मला जाणवले, की आपल्या बोटांतून वाळू जशी घरंगळत जाते, तसे लौकिक इच्छांनी युक्त असे माझे मर्त्य अस्तित्व कुठेतरी घरंगळून जाऊ लागले आहे.

अभिजात भूगोलतज्ज्ञ असलेल्या स्ट्रॅबो यांनी त्यांच्या विस्मृत झालेल्या युगाबद्दल सुयोग्य शब्दांत वर्णन करताना म्हटले आहे. 'अबायडॉस येथे ओसिरीसची पूजा केली जाते; परंतु मंदिरात कोणी गायक नसतो; वादक नसतो; सायथारा हे वाद्यही कुणी वाजवत नाही.' वस्तुतः ईश्वरोपासनेमध्ये ईश्वराच्या सन्मानाप्रीत्यर्थ सायधारा हे वाद्य वाजविण्याची रूढी आहे, पण इथे तसे होत नाही. मंदिराच्या सभागृहाच्या शुभ्र भिंतींवर शांती पसरलेली होती. ती शांती स्वप्नाळू होती आणि बाह्य जगास तिचे आकलन होणेही कठीण होते. मार्थाने तिच्या चुकीबद्दल येशूकडून बोलणी खाल्ली; तर मेरीला तिच्या शांत आणि चिंतनशील स्वभावाबद्दल येशूकडून प्रशंसा प्राप्त झाली. ध्वनीचा गदारोळ आणि उत्तेजित मनोवस्थेत आपल्याला कधीही उत्तम क्षण सापडत नसतात. आपल्या अंतर्यामी जेव्हा प्रशांती हलक्या पावलांनी उतरते, तेव्हा आपण आनंद, बुद्धिमत्ता आणि दैवी शक्तीबरोबर तादात्म्य साधू शकतो.

भिंतीतील छोट्याशा खोबणीत मी आरामात पाय मुडपून बसलो होतो. कदाचित तिथे हजारो पिढ्यांपूर्वी मंदिरातील एखादा सावळ्या वर्णाचा पुरोहितही बसला असेल. त्याच्याच मंत्रोच्चारांचा जादुई प्रभाव अलगदपणे माझ्यावर जणू पसरत होता. वा! काही काळ पूर्ण एकटे असणं आणि विविध ध्वनींचे ठसे विसरणं किती छान असतं बरं! आपला स्वार्थ, अटळ असलेल्या धारणा, गैरसमजुती, निष्फळ द्वेषभावना आणि कडवट तिरस्कार अशा मनोवस्था जेव्हा आपण अज्ञानी, असंस्कृत माणसांच्या जगात जातो, तेव्हा नागाप्रमाणे फणा वर काढतात, आपला प्रभाव टाकतात. त्या नकारार्थी भावना विसरून जाणं किती छान असतं. अशा जगात परत तरी कशाला जायचं, असा प्रश्न मला पडला?

साधारणतः आपण एकांताला शाप समजतो; पण समज प्राप्त झाल्यावर आपल्याला तोच एकांत वरदानाप्रमाणे वाटतो. आपल्या स्वप्नांचा एव्हरेस्ट पर्वत आपण चढलाच पाहिजे आणि एकान्तवासाच्या शिखरांचा आस्वाद घ्यायला शिकलं पाहिजे. आपण जर गर्दी-गदारोळात आत्म्याचा शोध घेतला, तर आत्म्याला फक्त हरवून बसतो. सत्याचा

शोध घ्यायला गेलो तर मोठ्या प्रमाणात आपल्याला अप्रामाणिकताच सापडते.

समाज म्हणजे केवळ शरीर नसतो; त्यात आत्म्याचा भावही असतो. एखाद्या विशाल दिवाणखान्यात जवळपास चाळीस एक माणसं उपस्थित असतील आणि तिथे एखादी संध्याकाळ व्यतीत केली, तरी सहारा वाळवंटात एकाकी असल्याप्रमाणे, एकटेपणाचा मनोभाव घेऊन आपण बाहेर पडू शकतो. शरीरे एकमेकांच्या संपर्कात येऊ शकतात; परंतु हृदय आणि मनं दूर असतील तर आपण एकाकीच असतो. एखादे उदाहरण घ्यायचे झाल्यास आपण असे म्हणू, की एखादा मनुष्य आपल्याला त्याच्या घरी कर्तव्यबुद्धीने बोलावतो, औपचारिक रीती-रिवाजांनुसार ते शोभून दिसतेही. मात्र आपण त्याच्या घरी पोहोचतो. तेव्हा खऱ्या अर्थाने आपला यजमान आपल्या स्वागतासाठी तिथे नसतो. त्याचं फक्त शरीर तिथं उपस्थित असतं. मनापासून त्याला तिथं उपस्थित राहणं आवश्यक वाटत नाही. इतकी आपली मनं दूर गेली आहेत हे त्याला चांगलंच ठाऊक असतं. अशा ठिकाणी मग ओळख, परिचय करून देण्याचा सोपस्कार जरी पार पडला तरी खरी ओळख होत नसतेच. ज्याला ईश्वरानंच अलग केलेलं आहे, त्याला माणूस कसं काय एकत्र आणू शकणार!

एका स्वर्गीय साम्राज्यात जाण्याचं तिकीट मी काढलं होतं. ते साम्राज्य असं महान होतं, की लौकिक जीवनातील क्षुल्लक आणि कस्पटासमान गोष्टींना तिथं मुळीच थारा नव्हता. मग मी काय माझ्या बांधवांचा द्वेष करणारा होतो का? जो आपल्या बालकांसह खेळतो आणि आपली संपत्ती गरिबांमध्ये वाटून टाकतो, त्याला मानवद्वेषी असं कसं बरं म्हणता येईल?

अनावश्यक चिंतांपासून मुक्त होऊन नीरव, शांत अशा आपल्या एकाकी अस्तित्व असलेल्या ठिकाणाने बहाल केलेले आशीर्वाद आपणही निर्लेप होऊन का बरं स्वीकारू नयेत? तसे राहण्यासाठी अबायडॉसचे मंदिर ही एक जागा नव्हती काय?

मानवजातीकरिता एखादा शुभसंदेश घेऊन परत येता यावे, उन्नत जीवन जगता यावे म्हणून जेव्हा एखादा माणूस समाजापासून संन्यस्त होतो, तेव्हा आपण किती तिरस्कार व्यक्त करतो. मला अत्यंत आदरणीय असलेल्या व्यक्तींनी माझ्याकडून जी प्रतिज्ञा घेतली होती, तिची मला आठवण झाली. ज्ञानामुळे मला कधीच दुःख वाटले नाही. मात्र जेव्हा मला जगाचा उबग येतो, तेव्हा माझ्या आध्यात्मिक अस्तित्वाच्या विहिरीत मी खोल बुडी घेतो. त्यानंतर पुन्हा नवी स्फूर्ती घेऊन, प्रशांत होऊन, समाधानी तसंच आनंदी अवस्थेत परत येतो. त्या महान, पवित्र अशा शांततेत मला ईश्वराचा आवाज स्पष्टपणे ऐकू येतो; या शांत, नीरव मंदिराच्या आतही मला, लुप्त देवांचे क्षीण आवाज जाणवत होते. आपण जेव्हा लौकिक जगाकडे परत फिरतो, तेव्हा छाया आणि जटिलतेत हिंडत राहतो, पण आपण जेव्हा अंतर्यामी वळतो, तेव्हा उदात्त निश्चितता आणि शाश्वत परमगतीच्या विश्वात वावरू

लागतो. बायबलमधील भजनपंक्तीत म्हटले आहे, 'शांत राहा आणि मी ईश्वर आहे हे जाणून घ्या.'

एकटे राहायची कलाच आपण हरवून बसलो आहोत. त्यामुळे एकटे असताना काय करायचे, असा प्रश्न आपल्याला पडतो. आपल्या अंतर्यामी असलेल्या शक्ती वापरून स्वतःला आनंदात कसे ठेवायचे, हेच आपल्याला कळत नाही. म्हणून आपल्याला तात्पुरते जे आनंदी करू शकतात, त्या मनोरंजन करणाऱ्या व अन्य तशा माणसांना आपल्याला पैसे द्यावे लागतात. आपल्याला एकटं राहता येत नाही, एवढंच नव्हे, तर आपल्याला शांत-स्थिरदेखील राहता येत नाही. तरीही, जर का एखाद्या शरीरमुद्रेत आपण काही काळ स्थिर राहू शकलो आणि योग्य प्रकारे आपल्या मनाचा वापर करू शकलो, तर निश्चितपणे एक स्वीकारार्ह, गंभीर असं समंजसपण मिळवता येतं. तसेच आपल्याला हृदयात खोल शांतीचा अनुभवही घेता येतो.

मी तिथे जवळ जवळ दोन तास शांतपणे विश्रांती घेतली. क्षणांचे घड्याळ टिकटिकत पुढे जात होते. मी परत डोळे उघडले...

त्या सभागृहात असलेले उभ्या रेघांच्या आकृत्या मिरवणारे अजस्र खांब आणि त्यांच्या आधाराने उभे असलेले अवजड छत यांकडे मी दृष्टिक्षेप टाकला. एक विशाल घुमट डोक्यावर घेऊन उभे असलेले ते खांब म्हणजे विशाल अशा पॅपिरसच्या वनस्पतीचे दांडे म्हणून शोभून दिसत होते. त्या खांबांच्या रेघा छतामधून ओघळून येणाऱ्या सूर्यकिरणांमुळे जागोजागी उजळलेल्या दिसत होत्या. त्यामुळे त्यांच्यावरील कोरीवकाम उठून दिसत होते. त्याच जागी फॅरो त्याच्या काळातील सन्माननीय अशा देवाच्या संगतीत उभा होता किंवा श्रेष्ठ अशा ओसिरीसकडे तो निघाला होता. भिंतीवर ओळीच्या ओळी भरून चित्रलिपी रेखाटलेली होती. चित्रलिपी वाचण्याची सवय नसलेल्या डोळ्यांना ती खचितच गूढ वाटली असती. ठळक पाया असलेले व चित्रलिपीयुक्त असे तिथले खांब स्वतः सेटीने पाहिलेले होते.

माझे ताठलेले पाय मिनिटभर मी जरा ताणले आणि मग त्या जागेत फेरफटका मारून येण्याच्या उद्देशाने मी उठलो. तिथले विशाल कक्ष आणि बंदिस्त गाभारे यांमधून चालू लागलो. शुभ्र, संगमरवरासारख्या चुनखडीच्या घोटीव भिंतीवर ३५०० वर्षांपूर्वी कलाकारांनी काढलेली निळ्या, हिरव्या, लाल आणि पिवळ्या रंगातील चित्रं अद्यापि ताजीतवानी दिसत होती.

भित्तिचित्रातील स्त्रियांची नाजूक, पारदर्शी रेखाटने कठोर काळाच्या हल्ल्यात कधी ना कधी तरी उध्वस्त होणारच होती. परंतु कठीण पृष्ठावर पाषाणात कोरलेल्या त्या चित्रांनी

काळालाही हरवलं होतं. प्राचीन काळात घोटून रंग तयार करणाऱ्या लोकांकडे काय बरं गुपित असेल? त्यांचे लाल सिंदूरी आणि स्वच्छ निळे रंग एवढे ताजे दिसतात काय? आणि तसे रंग आपल्याला का बरं बनवता येत नाहीत? जे उत्तम चित्रकारिता आणि सुंदर कोरीवकाम प्राचीन कारागिरांनी केले होते, त्या कामातील हलक्या छटा देखण्या होत्या. आज मी जिथं उभा होतो, विचार करत होतो, तिथंच उभे राहून त्या कारागिरांनी काम केले असेल आणि शुभ्र दगडावर, पाषाणावर लुप्त झालेल्या इजिप्तची गूढरम्य चित्रे रंगवली असतील. प्रत्येक ठिकाणी राजा श्रेष्ठ देवाचे अर्चन करून देवाचे आशीर्वाद घेत आहे, अशा प्रकारची प्रातिनिधिक चित्रे दिसत होती. या एकाकी वैशिष्ट्यपूर्ण मंदिरात एका ठराविक देवतेला अधोरेखित केले गेले नव्हते; तर प्राचीन इजिप्तच्या देवतासमूहातील अनेक देवतांचे चित्रण तिथे केले गेले होते. प्रत्येक देवतेचे एक देवघर होते; जिथे त्या देवतेची भित्तिचित्रे होती किंवा काही धार्मिक विधी सूचित करणारी कोरीवकामे होती. अर्थात ओसिरीस ही त्या सर्वांमध्ये प्रधान देवता म्हणून चित्रित झालेली होती. तिथे सात घुमटाकार खोल्या होत्या. त्यांच्यामुळे मोठे दगडी कप्पे निर्माण झालेले होते. एका चौकटीपासून दुसऱ्या चौकटीपर्यंत ते पोहोचत होते. होरस, आयसिस, टा आणि हाराक्टे या देवतांच्या सन्मानासाठी तसे होते.

वस्त्राने व्यापलेली आयसिस ही बुद्धीची मातृदेवता होती. तिच्या सर्व चित्रांमध्ये आईची मृदुता झळकत होती. चित्रात तिने हात लांब करून सश्रद्ध फॅरोच्या खांद्याला स्पर्श केल्याचे रेखांकित केले होते. जवळच तिची नाव तरंगत असल्याचे दाखवले होते व मध्यभागी कमलपुष्पांनी सुशोभित बारीक कोरीवकाम केलेले मंदिर होते. मित्रत्वपूर्ण पाणी आणि आज्ञाधारक वारा हे तिची नाव देव-देवता व आदरणीय पितरांच्या स्वर्गीय जगात घेऊन जाण्यासाठी उत्सुक होते. अशी चित्रे पाहून एखाद्या मूर्ख माणसाला वाटू शकेल, की अशा गोष्टींवर विश्वास ठेवण्याइतकी प्राचीन काळातील माणसे मूढ कशी काय होती? आज त्या देवता आणि स्वर्गीय म्हणून गणली गेलेली, तीन अथवा अधिक शिडांची पवित्र जहाजे लोप पावली आहेत. खरं तर ती जहाजे प्रतीकात्मक होती. प्राचीन जगात शिकलेल्यांना, समजणाऱ्या पवित्र चित्रमय भाषेचे ते घटक म्हणून होते, पण आधुनिक जगास त्या भाषेचे शून्य आकलन होते; परंतु दैवतकल्पना मात्र कल्पनासृष्टीपासून दूरच होत्या. माणसापेक्षा उन्नत अशा जीवांसाठी ईश्वराच्या अनंत विश्वात जागा असते. त्यांची नाम - रूपे विविध काळात जरी भिन्न असली तरी देवतांचे अंतरंगीचे स्वरूप मात्र बदलत नाही.

प्लुटार्कने म्हटल्याप्रमाणे मलाही वाटते, की 'जंगली समाज असो वा यूनानी लोक असोत; विभिन्न लोकांमध्ये विभिन्न देव नसतात. जसे, सूर्य, चंद्र, पृथ्वी, सागर आदी घटक साऱ्या लोकांची सामूहिक संपत्ती असतात. केवळ विभिन्न देशांमध्ये त्यांना विभिन्न नावांनी ओळखलं जातं इतकंच.'

वरकरणी पाहता प्राचीन लोक आपल्या दृष्टिपथावरून पुसले गेले असले, तरी त्यांचे काम मात्र लयास गेलेले नाही. ते ज्या आयामामध्ये परत फिरले आहेत ते आपल्या इंद्रियांच्या पल्याड असले तरी बऱ्याच अंशी आपण त्यांच्या प्रभावक्षेत्रात वावरतो, हे नक्की. त्यांच्या हाती काळजी घेण्यासाठी सोपवल्या गेलेल्या विश्वावर ते नजर ठेवून असतात. मानवाच्या उत्क्रांतीतील वळणांवर त्यांचे नियंत्रण असते. जरी ते दृश्यपणे लौकिक रूपे धारण करून आपल्यापुढे येत नसले तरी हे सर्व घडत असते. प्राचीन इजिप्तच्या नागरिकांप्रमाणे – देवता म्हणजे अतिमानवी अस्तित्वांचा एक गट असतो आणि त्या विश्वाची उत्क्रांती व माणसांचे कल्याण यांवर लक्ष ठेवून असतात. लोकांच्या विधिलिखिताला ते दिशा देत असतात आणि महत्त्वाच्या कामांमध्ये मार्गदर्शन करीत असतात – यावर माझा विश्वास आहे. अंतिमतः प्रत्येक व्यक्तीला आणि गोष्टीला सर्वोच्च अचूकतेकडे त्या देवता घेऊन जात असतात, यावर माझा विश्वास आहे.

मंदिरातील त्या सात शुद्ध वा पवित्र देवघरांनी अग्नी प्रज्वलित केल्याचे, पाणी शिंपडले गेल्याचे; धूप जाळल्याचे तसेच प्रार्थनामुद्रेत बसलेल्या लोकांनी पाहिले असेलच. मूर्तिपूजेकडे झुकलेले धार्मिक विधी, त्यांच्यात सहभागी होणाऱ्या लोकांचे आकलन आणि हेतू यांचेही साक्षीदार ती देवघरे होती.

बाह्य भौतिक कर्मकांड म्हणजे अंतर्यामीच्या मूल्यांना उत्तम पर्याय आहे, असं ज्या माणसाला वाटलं, तो केवळ मूर्तिपूजक बनला. दैनंदिन जीवनात आपल्या निर्मात्या ईश्वराला अर्पण करावयाचे त्याग आणि भक्ती यांचे स्मरण करून देण्याची प्रतीके म्हणजे ही कर्मकांड आहेत, असं ज्याने मानलं, तो धार्मिक अर्थाने सशक्त बनला. मात्र परंपरेने कर्मकांड करायचे कर्तव्य आणि त्यातून विद्येचे ज्ञान ज्याला बहाल केले होते, त्या पुरोहितावर मोठी जबाबदारी आलेली असे. कारण त्या कर्मकांडातील वस्तूंच्या एकत्रीकरणातूनच तो सैतानी अथवा दैवी शक्तींना आवाहन करू शकत असे, असा विश्वास होता.

कोणे एके काळी अगदी आतील भागात असलेली ती सात गर्भगृहे सोन्याने मढलेली अशी चमकत असतील. खरोखर इजिप्तमधील बहुतेक मंदिरे आतून अगदी प्रशस्त असत शिवाय सामान्य जनतेला आतील गर्भगृहांमध्ये प्रवेश करता येत नसे. मंदिरांच्या त्या संस्कृतीत धर्माचे स्वरूप विशेष होते आणि पुरोहितांचीही विशेष मध्यवर्ती भूमिका असे. मशीद व चर्च या ठिकाणी असलेला मोकळेपणा मला आठवला. मग सत्तासामर्थ्य मिळवण्याच्या व टिकविण्याच्या प्रयत्नांमध्ये अतिरेक केलेल्या पुरोहितांना अंतिमतः आपला संपूर्ण प्रभाव कसा गमवावा लागला, याचा अर्थ ध्यानात आला. ''तुम्हाला जे विनामूल्य मिळाले आहे; ते तुम्ही विनामूल्य वाटून टाका'' हे विधान इजिप्तच्या त्या काळातील पुरोहितांना लागू नव्हते. त्यांनी घेतलं सगळं; पण देताना मात्र हात राखून व सावधगिरी

बाळगूनच परत दिलं.

*****

माझ्या मनात विचार आला, की काळाच्या पोटातील परिवर्तने कशी अद्भुत असतात! ज्या माणसाने ही जागा उभारली, त्या फॅरो सेटीची संगमरवरासारख्या शुभ्र, नरम दगडाची शवपेटिका, तीन हजार मैल अंतरावर असलेल्या, लंडनमधील लिंकन्स इन फिल्ड, येथील लहानशा संग्रहालयात विसावली आहे, तीही लंडनमधील वकील आणि भू-संपत्ती अभिकर्त्यांच्या सहवासात! अजून जर जमिनीच्या आत शंभर फुटांवर ती शवपेटिका पुरली गेली असती तर बिस्केच्या खाडीतून तिची जी वादळी वाहतूक झाली, तिच्यातून तिची सुटका झाली असती.

वरती निळे आकाश रंगविले होते आणि त्यावर असंख्य ताऱ्यांचे ठिपके रंगवलेले होते, त्याकडे मी पाहिले. तेथील जाडसर छताला काळाच्या ओघात तडे गेले होते; त्यातूनच आकाशाचा अचूक अंडाकृती आकार दिसत होता. मला पुन्हा जाणवले, की इजिप्तमध्ये आकाशाचा जो उत्कट निळा रंग दिसतो, तसा जगात अन्यत्र कुठेही दिसत नाही. धुळीनं माखलेल्या तिथल्या ओसरीत मी शिरलो. प्रसिद्ध अशा अबायडॉसच्या लेखशिलेचा मी अभ्यास केला. फॅरो सेटीच्या काळापर्यंत झालेल्या सर्व राजांचा उल्लेख तेथील चित्रलिपीच्या यादीत आढळतो. इजिप्तचा इतिहास जाणून घेण्याच्या दृष्टीने पुरातत्त्वविद्येच्या अभ्यासकांना त्या लेखशिलेची मोठी मदत झालेली आहे. त्यात स्वतः सेटीचे चित्रमय रेखाटन आहे. रामासिस हा त्याचा धाकटा मुलगा त्याच्याबरोबर दिसतो. त्यांच्या शहात्तर पूर्वजांना ते आदरांजली अर्पण करीत असल्याचे दाखवले गेले आहे. फॅरोचे राजबिंडे मस्तक, ठळक अंगलक्षणे आणि अभिमानी, कणखर व्यक्तिमत्त्व त्या चित्रांत उत्तम व्यक्त झालेले दिसते. मंदिरात जागोजागी पसरलेल्या मऊ वाळूवरून पावले टाकत मी पुढे गेलो. तेथील भिंतीवरील उभार चित्रे, शाही अलंकरणाने युक्त अशा चित्रांच्या किनारी, चित्रलिपी - म्हणजे हायरोग्लिफच्या देखण्या सरळ रेषा दगडात सुबकपणे कोरल्या गेलेल्या मी पाहत होतो.

त्यात ससाण्याचे मस्तक व मानवदेह धारण केलेला होरस, चौकोनी सिंहासनावर ताठ अशा पाठीच्या आसनावर बसलेला दाखवला होता. त्याने त्याच्या दोन्ही हातात इजिप्तची तिहेरी प्रतीके धारण केली होती. ती म्हणजे, धान्य झोडपण्याच्या काठीसारखा चाबूक, धनगराचा आकडा आणि अनुबिसचा दंड. ही तीन प्रतीकं खऱ्या राजसत्तेची प्रतीकं होती. चाबूक म्हणजे शरीरावर पूर्ण संयम व नियंत्रण. आकडा म्हणजे भावनांवर संयम आणि कोल्ह्याच्या मस्तकाचा आकार वरती धारण करणारा दंड म्हणजे विचारांवर संयम होय. भरीव चौकोनी राजसिंहासन म्हणजे भूमीवर पूर्ण सत्ता असल्याचे प्रतीक होते. त्याचा चौकोनी आकार म्हणजे नेहमी सर्व तोल सांभाळून वागायची पद्धती सूचित करणारा होता.

त्यावरून आधुनिक काळातील संप्रदायात 'सन्माननीय आचरणाची रीत' सूचित करणारा शब्दप्रयोग अस्तित्वात आला. फ्रीमेसन या गूढ संप्रदायाची मुळे बऱ्याच प्राचीन काळात रुजलेली आहेत. या मेसन विचारसरणीचे प्रतिबिंब सूचित करणारा प्राचीन पर्शियन शिलालेख असे सांगतो, 'हे चौकोनी सिंहासना, तुझा उपयोग होऊ दे.' भिंतीमध्ये चपखल बसणारा पाषाण हा मार्गावर कधी अडथळा बनत नाही. राजसिंहासनाच्या बाजूने मूठ असलेल्या फुल्यांची रेघ जाते. इजिप्तचे लोक आणि अन्य लोकांची गूढ उकलणारी ती प्रसिद्ध किल्ली होय. इजिप्तविद्या जाणकारांसाठी ती जीवनाची प्रतीके होत; परंतु अधिक खोल जाऊन आत्म्याच्या अमर जीवनात प्रवेश करण्याची ती प्रतीके होती.

प्राचीन इजिप्तमधील दीक्षार्थींसाठी स्व-संयम साधणे हे सर्वोच्च ध्येय होते. त्यामुळे जी जी व्यक्तिचित्रणे आपल्याला भित्तिचित्रांत आढळतात, त्यातील व्यक्तींच्या चेहऱ्यावर आपल्याला शांत, धीमे भाव आढळतात. होरसपुढे भक्त उभा असलेला दिसतो. राजा हात लांब करून पात्रात असलेल्या प्रफुल्लित कमलपुष्पांवर पवित्र पाणी शिंपडताना चित्रित केलेला दिसतो.

अन्य अनेक प्राचीन देशांप्रमाणे कमलपुष्प हे इजिप्तचे पवित्र पुष्प होते. प्रफुल्लित कमलपुष्प म्हणजे माणसाच्या जागृत चैतन्याचे सुंदरपणे व्यक्त झालेले प्रतीक होते. आपल्या

छायाचित्र १०.२ तिहेरी राजदंड : (डावीकडून उजवीकडे) धनगराचा आकडा, अनुबिस वापरीत असलेला दंड आणि मोगरीचा चाबूक. लेखकाच्या संग्रहातून

छायाचित्र १०.३ तिहेरी राजदंड धारण करून बसलेल्या होरसच्या अर्चनेकरिता कमलपुष्पांना पाणी घालत असलेला फॅरो सेटी. लेखकाच्या संग्रहातून

आत्मिक चैतन्याच्या वाढीसाठी आणि विकासासाठी राजा सातत्याने प्रयत्न करतोय, असे त्या कोरीवकामातून व्यक्त केले गेले आहे. आपल्या कमरेभोवती राजाने त्रिकोणी कमरपट्टा असलेले वस्त्र धारण केल्याचे दाखवले आहे. आजही फ्रीमेसन या गूढ संप्रदायातील लोक अशा प्रकारची प्रतीकात्मकता दाखवणारे वस्त्र धारण करतात. मंदिरात आपल्या आध्यात्मिक गुरूसमोर धार्मिक संस्कार करणारा फॅरो जसा कोरला गेला आहे, तसेच आधुनिक अशा विसाव्या शतकातील फ्रीमेसन संप्रदायाची माणसे लॉजमध्ये – म्हणजे त्यांच्या अधिकृत धर्मस्थळी आपल्या पूजनीय गुरूच्या सहवासात धर्मविधी करतात. फ्रीमेसन संप्रदायाच्या अंतर्गत गुप्त संस्कारविधींच्या इतिहासाच्या संदर्भात ओसिरीय धर्मप्रणालीचे अबायडॉस हे पहिले स्थान फ्रीमेसन लोकांच्या पहिल्या ग्रँड लॉजचे आदिस्थान मानायला हवे. त्यामुळेच फ्रीमेसन संप्रदायाचे प्रेरणास्थान अबायडॉस समजायला हवे.

प्रशस्त खांबांमधून वाट काढून मी चाललो होतो. त्या वेळी जुन्या छपरांमधून सातत्याने चिमण्यांचा चिवचिवाट माझ्या कानावर पडत होता. मी मंदिरातून बाहेर पडलो आणि पश्चिमेकडे वळून उतरत्या, भूमिगत जाणाऱ्या मधल्या रस्त्याकडे दारातून निघालो. तेथील भिंतींवर 'द बुक ऑफ द डेड' शीर्षकाच्या – इजिप्तच्या प्राचीन प्रमुख ग्रंथातून घेतलेले उतारे व आकृत्या आलेखित होत्या. उत्खनित अशा एका कक्षामध्ये हा रस्ता पोहोचत होता. फॅरो सेटीच्या स्मृतिखातर हे कक्ष उभे केले गेले असावेत, असं पुरातत्त्वविद्यातज्ज्ञांनी गृहीत धरले होते.

संपूर्ण वास्तूचं रूप प्राचीन होतं; जमिनीतून जवळ जवळ चाळीस फूट खोल खणून काढून ती वास्तू उभी केली गेली होती. मध्यवर्ती कक्षाचे छत आढे व पाखीतील त्रिकोणी आकाराचे होते. शिवाय त्याचा आकार अवाढव्य शवपेटिकेप्रमाणे होता. छतावर नाजूक कोरीवकाम होते आणि त्यात 'शू' ही वायुदेवता मृत फॅरोला पृथ्वीवरून वर उचलून घेऊन आपल्या हातांनी संरक्षण देते आहे, असे दाखवले होते. या चित्रात नक्कीच काहीतरी गहन अर्थ दडलेला आहे, असे मला वाटले. एकंदर ती संपूर्ण वास्तू चित्तवेधक होती. अजस्र दगडांनी ती बांधलेली होती. पाण्याने भरलेल्या खंदकाने सर्व भुयारी भाग वेढलेला होता. मध्यभाग त्यापासून निराळा केला होता. एक अंदाज असा वर्तविला जाई, की हा खंदक एखाद्या गुप्त अशा भूमिगत कालव्याद्वारे नाईल नदीशी जोडला गेला होता. ग्रेट पिरॅमिडच्या खालीही अशीच जागा अस्तित्वात असल्याचे हिरोडोटस या ग्रीक इतिहासकाराने वर्णन केले होते. ही माहिती त्याला काही पुरोहितांकडून मिळाली होती, परंतु त्याच्यासाठी सबळ असा पुरावा अद्यापि मिळालेला नव्हता. भूमिगत कक्ष खोदून काढल्यानंतर अबायडॉसचा जो भुयारी भाग तयार केला गेला होता, तो वैशिष्ट्यपूर्ण होता. तो खरोखरीच फॅरो सेटीने त्याचे स्मरणस्थळ व्हावे या हेतूने बांधला होता. परंतु तो मूलतः एखाद्या अन्य महत्त्वाच्या

हेतूसाठी वापरला जात असावा, असे माझ्या अंतर्मनातील भाव सांगत होता. तो हेतू काय असावा बरं? त्या वेळेपुरता तरी तो प्रश्न मी बाजूला टाकला.

मी परतलो व खांबांनी युक्त प्रांगणात सावलीमध्ये असलेल्या एका शिळेवर बसलो. जुन्या परंपरेच्या कथनानुसार, मानव-देवता ओसिरीस याला अबायडॉस येथील शाही दफनभूमीत दफन केले गेले होते. या जागेत प्राचीन काळातील थिनिसची दफनभूमी होती. नेफरहोटेप या राजाने नोंद करून ठेवले होते, की जेव्हा त्याने फॅरोचा राजदंड स्वतःच्या हाती घेतला, तेव्हा अबायडॉस येथे दगडी कोरीवकामांचे अस्ताव्यस्त पडलेले मोठे ढीग सापडले. नंतर नेफरहोटेपने हेलिओपोलिस येथे असलेल्या पुरोहितांच्या ग्रंथालयात संशोधन करून प्राचीन काळात त्या जागी उभ्या असलेल्या प्राचीन अशा ओसिरीसच्या मंदिराचे लेखागार व नोंदी शोधून काढल्या. त्या प्राचीन नोंदीचा अभ्यास करून त्याला काळाच्या पोटात लुप्त झालेले विधी पुनर्जीवित करता आले. नेफरहोटेपच्या पुढच्या वंशजांनी त्या नोंदींचा उपयोग करून तेथील अवशेषांपासून उत्तम वास्तू उभी केली. घरांच्या मधेमधे ती मंदिरे उभी होती. मात्र काळाने यथावकाश त्या साऱ्यांचाच घास घेतला.

त्या जुन्या प्रारंभिक काळातील इजिप्तमध्ये ओसिरीसच्या गूढकथा या धर्मातील महत्त्वाचे अंग होते. ओसिरीसचा पूर्ण सन्मान करण्याच्या बाबतीत अबायडॉस सर्वांत जास्त पवित्र ठिकाणांमध्ये पहिली होती. त्यामुळे अबायडॉस सर्वांत जास्त पवित्र तीर्थस्थळ बनले. त्या प्राचीन काळाच्या सुगंधित आध्यात्मिक लहरींची कंपने मलाही जाणवली होती. त्या देखण्या जागेत कोणे एके काळी सारी दैनंदिन कर्मकांडे पार पाडली जायची, म्हणून ते स्थान सेटी या राजाचे बनले. अर्थात त्या कर्मांच्या औपचारिकतेशिवाय मला तेथील वैशिष्ट्यपूर्ण वातावरण जाणवले होते. कारण अबायडॉसच्या इतिहासाचे खुद्द ओसिरीसच्या इतिहासाशी नाते होते. त्याचा काळ आपल्याला अज्ञात वर्षांच्या अशा कालदर्शिकेत घेऊन जातो, जणू तिथली वर्षं विलीनच झाली आहेत. इजिप्तच्या उगमाचा काळ प्रागैतिहासिक ठरणारा होता. फॅरोंच्या उदयापूर्वी घडलेल्या त्या युगाच्या नोंदीही कुठे नाहीत. तो काळ असा होता, की जेव्हा देवांची अस्तित्वे माणसाच्या ज्ञानाच्या कक्षेतून हद्दपार झालेली नव्हती. इजिप्तविद्येचे इतिहासकार म्हणतात तसे त्या काळात यक्ष देवतांनी माणसांवर राज्य केले होते. कुठल्या तरी अनाम अशा मानस कंपनांच्याद्वारे प्रागैतिहासिक अबायडॉसच्या उदात्त लहरी अजूनही इथल्या वातावरणात रेंगाळत होत्या. एखाद्या संवेदनशील माणसाकडून त्या लहरी आत्मसात करता येऊ शकतात, ही गोष्ट किती अद्भुत होती, असा विचार माझ्या मनात डोकावून गेला.

संपूर्ण इजिप्तमध्ये अबायडॉस, या ठिकाणी ओसिरीसचे पहिले आणि मुख्य मंदिर उभारले गेले; पण ओसिरीस होता तरी कोण? ऐतिहासिक पुराणकथा त्याबद्दल अद्भुत

आणि अतुलनीय असं मिथक सांगते. त्या मिथकानुसार ओसिरीसची हत्या झाली आणि त्याचे विखुरलेले अवयव पुन्हा जोडले गेले होते.

मी मनाच्या तळाशी जाऊन सखोलपणे या समस्येबाबत विचार करून उत्तराची वाट पाहू लागलो...

मूक भूतकाळाच्या पोटातून उत्तर आले. ॲटलांटिस येथील एका थोर व्यक्तीने आपल्या परिचितांमधील व नातेवाइकांमधील लहान पिढीच्या दृष्टीने नवीन जागा, वसाहत निर्माण होण्याची गरज ओळखून तो त्या साऱ्यांना पूर्वेच्या दिशेने म्हणजेच इजिप्तच्या दिशेने घेऊन गेला. त्याच्या अंगी अपार सामर्थ्य असल्याने तो दुय्यम स्तरावरील किंवा यक्ष देवतांच्या रांगेत गणला जाऊ लागला होता. त्यामुळे त्याच्या प्रजाजनांसाठी तो फक्त एक लौकिक राजा नव्हता तर ईश्वरही होता. लयाला गेलेल्या त्या महाद्वीपातून त्याने सरळहृदयी प्रजाजनांना बाहेर काढले होते. त्या वेळी खरं तर त्यांची सभ्यता चरमबिंदूला पोहोचलेली होती. जुनं जग लयाला जाण्याच्या बराच काळ आधी ईश्वरच तर नव्या भूमीची रुजवात घालत असतो.

ॲटलांटिस नष्ट होण्याच्या आधी विद्वान लोकांचे गट तेथून स्थलांतरित झाले. जे लोक पाश्चात्त्य साम्राज्यात येत होते, ते मध्य व दक्षिण अमेरिकेकडे गेले. जे लोक ॲटलांटिसच्या पूर्वेकडील साम्राज्यात होते, ते आफ्रिकेच्या दिशेने गेले. तिथं त्यांनी महान इजिप्तचा पाया घातला.

ते लोक वक्राकार नौकांमधून निघाले होते, त्यांना विशेष परिचित नसलेल्या पूर्वेकडे त्यांच्या नौकांचा अग्रभाग होता. वाटेत वेगवेगळया ठिकाणी विविध वेळी युरो-आफ्रिकन किनाऱ्यांवर त्यांनी वसाहती स्थापल्या. परंतु थेट ओसिरीसच्या मार्गदर्शनाखाली निघालेला गट प्रागैतिहासिक इजिप्तकडे गेला. नाईल नदीतून प्रवास करण्याआधी त्यांनी किनाऱ्यावर जरा विश्रांती घेतली. वाटेत त्यांना प्रारंभिक काळातील अटलांटिय लोकांनी निर्मिलेले तीन पिरॅमिड व स्फिंक्स लागले. ओसिरीसने थांबायला सांगेपर्यंत ते पुढे जात राहिले. सध्याच्या अबायडॉस या ठिकाणाच्या जवळच ते शेवटी थांबले. उत्तर इजिप्तमध्ये आधीच आदिम जनसमूह राहत असल्याचे त्यांना आढळले. त्या लोकांनी या नव्या लोकांना शांतिपूर्वक पद्धतीने स्वीकारले. नव्या लोकांच्या श्रेष्ठ संस्कृतीमुळे त्यांचा प्रभाव या आदिम जनसमूहावर आपसूक निर्माण झाला आणि त्यांनी या नव्या लोकांची सत्ताही मान्य केली. अशा प्रकारे इजिप्तच्या कनिष्ठ सभ्यतेचा उदय झाला. ओसिरीसने त्याच्या लोकांचा निरोप घेईपर्यंत त्याने धार्मिक गूढवादी तत्त्वांचा पाया घातला. ओसिरीसने त्याचं नाव, योगदान आणि संदेश यांचा वारसा प्रदीर्घकाळ टिकेल असे काम लोकांसाठी करून ठेवले. अशा प्रकारे

प्रागैतिहासिक इजिप्तमधील स्त्री-पुरुष हे सुसंस्कृत आणि सभ्यतेचा वारसा घेतलेले होते. लंडनमधील जग त्याच्या दलदलीतून वर येण्याच्या कितीतरी प्राचीन काळी हे घडलं होतं. ओसिरीसच्या मृत्यूनंतर बऱ्याच वर्षांनी, जेव्हा सांगितलेला धर्म पुनर्जीवित व संहिताबद्ध करण्याची वेळ आली, तेव्हा यक्षदेवतेसारख्या असलेल्या, थॉथ नावाच्या अन्य एका महान अध्यापकाचा उदय झाला. साइस या ठिकाणी त्याने ओसिरीस गूढांचं उपासनेसाठी दुसरं केंद्र निर्माण केलं. प्रागैतिहासिक इजिप्तमध्ये वसत असलेल्या आदिम समाजाच्या साक्षीनं या सर्व घटना घडल्या होत्या.

पण मग ओसिरीसच्या हत्येची दंतकथा कधी बरं प्रसृत झाली?

मला या प्रश्नाचं उत्तर तसं सहज स्पष्टपणे मिळालं नाही. त्यामुळे मी अधिक चिंतन केल्यानंतर त्याची वाट पाहण्याचं ठरवलं.

विषम अशा त्या पाषाणशिलांमधून मी वाट काढत परत फिरू लागलो. त्या पाषाणशिलांचा मूळ भाग फार पूर्वीच झिजून गेला होता. कोणे एके काळी त्या शिला सुंदर कोरीवकामाने अलंकृत होत्या; पण आता काळाच्या ओघात तेथील मार्गावर प्राचीन काळातील एकही दगड शिल्लक राहिला नव्हता. तेथील देखण्या खांबांवर मी एकदा अखेरची नजर टाकली. त्यांच्या उभार टोकांवर सुंदर कोरीव पाषाणाचे छत अनेक शतके विसावून होते. शिवाय अद्यापही ते खांब त्यांच्या छताला डौलदारपणे पेलत उभे होते. त्या प्राचीन मंदिरातील माझी भटकंती येथे पूर्ण झाली.

मी तेथील प्रांगणातून निघालो. मंदिराच्या आवारातून बाहेर पडल्यावर दुपारच्या सूर्यप्रकाशाच्या महापुरात मी प्रवेश केला. दगड आणि धूळ यांतून वाट काढत मी निघालो. दगडांचे तुकडे आणि वाळूचे ढीग, आकारहीन शिल्पांचे तुकडे, काटेरी झाडांचे पुंजके आणि टोकदार अशा कॅमल थॉर्न झाडांमधून वाट तुडवत मी निघालो होतो. ओसाड पडलेल्या त्या वास्तूकडे मला नीट दृष्टिक्षेप टाकता येईल असे एखादे स्थान येईपर्यंत मी चालतच होतो.

साध्या शुभ्रतेने ती वास्तू उभी होती; तिच्या पुढील भागाची राखण करीत बारा भग्न स्तंभ पहाऱ्यात होते. साधी, अरुंद प्रवेशद्वारे दिसत होती. त्या वास्तूच्या परमसमृद्धीच्या काळात ती किती वेगळी आणि भव्य दिसत असेल! इजिप्तमधील वास्तुकला ही याजकीय कला होती. याजकीय म्हणजे त्या कलेवर धर्माचा प्रभाव होता. त्या वेळच्या शिल्पकारांनी आणि कलाकारांनी त्यांच्या देखण्या कलाकृतींच्या माळा, धर्माच्या धाग्यात गुंफलेल्या होत्या.

''याच्या आत असलेला राजवाडा खऱ्या सोन्याच्या तजेलदार कलाकुसरीने युक्त आहे. हा राजवाडा जेव्हा लोक बघतात, तेव्हा त्यांची हृदये आनंदाने भरून येतात आणि

छायाचित्र १०.४ अबायडॉसमधील खांब.
(खांबावर उभारलेले दुसरे सभागृह)
लेखकाने घेतलेले छायाचित्र

सर्वजण त्याच्यापुढे नतमस्तक होतात. या जागेच्या उदात्ततेमुळे तेथील सौंदर्यात भर पडते. अरण्यात जसा पाइन वृक्ष असतो, तशी या ठिकाणची मोठे दारे आहेत''. आपल्या स्वतःच्या मोठ्या कृतीबद्दल अभिमानाने बोलताना फॅरो सेटी लेखशिलेखात म्हणाला, ''ही दारे सोन्याने मढवलेली आहेत आणि त्यांच्या पाठीमागचे घटक कांस्य धातूचे आहेत. अनूचे पाषाण असलेल्या उंच मनोऱ्यांवर ग्रॅनाइटचा वापर आहे. क्षितिजावर असलेल्या 'रा'पर्यंत (म्हणजे सूर्यदेवतेपर्यंत) त्यांचे सौंदर्य पोहोचत आहे.''

अशी होती अबायडॉस - ओसिरीस या देवतेची चिरविश्रांतीची भूमी. वस्तुतः इजिप्तमधील दफनांच्या गूढ संस्काराचे ते प्रथम केंद्र होते.

ओसिरीसच्या पहिल्या मंदिराच्या शेवटच्या वंशजाने उभारलेल्या या वास्तूच्या भग्न छतांमध्ये चंडोल पक्षी मधुर स्वरांत अजूनही गात होते. भूतकाळाची स्वप्नं वैयक्तिक पातळीवर पाहून मी आता परत उतरून खेड्याकडे चालल़ो होतो.

अतीव प्रिय असलेली जागा आता मला सापडली होती. एखाद्या अदृश्य हाताने अस्पर्श्य असा मंत्र माझ्यावर टाकल्याचे मला जाणवत होते. त्यामुळे मी पुनःपुन्हा त्याच ठिकाणी येणार होतो, हेही मला उमगलं.

लौकिक जीवनात आणि स्मृतीतही अशा जागा मला मोह घालून गुलाम करतात आणि माझी त्यातून सुटका नसते.

झरझर संपणाऱ्या काळाच्या ओघातून मला जर असे काही मोजके अमर्त्य क्षण पकडता आले तर मी व्यर्थ जगलो नाही, एवढं मला नक्की वाटतं.

अबायडॉस येथे मला तसे क्षण सापडले होते.

११

इजिप्तच्या मंदिरांमधील अंतर्तम धर्मरीती

मी नाईल नदीच्या प्रवाहाच्या अधिक वरच्या दिशेने प्रवास करीत गेलो. मग डेन्डेरा येथील हाथोर देवतेच्या मंदिरात चिंतनास मोठा वेळ दिला, तेव्हा मला ओसिरीसची हत्या झाल्याच्या दंतकथेच्या गूढामागील उत्तर उलगडले. इजिप्तमध्ये आढळणाऱ्या मंदिरांमध्ये हे मंदिर उत्कृष्टपणे संरक्षित आहे. पूर्वी मऊ वाळूने ते पूर्ण झाकले गेले होते आणि हजार वर्षांपेक्षाही अधिक काळ ते तसेच सुरक्षित राहिले. उत्तरेकडील एका अरुंद आणि झिजलेल्या सुंदर जिन्यावरून मी वर चढून गेलो. हा जिना वर चढून जाईपर्यंत, मी कडेच्या भिंतीवरील शिल्पदृश्ये विजेरीचा प्रकाश टाकून, थांबत थांबत, नीट पाहत वर चढत गेलो. मंदिराच्या मिरवणुकीचे – नववर्षाच्या उत्सवाचे – त्या सर्वांत जास्त महत्त्वाच्या विधींचे चित्रण त्या दृश्यांमध्ये होते. मिरवणुकीच्या अग्रस्थानी स्वतः फॅरो दाखवला गेला होता. गूढवादाचे आचार्य असलेले पुरोहित व अन्य ठरावीक धारक व्यक्तींना या वळणदार मार्गावरील शिल्पचित्रांमध्ये महत्त्वाचे स्थान होते. वास्तवात पूर्वी देखील याच पायऱ्यांवरून हे सारे जण गेले असतील. तिथल्या उदास अंधारातून त्या साऱ्यांसह मी स्वच्छ प्रकाशात वर बाहेर आलो आणि त्या विशाल पाषाणांपासून बनलेल्या छताच्या जरा बाजूलाच एकांती उभ्या असलेल्या लहानशा मंदिराच्या दिशेनं मी निघालो. छतावर एका कोपऱ्यात हाथोरची मस्तके असलेल्या खांबांच्या आधाराने ते मंदिर उभे होते.

मी आत शिरलो आणि ओसिरीसच्या गूढ धर्मविधींचा प्रयोग जिथं होत असे, त्याचेच हे गर्भगृह असल्याचे माझ्या लक्षात आले. अगदी उशिरापर्यंत म्हणजे टोलेमीच्या काळापर्यंत हे प्रयोग प्रचलित होते. तेथील भिंतीवर कोरीव उभार चित्रांमध्ये मोठ्या आसनावर ओसिरीस

बसलेला असून, त्याच्याभोवती विविध सेवक तसेच धूपदाने असल्याचे दाखवले होते. तेथे चित्रलिपी व भित्तिचित्रे यांच्याद्वारे ओसिरीसचा मृत्यू आणि पुनरुत्थान यांची संपूर्ण कहाणी सांगितली गेली होती. रात्रीच्या बारा तासांमध्ये कोणत्या प्रार्थना विभाजित करून म्हणायच्या असतात, हे पूर्णपणे तेथील शिलालेखांमध्ये लिहिलेले होते.

मी जेथे जमिनीवर बसलो, तो पूर्वी मंदिराचाच भाग होता. तेथे बसून मी त्या जुन्या दंतकथेवर चिंतन करू लागलो. मी माझ्या कल्पनाशक्तीला, विचारांना खूप ताणले आणि सखोल मनन केले. तेव्हा माझ्या मनात सत्य चमकले. शतकानुशतके त्या जुन्या कथेची अपभ्रष्ट रूपे अद्‌भुत कहाणीच्या रूपात बदलली जात. मग ओसिरीसच्या देहाची विभागणी व पुन्हा त्याचे अवयव जोडले जाण्याचे संदर्भ देत समाजमनात प्रसृत होत राहिली.

ग्रेट पिरॅमिडमधील राजकक्षात मला जो व्यक्तिगत अनुभव आला होता, त्यात रात्रीच्या अंधकारातून दोन श्रेष्ठ पुरोहित बाहेर आले होते. एका पुरोहिताने माझ्या देहाला संमोहित केले होते आणि माझ्यातील चैतन्य लौकिक देहाच्या खोळीतून मुक्त केल्याचे मला जाणवले होते. त्या अनुभवाची अचानक मला येथे आठवण होऊन उत्तराची किल्ली सापडली. त्या अलौकिक अनुभवाच्या वेळी माझा निद्रिस्त देह सम्मूर्च्छित अवस्थेत होता. त्यात फक्त सूक्ष्मपणे अचेतन श्‍वसन होत असल्याने जिवंतपणा होता; मात्र जो गाभा म्हणजे खरे चैतन्य असते, ते देहातून बाहेर पडले होते. आत्मा निघून गेलेल्या मृत माणसाप्रमाणे मी पडलेलो होतो. तरीही, माझा अनुभव जेव्हा संपला, तेव्हा मी लौकिक देहात परत आलो होतो आणि मृतत्वाचा अंश दूर झाला होता. तो अनुभव म्हणजे मूर्तिमंत पुनरुत्थान नव्हते काय? अन्य जगाचा अनुभव घेऊन स्थलज अस्तित्वाकडे परत येणे हे पुनरुत्थान नव्हते काय? मृत्यूचा अनुभव घेतल्यानंतर सचेतन अस्तित्व पुन्हा मिळाले नव्हते काय?

मला जे काही उत्तर गवसले होते, त्याची खात्री करण्यासाठी मी उठलो आणि पुन्हा एकदा भित्तिचित्रांचा अभ्यास करू लागलो. संपूर्ण शरीर ताणून पडलेला ओसिरीस वरकरणी मृत होता. ममी करताना वापरल्या जाणाऱ्या कापडामध्ये औषधी द्रव्यांचे लेप लावलेला त्याचा देह गुंडाळला गेलेला होता. मात्र तरीही एका अशा विशिष्ट धर्मसंस्काराची तयारी सुरू झाल्याचे दिसत होते, की जे संस्कार मृतासाठी नव्हेत तर सचेतन माणसाकरिता लाभदायक ठरू शकतील. होय, तिथे एका उमेदवाराचे संमोहित शरीर होते. धर्म-संस्कारात साहाय्यक असे ते पुरोहित होते आणि संमोहन प्रक्रियेला उपयुक्त ठरतील अशी धूपदाने तेथे होती.

तेथे रात्रीच्या वेळच्या प्रार्थनाही होत्या. कारण अशा प्रकारचे विधी नेहमी अंधार पडू लागल्यानंतर केले जात. दीक्षित उमेदवाराला वेगवेगळ्या कालावधीसाठी संमोहित केले जाई. त्याची तयारी जर वरच्या दर्जाची असेल तर त्याची संमोहनावस्था अधिक काळासाठी

छायाचित्र ११.१ हाथोर मंदिराच्या छतावर असलेले ओसिरीसचे गूढविद्येचे गर्भगृह. लेखकाच्या संग्रहातून

व अधिक प्रगाढ असे. शिवाय रात्रीच्या त्या काळात पुरोहित त्याच्यावर बारीक लक्ष ठेवून राहत.

प्राचीन व अनंत काळापासून अशाच प्रकारचे गूढविद्येचे धर्मसंस्कार केले गेले होते. पण त्यांचा अर्थ काय होता? ओसिरीसची हत्या म्हणजे, ज्या ज्या उमेदवाराला ओसिरीसच्या गूढांमध्ये सहभाग घ्यायचाय, त्या प्रत्येकाची वरकरणी झालेली हत्या असाच त्याचा अर्थ होता. गूढांचा प्रणेता असलेल्या ओसिरीसच्या चैतन्याशी एकरूप होण्याकरिता असे केले जात असे.

प्राचीन मंदिरांच्या वास्तुरचनांमध्ये नेहमी द्विस्तरीय आराखडा असे आणि प्रत्येक मंदिरात दोन भाग असत.

१) सर्वसाधारण धर्मासाठीचा एक भाग आणि २) गुप्त धर्मविधींसाठीचा दुसरा भाग. दुसरा भाग नेहमी वेगळा आरक्षित असे आणि गर्भगृहातील एका विशेष भागात तो स्थित असे.

या विधीसाठी आलेल्या उमेदवाराला संमोहनावस्थेत नेले जाई. त्यात प्रभावी धूपाचा वापर असे तर त्याच्या संपूर्ण शरीरावर संमोहक बिंदू असत, जादूच्या दंडाचा वापर असे. अशाने त्या उमेदवारास मृत्यूसम अवस्थेत नेले जाई, जिथे जिवंत अस्तित्वाची कोणतीही

झलक वा चिन्ह नसे. असे शरीर निष्क्रिय, जड राही, परंतु आत्मा मात्र चुंबकीय सूत्राने बद्ध राही. असा आत्मा अतीन्द्रियदर्शी अशा दीक्षारंभकर्त्याला दिसत असे. त्यामुळे काही काळापुरते सचेतन अस्तित्व वा हालचाली खंडित झाल्या तरी महत्त्वाची कार्ये मात्र सुरक्षित राहत असत. 'मृत्यू असं काही नसतं' हे उमेदवाराला शिकवणं, एवढा हेतू आणि लक्ष्य त्या धर्मविधीमागे असे. अत्यंत स्पष्ट आणि व्यावहारिक पद्धतीने उमेदवारास हा पाठ शिकविला जाई. म्हणजे मृत्यूची खरी प्रक्रिया आणि गूढ पद्धतीने अन्य विश्वात केला गेलेला प्रवेश यांचा अनुभवच त्याला दिला जात असे. ही सम्मूर्च्छावस्था एवढी प्रगाढ असे, की त्याला एखाद्या चित्रित व शिलालेखीय शवपेटिकेत ठेवून, तिचं झाकण लावून ते मोहोरबंद केलं जात असे. सर्व दृष्टीने, अशा उमेदवाराची हत्या होत असे!

सम्मूर्च्छावस्थेचा विशिष्ट कालावधी पूर्ण झाल्यावर, शवपेटिकेचे झाकण उघडले जात असे. मग सुयोग्य पद्धतींचा अवलंब करून त्याला पुनर्जागृत केलं जात असे. ओसिरीसच्या देहाचे विखुरलेले तुकडे एकत्र आणून त्याला पुन्हा जीवन प्राप्त करून दिलं गेलं. ही घटना म्हणजे वर उल्लेखिलेल्या संस्काराचा प्रतीकात्मक अर्थ होय. ओसिरीसचे अनुसरण करू इच्छिणाऱ्या एखाद्या उमेदवाराचे असे पुनर्जागृत होणे म्हणजेच ओसिरीसचे पुनरुत्थान होय!

मी ज्या गर्भगृहात उभा होतो, त्या ठिकाणी पूर्वी अनेकदा असे 'हत्येचे' व 'पुनरुत्थाना'चे प्रसंग घडलेले होते. दीक्षेसाठी आवश्यक तो सर्व जामानिमा व साधन-सामग्री तेथे उपलब्ध होती. उमेदवाराच्या सम्मूर्च्छावस्थेचा काळ पूर्ण झाला आणि तो पुनर्जागरणाच्या क्षणापर्यंत येऊन ठेपला, की त्याच्या निद्रिस्त चेहऱ्यावर उगवत्या सूर्याचे पहिले किरण अचूकपणे येऊन पडतील अशा ठिकाणी त्याला आणलं जात असे.

प्राचीन काळात इजिप्तमध्ये श्रेष्ठ दर्जाचे पुरोहित होते आणि सर्व वरिष्ठ पुरोहित हे संमोहनविद्या व सम्मूर्च्छाविद्या यांच्या गूढ विद्येत अत्यंत निष्णात होते, ही वस्तुस्थिती होती. ज्या लोकांवर ते या गूढविद्येचा प्रयोग करीत असत, त्या लोकांना ते अशी काही गाढ सम्मूर्च्छना आणत असत, की जणू मृत्यूच्या कठोर खाचेत मनुष्य पोहोचतोय, असे घडत असे. आधुनिक काळातील संमोहनविद्येपेक्षाही अधिक गोष्टी त्या वरिष्ठ पुरोहितांना करता येत असत. उमेदवारांचे शरीर सम्मूर्च्छित अवस्थेत असतानाही त्याचे मन जागे ठेवायचे ज्ञान, त्या पुरोहितांना होते. जागृतावस्थेत आल्यानंतरदेखील सम्मूर्च्छित अवस्थेतील अनुभवांचे स्मरण त्या व्यक्तीला राहत असे. अशा प्रकारे माणसाच्या आत्म्याच्या स्वरूपाचा ठसा त्या व्यक्तीच्या मनावर पडत असे. तात्पुरत्या बळाचा वापर करून त्याचा आत्मा त्याच्या स्वतःच्या शरीराबाहेर काढल्याने अन्य एका विश्वाच्या अस्तित्वाची जाणीव त्याला होत असे. ते आत्म्याचे विश्व म्हटले जाई. मग शवपेटिकेवर रंगवलेल्या चित्रांनी त्यातील प्रतीकात्मकता अधोरेखित केली जात असे. त्या शवपेटिकेच्या झाकणांवर

कोरून अथवा ममी - मृतदेहांच्या आवरण पेटिकांवर रंगवून किंवा पवित्र धर्मग्रंथांतील शब्दचित्रे रेखून, उडणारा असा एक लहानसा 'पक्षी-मानव' काढला जात असे. कधी कधी तो ममी-मृतदेहावरच विसावलेला दाखवला जात असे. मानवाचे मस्तक असलेल्या त्या पक्ष्याला माणसासारखे हात असत. ममीच्या नाकपुड्यांकडे तो एका हाताने निर्देश करताना दाखवला आहे. चित्रलिपीतील शैलीत 'श्वासा'ला प्रतिनिधित करणारे चित्र काढले जाई आणि त्याच्या दुसऱ्या हातात 'जीवन' सूचित करणारी गोल मूठ असलेली एक फुली असे. येथे दाखवल्याप्रमाणे काय किंवा पॅपिरसच्या गुंडाळीपत्रकांवर काय अथवा ग्रॅनाइट पाषाणावर कोरलेल्या लिपीतून काय, त्या चमत्कारिक चित्रलिपीचा अर्थ आत्म्यांच्या जगाचे अस्तित्व सूचित करणे, हाच होता.

इजिप्तमधील 'बुक ऑफ द डेड' या पुस्तकात जेव्हा मृताचा संदर्भ येतो, तेव्हा सम्मूर्च्छितावस्थेत असलेल्या माणसांना सूचित केले जाते. त्यांची अवस्था मृतवत असते; त्यांचे शरीर स्थिर व निष्क्रिय असते आणि त्यांचे आत्मे अन्य जगात मुक्तवत असतात. त्या ठिकाणी दीक्षेचा संदर्भ असतो. काही गूढ प्रकारे हे अन्य विश्व आपल्या विश्वातही प्रवेश करते आणि कधी कधी ते आत्मे आपणा मर्त्य लोकांच्या अगदी निकटही असू शकतात. प्रकृतीमध्ये म्हणजे निसर्गामध्ये काहीही निरर्थक जात नसते. वैज्ञानिकही आपल्याला हे सांगतात. जेव्हा माणूस या जगातून नष्ट होतो तेव्हा आपले अचेतन शरीर तो मागे ठेवतो आणि व्योमरूपात (किंवा आकाशरूपात) पुन्हा प्रकट होतो. तो माणूस आपल्या लौकिक डोळ्यांना अदृश्य असू शकतो, मात्र तशाच व्योमरूपातील अस्तित्वांना तो दिसू शकतो.

निष्णात अशा संमोहनाशी या सर्व दीक्षाप्रक्रियेचं साम्य असू शकतं. मात्र आधुनिक काळात प्रयोग करणाऱ्या सम्मूर्च्छनेच्या पद्धतीपेक्षा प्राचीन लोक अधिक प्रगत होते. कारण आधुनिक लोकांना माणसाच्या अवचेतन मनाला गवसणी घालता तर येते, पण अजून गंभीर अशा अस्तित्वाच्या विश्वात माणसांना सचेतन राखणं त्यांना जमत नाही.

छायाचित्र ११.२ सम्मूर्च्छित शरीरात जागृत असलेले मन सूचित करणारा 'बा' (म्हणजे पक्षी-मानव)

(किंवा शवपेटिकेवर शिलालेख केल्यानंतर शरीरातून मुक्त होऊन जाणाऱ्या आत्म्याला सूचित करणारे चित्र)

लेखकाच्या संग्रहातून

लोकमानसात ओसिरीसची प्रतिमा अशी आहे, की त्याने बलिदान सहन केले आणि तो मृत्यू पावला. त्यानंतर तो पुन्हा कबरीतून उठला. त्यामुळे मृत्यूनंतरही जीवित राहणे या घटनेशी लोकांनी ओसिरीसचे नाव जोडले. त्याच्या अमरत्वाच्या शोधामुळे लोकांना त्यांच्या स्वतःच्या अमरत्वाबाबत आशा वाटू लागली.

साधारणपणे आत्म्याच्या अमरत्वावर लोकांचा विश्वास होता. कबरीच्या पल्याडसुद्धा जीवन असते, हे मानले जाई. नंतर मिळणाऱ्या नव्या जीवनात देव आपल्या आत्म्याची परीक्षा घेतात आणि भूतकाळातील चांगल्या-वाईट कृत्यांचा हिशेब करतात, अशी कल्पना असे. दुष्ट लोकांना त्यांच्या पापकृत्यांना साजेशी शिक्षा मिळेल आणि सज्जन माणसांना आशीर्वाद मिळून ते ओसिरीससह एकरूप होऊन जातील अशा प्रकारच्या कल्पना जनमानसात चांगल्याच रूढ होत्या. त्यांच्यामुळे कष्टकरी माणसालाही कुठेतरी आशा मिळत असे. गंभीर तत्त्वज्ञान आणि सूक्ष्म बौद्धिक पातळीवरील मानस स्पष्टीकरणे यांच्यामुळे या कल्पनांना धक्का देऊन विशेष उपयोग होत नसे. लोकप्रिय अशी ही सारी मिथकं, दंतकथा आणि नीतिकथा यांचा अर्थ, निम्मा प्रतीकात्मक आणि निम्मा ऐतिहासिक पातळीवर समजून घ्यायचा असे. कारण त्यांच्या आत दडलेला तार्किक अर्थ आणि आंतरिक सत्य एवढेच काय ते खरे असे. हा उपदेश जिवंत ठेवण्यासाठी मंदिरातील पुरोहित केवळ धर्मसंस्कारांचा प्रयोग करीत असे नव्हे, तर काही विशिष्ट दिवशी, सार्वजनिक पातळीवर काही नाटकीय व प्रतीकात्मक अशी सादरीकरणे देत असत. जेणेकरून जनसामान्यांसमोर ओसिरीसची कथा पुन्हा जिवंत होत राहील. त्या सादरीकरणांपैकी खूप थोड्या गोष्टी गूढ असत. त्यांचे प्रयोग साधारणपणे सर्वांना अपेक्षित अर्थाचे आकलन होईल, अशा प्रकारचे असत. प्राचीन ग्रीसमधील गूढ नाटकांसारखे ते प्रयोग असत किंवा मध्य व आधुनिक युरोपातील, ख्रिस्त जीवनावरील 'पॅशन प्ले' सारखे त्यांचे स्वरूप असे. हे 'पॅशन प्ले' बव्हेरियामध्ये ओबेरॅमेरगाऊ येथे अद्याप सादर केले जातात, पण तरीही जी खरी गूढे होती, त्यांची सरमिसळ अशा प्रयोगात होत नसे. त्यांचे कधीही लोकांसमोर प्रदर्शन केले जात नसे. कारण त्यांचा अर्थ नाटकांच्या सादरीकरणापेक्षा अधिक गंभीर होता.

सार्वजनिक प्रयोग हे प्रतीकात्मक व पवित्र अवश्य होते; परंतु दर्शकांसमोर त्यातील गुप्त गोष्टींना कधीही उघड केले जात नसे. त्यामुळे ओसिरीसचा मृत्यू आणि पुनरुत्थान या प्रयोगात काही आंतरंगिक गूढे लपलेली होती, असे समजायचे काही कारण नाही.

लोकप्रिय असे सार्वजनिक उत्सव आणि बाह्य समारंभ हे जनसमूहाकरिता सादर होत आणि ते तसे सुयोग्यच असत, पण बुद्धिमान लोकांसाठी अधिक महत्त्वाचे तात्त्विक सिद्धांत आणि गुप्त उपासना असे. आध्यात्मिकदृष्ट्या शिक्षित आणि प्रशिक्षित असे इजिप्तमधील लोक, अमीर-उमराव, उच्चकुलीन ती तत्त्वें जाणत असत. मग त्यांना जेव्हा इच्छा होईल,

छायाचित्र ११.३ ससाण्याच्या रूपातील होरस या देवतेने संरक्षिलेली, खोबणीत असलेली ओसिरीसची मूर्ती. लेखकाच्या संग्रहातून

तेव्हा त्या तत्त्वांना, उपासनेला अंगीकारत असत.

गूढ उपासनांकरिता मंदिरांमध्ये विशेष व एकान्तातील जागा असत. 'हाइरोफंटस्' म्हणजे काही मोजक्या व निवडक आचार्यांकडून त्या उपासना होत असत. अशा गुप्त उपासना वा धर्मविधी हे नेहमी देवांच्या दैनंदिन पूजापाठाच्यावेळी, एकीकडे पार पडत किंवा बाहेर अन्य जागी केले जात असत. इजिप्तमधील लोक त्यांनाच गूढे म्हणून संबोधत असत.

यांपेक्षा उच्च दर्जाची जी रहस्ये असत, त्यांच्या बाबतीत कर्मकांडाला विशेष स्थान नसे. काही दीक्षित लोकांनी तसा संकेत देताना म्हटले होते, ''त्या गूढांना नमस्कार असो. मर्त्य जीवांना येणारा मृत्यू हा दुष्ट नसून उत्तम असतो.'' याचा अर्थ असा होऊ शकतो, की अशा दीक्षिताने मृतदेह होण्याचा आणि नंतर त्या अनुभवातून मोठा लाभ झाल्याचा अनुभव घेतलेला असला पाहिजे. चित्रलिपीतील मजकुरात अशा व्यक्तीला 'द्विज' म्हटलेले आढळते. त्याला त्याच्या नावामध्ये पुनरुत्थित असा शब्द घालायची अनुमती असे. अशा प्रथेमुळे काही दफनस्थळांवर त्या त्या मृत व्यक्तीच्या आध्यात्मिक दर्जाचे सूचन करणारे शब्द कोरून ठेवल्याचे पुरातत्त्वविद्येच्या तज्ज्ञांना दिसून आले आहेत.

यशस्वी ठरलेल्या उमेदवारांना त्या 'गूढांमधून' अशी कोणती श्रेष्ठ गुपिते शिकायला मिळाली होती? त्यांच्या अनुभवांच्या स्तरांवर ते ज्ञान अवलंबून असे, परंतु त्यांचे अनुभव साधारणपणे दोन प्रकारच्या परिणामांमध्ये विभागता येऊ शकतात. त्याच्यावरून त्यांच्या अनुभवांच्या मर्माचा अंदाज येऊ शकतो.

प्राथमिक स्तरावर पाहता, उमेदवारांची ओळख आत्म्याच्या स्वरूपाशी करून दिली जाई. चित्रलिपीत जशा प्रकारचा लहानसा पक्षी-मानव चितारलेला असे, त्याचा अर्थ त्यात

समजावून दिला जाई. त्यातूनच मृत्यूचे गूढ सोडविले जाई. एका स्थितीतून दुसऱ्या स्थितीत जाणं म्हणजे मृत्यू, हे त्यांना शिकवले जाई. मृत्यूचा परिणाम हाडामांसाच्या देहावर होतो परंतु मन आणि आत्मा यांच्यावर होत नाही, हे त्यांना सांगितले जाई. लौकिक देहाची खोळ नष्ट झाली तरी आत्मा नष्ट होत नसतो. उलट आत्मा अधिक उन्नत स्तरावर जातो, हे त्यांना स्पष्ट केले जाई.

प्रगत स्तरावर पाहता, आत्म्याच्या दैवी स्वरूपाशी त्यांची प्रत्यक्ष ओळख करून दिली जाई. निर्मात्या ईश्वराशी त्यांचा संपर्क आणला जाई. या वेळी ते ईश्वररूपाच्या अगदी समोर उभे राहत असत. माणूस त्याच्या मूळ आध्यात्मिक स्वरूपापासून कसा अधःपतित होतो याचे खरे स्पष्टीकरण त्यांना दिले जाई. ॲटलांटिसच्या पाडावाची गोष्ट हे मानसपातळीवर अधःपतनाचे कसे निकटचे रूपक आहे हे सांगितले जाई. मग त्यांना एका लोकातून दुसऱ्या लोकात उचलले जाई. माणसाच्या आरंभकाळात त्याच्या ठायी जी आध्यात्मिक चेतना होती, तिचा अनुभव येईपर्यंत हे वर जाणे चालू राहते. त्यांची आध्यात्मिक तीर्थयात्रा चालू असताना, ते शाश्वततेचे कवडसे गोळा करीत असतात.

*****

माझ्या प्रवासाबद्दल मी ज्या नोंदी व अनुभवांची प्रतिबिंबे लिहितो आहे, त्या दरम्यान गूढवादी विचारप्रणालीच्या विविध प्राचीन संस्थांबद्दल मी जर का काही अधिक माहिती दुसऱ्या कोणाच्या लेखणीतून उतरवली, तर येथे ती अयोग्य ठरणार नाही. कारण लेखक म्हणून ती व्यक्ती एका अभिजात काळात जगली आहे आणि काही प्रमाणात तिला असे गूढ अनुभव थोड्याफार प्रमाणात आलेले आहेत. जे अतीन्द्रिय अनुभव आले, त्यांचे शब्दन् शब्द वर्णन न करण्याची शपथ त्याला घातली गेलेली आहे. त्यामुळे आपण सर्वसाधारण स्पष्टीकरणे आणि काही ओझरते उल्लेख यांवर समाधान मानायला हवे. त्या दीक्षिताने लिहिलेला परिच्छेद मी येथे देतोय. ती व्यक्ती ॲप्युलेयस येथील आहे. आयसिस येथील गूढवादी तत्त्वज्ञानाचा तो पहिल्या दर्जाचा विद्यार्थी आहे. त्याच्या आत्मचरित्रपर लेखनात एका ल्युशियसचा संदर्भ येतो. गूढ ज्ञानाच्या उत्कटतेखातर त्याने मंदिराचे दार कसे ठोठावले होते, त्याबद्दल उल्लेख येतो.

इजिप्तमधील गूढे विदेशी लोकांसाठी दीर्घकाळपर्यंत खुली नव्हती. दीर्घ काळानंतर काही विद्यार्थ्यांना प्रवेश देऊन दीक्षा दिली गेली. ज्यांना ज्यांना दीक्षा मिळाली होती, त्या सर्वांनी गुप्ततेची शपथ कायम पाळली. प्रवेशाबद्दलचे नियम फार कडक व कठोर होते.

गूढ तत्त्वज्ञान जाणून घ्यायची माझी इच्छा दिवसेंदिवस तीव्र होत होती. मी वरिष्ठ पुरोहितांना पुनःपुन्हा भेटून काकुळतीने विनंती करीत होतो. कृपा करून त्यांनी मला

देवतेला पवित्र असलेल्या निशासमयी गुप्त संस्कारविधींची दीक्षा द्यावी. परंतु ते निश्चयी व्यक्तिमत्त्वाचे होते आणि कडक नियमपालनाबद्दल प्रख्यात होते. मात्र एखादे पालक जसे आपल्या मुलांच्या अकालप्रौढ इच्छांना तावून-सुलाखून घेतात, तसे ते दयाळू आणि मृदू शब्द वापरीत असत. माझा आग्रह ते सहन करीत. शिवाय माझ्या मनोमनी छळणाऱ्या इच्छेला ते मोठी आशा दाखवून शांतवत असत. ते म्हणत, प्रत्येक व्यक्तीच्या दीक्षेची वेळ देवतेने ठरवलेली असते आणि देवतेच्या सेवेसाठी पुरोहितही तिच्याच इच्छेने नेमला जातो.''

''अन्य सर्वांप्रमाणे त्यांनी मला धैर्य, संयम, चिकाटी पाळण्याचा सल्ला दिला. शिवाय अतिरेकी उत्सुकता आणि अयोग्य वर्तन या दोन दुर्गुणांपासून मी दूर राहिले पाहिजे, असे सांगितले. आयुष्यातील पवित्र क्षणांबाबत फाजील घाई किंवा दिरंगाई दोन्ही टाळाव्यात, असे ते म्हणाले.

कारण नरकाची तसेच जीवनशक्तीची दारं कधी उघडायची, हे त्या देवतेच्या हातात असते. तिला अर्पण होणं म्हणजे स्वेच्छामृत्यू स्वीकारणे तसेच जीवन जोखमीत टाकणं होतं. कुणाचं आयुष्य संपायला आलं आहे आणि कोण त्या निशेच्या उंबरठ्यावर उभा आहे, याचा निर्णय घेणं, हे त्या देवतेच्या हातात होतं. त्यातही अधिक महत्त्वाचं म्हणजे, देवतेची महान रहस्यं कोणत्या माणसांच्या मनात सोपवायची ते ठरवणं. देवतेकडून अशा निवडक माणसांना नवा जन्म दिला जातो आणि नव्या जीवनाच्या आरंभबिंदूजवळ त्यांना आणून ठेवलं जातं. म्हणूनच स्वर्गीय आदेशाची वाट आपल्याला पाहावीच लागते.

त्या श्रेष्ठ देवतेने माझी वंचना केली नाही किंवा दीर्घकाळ मला स्थगित ठेवून माझे उत्पीडन केले नाही, पण काळ्या निशासमयी तिच्या हातांमध्ये, जिथे काळोख नव्हता, तेव्हा तिनं मला स्पष्ट संकेत दिला, की माझं ईप्सित साध्य करण्याची वेळ आली असून त्या वेळी तिच्याकडून माझ्या उत्कट प्रार्थनांची पूर्तता केली जाणार आहे.

''अशा प्रकारे अन्य कृपाळू आदेश वा रागावल्याने अखेरीस त्या देवतेने माझ्या आत्म्यास आनंद दिला. त्यामुळे अजून दिवस उजाडायचा होता, तोवरच तातडीने मी झोपेतून खडबडून उठलो आणि पुरोहितांच्या घरी पोहोचलो. ते त्यांच्या पलंगावरून उठून आले, तोच मी त्यांना प्रणाम केला. आता पूर्वीपेक्षाही अधिक उत्कटतेने मी त्यांच्याकडे आग्रह धरला, की आता माझ्यासाठी योग्य काळ आल्यामुळे मला गूढतत्त्वांच्या ज्ञानासाठी दीक्षा मिळायलाच हवी. माझ्याकडे दृष्टिक्षेप टाकून, पूर्वानुमान केल्याप्रमाणे ते म्हणाले, 'ल्युशिअस, तू भाग्यवान आणि सुखी आहेस. कारण असा शुभसंकेत देऊन देवतेनं तू कृपापात्र असल्याचंच सुचवलं आहे.

तुझ्या अथक प्रयत्नांना यश आलेलं आहे. अनेक नावांनी सुपरिचित असलेल्या त्या देवतेचे दैवी आदेश असलेली पवित्र गुपिते आज तुला माझ्या हातांमार्फत सांगितली जातील.

''त्यानंतर त्या दयाळू वृद्ध पुरोहितांनी आपल्या उजव्या हातात माझा हात घेतला. त्यानंतर मला ते मोठ्या अशा त्या मंदिराच्या प्रवेशद्वाराशी घेऊन गेले. प्रवेशद्वार उघडण्याबद्दलचा गंभीर असा संस्कारविधी पूर्ण केल्यानंतर आणि सकाळच्या वेळचे अर्पणविधी झाल्यावर त्यांनी त्या गर्भगृहाच्या आत गुप्त जागांमध्ये दडवलेली काही पुस्तकं आणली. त्या पुस्तकांवरील शीर्षके अगम्य अशा अक्षरांत होती.

मग ते मला मंदिरात घेऊन गेले. एव्हाना अर्धा दिवस उलटून गेला होता. त्यांनी मला देवतेच्या पायांशी बसायला सांगितले आणि मला काही रहस्यं सांगितली. त्या गोष्टी शब्दांत मी उतरवू शकत नाही. तिथे उपस्थित असलेल्या सर्वांसमोर त्यांनी मला दहा दिवस व्रतपालनात व्यतीत करायला सांगितले. संयमी जीवन जगणे, मांसाहार न करणे आणि मद्यपान न करणे अशाही गोष्टी त्यांनी मला पाळायला सांगितल्या.

त्यांनी सांगितलेले सर्व नियम मी कठोरपणे पाळले आणि शेवटी देवतेसमोर मला अर्पण करावयाचा दिवस आला. सूर्य पश्चिमेकडे झुकू लागला; संध्याकाळ झाली आणि काय अद्भुत घडले! सर्व बाजूंनी पवित्र अशा दीक्षितांनी मला वेढा घातला. तो प्राचीन संस्कार पार पडल्यावर प्रत्येकाने मला विविध भेटवस्तू देऊन माझा सन्मान केला. शेवटी, दीक्षा न झालेल्या सर्वांना बाजूला काढलं गेलं. मग एक कोरं सुती वस्त्र मला परिधान करण्यात आलं. पुरोहितांनी माझा हात धरून मला गर्भगृहाच्या आतील पवित्र जागी नेलं.

''उत्सुकता वाढलेल्या वाचकांना आता पुढे तिथे काय सांगितले गेले, काय केले गेले, हे जाणून घेण्याची उत्कंठा लागली असेल. मात्र तुम्हाला मी जेवढे सांगणे न्याय्य, रास्त ठरेल तेवढेच सांगणार आहे. कारण औत्सुक्याला पूर्ण समाधान देतील अशी सविस्तर वर्णने मी सांगणे आणि तुम्ही ऐकणे हे जीभ व कान यांना प्रदूषित करणारे ठरेल. तरीही तुमची उत्सुकता पवित्र गोष्टींबाबत असल्याने मी तुमची उत्सुकता अखेरपर्यंत ताणणार नाही. त्यामुळे मी सांगेन ते सत्य आहे, असा विश्वास बाळगून ऐका. मी मृत्यूच्या जवळ खेचला गेलो; प्रोसेरपाइनच्या उंबरठ्याशी मी पोहोचलो. (प्रोसेरपाइन ही साधारणपणे सांगायचे झाल्यास कृषिक्षेत्राशी निगडित देवता होती); मी महाभूतांमधून पुन्हा जन्माला आलो आणि पृथ्वीतलावर परत आलो. रात्र संपत आली तेव्हा सूर्य चमकताना मी पाहिले. मी वरच्या व खालच्या लोकांत असलेल्या देवतांसमोर गेलो आणि त्यांच्यासमोर बसून त्यांची पूजा केली. मी तुम्हाला ज्या गोष्टी सांगितल्या आहेत, त्या कदाचित तुम्ही ऐकल्या असतील; पण तुम्हाला त्या अनुभवाने ठाऊक नसतील.

छायाचित्र ११.४ (ॲनी पॅपिरसनंतरचे चित्र)
ओसिरीससह दीक्षार्थींचा परिचय करून दिला जात आहे. लेखकाच्या संग्रहातून

एका वर्षानंतर ओसिरीसच्या गूढांची ल्युशिअसला दीक्षा दिली गेली. ती दीक्षा श्रेष्ठ स्तरावरची होती.

इजिप्तमध्ये दीक्षा प्राप्त केलेल्या काही अन्य विदेशी लोकांमध्ये प्लेटो, पायथॅगोरस, थेल्स, लायकरगस, सोलोन, लॅम्बिशस, प्लुटार्क आणि हिरोडोटस यांची नावे येतात. हिरोडोटसने त्याच्या लिखाणात अत्यंत काळजीपूर्वक संकेत केले आहेत. प्रतीकात्मक नाटके आणि समारंभ यांची वर्णने सविस्तर लिहिली आहेत. मात्र आंतरिक गुप्त धर्मविधींबद्दल बोलताना त्याने विस्तृतता टाळली आहे. त्याबद्दल तो म्हणतो, ''ज्या विधींबद्दल मला विशेष ज्ञान नव्हते, त्या रहस्यांबद्दल बोलताना मी धार्मिक मौन पाळले पाहिजे.''

प्लुटार्क या चरित्रकाराने केलेल्या लिखाणाकडे आता आपण वळू या.

''जेव्हा तुम्ही देवता, त्यांची भ्रमणे, त्यांचे तुकडे होणे किंवा अन्य काही दुर्घटनांबद्दलच्या इजिप्तमधील दंतकथा ऐकाल, तेव्हा त्या तशाच शब्दांप्रमाणे वा क्रमाप्रमाणे घडल्या असाव्यात, असं अजिबात गृहीत धरू नका. प्रत्येक राष्ट्रात प्रतीकांचा अर्थ असतो. काही गूढ, बुद्धिमान आणि त्यातून दैवी अर्थ निर्देशित करण्यासाठी प्रतीकांची योजना केलेली असते. त्यानुसार तुम्हाला देवांच्या गोष्टी ऐकाव्या लागतात. त्यातून ध्वनित होणारी मिथकं आदरभावाने व तात्त्विक चिंतनाच्या पातळीवर समजून घ्यावी लागतात.

''मृत्यूच्या क्षणी आत्म्याला तेच अनुभव जाणवतात, जे श्रेष्ठ गूढवादाने दीक्षित असलेल्या लोकांना मिळालेले असतात.''

''वातावरणातील ऋतुचक्राप्रमाणे घडणारे बदल, धान्याची वाढ, पेरणी आणि नांगरणी यांसारख्या सर्वसाधारण व क्षुल्लक गोष्टींशी सांगड घालण्याचे काम काही लोक करतात. तर काही जण म्हणतात, की पेरलेलं धान्य जमिनीत लपलेलं असतं तेव्हा ओसिरीस जमिनीत गाडला जातो आणि धान्यास अंकुर फुटू लागतात तेव्हा तो पुनर्जीवित होतो. अशी धारणा बाळगणारे लोक अजाणतेपणाने दैवी घटना, वायू आणि लाटा यांच्याशी त्यांचा संबंध जोडून विनाकारण आपले लक्ष, भय यांमुळे देवतांचे अवमूल्यन करीत असतात. पेरणी व नांगरणी, पृथ्वीची स्नेहशीलता आणि ऋतूबदल यांच्याशी ते अजाणतेपणाने देवतांना जोडत असतात.

खरंतर रहस्ये कशासाठी असतात? कारण त्यांचा आणखीही हेतू आहे. इतिहासातील मौल्यवानं असे टप्पे संरक्षित, स्मरणीय राहावेत, असाही हेतू त्यांच्यामागे असतो.

प्लुटार्कला जे सांगायचे आहे, त्याच्याबद्दलचे हे केवळ संकेत आहेत; परंतु त्यांचा खरा अर्थ म्हणजे ॲटलांटिसचा इतिहास. 'डि इसिडे एट ओसिरीडे' या आपल्या ग्रंथात त्याने रहस्यांमागील मानस हेतूंची चर्चा केली आहे, त्या ग्रंथात त्याने म्हटले आहे...

''जोपर्यंत आपण शरीराच्या स्नेहामुळे जड असतो, तोपर्यंत ईश्वराशी आपला संबंध येऊ शकत नाही. तात्त्विक चिंतनामुळे आपल्या स्वप्नांमध्ये, फिकटपणे, अलगदपणे आपण ईशतत्त्वाला स्पर्श करू शकतो. जेव्हा गूढ विधींमुळे आपला आत्मा मुक्त होतो, शुद्ध, अदृश्य आणि अचल अशा लोकांमध्ये जातो, तेव्हा ईश्वर त्यांचा मार्गदर्शक, स्वामी बनतो. त्याच्याकडे अनिमिष लक्ष पुरवतो. माणसाला शब्दांतून त्याचे सौंदर्य सांगता येऊ शकत नाही.''

आयसिस गूढांचा (म्हणजे एका विशिष्ट धर्मसंस्कारांचा) हेतू सांगताना प्लुटार्कने म्हटले आहे, ''अशा संस्कारांमुळे आरंभिक आणि सर्वश्रेष्ठ मनाच्या प्राप्तीसाठी त्यांची चांगली पूर्वतयारी होऊ शकते. त्या मनाच्या शोधासाठीच तर देवता त्यांना कष्ट घ्यायला लावते. शाश्वत आणि स्वयंसिद्ध अस्तित्वाला प्राप्त करण्यासाठी योग्य ते प्रयत्न केले तर आपले ध्येय गाठता येते. त्यासाठी लागणाऱ्या ज्ञानाकरिता तर आयसिऑन या नावाने ओळखले जाणारे तिचे मंदिर आहे.''

ग्रीक प्लुटार्कचे वर्णन आपण येथवर वाचले. इजिप्तच्या गूढ धर्मसंस्कारांची दीक्षा ज्याला दिली गेली होती, त्या सिरीया देशातून आयअँब्लिशस हा काय बरे म्हणाला असेल?

''चांगलेपणाचे प्रावीण्य आणि संपूर्ण सार हा देव-देवतांना पूर्णपणे उमगलेला असतो. देवतांची पहिली आणि प्राचीन शक्ती ही आम्हां पुरोहितांमध्ये असते. आपले स्वतःचे ज्ञान करून घेणे म्हणजे ईश्वराचे ज्ञान प्राप्त करून घेणे होय. म्हणून माझे असे मत

आहे, की माणसाने त्याच्यातील दैवी अंश, जो पूर्वी ईश्वराच्या अस्तित्वाबद्दल जागरूक असल्याने त्याच्याशी एकरूप होता. मात्र नंतर तो वेगळ्या अवस्थेत गेल्याने आवश्यकता व विधिलिखित यांच्या बंधनात अडकून पडतो. त्यामुळे लौकिक बेड्यांमधून मुक्त कसे व्हावे, याचा विचार पहिल्यांदा केला गेला पाहिजे. ही बंधनं विलीन करण्यासाठी ईश्वरीय ज्ञानाच्या प्राप्तीशिवाय दुसरा मार्ग नाही. पुरोहितांच्या साहाय्याने आत्म्याला दैवी स्तरावर उचलणे, हे तर इजिप्तच्या लोकांचे ध्येय होते.''

प्रॉक्लस या नावाची आणखी एक दीक्षित व्यक्ती होती. त्याचे मतही आपण जाणून घेऊ या.

''सर्व दीक्षाविधींमध्ये व गूढांमध्ये ईश्वर स्वतःला अनेक रूपांनी अभिव्यक्त करतो. कधी तो निराकार रूपात व्यक्त होतो; कधी हा प्रकाश मानवी आकृतीच्या आकाराचा असतो तर कधी अन्य काही वेगळ्या आकाराचा असतो. कधी या आकृती ईश्वराच्या नसतात आणि त्यांच्यामुळे काही धोक्याचा इशाराही मिळतो.''

महान तत्त्वचिंतक असलेल्या प्लेटोने काय बरं प्रमाण दिले होते?

''त्या पवित्र धर्मसंस्कारांमुळे दीक्षेने काय परिणाम होतो, तर आपण एकमेव आणि धन्य असे दृष्टांत, दर्शनं पाहू शकतो. जसे ऑयस्टर शिंपल्याला चिकटलेले असते त्याप्रमाणे आपण लौकिक देहाशी आसक्त असतो, बंधनात जखडलेले असतो. या दीक्षेमुळे आपण या देहाच्या खोळीपासून मुक्त होऊन निर्मळ होऊ शकतो.''

माणूस त्याच्या ज्या मूळ तत्त्वापासून बाजूला पडलेला असतो किंवा अधःपतित झालेला असतो, त्यापासून बाहेर काढून त्याला पुन्हा आत्मतत्त्वापर्यंत नेणे हे त्या गूढांचे अंतिम ध्येय असते, हेही प्लेटोने आग्रहपूर्वक सांगितले आहे.

होमर या प्रख्यात लेखकानेही दीक्षा घेतली होती. त्याने ओडिसी या आपल्या महाकाव्यात आपल्या वाचकांना उद्देशून निमंत्रण देताना म्हटले आहे,

''लवकर या, आपण उड्डाण करू या.

आपली शिडं विस्तृत करू या.

खूप पूर्वी विस्मृत झालेल्या आपल्या

मूळ भूमीची पुन्हा प्राप्ती करून घेऊ या.''

प्लेटोने व्यक्त केलेला विचार होमर या कवीने निराळ्या पद्धतीने व्यक्त केलेला आहे.

अन्य एक विदेशी दीक्षित व्यक्ती होती आणि तिचे नाव मोझेस होते. मोझेस हा प्रेषित

अर्ध्या प्रमाणात हिब्रू होता. कारण त्यांच्या पालकांपैकी एकजण इजिप्तचा निवासी होता. नव्या करारात म्हटले आहे, 'इजिप्तमधील सर्व ज्ञानाचे प्रशिक्षण मोझेसला मिळाले होते.' त्याचा शब्दशः अर्थ जर घ्यायचा झाला तर इजिप्तवासीयांचे गहन ज्ञान मोझेसला दिले गेले होते, असे म्हणता येईल. गूढविद्येच्या ज्ञानाशिवाय अन्य कशाकडे यातून निर्देश केला गेला असावा, असे वाटत नाही.

त्याच ग्रंथात पुढे म्हटले गेले आहे, ''मोझेसने स्वतःच्या चेहऱ्यावर आवरण घेतले.'' पुढे वाचल्यानंतर या आवरणाच्या स्वरूपाबाबत आपल्याला संकेत मिळतो. ''जुन्या कराराच्या वाचनाच्या या दिवसापर्यंत ते आवरण तसेच राहिले.'' (कोरिन्थियन, द्वितीय धर्मपत्र). यावरून सूचित होते, की ते आवरण कुठल्या कापडाचे नव्हते तर शब्दांद्वारे व्यक्त होणाऱ्या गोष्टींवर म्हणजेच ज्ञानावर टाकलेला पडदा होता. त्यामुळे मोझेसने घेतलेले आवरण म्हणजे गूढविद्येच्या दीक्षेच्या वेळी त्याने घेतलेली मौन व गुप्तता पाळण्याची ती शपथ होय.

'ऑन' नावाच्या शहरातील मंदिर – ज्ञानपीठात मोझेसने ज्ञान घेतले होते. ग्रीक लोकांनी इजिप्तवर विजय मिळवला, तेव्हा त्याचे नाव हेलिओपोलिस असे ठेवले. (बायबलमध्ये त्याला ऑन असे म्हटले आहे). हे शहर आता विगत वा विस्मृत झाले आहे. कोणे एके काळी ते कैरो शहराच्या उत्तरेला काही मैलांवर उभे होते. ज्या पठारावर पिरॅमिड उभे होते, त्या पठाराच्या तळापासून एक पवित्र रस्ता निघाला होता. हेलिओपोलिसच्या शहराकडे तो पोहोचत होता. पिरॅमिडच्या दृष्टिपथातून हे शहर आणि दुसरे म्हणजे मेम्फिस नावाचे शहर होते. ही दोन्ही शहरं आता हरवली असली तरी गूढ तत्त्वज्ञानाचं सर्वोच्च मंदिर म्हणून ती शहरं जुन्या काळात ग्रेट पिरॅमिडकडे पाहत असत. हेलिओपोलिस तर गेले आणि त्याचबरोबर मंदिरही गेले; शहराच्या मोडक्या–तोडक्या मातीच्या विटांच्या भिंती आणि मंदिराचे भग्न खांब वाळू आणि जमिनीखाली ते बारा फुटांवर विसावलेले आहेत. प्रवेशद्वाराजवळचा लाल ग्रॅनाइट पाषाणाचा स्मारकस्तंभ तेवढा शिल्लक राहिलेला आहे. हाच स्मारकस्तंभ मोझेसने पाहिला होता. तो कितीतरी वेळा तेथून आला–गेला होता. या देशात सर्वांत प्राचीन अशा उरलेल्या अवशेषांपैकी हा एक स्मारकस्तंभ होता. ज्ञानदीपाभोवती आकर्षित होणाऱ्या पतंगांसारख्या आणि या मंदिराचे द्वार खटखटवणाऱ्या अन्य विद्यार्थ्यांमध्ये तत्त्वचिंतक प्लेटो आणि इतिहासकार हिरोडोटस यांची नावे येतात. त्यांनीदेखील हा उंच स्मारकस्तंभ पाहिला होता. मात्र दुर्दैवाने आज तो दयनीय, एकाकी आणि किंकर्तव्यमूढ अवस्थेत उभा आहे. आता त्याच्या पायथ्याशी शेतकरी आपल्या शेतांची नांगरणी करीत असतात.

हेलिओपोलिसच्या सूर्यमंदिरासमोर तृतीय थुटमोझ याने उभा केलेला मजबूत स्तंभ जणू त्यावर उल्लेखिलेल्या स्तंभाचा बंधू आहे. आता हा स्तंभ लंडनमधील किनाऱ्यावरून

थेम्स नदीकडे पाहत उभा आहे. 'क्लिओपात्राची सुई' (क्लिओपात्राज् नीडल) या नावाने तो आजही इंग्लंडच्या धावत्या महानगराला दूरवरच्या प्राचीन आणि भूतकाळातील एका समर्थ सभ्यतेची आठवण करून देत उभा आहे.

एखाद्या दक्ष पहारेकऱ्याप्रमाणे उंच-निमुळता होत गेलेला हा स्मारकस्तंभ मंदिराबाहेर उभा असे. त्याच्यावर खोलवर जाणारी चित्रलिपी कोरलेली होती. तिच्यातील शिलालेखात त्या वास्तूची कथा अंतर्भूत होती. एखाद्या विशिष्ट कोरीव शिलालेखासाठी उभा केलेला एक दगडी खांब एवढेच त्या स्मारकस्तंभाचे स्वरूप नव्हते; तर तो एक पवित्र प्रतीक होता. शिवाय त्याचे शिखर एखाद्या पिरॅमिडप्रमाणेच निमुळते होत गेलेले होते.

हेलिओपोलिस हे शहर मोठे ज्ञानकेंद्र होते; पवित्र होते आणि धर्मनिरपेक्षही होते. तिथे तेरा हजार पुरोहित-विद्यार्थी आणि शिक्षक होते. तिथली लोकसंख्याही बरीच असून अतिशय उत्तम असे ग्रंथालय होते. त्यातूनच पुढे अलेक्झांड्रियाचे महान ग्रंथालय नावरूपास येण्यासाठी मदत झाली होती.

त्या ठिकाणी तरुण मोझेसने मंदिराभोवती प्रदक्षिणा घातल्या होत्या, पपायरीची गुंडाळीपत्रे चितारली होती. खोल चिंतन आणि एकांतातील ध्यानात त्याने येथे बरेच तास व्यतीत केले होते.

मोझेस हा बालपणीही अपवादात्मकपणे गंभीर वृत्तीचा होता. त्याने अध्ययन आणि चारित्र्यगठन यात इतकी उत्तम प्रगती केली, की सर्व प्रकारच्या अध्ययन-स्तरांवर उत्तम यश मिळवले. त्याने दुर्मीळ अशा प्रकारचे नैपुण्य दाखवीत उच्च शिक्षणाच्या पदव्या मिळवल्या. त्यामुळे यथावकाश तो आचार्यपदाच्या पातळीवर पोहोचला होता. त्याच प्राचीन गूढवादी शाळेत तो शिकला होता. सूर्य शहर असलेल्या हेलिओपोलिस शहरात मोठ्या मंदिराशी संलग्न अशी ही शाळा होती. तिथेच त्याने सारे प्रावीण्य मिळवले होते. गूढवादी तत्त्वज्ञानातील सर्वश्रेष्ठ गणल्या जाणाऱ्या गुप्त अशा ओसिरीसच्या धर्मविधींसाठी त्याला त्याच्या नेतृत्वाखाली उमेदवारही मिळाले होते.

मोझेसच्या पालकांपैकी एक पालक इजिप्तचे नागरिक असल्याने मोझेसचे आणखीही एक नाव होते. त्याचे खरे नाव ओसारसिफ असे होते. (ही माहिती म्हणजे लेखकाच्या कल्पनेतील धुमारे नव्हे. एक-दोन प्रकारच्या वस्तुस्थितीला धरून तसेच मॅनेथो पुरोहितांच्या इजिप्तमधील नोंदी वाचून आणि माझ्या व्यक्तिगत संशोधनाला धरून, मी मोझेसचे नाव व अन्य मंदिरांच्या नावाचा उल्लेख केलेला आहे.)

मोझेसच्या जीवनात मोठे परिवर्तन घडल्याने त्याने ईश्वराने त्याच्यावर सोपविलेले काम आपले प्रारब्ध आणि जीवनकार्य म्हणून स्वीकारले. तेव्हा त्याने आपले नाव इस्रायली

नावात परिणत करून, स्वतःमधील विचारपरिवर्तनाचा संकेत दिला. सर्व दीक्षित अशा इजिप्तच्या लोकांचा नावातील शक्तीवर विश्वास असे. त्यांच्या दृष्टीने नावात मोठी जादुईशक्ती निहीत असे. त्यामुळेच ओसारसिफने 'मोझेस' हे नाव घेतले.

त्याच्या काळातील फॅरोच्या स्वभावात आध्यात्मिकता मुळीच नसल्याने, तो हट्टी आणि क्रूर होता. तो इस्रायली लोकांना जी वागणूक देत असे, ते क्रौर्य पाहून मोझेसचे हृदय कळवळले. त्याच्या धमन्यांमध्ये हिब्रू रक्ताचा जो प्रवाह वाहत होता, तो खळबळून उठला. हिब्रू टोळ्यांना त्याने गुलामी आणि बंदिवासातून मुक्त केले आणि त्यांना घेऊन तो गोशेनच्या दरीतून बाहेर पडला. अत्यंत प्राचीन काळापासून जाणारा आफ्रिका आणि आशियामधला प्राचीन, ऐतिहासिक राजमार्ग, त्या दरीच्या कडेने जात होता. त्याच रस्त्यावरून कोणे एके काळी नेपोलियन त्याच्या घोड्यावरून दौडत आला होता. सुएझजवळ जेव्हा त्या रस्त्याचा अंत झाला, तेव्हा तो जवळ जवळ बुडालाच होता.

मोझेसच्या उत्तर इतिहासातील काही भाग बायबलमध्ये सापडतो पण दुर्दैवाने त्याच्यात सांगोवांगीच्या कथांची खूप सरमिसळ झालेली आहे.

जुन्या करारात आपल्याला पेन्टाट्यूक नावाचा अनेक पुस्तकांचा समूह आढळतो. तो भाग मोझेसच्या नावावर आहे. आपल्या लोकांना मोझेसला ज्या ज्ञानाचा सारांश प्रकटरूपाने

छायाचित्र ११.५ सुएझ खाडीच्या पलीकडच्या भागापर्यंतचे दृश्य. मोझेसच्या काळापासून आजवर त्यात कोणताही बदल झालेला नाही. लेखकाने घेतलेले छायाचित्र

सांगायचा होता, तो भाग या ग्रंथसमूहात आहे. विश्वाची निर्मिती आणि मानवाचे आदिम वंश याबद्दल थोड्याफार ऐतिहासिक वस्तुस्थितींची जोड त्याला मिळालेली आहे.

दीक्षित लोकांनी लिहिलेल्या पवित्र चित्रलिपींचा तृतीय अथवा गुप्त स्तरावरचा आध्यात्मिक अर्थ मोझेसला त्याच्या आचार्याच्या भूमिकेतून ठाऊक होता. शिवाय तो त्या ज्ञानाचा वापरही करीत असे. त्याने पेन्टाट्यूकची निर्मिती पूर्ण केली, तेव्हा त्याने इजिप्तच्या चित्रलिपीत त्याचे लिखाण केले. त्याने दीक्षा दिलेल्या पुरोहितांना त्या ग्रंथांपर्यंत पोहोचता येत असे आणि त्यांना चित्रलिपीचा अर्थही कळत होता. यथावकाश पॅलेस्टाइनच्या खाली इस्रायली लोक स्थायिक झाले. शतकानुशतके उलटली आणि हळूहळू त्या चित्रलिपीचा अर्थही अंधुक, फिकट होत गेला. पुढच्या काळातील पुरोहितांना चित्रलिपीतील अक्षरांची पुरेशी ओळख राहिली नाही. म्हणून मग तिचा अर्थ लावतानाही खूप अवघड जाऊ लागले. अर्थात यात काही आश्चर्य वाटण्यासारखे नाही. कारण खुद्द इजिप्तमध्येच चौथ्या शतकाच्या सुमारास चित्रलिपीचा अर्थान्वय लावण्याची कला पूर्णपणे लोप पावली होती. इजिप्तमधून प्रचंड मोठ्या प्रमाणात इस्रायली लोकांचे जे निष्क्रमण झाले, त्यानंतर हजार वर्षे उलटल्यावर, इस्रायलमधील ज्येष्ठ लोकांनी तो प्राचीन ग्रंथसमूह एकत्र केला, त्यालाच आपण 'ओल्ड टेस्टामेन्ट' – जुना करार म्हणून ओळखतो. मोझेसच्या लिखाणाचे हिब्रू भाषेत रूपांतर करताना त्यांना असंख्य अडचणी आल्या. मोझेसने आचार्य या भूमिकेतून लिखाण केले होते, पण हे इस्रायली ज्येष्ठ लोक विद्वान असले, तरी प्राचीन काळातील आचार्यांसारखे नव्हते. बरेचदा गैरसमज झाले. प्रतीकरूपाने सांगितलेल्या चिन्हांचा अर्थ शब्दशः रूपात घेतला गेला. चित्रलिपीतील चित्रे म्हणजे लौकिक गोष्टींचे प्रतिनिधित्व करणारी म्हणून समजली गेली. अलंकारिक वाक्यांशांचा अर्थ गंभीरपणे चुकीचा लावला गेला. एखादे उदाहरण हा मुद्दा स्पष्ट करायला पुरेसे ठरेल. मोझेसने निर्मितीनंतरचे सहा दिवस असे जे म्हटले होते, तेव्हा त्याच्या मनात सहा कालखंडांचे प्रतीक होते. साधारणतः लोक 'दिवस' असा शब्द वापरतात; परंतु मूल अर्थ प्रत्येक दीक्षित व्यक्तीला ठाऊक असे. मात्र ज्या विद्वान व्यक्तींनी त्या वाक्यांशाचे शब्दशः भाषांतर केले, त्यांनी चोवीस तासांचे दिवस त्या ठिकाणी कल्पिले.

त्यामुळे बायबलच्या प्रारंभिक भागातील ती पुस्तके शब्दशः अर्थ लावून वाचली तर विचित्र अर्थ प्रतीत करतात. कारण दैनंदिन विज्ञानसुद्धा पुस्तकातील वस्तुस्थिती दुरुस्त करीत असते. परंतु प्राचीन इजिप्तच्या गुप्त मंदिरांमध्ये जे काही शिकविले जात असे, तो भाग जर का ध्यानात घेऊन त्या प्रकाशात ग्रंथवाचन केले, तर त्यातून खूप उपयुक्त ज्ञान मिळते.

दीक्षाविधींच्या प्रगाढ संमोहनावस्थेतून उठलेल्या सगळ्यात जास्त वंदनीय व्यक्तींमध्ये मोझेसचे नाव निश्चितपणाने फार मोठे आहे.

१२
प्राचीन रहस्ये

ज्या लोकांनी प्राचीन रहस्यांची दीक्षा ग्रहण केलेली असे, त्यांनी पवित्र भिंतींच्या आत काय घडले, हे कधीही उघड न करण्याची गंभीर शपथही घेतलेली असे. मात्र एक बाब ध्यानात ठेवली पाहिजे, की दरवर्षी अगदी मोजक्या लोकांना या रहस्यांची दीक्षा दिली जाई. त्यामुळे ज्या लोकांना त्या धर्मविधीतील गुपिते समजत असत, त्यांची संख्या कधीही जास्त नसे. रहस्यविधींच्या वेळी निश्चितपणे काय घडतं, याचे संपूर्ण वर्णन कोणत्याही प्राचीन लेखकाने कधीही केलेले आढळत नाही. इतक्या कटाक्षाने शपथेचे पालन केले जात असे. तरीही अभिजात लेखकांनी दिलेल्या टिप्पण्या, संक्षेपातील संकेत, प्रसंगपरत्वे आढळणारे वाक्यांश आणि कोरीव शिलालेख सापडले आहेत. प्राचीन काळात अस्तित्वात असलेल्या एका धूसर गूढवादाच्या स्वरूपाची ओझरती कल्पना त्यावरून थोडीफार मिळू शकते. त्याचे जे काही ओझरते रूप समोर येते, त्यावरून रहस्यधर्मविधींचा हेतू प्रारंभिक काळात शुद्ध असल्याचे समजते. शिवाय तो केवळ उच्च कारणांसाठीच असे. त्याचप्रमाणे त्यात धार्मिक, तात्त्विक आणि नैतिक ध्येयांचे संमिश्रण असे, हे सुद्धा निश्चितपणे जाणवते. उच्च दर्जाच्या ऑर्फिक दीक्षित व्यक्तीने निरोपादाखल एवढा वाक्यांश लिहिला होता, 'पूर्वी ज्याचा अनुभव तू घेतला नव्हतास, त्याचा अनुभव तू घेतला आहेस; मनुष्यरूपापासून तू ईश्वर बनला आहेस; तुला शुभ असा निरोप असो.'

गूढ धर्मविधींसाठी असलेल्या मंदिरांचे दरवाजे सर्वांसाठी प्रवेशनीय होते; पण प्रत्येकाला प्रवेश दिला जाईल की नाही, ही बाब वेगळी होती. क्रोटोन येथे असलेल्या आपल्या अकादमीतून अयोग्य विद्यार्थ्यांना परत पाठवताना पायथॅगोरसने एके ठिकाणी

म्हटले आहे, 'पारा म्हणून घडविण्यासाठी प्रत्येक प्रकारचे लाकूड सुयोग्य नसते.'

दीक्षाविधीच्या पहिल्या पातळीवर तग धरणे महत्त्वाचे असे. कारण आत्मा व मन यांच्यात ज्ञानजागृतीचा सुखद अनुभव येण्यापूर्वी त्या उमेदवाराला भीषण व भयप्रद अनुभवांचा सामना करावा लागत असे.

सर्व विधींमध्ये नव्हे परंतु काही प्राथमिक दीक्षाविधींमध्ये, यांत्रिक माध्यमांचा अवलंब उमेदवाराला काही गोष्टींचा अनुभव करून देण्यासाठी केला जाई. जसे, आपण धोकादायक, खड्ड्यात पडत आहोत किंवा पाण्याच्या जोरदार प्रवाहात वाहून जात आहोत अथवा वन्य प्राण्याचा आपल्यावर हल्ला झालेला आहे, असे ते अनुभव असत. अशा परीक्षांमधून त्या उमेदवाराचे चातुर्य व धैर्य यांची चाचपणी केली जात असे.

जरा पुढच्या स्तरावर फारच भयंकर परीक्षेला सामोरे जावे लागत असे. उमेदवाराला तात्पुरत्या काळापुरते अतीन्द्रियदर्शी बनवले जाई. अशा वेळी भर दिवसा रसातलातील भयानक प्राण्यांचा सामना त्याला करावा लागत असे.

अशा अनुभवांमधून जाणाऱ्या सर्व उमेदवार-दीक्षित लोकांचा अनुभव कथन करणारी नोंद स्टोबेयस नावाच्या व्यक्तीने ठेवलेली दिसते. तो म्हणतो, ''श्रेष्ठ गूढविधींची दीक्षा घेतेवेळी मृत्युप्रसंगी मन जसे प्रभावित, आंदोलित होते, तशीच अवस्था होते. पहिली पातळी म्हणजे अन्य काही नसून चुका, अनिश्चितता, कष्ट, भटकंती आणि अंधार होय. मृत्यू आणि दीक्षाविधी यांच्या किनाऱ्यावर आपण जेव्हा उभे राहतो, तेव्हा प्रत्येक गोष्टीला भयकारक पैलू असतो. त्यातही प्रचंड भय, थरकाप आणि अस्वस्थता असते. परंतु हा अनुभव एकदा संपला, की जादुई आणि दैवी प्रकाश स्वतःहून प्रकटतो. तेव्हा दीक्षित आणि उचित असलेले सारे लोक मुक्त असतात. त्यांच्या मस्तकावर मुकुट असतो, ते विजयी असतात आणि परमपवित्रांच्या विश्वात ते चालत जातात.''

एका प्राचीन अशा पपाराय भूर्जपत्रावरील चित्रात गूढांची देवता असलेला, कोल्ह्याच्या मस्तकाचा, अनुबिस हा देव, उमेदवाराचा हात धरून त्याला नेतो आहे, असे दिसते. उमेदवाराने न पाहिलेल्या अशा प्रेतात्म्यांचा भयप्रद वास असलेल्या जगातून हा अनुबिस देव त्याला पार करून नेतो.

दीक्षाविधींच्या या संप्रदायांमध्ये जे शिकविले जाई, ते ज्ञान, मनुष्याच्या प्रारंभिक सभ्यतांच्या काळात पहिल्या-वहिल्या साक्षात्कारांद्वारे थेट दुसऱ्या पिढीकडे संक्रामित होई आणि त्या अनुभवांचे पावित्र्य राखले जावे म्हणून त्यांना संरक्षण देण्याची गरज असे. त्यामुळे लौकिक जगापासून ती रहस्ये काळजीपूर्वक का झाकली जात आणि कडवेपणाने ती संरक्षित का ठेवली जात, याचे कारण आपल्याला समजू शकते.

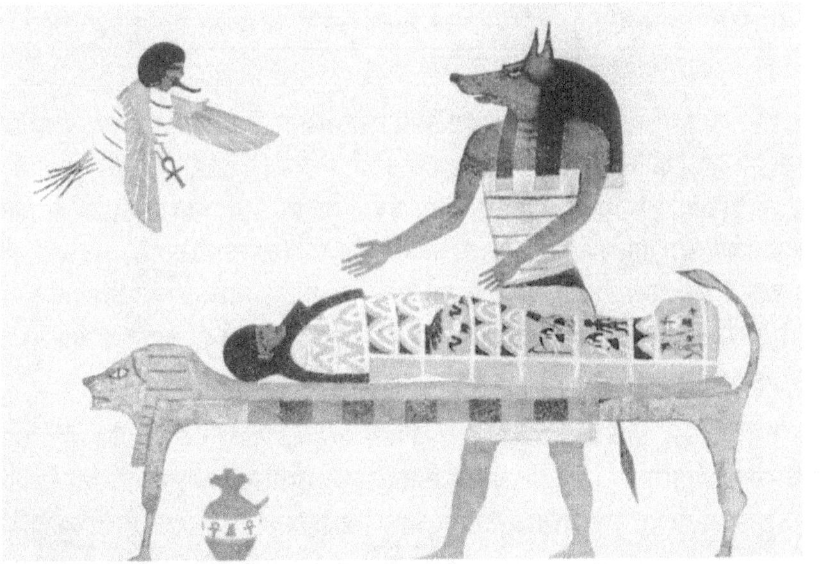

छायाचित्र १२.१ गूढवादाची देवता असलेला अनुबिस (पक्षी-मानवाच्या रूपातील) दीक्षित व्यक्तीला न पाहिलेल्या अशा विश्वात घेऊन जात आहे. लेखकाच्या संग्रहातून

दीक्षित उमेदवाराला ज्या अवस्थेत नेले जाई, ती सर्वसामान्य गाढ निद्रा नसे, हे ध्यानात ठेवायला हवं. ती एक विशिष्ट समाधीची अवस्था असे, जिच्यात त्या उमेदवाराचा आत्मा मुक्त होत असे. त्या जादुमय निद्रेत तो उमेदवार जागृत अवश्य असे – पण अन्य एका विश्वात!

आधुनिक संमोहनतज्ज्ञाच्या परिभाषेतील मानस हस्तकृती म्हणून त्या उदात्त अनुभवाची बरोबरी करणे ही फार मोठी चूक ठरू शकते. साध्या सम्मोहावस्थेत अशी अवस्था असते, की जिचे स्वरूप संपूर्णपणे दोघांना कळू शकत नाही. उलट गूढविधीच्या आचार्याला निश्चितपणे पक्के गुप्त पारंपरिक ज्ञान असे. जेणेकरून पूर्ण तयारी व आकलनानिशी ते आपले सामर्थ्य वापरू शकत असत. सामान्य सम्मोहित व्यक्तीच्या अबोध मानसिकतेला सम्मोहनतज्ज्ञ थोडेफार चाचपू शकतो. पण त्या प्रक्रियेतील बदलांमध्ये तो स्वतः सहभागी होत नाही. त्या उलट प्राचीन आचार्य, प्रक्रियेतील प्रत्येक बदलावर सावधपणे लक्ष ठेवून असत. शिवाय स्वतःतील बोधक्षम सामर्थ्य वापरून ते त्या बदलांवर नियंत्रणही राखू शकत. आणखीही एक महत्त्वपूर्ण गोष्ट म्हणजे जो सामान्य सम्मोहनतज्ज्ञ असतो, तो अधीन व्यक्तीच्या माध्यमातून लौकिक जगाबद्दल व जीवनाबद्दलच्या गोष्टी स्पष्टपणे जाणू शकतो, लौकिक देहाद्वारे काही असाधारण कृती करायला लावू शकतो. प्राचीन आचार्य मात्र गहन स्तरावर जात असत आणि टप्प्याटप्प्याने आपल्या समोरच्या उमेदवाराच्या मनाला ते

आध्यात्मिक जगांच्या अनुभवांमधून नेऊ शकत असत - ही गोष्ट आधुनिक काळातील सम्मोहन तज्ज्ञाच्या आवाक्यातील नाही.

पौर्वात्य आणि पाश्चिमात्य अशा दोन्ही देशांमध्ये केले गेलेले सम्मोहनाचे प्रयोग मी पाहिले आहेत. त्यापैकी काही प्रयोग खरोखर अप्रतिम होते; पण तरीही ते तसे दुय्यम दर्जाचे होते. मी हेही जाणून आहे. कारण ते पवित्र प्रयोग नव्हते. त्यांच्यात वैज्ञानिक कुतूहलाचे मूल्य होते पण आध्यात्मिक मूल्य नव्हते. माणसाच्या व्यक्तिमत्त्वातील गूढ, अबोध शक्तींना सिद्ध करून त्या प्रयोगांच्याद्वारे उथळ लौकिक जगापासून खचित दूर नेलं जायचं. परंतु आत्मा हे चैतन्यमय, अमर्त्य आणि स्वतंत्र अस्तित्व असल्याच्या जाग्रत शोधाच्या उन्नत दिशेने त्यातून प्रवास घडत नसे.

पिरॅमिडच्या आत मला आलेला अलौकिक अनुभव जमेस धरून आणि मंदिरामधील भित्ती-उत्कीर्णकांवरून (अथवा कोरीव कामांवरून) ओसिरीसच्या सर्वांत गुप्त विधीमागे निहित असलेल्या गूढ नाट्याचा अर्थ मला आता उकलला होता. त्या धर्मविधीच्या प्रक्रियेत सम्मोहन, जादू आणि आध्यात्मिक शक्ती एकत्र होऊन माणसाचा आत्मा, त्याच्या जड देहापासून काही तासांपर्यंत अथवा काही दिवसांपर्यंत विलग होऊन जावा असा हेतू असे. जेणेकरून हा विस्मयकारी अनुभव त्या व्यक्तीच्या कायम स्मरणात राहून त्यानुसार त्याचे जीवन घडावे, अशी अपेक्षा असे. धर्मावर माणसांची जी श्रद्धा असते, त्यातून बहुतेक सर्व लोक मृत्यूनंतर आत्म्याची सत्ता मान्य करतात. शिवाय जर का असा व्यक्तिगत अनुभव माणसाने घेतला, तर त्याचा तो विश्वास आणखी बळकट होतो, दृढ होतो.

शिवाय ज्या माणसाने तसा अलौकिक अनुभव घेतला असेल त्यालाच दुसऱ्या व्यक्तीच्या समानधर्मी अनुभवाची कदर कळू शकते. अगदी आजच्या आधुनिक काळातही काही लोकांनी निर्हेतुकपणे आणि अचानकपणे अशा प्रकारच्या अनुभवातील काही भाग अनुभवलेला असतो. वायुदलात काम करून निवृत्त झालेल्या एका अधिकाऱ्याची घटना मला ठाऊक आहे. युद्ध सुरू असताना त्याला एका शस्त्रक्रियेसाठी भूल दिली गेली होती. मात्र भुलीच्या औषधाचा एक विलक्षण परिणाम झाला. त्यामुळे त्याच्या शरीरातील वेदनेबाबत त्याच्या ठिकाणी अचेतना निर्माण झाली. त्या वेळी तो झोपला तर नाहीच, उलट त्याला आढळलं, की शस्त्रक्रियेच्या मेजावर तो स्वतः हवेत तरंगत आहे. शिवाय अन्य कुणाच्या तरी देहावर चाललेली शस्त्रक्रिया एखाद्या तिऱ्हाइताने पाहावी तसं तो स्वतःच्या देहाकडे पाहत होता! त्या अद्भुत अनुभवामुळे त्याच्या व्यक्तिमत्त्वात लक्षणीय बदल घडला. उपभोगवादी मतांपासून तो आत्म्याच्या अस्तित्वावर विश्वास ठेवणारा मनुष्य बनला. त्यानंतर नवी आशा आणि उद्दिष्टे उराशी बाळगूनच तो जीवन जगला.

ज्यांच्या सामर्थ्यामुळे माणसात एवढे विलक्षण परिवर्तन घडते, ते आचार्य कोण असतात बरं?

परमोच्च ज्ञानाचे हे रक्षक अर्थातच संख्येने अतिशय मोजके असत. एके काळी अशा रक्षकांच्या गटात इजिप्तमधील सर्व वरिष्ठ पुरोहित त्याचप्रमाणे पुरोहितवर्गातील काही उत्तम सदस्य असत. पराकोटीची गुप्तता पाळून त्यांच्या ज्ञानाचे रक्षण केले जाई. शिवाय ते इतके गोपनीय ठेवले जाई, त्यामुळे अभिजात काळात इजिप्तचे नावच गूढतेशी संलग्न होऊन गेले.

पॅरिसमधील लुव्र येथील संग्रहालयात इजिप्तविषयक जी वीथिका आहे, त्या ठिकाणी मेम्फिसच्या वरिष्ठ पुरोहितांची म्हणजे ता-मेर यांची कबर आहे. त्यावर स्मृतिलेख म्हणून असे शब्द कोरून ठेवलेले आढळतात. 'प्रत्येक मंदिरातील गूढतेत त्यांनी प्रवेश केला होता. त्यांच्यापासून गुप्त असे काहीच नव्हते. जे जे त्यांनी अनुभवले, त्यावर त्यांनी आवरण घालून टाकले.' आचार्यांनी त्यांचे पारलौकिकअनुभव अतिशय गुप्त राखले. त्यामागे त्यांची स्वतःची काही कारणे होती. त्याचप्रमाणे ज्या विधींमध्ये उमेदवारांच्या प्राणांची जोखीम आहे, अशा विधी अविश्वासी आणि थट्टेखोर लोकांपासून दूर राखणे साहजिकच होते. त्याचबरोबर ज्याला या विषयाची किंमत नाही, तो विषय त्याच्यासमोर खुला करणं निरर्थकही होतं. अशा प्रकारच्या अनुभवांना सामोरं जाण्यासाठी फारच थोड्या माणसांची तयारी असणं स्वाभाविक होतं. कारण अशा अनुभवानंतर कधी कधी वेड लागण्याची किंवा जीव गमावला जाण्याचीही शक्यता असे. त्यामुळेच असे धर्मविधी अगदी निवडक मोजक्या लोकांसाठीच असत. अनेक जण गूढ मंदिराच्या दारांशी व्यर्थपणे येऊन जात. ज्यांना प्रवेश दिला जात असे, त्यांना पार काठीचा कणा मोडेल एवढ्या परीक्षांमधून जावं लागत असे. काही जणांची तर दीक्षा घेईपर्यंत पोहोचायची इच्छाच नष्ट होत असे. अशा प्रकारे विद्यार्थी वगळले जाऊन बाजूला होऊन जात. त्यामुळे प्राचीन काळात गूढवाद ही एक वैशिष्ट्यपूर्ण प्रणाली ठरली. त्यांच्या उत्तम संरक्षित दारांमागे जी गूढे खुली होत असत, ती तशीच गुप्त राखण्याची कठोर शपथ त्यांच्याकडून घेतली जात असे. त्यामुळे त्यांच्याकडूनही कडेकोट गुप्तताच ठेवली जात असे. जो माणूस या प्रशिक्षणातून पार पडत असे, तो कायमस्वरूपी गुप्त समाजाचा घटक बनून राहत असे. या समूहातील सदस्य सांसारिक लोकांच्या जंजाळात राहून उच्च उद्दिष्ट आणि गंभीर ज्ञानासाठी धडपड करून प्रत्यक्ष काम करीत राहत. सिसिली येथून भेट द्यायला आलेल्या डायोडोरसने लिहिले होते, 'असे म्हटले जाते, की ज्याने गूढविद्येत सहभाग घेतला असेल तो माणूस अधिक आध्यात्मिक, अधिक न्यायी आणि प्रत्येक पैलूने सर्वाधिक उत्तम होत जातो.'

दीक्षा घेण्याची पद्धत इजिप्तपुरतीच सीमित नव्हती. फार पूर्वीच्या सभ्यतांना या गूढांचा वारसा सांभाळला होता. त्यांनाही प्राचीन काळापासून मिळालेल्या या संस्कृतीत ईश्वराने

मानवजातीला दिलेल्या साक्षात्कारांचाही समावेश होता. ख्रिस्तपूर्व काळातील बहुतांशी सर्व लोक गूढवादाच्या या प्रणालीशी व परंपरेशी जोडलेले असत. रोमन, केल्ट, ब्रिटनचे ड्रुइड लोक, ग्रीक, क्रीट, सिरीया, हिंदू, पर्शियन, माया संस्कृतीचे लोक, अमेरिकी इंडियन अशा कितीतरी प्रकारच्या लोकांनी या मंदिरातील धर्मविधींमध्ये सहभाग घेतलेला होता. दीक्षितांना साक्षात्कार करून घेईपर्यंत ज्या टप्प्यांमधून जावे लागते, त्यातही त्यांनी सहभाग घेतलेला होता. ॲरिस्टॉटल तर स्पष्टपणे म्हणाले होते, की ''एल्युसिनियन गूढांद्वारे ग्रीसचे कल्याण होऊ शकते.''

सॉक्रेटिस म्हणाले होते, ''ज्या लोकांनी गूढांशी परिचय करून घेतला, त्यांनी मृत्युसमयी निश्चितपणे सुखद आशांचा अनुभव मिळण्याची तरतूद करून ठेवलेली असते.'' प्राचीन लोकांमध्ये ज्यांनी इजिप्तमधील गूढांची दीक्षा घेतल्याचे कबूल केले किंवा तसे संकेत दिले, त्यांच्यामध्ये आपल्याला वक्ता ॲरिस्टिडेस, बॅबिलोनचा मेनिपस, नाटककार सोफोक्लिस, कवी एस्किलस, नियमकर्ता सोलोन, सिसेरो, इफेससचा हिरॅक्लिटस, पिंडार आणि पायथॅगोरस अशा लोकांच्या नावांची सूची देता येते.

अगदी आजच्या काळातही जपानमधील जू-जित्सु हा जो संप्रदाय आहे, त्यातील बारकावे फार थोड्या लोकांना ठाऊक असतात. कारण अगदी थोड्या सुयोग्य लोकांना त्यातील गुपिते सांगितली जातात. मात्र विद्यार्थी आध्यात्मिक गूढांच्या त्या अनुभवांतून जातो. दीक्षेच्या विधीतून विद्यार्थ्यांला सक्तीने जावे लागते. त्यात गुरूकडून त्याचा गळा घोटला जातो. गळा घोटण्याच्या कृतीला जेमतेम एक मिनिट लागतो. विशिष्ट प्रकारे गळा दाबला गेल्यावर विद्यार्थी पलंगावर मृतवत निजतो. त्या अवस्थेत त्याचा आत्मा शरीरापासून मुक्त होऊन मनुष्यलोकापेक्षा निराळ्या लोकांचा अनुभव घेतो. त्यानंतर ज्या वेळी अशा मृतवत स्थितीसाठी नेमलेला काळ पुरा होतो, तेव्हा त्या विद्यार्थ्याचे गुरू त्याला गूढ पद्धतीने पुनर्जागृत करतात. त्या पद्धतीला 'क्वापो' असे म्हटले जाते. जो या अनुभवातून बाहेर येतो, तो दीक्षित बनतो. अगदी फ्रीमेसनरी संप्रदायातही अशा विधींचे उर्वरित अवशेष आढळतात. त्याची मुळे इजिप्तमध्येच सापडतात. 'क्राफ्ट' या प्रणालीचे लोक प्राचीन दीक्षाविधीचे उदाहरण म्हणून पायथॅगोरसचे नाव सांगतात. पायथॅगोरस हादेखील इजिप्तमधील प्राचीन संस्थेत दीक्षित होता हे त्यांना स्मरते तरी का? मेसनरी संप्रदायातील पदव्यांचे स्तर ज्यांनी ठरविले, त्यांनी इजिप्तच्या गूढांमधील काही विशिष्ट प्रतीकांचा वापर केलेला आहे.

मानवजातीमध्ये घडणाऱ्या अटळ अशा क्षयामुळे खऱ्या आचार्यांची पिढी नाहीशी झाली, लुप्त झाली. त्यांची जागा नंतर साक्षात्काराचा अनुभव नसलेल्या लोकांनी घेतली. त्यामुळे गूढविद्येची जाणकार अशी जी पूर्वीची पिढी होती, तिचे विनाशकारी असे उपहासचित्र या कमी वकूबाच्या माणसांनी तयार केले. काळ्या जादूच्या शक्तींचा शोध

घेणाऱ्या दुष्ट अशा त्या लोकांनी अंतिमतः इजिप्त आणि अन्य ठिकाणच्या संस्थांवर कब्जा मिळविला. मूलतः जे ठिकाण पवित्र, आध्यात्मिक आणि निवडक लोकांसाठीच होते; जे शुद्ध साधन आध्यात्मिक ज्ञानाची ज्योत तेवत ठेवण्यासाठी अर्पण केले गेले होते, तेच आता भ्रष्ट शक्तीच्या हाती जाऊन घृणास्पद आणि अवमूल्यकारक बनले. या साऱ्या गोष्टी इतिहासाच्या पोटात घडल्या गेल्याने प्राचीन काळातील तेजस्वी रत्ने यथावकाश लयास गेली.

पॅपिरसवरील मजकूर तसेच भिंतींवरील कोरीव चित्रलिपी वा शिलालेख यांतून ओसिरीसच्या धर्मसंस्काराला प्राचीन इजिप्तचे लोक किती उत्कटपणे आदर द्यायचे, हे त्यातून समजते. एकांतातील मंदिरे व रहस्यमय कक्ष जिथे सर्वांत जास्त पवित्र आणि गूढ संस्कार घडत असत, त्यात प्रवेश करणाऱ्यांना सर्वसामान्य जनता किती कुतूहलाने पाहायची, हेही त्यांतून प्रत्ययास येते. कारण मृत्युसदृश अवस्थेत तात्पुरत्या काळापुरते का असेना, मनुष्याच्या आत्म्याला त्याच्या देहापासून मुक्त करण्याचा सर्वांत जास्त उदात्त असा विधी तेथे होत असे. शिवाय दीक्षेचा अंतिम विधी त्या गूढ गर्भगृहांमध्ये संपन्न होत असे. मृत्यूसारखा मोठा बदल घडवून आणला तरी अस्तित्व कायम राहते, केवळ हेच त्यातून सिद्ध करायचे असे. त्या स्थितीत त्या मनुष्याच्या आत्म्याला खुद्द निर्मात्या ईश्वराच्या अलौकिक विश्वांमध्ये नेले जाई. त्या विलक्षण अनुभवात माणसाच्या शांत मनाचा, श्रेष्ठ अशा वरिष्ठ दैवीपणाच्या अनंत मनाशी संपर्क घडून येत असे. सर्वज्ञ पित्याशी एकरूप होण्याचा, शब्दातीत, शांत अशा अनुभवात काही काळ राहण्याची क्षमता त्या आत्म्यात येत असे. अतुलनीय अशा त्या भावावस्थेशी ओझरता संपर्क जरी आला तरी त्या माणसाचा आयुष्याकडे पाहण्याचा संपूर्ण दृष्टिकोनच बदलून जात असे. जणू जीवनात सर्वांत जास्त पवित्र अन्न त्याने ग्रहण केल्यासारखेच होत असे. जणू त्याच्याच खऱ्या अंतर्यामी असलेल्या देवतेच्या अनिर्वचनीय किरणाची प्राप्ती त्याला होत असे. आत्म्याने शरीरात राहून मृत्यूपासून तग धरणे हे केवळ एखाद्या बाह्य परिधानासारखे असते. त्या अनुभवातून तरलेला माणूस उन्नत व खऱ्या अर्थाने द्विज असे. असा दीक्षित माणूस उत्तम आचार्य बनू शकत असे. चित्रलिपीतील अक्षरे अशा माणसाबद्दल बोलताना म्हणतात, 'तो जीवनकाळात ईश्वराच्या कृपेला पात्र असतो आणि मृत्यूनंतर स्वर्गीय विश्वात राहतो.'

दीक्षा घेण्याच्या प्राथमिक टप्प्यांमध्ये सम्मोहित अवस्थेची जी स्थिती असे, त्यापेक्षा हा अनुभव निश्चितच निराळा असे. कोणत्याही साध्या संमोहनविद्येमुळे तो अनुभव बहाल करता येत नसे आणि कोणत्याही यातुविद्येच्या विधीने तो जागृत करता येत नसे. मात्र देवत्वाशी एकरूप झालेल्या श्रेष्ठ आचार्यांनी जर तशी इच्छा केली तरच त्यांच्यातील आश्चर्यजनक दैवी सामर्थ्याने साधकाच्या अंतरंगातील श्रेष्ठ स्वरूपाच्या चैतन्याला ते जागे

करू शकत असत. इजिप्तमधील लोकांकरिता त्या काळात ही घटना म्हणजे सर्वांत उदात्त आणि प्रभावशाली असे. आजच्या काळातही अन्य पद्धतींचा अवलंब करून आधुनिक माणसाला तसा अनुभव प्राप्त करून घेणे शक्य आहे.

एकंदर मानवजातीच्या प्रारब्धात जो अनुभव लिहिलेला आहे, त्याची एक लहानशी प्रतिकृती म्हणजे दीक्षाविधीचा अनुभव असे. उत्क्रांतीच्या टप्प्यांमध्ये सर्वांनाच हा अनुभव येऊ शकतो. फक्त त्यात भेद एवढाच, की पहिल्या प्रकारात सम्मोहनासारख्या कृत्रिम पद्धती वापरून आधी तो अनुभव बळाने ओढून घेतला जातो, तर दुसऱ्या प्रकारात संथ कालचक्रात मनुष्याचा मानसिक आणि आध्यात्मिक विकास घडत नैसर्गिकरीत्या तो स्वतःच फुलत जातो.

अशा प्रकारे एकंदरीत उत्क्रांतीद्वारे मानवजातीचे जे विधिलिखित आहे, तो अनुभव आधीच आत्म्यामध्ये प्रतीत होत असे.

या साऱ्याच्या मागे काय होत असे, तर गाढ निद्रेमध्ये माणसाचे लौकिक स्वरूप तात्पुरते लयास गेल्यासारखे होत असे आणि त्याचे अलक्षित किंवा आध्यात्मिक स्वरूप आचार्यांकडून जागृत केले जात असे. कृत्रिमरीत्या जो माणूस बधिरावस्थेत ढकलला जाई, तो एखाद्या तटस्थ परिदर्शकाला शारीरिकदृष्ट्या मृत वाटू शकतो. वस्तुतः गूढवादाच्या प्रतीकात्मक भाषेत अशा माणसाला 'कबरीत उतरलेला माणूस' किंवा 'कबरीत दफन केलेला माणूस' असे संबोधले जायचे. अशा माणसाची शरीराची हालचाल थांबत असे. त्याच्या व्यक्तिगत आकांक्षा आणि इच्छांचा तीव्र आवेग मंदावत असे. त्यामुळे भौतिक पातळीवर असा माणूस खऱ्या अर्थाने मृतच होत असे. त्याचबरोबर त्याच्यातील चैतन्य, त्याचा आत्मा हा काही काळापुरता हाडा-मांसाच्या देहापासून अलग होत असे. फक्त अशाच अवस्थेत त्या माणसाला आत्म्यांकडून जे विश्व अनुभवले जाते, त्या विश्वाचा थोडा अनुभव मिळणे, विविध देवता आणि देवदूत यांचे दर्शन घडणे, अनंत अवकाशातून जाता येणे, स्वतःच्या खऱ्या स्वरूपाची कल्पना येणे आणि अंतिमतः खऱ्या ईश्वराला जाणणे शक्य होत असे.

असा माणूस फक्त एवढेच म्हणू शकतो, की तो मृत होता आणि आता पुनर्जीवित झाला आहे. प्रतीकात्मकदृष्ट्या, शब्दशः मृत्यूच्या गर्भितार्थाची त्याला नव्याने जाणीव झालीच आणि अंतर्यामी एक दैवी जीवनाची अनुभूती तो घेऊन जगू लागला. ज्या पुरोहिताने त्यांच्या जीवनात हा अनुभव आणला, त्याचा ठसा त्या व्यक्तीवर राहत असे. शिवाय गुरु-शिष्यांच्या एक अतूट, अदृश्य नात्याने ते कायम एकमेकांशी संबद्ध राहत. त्यानंतर आत्म्याच्या अमरत्वाचं तत्त्व त्याच्यासाठी केवळ एक सिद्धान्त नव्हे तर एक

छायाचित्र १२.२ अंत्येष्टी करण्याच्या वा अर्थी उठविण्याच्या जागेवर पहुडलेला ओसिरीस, त्याच्या माथ्याच्या बाजूजवळ नेफ्थिस (आयसिसची बहीण) आणि पायाजवळ आयसिस उभ्या असलेल्या दिसतात. जेरीपीक. कॉम

वस्तुस्थिती बनून जात असे, जिचा उमेदवाराने प्रत्यक्षानुभव घेतलेला असे. त्या अनुभवातून उठल्यावर तो उमेदवार जेव्हा जागृतावस्थेत येत असे, तेव्हा त्याच्यात पूर्ण परिवर्तन होऊन आध्यात्मिकदृष्ट्या पुनर्जन्म मिळून तो लौकिक विश्वात परतलाय असं म्हणता येत असे.

शिवाय त्याने स्वर्ग व नरक पाहिल्याने त्याला दोन्ही विश्वातील काही गुपिते ठाऊक होत असत. तो ती गुपिते गुप्त ठेवण्याची दृढतापूर्वक शपथ घेत असे. त्याचबरोबर त्याला पुढे जीवन जगण्याची आणि दोन्ही विश्वांचे स्वरूप ध्यानात ठेवूनच वर्तन करण्याचीही शपथ घ्यावी लागे. अमरत्वाची निश्चित खात्री ध्यानी-मनी बाळगून तो अन्य लोकांसमवेत जरूर वावरत असे; परंतु चुकूनसुद्धा त्या अलौकिक अशा खात्रीबद्दल आपल्या लोकांशी तो एक शब्दही बोलू शकत नसे. माणसांमध्ये नेहमी असलेल्या गूढ, अबोध अशा दूरसंवेदनशक्तीच्या द्वारे तो सर्व लोकांच्या आकांक्षा आणि श्रद्धा बळकट करण्याचा प्रयत्न करीत असे. त्याचा 'मृत्यू'वर विश्वास राहत नसे. त्याचा फक्त शाश्वत, स्वयंभू, सदैव चैतन्यशील जीवनावर विश्वास राहत असे. मंदिराच्या सुरक्षित गर्भगृहामध्ये त्याच्या आचार्यांनी जे सांगितले असे, त्यावर त्याचा विश्वास असे. आत्म्याचं अस्तित्व असून तो केंद्रस्थानी असलेल्या सूर्यरूपी ईश्वराचा फक्त एक किरण असतो, हे त्याला सांगितलेले असे. ओसिरीसच्या कथेला येथे

छायाचित्र १२.३ ओसिरीस अंत्येष्टीच्या जागेवर येथे पहुडलेला दिसतो. पण आता त्याचे मस्तक उजवी दिशा दाखवणारे आहे. त्याच्या माथ्याच्या बाजूजवळ नेफ्थिस आणि पायाच्या जवळ आयसिस आहे. (मागील छायाचित्रात असेच होते.) जेरीपीक. कॉम

व्यक्तिगत अर्थ प्राप्त झालेला असे. त्याचा स्वतःचा पुनर्जन्म झाल्यावर स्वतःच्या अंतरंगातच अमर्त्य अशा आत्म्याच्या रूपाने वास्तव्य असलेल्या ओसिरीसचा त्याला शोध लागत असे.

'द बुक ऑफ द डेड' हा जो इजिप्तमधील सर्वांत प्राचीन ग्रंथ आहे, त्यातील खरा अर्थ हा आहे. मात्र सध्या ज्या रूपात हा ग्रंथ उपलब्ध होतो, त्यात पपायरस भूर्जपत्रांवर असलेल्या, मृतवत वाटणाऱ्या लोकांच्या म्हणजेच दीक्षित लोकांच्या दोघांबाबत असलेल्या संदर्भांचे संमिश्रण आहे. प्राचीन काळात मूळ ग्रंथात जेव्हा हस्तक्षेप नव्हता, तेव्हा ते निश्चितपणे गूढवादी प्रणालीशी निगडित होते, हे या परिच्छेदावरून जाणवते. ''असाधारण, महान गूढांबद्दलचा हा ग्रंथ आहे. कोणत्याही (अपवित्र) मनुष्याच्या दृष्टीस तो पडता कामा नये - तसं होणे ही घृणास्पद बाब ठरेल. गुप्तता हेच त्याचे अस्तित्व आहे. गुप्त मंदिराच्या देवतेचा ग्रंथ (द बुक ऑफ द मास्टर ऑफ द हिडन टेम्पल) असे त्याचे नाव आहे.''

म्हणून 'द बुक ऑफ द डेड' या ग्रंथात मृत व्यक्ती (म्हणजे दीक्षित व्यक्ती) वारंवार स्वतःचे नाव ओसिरीस असे सांगताना आढळते. या ग्रंथांच्या पूर्व आवृत्तीत ही मृत व्यक्ती स्वतःबद्दल असं म्हणते, ''मी ओसिरीस आहे. मी तुमच्यासारखा पुढे आलो आहे, मी

ईश्वर म्हणून जगतो!'' अशा पद्धतीने मृत ओसिरीस या शब्दांचा अर्थ, मृत भासणारी प्रगाढ सम्मोहनावस्थेतील दीक्षित व्यक्ती होय, असे निश्चितपणे सिद्ध होते.

अतिशय सुंदर पद्धतीने चित्रबद्ध असलेल्या आणि 'नू' देवतेच्या लघुचित्र-पॅपिरस या भूर्जपत्रसदृश पटावर विजयी अशा दीक्षित व्यक्तीचे मनोगत अशा प्रकारे व्यक्त झालेले दिसते.

''मी, होय, मी सुद्धा ओसिरीस आहे. मी तेजस्वी झालो आहे. मी ओसिरीसच्या जन्मस्थानी बसून आलो आहे आणि त्याच्यासह जन्माला आलोय. माझे तारुण्यही मी त्याच्यासह पुन्हा नवीन करीत आहे. मी ईश्वराचे तोंड उघडले आहे. तो जिथे स्थानापन्न होतो, तिथे मीही स्थानापन्न झालो आहे.''

याच प्राचीन पुस्तकाच्या अन्य पॅपिरसमध्ये म्हटले आहे, ''महान गृहाचा स्वामी असलेल्या आदरणीय देवाच्या उन्नत दिशेकडे मी स्वतःला वर उचलले आहे.''

गूढवादी विचारसरणीमध्ये अशा प्रकारे दीक्षा दिली जात असे. प्राचीन काळात अतिशय नामांकित असलेली ही प्रथा आधुनिक काळात आता पार अवमूल्यांकित झालेली आहे.

*****

प्राचीन धर्मांचे मूळ लक्ष्य काय होते, हे आपण तेव्हाच समजू शकतो, जेव्हा त्यांचे नायक हे मानवी आत्म्याचे प्रतिनिधित्व करीत होते. शिवाय त्यांचे धाडसी प्रयोग हे आत्म्याचं स्वर्गीय राज्य जाणून घेण्याच्या प्रयत्नात अनुभवांचे प्रतिनिधित्व करीत होते.

ओसिरीस म्हणजे माणसातील दैवी अंशाचे रूप ठरतो. या दैवी अंशाचे भौतिक जगात खाली उतरणे आणि पुन्हा आध्यात्मिक चेतना जाणून घेण्यासाठी वर उठणे हा सारा प्रतीकात्मक प्रवास ठरतो.

ओसिरीसच्या अवयवांचे चौदा अथवा बेचाळीस तुकडे होणे ही दंतकथा म्हणजे, माणसातील सामंजस्य विखुरले जाण्याचे प्रतीक ठरते. त्याच्यातील बुद्धिमत्ता त्याच्या भावनांपासून अलग झालेली असते, त्याचे हाडामांसाचे शरीर आत्म्याच्या भावनेपासून अलग झालेले असते. तसेच संभ्रम, परस्परविरुद्ध इच्छा-आकांक्षांची द्वंद्वे त्याला विविध दिशांना खेचतात. त्याचप्रमाणे आयसिस देवतेकडून ओसिरीसच्या देहाचे तुकडे एकत्र करून त्याला पुनर्जीवन देणे अशी जी घटना गूढवादात सांगितली जाते, ती पूर्वी गूढ दीक्षाविधीनंतर पुनर्जीवित होण्याचे प्रतीक आहे आणि आता सुद्धा उत्क्रांतीचे प्रतीक ठरणारी आहे. या उत्क्रांतीमध्ये माणसाच्या अंतरंगात तारतम्य यावे यासाठी संघर्ष चालू

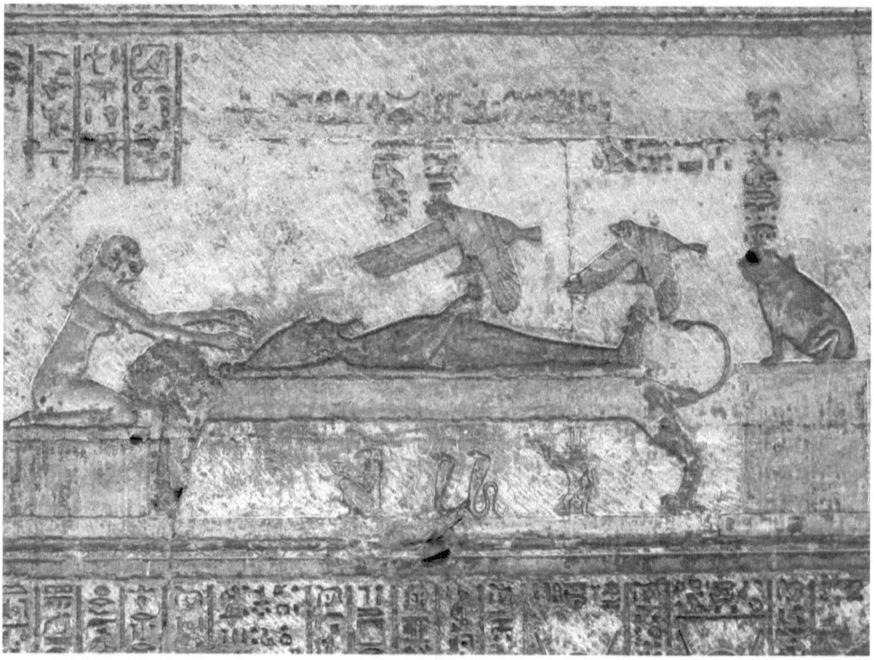

छायाचित्र १२.४ अंत्येष्टीच्या जागी ममी स्वरूपातील ओसिरीस पहुडलेला आहे; (बहुधा बा आणि का नावाचे) दोन पक्षी त्याच्या देहावर घिरट्या घालत आहेत. त्याच्या माथ्याजवळ वाकून बसलेली हाथोर देवता आहे आणि हेकेत देवतेचे प्रतिनिधित्व करणारा बेडूक त्याच्या पायाशी बसला आहे. अंत्येष्टीच्या चौकटवजा जागेखाली उटचॅट म्हणजे पवित्र चक्षू घेऊन बसलेला थॉथ (एक बुद्धिदेवता) आहे आणि जन्माशी निगडित बेस हा देवही आहे. जेरीपीक. कॉम

असतो. आत्मा आणि देह यांच्यात तारतम्य येऊन तर्क व भावना यांच्यात सामंजस्य राहावे यासाठी प्रयत्न सुरू असतो. खरंतर आपल्यातील मूळस्रोताकडे परतण्याचा हा प्रवास असतो.

दीक्षाविधीच्या उदात्त तात्त्विक चिंतनाच्या मुळाशी इजिप्तमधील तत्त्वज्ञानात एक सिद्धान्त असतो. तो म्हणजे माणसाचा आत्मा यथावकाश त्याच्या मूळ उगमस्थानाशी पोहोचलाच पाहिजे. याच ज्ञानप्रक्रियेला ते लोक 'ओसिरीस बनणे' असे म्हणत असत. पृथ्वीच्या पाठीवर राहत असलेल्या माणसामध्ये मूलभूत स्वरूपात तोच वावरत असतो, असेच त्या तत्त्वज्ञानात मानले जाई. 'द बुक ऑफ द डेड' मधील गुप्त अशा नियमावलीत सांगितले आहे, की दीक्षित उमेदवाराचा मुक्त झालेला आत्मा जेव्हा मृतात्म्यांच्या जगात प्रदीर्घ व धोकादायक प्रवास करत असतो, तेव्हा स्वतःचे रक्षण करताना तो कुठल्या

ताइताचा वगैरे वापर करीत नाही, तर 'मी ओसिरीस आहे' अशा खंबीर मनोधारणेला धरून तो प्रवास करतो.

याच पवित्र ग्रंथात म्हटले आहे, ''हे अंध झालेल्या आत्म्या! गूढांची मशाल पाजळून घे म्हणजे अंधाऱ्या रात्री तुला तुझेच तेजस्वी असे दुसरे रूप दिसेल. हा दैवी आदेश पाळल्याने तो तुझ्या बुद्धीला प्रचोदना देईल. कारण त्याच्याच हाती वर्तमान, भूत आणि भविष्याची दोर असते.''

दीक्षा याचा अर्थ जीवनाची नवी आध्यात्मिक दृष्टी मिळवणं होय. जेव्हा अलौकिकाच्या जगातून फार प्राचीन काळी मानवजात लौकिकाच्या पातळीवर घसरली, तेव्हाच ही आध्यात्मिक दृष्टी गमावली गेली. गूढवादी प्रणाली म्हणजे काय, तर साक्षात्काराची एकेक पायरी चढत जाऊन अंतर्यामी उन्नयन होणं होय. सुरुवातीला ते भौतिक जगाच्या उंबरठ्यापलीकडे असणाऱ्या गूढ विश्वांचा अनुभव देतं. त्यानंतर माणसाच्या स्वतः च्याच आत असणाऱ्या दैवीपणाला ते खुलं करीत असे. नरकसदृश विश्वांचे दर्शन घडवून उमेदवाराच्या चारित्र्याची व हिमतीची ते परीक्षा घेत, दरम्यान त्याला मार्गदर्शनही देत. यानंतर त्याला प्रोत्साहन मिळावे व आशीर्वचन प्राप्त व्हावे यासाठी स्वर्गीय विश्वांचे दर्शनही देत. याकरिता त्यांनी सम्मोहनावस्थेचा मार्ग स्वीकारला. परंतु याचा अर्थ असा नव्हे, की अन्य मार्ग अस्तित्वात नव्हते किंवा नाहीत. तो त्यांचा मार्ग होता. मात्र संमोहनाशिवाय अन्य मार्गांनीही साधना करून ईश्वरीय राज्याचा अनुभव घेता येऊ शकतो.

एका रोमन तत्त्वचिंतक - दीक्षित व्यक्तीचे उदात्त शब्द आपल्याला येथे स्मरू शकतात. ''आपण असतो, तिथे मृत्यू नसतो; जिथे मृत्यू असतो तिथे आपण नसतो. प्रकृतीकडून दिला गेलेला असा तो सर्वोत्तम वर असतो. कारण त्याच्यामुळे माणसाची सर्व चिंतांपासून सुटका होते. याबद्दल अगदी वाईट असं काही म्हणता येईल तर ते हेच, की पूर्वी तुम्ही ज्या भोजनोत्सवांचा आनंद घेत होता, तो मात्र संपून जाईल.''

मृत्यूकडे पाहण्याचा आपला जो दृष्टिकोन असतो, त्यातून आपल्याला स्वतःच्या जीवनविषयक दृष्टिकोनाची झलकही मिळते. गूढवादामुळे मृत्यूकडे पाहायचा माणसाचा दृष्टिकोन बदलताच पर्यायाने जीवनाकडे पाहण्याच्या दृष्टिकोनातही फरक पडतो. मृत्यू म्हणजे जीवनरूपी नाण्याची केवळ दुसरी बाजू आहे, हे त्यांनी दाखवून दिले.

पूर्वी ज्या गोष्टींना कल्पनांचे निरर्थक इमले म्हणून संबोधत असत, त्या गोष्टींकडे पाहायचा पाश्चात्त्य जगाचा दृष्टिकोन बदलण्याचे कार्य वैज्ञानिक, मानस (सायकीक) आणि मानसिक संशोधनामुळे होते आहे. लोभी मानवी वृत्तीतून अंकुरलेल्या नव्या कल्पनांखाली दबून गेलेल्या निंदनीय, अयोग्य अवहेलनेमुळे दुर्लक्षित राहिल्या अशा प्राचीन लोकांच्या

कल्पना आता संशोधनामुळे वर येऊ लागल्या आहेत. प्राचीन कल्पनांमध्ये वरकरणी दिसणाऱ्या उन्मत्ततेत लपलेला विवेक आताशी कुठे आपल्याला सापडायला लागला आहे. मानवी मनाच्या शक्ती आणि गुण यांच्या संदर्भातील त्यांचे ज्ञान काही बाबतीत आपल्यापेक्षा खूप श्रेष्ठ होते, हे आत्ताशी कुठे आपल्याला उमगायला लागले आहे. आपल्या अज्ञेयवादी युगाला दचकवण्याचे काम अभौतिक शक्तींनी केले आहे. जीवनाच्या मानस (सायकीक) पायावर विश्वास ठेवणाऱ्या लोकांमध्ये आपल्यातील सर्वोत्तम वैज्ञानिक आणि विचारवंत वर्णी लावू लागले आहेत. आज ते ज्याचा विचार करीत आहेत; तसा विचार सर्वसामान्य जनताही उद्या करेल. आपली बाजू योग्य आहे, की आपण पूर्णपणे संशयवादी म्हणून सुरुवात केली; मात्र आपण अंतिमतः पूर्णपणे विश्वास ठेवणाऱ्या व्यक्ती बनून जाणार आहोत; किमान माझे सकारात्मक चिंतन तरी असे आहे. आधुनिक संशयवादाच्या बर्फाळ हवेतून आपण आत्म्यावरील विश्वासाला मुक्त करणार आहोत. प्राचीन गूढवादी विचारप्रणालीचा पहिला महत्त्वाचा संदेश होता, ''मृत्यू नसतो'' – अर्थात याचा व्यक्तिगत पुरावा अनुभवलेले लोक थोडे फार असतातच; पण तरीही आत्म्याच्या अमरत्वाचा विचार

छायाचित्र १२.५ पुनर्जन्माचा क्षण सूचित करणारा ओसिरीस त्याच्या पोटावर पडलेला दिसत आहे; त्याच्या खालील चौकटीत त्याच्या कार्यक्षेत्राची विविध पदे दिसत आहेत; ओसिरीसला कमलपुष्प अर्पण करणारा होरस त्याच्यासमोर बसलेला आहे. जेरी पीक. कॉम

जगात यथावकाश पसरत जाणारच आहे.

जीवनसातत्याचा विचार म्हणजे असे नव्हे, की भविष्यातील एका अनिश्चित तारखेला आपण सर्व जण आपल्या दफनभूमीतून उठून येणार आहोत. आपण म्हणजे हाडामांसाचा देह असल्याची धारणा आपल्या बुद्धिमत्तेला अजिबात शोभणारी नाही. पुनरुत्थान या शब्दाचा अर्थ बहुतांश वेळा किती गैर व भौतिक अर्थानं घेण्याची चूक मध्य युगातील युरोपीय दीक्षित नसलेल्या इजिप्तवासी नागरिकांनी केली आहे. त्यामुळे माणसाच्या गुप्त जडणघडणीतील नियमांचा पुनर्शोध आता अपेक्षित आहे.

गूढवादाची दीक्षा घेतलेल्या उत्तम, बुद्धिमान लोकांच्या मनांना त्या नियमांची समग्र जाण होती; परंतु त्यांचे ओठ बंद राखण्याची शपथ त्यांना दिली गेली होती. त्यामुळे त्यांना आकलन झालेलं सत्य मंदिरांच्या उदास गर्भगृहांमध्येच राहिलं. आजच्या काळात तर आपल्या अभिव्यक्तीवर अशी काही बंधने नाहीत.

प्राचीन संस्थांमध्ये अस्तित्वात असणारी गूढे यामुळेच विलयास गेली. इजिप्तचे अवमूल्यन आणि अस्त होण्याचा दिवस एका क्षणी येऊन ठेपलाच. अन्य अनेक प्राचीन राष्ट्रांप्रमाणेच हे अवमूल्यन व अस्त होता. त्याच भूमीच्या प्रारंभिक काळातील प्रेषित हर्मिसचे भविष्यकथन शब्दशः खरे ठरले.

''हे इजिप्त, इजिप्त देशा! जी भूमी दैवी गोष्टींचे व्यासपीठ होती, तिथे ईश्वराचे अस्तित्व लयाला जाईल. येथील धर्म केवळ कथांमध्ये जिवंत राहील. तो पाषाणात कोरलेल्या शिलालेखांमध्ये राहील आणि तुझ्या लुप्त धर्मपरायणतेच्या कथा फक्त त्यातून सांगितल्या जातील. अरेरे! दुर्दैवाने एक दिवस असा येईल, की पवित्र चित्रलिपी म्हणजे केवळ प्रतिमा म्हणून शिल्लक राहतील. ईश्वराच्या प्रज्ञेची प्रतीके जगाला कळेनाशी होतील आणि महान अशा इजिप्तमधील लोकांनी नरकातील दानवांची पूजा केली असल्याचा दोषारोप केला जाईल.''

अशा प्रकारे गूढवादी चिंतनाची सूत्रे चुकीच्या हातात जाण्याचा दिवस येऊन ठेपलाच. ही सूत्रे दुष्ट, स्वार्थी, सत्तेचा दुरुपयोग करण्याची वृत्ती असलेल्या माणसांच्या हातात गेली. त्यांच्यासमोर अभिमानी फॅरोदेखील स्वतःच्या हेतुसिद्धीसाठी कधी कधी झुकू लागले. अनेक पुरोहित म्हणजे विषमय दुष्कृत्यांचे केंद्रस्थान बनले. भयावह धर्मविधी आणि काळ्या जादूचे वाईट मंत्र उच्चारू लागले. ज्या उच्च पुरोहितांना, माणसाप्रती असलेले ईश्वराचे मंत्री असं मानलं जाई, तेच मानवी रूपातील दैत्य बनले. अधम कारणांकरिता रसातळातील चमत्कारिक अस्तित्वांना ते जागृत करू लागले. वरिष्ठ दर्जाच्या स्थानांवर आध्यात्मिकतेची जागा जादुटोण्याने घेतली. आध्यात्मिक ग्लानी आणि गोंधळ या भूमीवर माजू लागल्याने

गूढवादाचे खरे स्वरूप आणि उन्नत हेतू लवकरच लयाला गेले. जणू काही नेमेसिससारख्या न्यायदेवतेच्या विचित्रपणामुळे गुणी आचार्य मृत्युमुखी पडू लागले. त्यांचा वारसा पुढे चालविण्याकरिता, पुरेसे उत्तराधिकारी तयार करण्यासाठी त्यांना अवधी मिळाला नाही. मग अयोग्य लोक त्यांच्या जागेवर आले. ज्यांना या जगातील त्यांची भूमिका निभावण्याची क्षमताही नव्हती, जी मोजकी चांगली माणसं होती, त्यांचं दुर्दैव तर ठरलेलंच होतं. अंत स्वीकारताना त्यांनी दुःखाने, शांतपणे त्यांची गुप्त पुस्तके मिटवून ठेवली. जमिनीच्या भुयारांमधील गर्भगृहे आणि मंदिरांमधील कक्ष सोडून दिले. जड अंतःकरणाने त्यांच्या प्राचीन परंपरेच्या वास्तूंचा निरोप घेतला आणि तेथून ते निघून गेले.

मी लिहिलं आहे, की ते शांतपणे निघून गेले. इजिप्तच्या प्रारब्धाच्या क्षितिजावर, निसर्ग प्रतिक्रिया अटळपणे येणार असल्याची चाहूल त्यांना लागली होती. त्यांच्या देशाच्या आकाशावर येणारी आणि अल्पावधीत प्रसृत होत जाणारी प्रकाशाची एक लड त्यांनी पाहिली होती. येशू ख्रिस्त नावाचा तारा त्यांना जाणवला होता. हाच येशू, की जो पुढे इजिप्तच्या गूढांमध्ये लपलेले मूलभूत सत्य, कोणत्याही भेदभावाशिवाय आणि आपपरभावाशिवाय संपूर्ण जगासाठी खुले करणार होता.

येशूच्या एका शिष्यानेही म्हटलं होतं, ''युगानुयुगे आणि पिढ्यान्‌पिढ्या जी गूढं लपवून ठेवली होती, ती पददलित आणि सामान्य माणसांसाठीही खुली होणार होती.'' प्राचीन संस्थांमध्ये खूप अवघड प्रक्रियेने काही निवडक लोकांना जे सांगितले जाई, पुढे तेच सगळया लोकांना केवळ श्रद्धेच्या बळावर सांगितले जाणार होते. फक्त काही माणसांनाच हृदयस्थ ज्ञान देऊन थांबणं शक्यच नव्हतं. कारण येशूंच्या हृदयात भरपूर प्रेम होतं, त्यांना अनेकांचा उद्धार करण्याची इच्छा होती. आपल्या शब्दांवर निरलस श्रद्धा ठेवण्यापलीकडे येशूंनी काहीही मागितले नाही. त्यांनी कसलीही तांत्रिक दीक्षेची पद्धती ठेवली नाही. गूढ तत्त्वज्ञानाच्या मार्गाने ज्या अमरत्वाची खात्री लोकांना पटायची, तशीच संधी त्यांनी या मार्गाने लोकांना दिली.

येशूंच्या मुक्त मार्गाने (ओपन पाथ) नम्रता शिकविली आणि उच्च शक्तीच्या साहाय्यासाठी साद घातली. ही शक्ती अशी होती, की ज्या लोकांनी तिचं स्वागत केलं, त्यांच्या हृदयात त्या शक्तीने आपली कृपा प्रकट केली. येशूंनी केवळ कशाची मागणी केली तर प्रथम त्यांच्या शिकवणुकीवर विश्वास ठेवण्याची. दुसरी बुद्धीवर घाला घातला गेल्याने सहनशीलता यावी म्हणून पुरेशी नम्रता यावी – एवढ्या दोनच गोष्टींची त्यांनी मागणी केली. याच्या बदल्यात त्याने खूप मोठ्या लाभाला अधिमानित केलं – ते म्हणजे – पित्याच्या (म्हणजे ईश्वराच्या) चेतन अस्तित्वाला त्यांनी दाखवून दिल. येशूंना ठाऊक होतं, त्या पित्याच्या उपस्थितीने साऱ्या शंका विलीन होतात आणि सम्मोहनावस्थेच्या

अनुभवाशिवाय माणसाला अमरत्वाचं सत्य आकळतं. माणसाला हे समजू शकतं, कारण पित्याचे मन त्याच्या स्वतःच्या बुद्धीमध्ये ओतप्रोत भरून जातं. मग अकथनीय अशा भावनासागराने साध्या सरळ श्रद्धेचं रूपांतर दैवी अंतर्बोधामध्ये होऊन जातं.

*****

अशा प्रकारे अंतिम वेळी इजिप्तच्या गूढांचे दार मिटून गेले. त्या नंतर मंदिराच्या प्रवेशद्वाराकडे जाणाऱ्या पवित्र पायरीवर अथवा मंदिर गर्भगृहाच्या उतरत्या भुयारी मार्गावर उत्सुक आणि आशावान अशा उमेदवारांची पावलं कधीही उमटली नाहीत. परंतु इतिहासाचं चक्र फिरतच असतं. पूर्वी जे घडलं होतं ते पुन्हा घडू शकतं; आपल्यावर पुन्हा एकवार औदासीन्य आणि अव्यवस्थेचं सावट पसरलं आहे; तर माणसातील अंतर्चेतना उन्नत विश्वांशी संपर्क साधावा यासाठी तगमगते आहे; पुनर्जीवित होते आहे. या लेखकाला अशी आशा वाटते, की योग्य मार्ग सापडेल, शुभ घटना होतील आणि आपल्या या पृथ्वीतलावरील पाचही खंडांमध्ये बदललेल्या वातावरणाला अनुसरून, त्याच त्या प्राचीन गूढांचा अर्थ आधुनिक अर्थान्वयाने सांगणाऱ्या सुयोग्य लोकांचे आगमन पुढच्या काळात नक्कीच होईल.

१३
डेंडेराच्या मंदिरामध्ये

डेंडेरा मंदिराच्या छतावर असलेल्या लहानशा गूढ गर्भगृहातून बाहेर पडण्याआधी, तेथील छतावर कोरलेल्या विलक्षण अशा खगोलीय राशिचक्राकडे मी पाहिले. मला ठाऊक होतं, की येथील मूळ राशिचक्र शतकापूर्वीच कापलं जाऊन पॅरिसला रवाना झालं होतं. आत्ता येथे अस्तित्वात असणारं राशिचक्र ही केवळ एक नक्कल होती, पण ही नकली प्रत मात्र अगदी मुळाबरहुकूम होती.

अजस्र अशा गोलाकारामध्ये दाटीवाटीने प्राणी, मानव आणि दिव्य अस्तित्वांच्या आकृत्या होत्या. त्यांच्याभोवती चिरपरिचित अशी राशींची चित्रं होती. ही अद्‌भुत अशी प्रतीकात्मकता परिपूर्ण व्हावी म्हणून वेगवेगळ्या बारा देव व देवी यांच्या आकृत्या होत्या. त्यातील काही आकृत्या उभ्या तर काही गुडघ्यांवर बसलेल्या होत्या. पूर्ण गोलाकारात त्या कोरल्या गेल्याने त्यांचे हात उंचावलेले होते आणि पंजे सपाट होते. अथकपणे ते चक्र फिरत राहावे यासाठी त्या मदत करत होत्या. संपूर्ण विश्वात जी अथक हालचाल होते आहे, ती या चित्रमय कोरीवकामातून व्यक्त केली गेली होती. आपल्या अंतरिक्षातून जे विश्व गोलाकार फिरत आहे, त्याचंच जणू हे स्मारक होतं. कोणत्याही संवेदनशील मनावर या नियमबद्ध विश्वात कार्यरत असणाऱ्या उदात्त बौद्धिक तत्त्वाचा अचंबित करणारा ठसा उमटावा, असं हे शिल्प होतं. शिवाय अज्ञेयवादी मनालाही ते भावणारं होतं.

डेंडेरा येथील राशिचक्राचा योग्य तो अर्थ लावायचा झाल्यास, भूतकाळातील एका विशिष्ट युगात केले गेलेले स्वर्गाचे वर्णन, या आशयानेच लावला गेला पाहिजे. ते युग कोणतं होतं, हा विषय वेगळा आहे. जटिल आणि अपरिचित अशा खगोलीय स्पष्टीकरणांमध्ये

छायाचित्र १३.१ डेंडेरा येथील राशिचक्र. प्रॉस्पर योलोइ आणि एदुआर्द डेव्हिलियर्स याने काढलेले चित्र. (अंदाजे सन १८०० चा काल)

छायाचित्र १३.२ डेंडेरा येथील हाथोर मंदिराच्या छतावर असलेल्या ओसिरीसच्या एका पूजाघराचे प्रवेशद्वार. लेखकाने घेतलेले छायाचित्र

जायची ही जागा नाही. त्यासाठी एवढं जाणून घेणं पुरेसं ठरू शकतं, की त्यात दाखवलेली नक्षत्रांची जशी रचना आहे, तसे काही आज आपण आकाशात पाहत नाही.

डेंडेरा मंदिरातील राशिचक्रात वसंत ऋतूमधील सम्पाताची किंवा विषुव किंवा रात्र व दिवस सारखा असण्याचा काळ (इक्वीनॉक्स) म्हणून जी जागा निर्देशित केली गेली आहे, ती आजच्या काळात आकाशातील जागेपेक्षा भिन्न आहे. सूर्याचा नक्षत्रमंडळातील जो प्रवेश असतो, त्यालाही वेगळं नाव आढळते.

एवढा मोठा फरक कशामुळे पडला असावा बरं? पृथ्वीचं भ्रमण होत असताना आपल्या पृथ्वीगोलाचा अक्ष वेळोवेळी भिन्न ध्रुवताऱ्यांकडे निर्देश करतो, हे कारण सांगता येतं. त्याचा खरा अर्थ असा होतो, की आपला सूर्य हा पालक सूर्याच्या भोवती फिरतो. विषुवाची ही अतिशय संथ गतीने पाठीमागे होणारी हालचाल, वर्षांच्या कालावधीत प्रचंड मोठी आहे. प्रत्यक्ष हालचालीत मंद आहे. विशिष्ट नक्षत्रांच्या संदर्भात काही ताऱ्यांची सर्वसाधारण जी गती असते, त्यावरून त्यांच्या पहिल्या स्थानावरून किती हजारो वर्षे लागली असावीत, हे आपल्याला समजू शकते. काळाच्या या मध्यांतराला 'ग्रेट प्रिसेशन' (महान अग्रगमन) किंवा 'द प्रिसेशन ऑफ इक्विनॉक्सेस' (विषुवांचे अग्रगमन) असे म्हटले जाते. कारण क्रांतिवृत्तासह भूमध्य रेखेचा जो प्रतिच्छेद होतो, त्यातून वसंत-सम्पात सूचित होतो, हळूहळू ते या अग्रगमनामुळे स्वर्गातील स्थानापासून हलते.

अन्य शब्दांत सांगायचे तर, राशिचक्रातील बारा राशी ज्या क्रमाने दाखविल्या जातात, त्या दरवर्षी सूक्ष्म अशा स्थानखंडाने विरुद्ध दिशेने हलत असतात. स्वर्गांची ही महान हालचाल, आपल्या विश्वाचे मंदगतीने जागा बदलणे यांमुळे जणू संपूर्ण आकाशात

एक दैवी घड्याळ आकार घेते. त्यावरून आपण मागील व पुढील भाग वाचू शकतो. शिवाय हजारो वर्षांच्या कालावधीत भूमंडलांमध्ये जी परिक्रमा घडत असते, त्याचीही नोंद घेऊ शकतो.

प्राचीन काळात स्वर्गाचा जो नकाशा बनवला गेला होता, त्याचे परीक्षण करून तो कोणत्या काळात बनवला गेला असावा, हे समजून घेणं एखाद्या खगोलविद्वान व्यक्तीला शक्य आहे. अतिप्राचीन काळात डोकावायची क्षमता ज्या लोकांमध्ये असते, त्यांना अशा नकाशात अतिशय महत्त्वाचे असे संकेत नक्कीच मिळू शकतात. नेपोलियनने इजिप्तमध्ये येताना त्याच्यासोबत ज्या विद्वान लोकांना आणले होते, त्यांनी डेंडेरा येथील राशिचक्र पाहिले. तेव्हा त्यांना अतिशय उत्साह वाटला! कारण त्या राशिचक्राद्वारे त्यांना इजिप्तच्या सभ्यतेच्या काळापर्यंत पोहोचायची किल्ली मिळेल असे वाटले. वसंतातील विषुवाचे आजचे जे स्थान आढळते त्यापेक्षा खूपच वेगळी अशी जागा डेंडेरामधील राशिचक्रावर दाखवली गेली होती. बऱ्याच काळानंतर हे उलगडले, की ते मंदिर ग्रीको-रोमन काळात बांधले गेले होते आणि राशिचक्र ग्रीक पद्धतीत मिसळले गेले. यथावकाश हा सर्व विषय बाजूला पडला आणि मग पार दुर्लक्षित होऊन गेला.

तेथील राशिचक्र हे पूर्णतः ग्रीक असल्याची संकल्पना पूर्ण चुकीची आहे. याचा अर्थ, इजिप्तच्या लोकांकडे त्यांचे स्वतःचे असे राशिचक्रच नव्हते, असा घ्यायचा काय? इजिप्तच्या कमी वाळूच्या किनाऱ्यावर पहिली ग्रीक नाव येऊन पोहोचली. त्याच्या अनंत काळापूर्वीपासून इजिप्तमधील पुरोहित ज्योतिषशास्त्र आणि खगोलशास्त्र यांचा अभ्यास राशिचक्राशिवायच करीत होते, असे म्हणता तरी येईल काय? ज्या पुरोहित संस्कृतीने ज्योतिर्विद्येला मोठा सन्मान देत, तिला आपल्या धर्माचाच एक भाग बनविला, त्या पुरोहित संस्कृतीने राशिचक्राच्या पद्धतीशिवायच असे केले असावे का? याचे उत्तर नकारार्थी आहे. कारण ज्या ज्ञानशाखेचा इजिप्तच्या त्या पुरोहितांना मोठा अभिमान होता, ती ज्ञानशाखा खगोलीय होती.

याचे स्पष्टीकरण असे देता येते, की डेंडेरा येथे आधी ज्या ठिकाणी ते राशिचक्र होते, त्या मंदिराची उभारणी झाली व पुन्हा ते जीर्णोद्धारित करण्यात आले. त्या राशिचक्रातील काही महत्त्वाच्या नोंदी इजिप्तच्या लोकांनी घेतल्या. अशा या विलक्षण खगोलीय नोंदीला पुनःपुन्हा उकलून घेण्यात आले. त्याचे कारण म्हणजेच त्याची सुरक्षा राखणे हे होते. अन्य प्राचीन नोंदींबरोबरही हेच केले गेले. मात्र त्या प्राचीन नोंदी वा दस्तऐवज हळूहळू विस्मृत झाले आणि नंतर नोंदी राखणाऱ्या लोकांच्या म्हणजे प्राचीन पुरोहितसंस्कृतीच्या विलयाबरोबर प्राचीन दस्तऐवजही लय पावले.

मेसोपोटेमिया येथे काम करणाऱ्या पुरातत्त्वविदांनी प्राचीन काल्डियामधील विटांच्या लेखशिला उत्खननातून शोधून काढल्या. काल्डिया देशातील खगोलविदांनी त्यावर आरेखित केले होते, की सूर्य जेव्हा वृषभ राशीत प्रवेश करतो, तेव्हा वसंत सुरू होतो. मग आता किमान आपण जर ख्रिस्ती युगाचा विचार केला, तर त्यानुसार सूर्य मेष राशीत प्रवेश करतो, तेव्हा वसंत सुरू होतो. साधारण एकवीस मार्चच्या सुमाराचा हा काळ असतो. वातावरण बदलाचा हा प्रचंड फरक ध्यानात घेता, काल्डियाचे लोक स्वतःला अतिप्राचीन काळातले का म्हणवून घेत आणि काल्डियातील सभ्यता ही अतिप्राचीन असल्याचे का म्हटले जाई, हे लक्षात येते. त्याचप्रमाणे डेंडेराच्या राशिचक्रामध्ये विषुवाची जी स्थिती दाखवलेली दिसते, त्यावरून त्याचा काळ काही शतकांपूर्वीचा नव्हे तर काहीशे शतकांपूर्वीचा प्राचीन असल्याचे लक्षात येते! इजिप्तच्या प्रारंभिक काळातील सभ्यतांकडे त्यातून निर्देश होतो. राशिचक्रातील वैश्विक तबकडीवरील अंकाने साडेतीन महावर्षांपूर्वीचा काळ सूचित होतो. त्यात सूर्याने त्याच्या पालक सूर्याभोवती किमान साडेतीनवेळा तरी परिभ्रमण केल्याचे दिसते.

खगोलीय संख्याशास्त्रानुसार काळजीपूर्वक अभ्यास करून या गोष्टीविषयी खात्री झालेली आहे, की विषुवांच्या अग्रगमनाचे साधारण प्रमाण दर वर्षाला ५०.२ सेकंद असते. आपण काळाच्या मागे जाऊन गणना करू शकतो आणि स्वर्गाचे वर्तुळ पूर्ण करून, डेंडेरा येथील राशिचक्राच्या स्थितीपर्यंत पोहोचू शकतो. राशिचक्राच्या विशाल वर्तुळात ३६० अंश असून अग्रगमनाच्या प्रमाणात एक महावर्ष (ग्रेट इयर) म्हणजे २५,८०० सौर वर्षे भरतात.

याचाच अर्थ प्रत्येक परिक्रमा पूर्ण होण्यासाठी लागणारा काळ २५,८०० वर्षांपेक्षा कमी नसतो. चटकन हिशोब केला तरी लक्षात येते, की डेंडेरामधील राशिचक्रात नोंदवल्या गेलेल्या दिनांकानंतर किमान नव्वद हजार वर्षे तरी उलटून गेलेली आहेत.

नव्वद हजार वर्षे! असा आकडा खरोखरीच अतुलनीय, अशक्य आहे का? इजिप्तमधील पुरोहित खगोलविदांना तसे वाटत नव्हते. कारण ग्रीक इतिहासकार असलेला हिरोडोटस सांगतो, की त्याच्या भेटीच्या वेळी इजिप्तमधील लोक त्यांचा वंश हा अतिप्राचीन आहे असे सांगत. त्यांनी आधीच्या काळातील म्हणजे बारा हजार वर्षं मागच्या काळातील त्यांच्या प्रलेखित नोंदी त्यांच्या पवित्र महाविद्यालयांमध्ये आणि मंदिरांमध्ये जपून ठेवल्या होत्या. आपल्याला हे ठाऊक आहे, की हिरोडोटस हा वस्तुस्थिती टिपून ठेवण्यात अतिशय काटेकोर होता आणि म्हणूनच त्याला 'इतिहासाचा जनक' अशी उपाधी मिळाली. त्या प्राचीन लोकांनी त्याला हेही सांगितले होते, 'दोन वेळा उगवलेला सूर्य आता मावळतो आहे आणि तो दोनवेळा मावळून नंतर पुन्हा उदयास येतो.' या अद्भुत विधानाचा अर्थ असा होतो, की आपल्या पृथ्वीवरील

ध्रुव त्यांच्या पूर्वीच्या जागेवरून पूर्णपणे हललेले आहेत. त्यामुळे जमीन आणि पाणी यांत प्रचंड उलथापालथ घडली आहे. भूगोलीय संशोधनामुळे आपण हे जाणतो, की अशा उलथापालथी घडलेल्या आहेत; परंतु त्यांची कालगणना मात्र आपल्याला प्रचंड दूरवरच्या मागच्या काळात नेते.

या बदलांचा एक परिणाम असा असेल, की ध्रुवांवरील पूर्वीचे वातावरण उत्तरध्रुवीय म्हणजे अतिशीत असण्याऐवजी उष्णकटिबंधीय असले पाहिजे. उदाहरणार्थ, ब्रिटिश द्वीपांसह संपूर्ण उत्तर युरोप हा एके काळी अजस्र अशा हिमसागराने व्यापलेला होता. तेथील सर्व दऱ्यांमध्ये शेकडो फूट जाडीचे बर्फाचे थर होते. त्यांमधून फक्त पर्वतांची शिखरे आणि विशाल टेकड्या बाहेर दिसत. आपल्या या पृथ्वीग्रहावर अशी स्थिती ही फक्त अजस्र अशा खगोलीय बदलांमुळेच घडू शकते. त्यामुळे इजिप्तमधील प्राचीन पुरोहितांचे वचन दोषमुक्त ठरते.

आज आपल्याला जे भूगोलविज्ञान ठाऊक आहे, ते कदाचित त्यांच्याकडे नसेलही. कारण त्यांच्याकडे फक्त पाषाणस्तंभांवर कोरलेल्या लेखशिलेवर आरेखिलेल्या, धातुपट्ट्यावर कापून काढलेल्या किंवा पॅपिरसच्या वनस्पतिज पानावर बोरूने लिहिलेल्या नोंदी होत्या. याशिवाय जे पारंपरिक गुप्त सिद्धान्त आणि इतिहास होते, ते गूढवादी प्रणालीमध्ये सांगितले जात. अशाच प्रकारे अनंत शतके मौखिक पद्धतीने हे एका पिढीकडून दुसऱ्या पिढीकडे जात राहिले.

मग ज्या पुरोहितांना भूगोलाचे ज्ञान नव्हते, त्यांना त्यांच्याकडील नोंदींशिवाय धक्कादायक अशा ग्रहबदलांचे ज्ञान कसे काय झाले? त्यामुळे अशा प्रकारचे ज्ञान व नोंदी अस्तित्वात आहेत असं त्यांचं सांगणं, निःसंशय खरं होतं. त्याचप्रमाणे मूळ राशिचक्रांचे अस्तित्वही मानावचं लागतं, ज्यामधील काही भाग डेंडेरामधील राशिचक्रात आला आहे.

अशा प्रकारच्या वस्तुस्थितींचे आढावे घेतले तर, नव्वद हजार वर्षे हा काही अशक्यप्राय आकडा ठरत नाही. त्याचा अर्थ असा नव्हे, की इजिप्तच्या भूमीवर त्या काळात इजिप्तची सभ्यताही नांदत होती; अन्य खंडांवरही लोक त्यांच्या सभ्यतेसह नांदत असतील. ते नंतर आफ्रिकेत स्थलांतरित झाले असतील. अर्थात त्याबाबत माझा खूप अभ्यास नाही. परंतु असे अद्‌भुत लोक प्राचीन काळात अस्तित्वात असू शकतील, हे आपण मान्य करण्यात भय कसले?

आपल्यासाठी इजिप्तचा इतिहास, तेथील पहिल्या राजवंशापासून सुरू होतो. परंतु आपण हे ध्यानात ठेवले पाहिजे, की आपल्याला माहीत असलेल्या नोंदींच्याही आधीच्या काळात इजिप्तच्या भूमीवर लोक राहत होते. सर्वांत प्रारंभिक काळातील

इजिप्तमधील लोकांचे वंश आणि त्यांच्या राजांची नावे, इजिप्तविद्या जाणणाऱ्या लोकांना अज्ञात आहेत. इजिप्तच्या प्रारंभिक इतिहासाचा अॅटलांटिसच्या शेवटच्या इतिहासाशी संबंध आहे. इजिप्तमधील खगोलविद असे जे पुरोहित होते, त्यांनी त्यांचे राशिचक्र अॅटलांटीय लोकांकडून घेतले. त्यामुळेच आपल्या इतिहासातील राशिचक्रातील ताऱ्यांना अद्याप ते दाखवता आले नाही, त्यापेक्षा विशाल परिक्रमांचा अवधी डेंडेरा येथील प्राचीन राशिचक्रात दिसून येतो.

त्या प्राचीन सभ्यतेबाबतची जी जी पदचिन्हे सापडतात, त्यांचे स्वागत करताना आपण चकित होऊन जातो. आधुनिक काळातील विकासाच्या कल्पना मनात ठेवून प्राचीन लोकांची आपण सहजपणे ओबडधोबड, आदिम आणि रानटी अशी कल्पना करू शकतो. परंतु वस्तुतः तेच लोक सुसंस्कृत, सभ्य आणि धर्मशील असल्याचं आपल्याला आढळून येतं.

सर्वसाधारणपणे आपण हे गृहीत धरतो, की भूतकाळातील, इतिहासातील मानववंशाबद्दल जाणून घेताना आपल्याला जेव्हा मागे जावं लागतं, तेव्हा रानटीपणाच्या एका गृहीतकाजवळ आपण पोहोचतो. मात्र वास्तव हे आहे, की अगदी दूरवरच्या प्रागैतिहासिक काळातदेखील या पृथ्वीच्या पाठीवर रानटी आणि सुसंस्कृत लोक एकाचवेळी नांदत होते. विज्ञानाने आपल्या जगाचं जे वय काढलं आहे, ते पाहून माणसाची मर्यादित बुद्धिमत्ता थक्क होऊन जाते. मात्र प्रागैतिहासिक काळाचे आणि त्या काळातील माणसांचे जीवन रेखित करता येईल इतकी पुरेशी माहिती अद्याप उपलब्ध झालेली नाही. परंतु माहितीत भर जरूर पडत आहे. शिवाय चांगले चित्र विकसित होईल, इतकी माहिती एक दिवस नक्कीच मिळेल. त्यामुळे ९०,००० वर्षे जुनी प्रलेखित माहिती इजिप्तच्या पुरोहितांकडे होती. ही बाब नाकारून त्यांच्या प्राचीनतेसाठी जास्तीत जास्त पाच किंवा सहा हजार वर्षे बहाल करण्याची इतरांसारखी घाई आपण करायची गरज नाही. जी माणसं अतिशय क्षुद्र मनाने आपल्या प्राचीन भूतकाळाकडे पाहतात, त्यांना विज्ञानाद्वारे आपल्या पृथ्वीचे मोठे वय समोर ठेवल्यावर सातत्याने व शांतपणे चपराक बसते. संपूर्ण ब्रह्मांडाचे वय ध्यानात घेता त्यांना ही बाब नाकारण्याऐवजी शरमेखातर सपशेल मान्य करावी लागेल. आकाशाच्या अनंत खोलींमध्ये स्वर्गातील काही विलक्षण चिरविश्रांतिस्थळे अस्तित्वात असतात. तिथे मृत तारे आणि शीत भूमंडले असतात. एके काळी त्यांच्यावरही विगत अशा सभ्यतांचा सारा दिमाख आणि अवडंबर अस्तित्वात होते. पण नंतर ते सारे उदासवाण्या अशा अंतिम विलयात जाऊन बसले.

*****

मी पुन्हा एकवार छतावरून चालत बाहेर पडलो आणि भिंतीवर असलेल्या उतरत्या

सज्जापाठीमागे उभा राहिलो. मंदिराभोवती अखंड अशा नांगरलेल्या शेतांचे दृश्य पसरले होते. प्राचीन काळापासून पूर्वजांची चालत आलेली शेतीची अवजारे घेऊन, शेतकरी शेतांमध्ये वाकून त्यांच्या कामात गुंतले होते. त्यांचे बैल रहाटगाडग्याने पाणी उपसत होते. हे सारे त्यांच्या शेतकरी पूर्वजांनीही केले होते. त्यांचे उंट कर्कशपणे ओझं वाहत होते. फॅरोच्या काळापासून उंटांना ओझी वाहण्याच्या कामात जुंपलं गेलेलं होतं. अनंत काळापासून इजिप्तच्या भूमीची ती अरुंद पट्टी आणि तिच्यावरील समृद्ध माती त्यांच्या पायांनी असंख्य वेळा उकरली होती, पालथी घातली होती. तरीही ते कधी दमले नाहीत. त्यांच्यातील अद्‌भुत आणि बहुप्रजनक अशी क्षमताही थकली नाही. सुगीचा काळ येत राहिला आणि तिथल्या शांत हिरव्या पठारांवर पीक गोळा होत गेलं. नाईलच्या मातीतील संपन्न पठारी शेतांमध्ये ज्या सहजतेने काम करता येते, त्याची बरोबरी विश्वातील अन्य कोणत्याही देशातील मातीशी करता येणार नाही. नाईलला पूर येण्याचा आशीर्वाद न चुकता दरवर्षी मिळे. मग जणू काही जादू घडल्याप्रमाणे नाईलच्या पाण्याचा निळा रंग बदलून तपकिरी होऊन जाई. शांत-संथपणे लाटा मागे-पुढे होत आणि अति भाजल्या गेलेल्या भूमीवर पुरातून आलेला सुपीक चिखल पसरत जाई. नाईलच्या किनाऱ्यावर राहणाऱ्या सुदैवी अपत्यांकरिता नाईल नदी मातेसारखी होती. त्यामुळे नाईलच्या या पुनर्जीवी सामर्थ्यावर लोकांचा अढळ विश्वास असे.

मी नदीच्या दिशेकडे टक लावून पाहिले. नाईल नदी! तिच्या नावातही किती जादू दडलेली आहे. स्वतःचा देह शुद्ध राखण्यासाठी इजिप्तमधील पुरोहितांना दिवसा दोन वेळा व रात्री दोन वेळा नाईल नदीच्या पाण्यात स्नान करावे लागत असे. आजही भारतात त्याच कारणासाठी ब्राह्मण पुरोहित तसे करतात. फक्त तिथे ते गंगा किंवा गोदावरीचे पाणी स्नानाकरिता घेतात. रात्रीच्या वेळी ते स्नान करीत नाहीत. इजिप्त आणि भारतातील लोकांचा यामागील सिद्धांत एकच आहे - अन्य लोकांच्या संपर्कात आल्यावर किंवा त्यांच्याशी व्यवहार केल्यावर त्यांच्या अदृश्य व्यक्तिगत आकर्षणशक्तीचा काही प्रभाव स्वतःवर होऊ शकतो. तो धुवून काढण्यासाठी वारंवार स्नान केले जाते. असे स्नान अगदी वाईट नसले तर कधी कधी नकोसेही होऊ शकत असेल.

नाईल नदी ही काही फक्त नदीचा एक प्रवाह नाही; महाद्वीपाला व्यापणाऱ्या मोठ्या नदीपेक्षा ती अधिक काहीतरी आहे. ती एक जिवंत अस्तित्व आहे, बुद्धिमान आहे, लाखो स्त्री-पुरुष, मुलं, प्राणी-पक्षी अशा कित्येकांचा ती पोशिंदा आहे. अनंत शतकांच्या काळात तिने शेतांवर सुपीक माती-चिखलाचे थर साठवून दिले आहेत. त्यामुळे आपल्या पृथ्वीवर इजिप्त देश म्हणजे विरोधाभासाचे मोठे उदाहरण ठरला आहे. ज्या ठिकाणी इतका कमी पाऊस असून शेते एवढी सुपीक असतात, असा इजिप्तसारखा एकमेव देश माझ्या पाहण्यात

छायाचित्र १३.३ डेंडेराच्या छतावरून दिसणारे दृश्य. लेखकाने घेतलेले छायाचित्र

आहे. नाईलच्या मैत्रीपूर्ण प्रवाहाची ही जादू आहे. उंच, पिंगट अशा दोन समांतर रेघांमध्ये वसणाऱ्या वाळवंटी पट्टीचे रूपांतर तिने लाभदायक आणि सुप्रज जमिनीत करून टाकले आहे. मंदिराच्या छताखालील बाजूवर छोटे छोटे कालवे करून शेतकरी संपूर्ण शेतात पाणी खेळवत होते. नदीच्या किनाऱ्यावरून पाणी उचलले जाऊन त्या शेकडो कालव्यांमध्ये भरले जायचे. कटिवस्त्र गुंडाळून पाण्यावर वाकून काम करणाऱ्या एका माणसाचं गुणगुणणं मी ऐकलं. कदाचित प्राचीन काळातील फॅरोच्या राजवटीतही अशाच प्रकारे कटिवस्त्र गुंडाळलेला शेतकरी पाणी उचलून घ्यायच्या लाकडी रहाटगाडग्यावर, असंच गाणे गात काम करीत असेल.

लाकडी रहाटाचा कुरकुरता एकसुरी आवाज, बादल्या भरून पाणी ओतण्याचा आवाज हे सारं प्राचीन काळातही असंच घडत असेल. हे रहाटगाडगं म्हणजे किती साधीशी यंत्ररचना होती. पाच हजार वर्षांच्या वर शेतकऱ्यांसाठी याने आपली उपयुक्तता सिद्ध केली आहे. अगदी विसाव्या शतकातील आजच्या शेतकऱ्यांसाठीही ते उपयुक्तच आहे.

गच्चीतील दुसऱ्या बाजूकडे मी गेलो आणि या दृश्यांच्या अन्य भागावर नजर टाकली. विस्मृत पुरोहित आणि मृत फॅरो हे राजे लोक यांच्याही दृष्टिक्षेपात हीच दृश्यं आली असतील.

मंदिराच्या गुलाबी भिंतींच्या तटबंदीमागे पश्चिम दिशेला लिबियाच्या टेकड्या

अचानकपणे वर आलेल्या दिसतात. टेकड्यांच्या उतार-चढावानुसार वाळूचे ढिगारे इकडे-तिकडे विखुरलेले दिसत होते. पिंगट रंगाचे उंचवटे पाहताना वाटत होतं, की पृथ्वीच्या पोटातून लवलवत्या अग्नीच्या ज्वाळा बाहेर उफाळल्या असतील. नंतर जादूने जणू त्यांचे पाषाण बनून गेले असावेत. कदाचित त्या ज्वाळा अजूनही धगधगत असतील. कारण दिवसागणिक प्रखर होत जाणाऱ्या सूर्यामुळे निर्माण झालेली प्रचंड धग एकदम माझ्या चेहऱ्यावर आदळली.

टेकड्यांच्या त्या लांबवर पसरलेल्या मालिकांनी इजिप्त पार करून दूरच्या नूबियात प्रवेश केला होता. निसर्गानं बहाल केलेल्या नदीला समांतर जाऊन, त्या टेकड्या जणू गूढ पद्धतीने नदीचं रक्षण करीत होत्या. तिच्या किनाऱ्यापासून काही मैल अंतर राखून टेकड्या उभ्या असल्याने आफ्रिकेच्या विस्तीर्ण वाळवंटाकडे तिच्या किनाऱ्याचं अवक्रमण होणं रोखलं जात होतं. वाळूखालील नदीच्या जलस्रोतांना राखलं जात होतं. हे असं होणं विधिलिखित असावं काय, असा विचार माझ्या मनात आला. नदी, टेकड्या आणि जलस्रोत यांची ही अशी रचना नसती तर इजिप्त आणि पेंगुळलेल्या अतिप्राचीनतेत डोकावणारा इजिप्तचा इतिहास असं काहीच अस्तित्वात आलं नसतं. मग त्या गंभीर भूमीत उभं राहिलेलं असताना विचारमग्न अशा माझ्या मेंदूत जो विचार चमकला, तो मी स्वीकारला. प्रकृती वा निसर्ग हे ईश्वराच्या हातचे साधन असते आणि ही रचना जाणीवपूर्वकच निर्माण झालेली असणार. त्यातूनच एका महान हेतूची पूर्तता करणाऱ्या शक्तिशाली सभ्यतेची निर्मिती होणार होती. डेंडेराच्या ज्या श्वेत मंदिराच्या छतावर मी उभा होतो, त्या मंदिराच्या रचनेबद्दलचा आराखडा पहिल्या काही वास्तुरचनाकारांच्या मनात उभा राहिला असणार. त्यानंतरच हे मंदिर बांधले गेले असणार. अगदी त्याच प्रकारे एखाद्या राष्ट्रामध्ये लोकांचे भव्य संमेलन दैवी वास्तुरचनाकार असलेल्या देवाच्या मनात ठरलेल्या योजनेनुसारच होत असणार. त्या दयाळू ईश्वराच्या मनात नेहमीच मानवजातीची काळजी आणि जबाबदारी होती आणि आजही आहे.

मंदिरातील जुन्या जिन्याच्या पायऱ्या उतरून मी खाली आलो आणि प्रवेशद्वाराकडे परतलो. मुख्य मंदिराच्या अंतर्रचनेची पाहणी करण्याचा माझा हेतू होता. कारण सुरुवातीला गूढ गर्भगृहाकडे जायच्या आकर्षणाने मी घाईने तेथून गेलो होतो. विस्तीर्ण अशा खुल्या प्रवेशकक्षात अतिशय मोठे असे चोवीस शुभ्र खांब होते. त्यांच्या चौकोनी स्तंभशीर्षांनी हाथोर देवतेच्या कोरीव मुखशिल्पांना आधार दिलेला होता, पण ही शिल्पे आता भग्न अवस्थेत होती. त्यांच्या बाजूंवर चित्रलिपी कोरलेली होती. रुबाबदार अशा द्वारमंडपाच्या भक्कम कंगोऱ्यांना आधार देत ते खांब उभे होते. स्तंभमस्तकांवर चोहोबाजूंना देवतेचा चेहरा होता. शीर्षफलकाखाली एक लहानसे तोरण तिच्या शिरोभूषणाचा एक भाग दिसेल

असे निर्माण केलेले होते. मंदिर पाहून जरा खिन्नता वाटली. शिंग आणि शिरोभूषण धारण करणारी हाथोर ही इजिप्तची सौंदर्य व प्रेमाची देवता होती आणि हे मंदिर तिला समर्पित होतं. निसर्गाच्या हानीची झळही इथे कमी दिसत होती. आज ज्या ज्या प्राचीन मंदिरांची जपणूक झालेली आहे, त्यांत हे मंदिर कदाचित सर्वांत उत्तम प्रकारे संरक्षित असू शकेल. सर्वांत शाबूत राहिलेले, माणसाच्या हातूनही ते जणू निसटून गेलेले आहे, असे दिसते. अतिशय मोठ्या अशा त्या कोरीवकामांमधील स्त्री-प्रतिमांवर कट्टरपंथीयांचा रोष होऊन त्यांचे तुकडे झाले. फक्त त्यांचे लांबट कान आणि मोठी शिरोभूषणं तेवढी शिल्लक आहेत. सन ३७९ च्या काळात - थिओडोसिअसच्या (हे एका रोमन सम्राटाचे नाव होते) काळातही ज्या मंदिरांचा वापर होत होता, त्या मंदिरांमध्ये इजिप्तमधील सर्वांत देखणे असे हे डेंडेराचे मंदिर होते. तिथे जुन्या पूजापद्धतींचा पाडाव केल्याने मृतप्राय होत चाललेल्या धर्माला एक अंतिम तडाखा बसला.

थिओडोसिअसचा राजदूत असलेल्या सायनेजिअसने त्याच्या आज्ञांचे पूर्णतः पालन केले. त्याने सर्व मंदिरे आणि दीक्षाविधींच्या जागा बंद करून टाकल्या. त्याचप्रमाणे गूढवादी विचार तसंच प्राचीन धर्मसंस्कारांवर बंदी आणली. ख्रिस्ती धर्माचा किंवा चर्चचा म्हटले तर अधिक सुयोग्य ठरेल, शेवटी विजय झाला. त्यानंतर असहिष्णू लोकांचे जमाव डेंडेरामध्ये घुसले; त्यांनी तेथील पुरोहितांना हाकलून लावलं आणि त्यांच्या पूजाविधींची साधनसामग्री पायदळी तुडवली. हाथोरचा पुतळा त्यांनी फेकून दिला; तिच्या भव्य मंदिरांमध्ये लूटपाट केली आणि जिथे जिथे हात पोहोचेल त्या त्या ठिकाणी हाथोरच्या कोरीव शिल्पाची तोडफोड केली.

अन्य ठिकाणी तर त्या लोकांनी आणखी विध्वंस केला. तिथल्या भिंती त्यांनी फोडल्या; स्तंभ भुईसपाट केले; विशाल पुतळे वा मूर्ती भंग केल्या. अशा प्रकारे हजारो वर्षांची कारागिरी धुळीस मिळवली. संप्रदायांच्या नशिबी अशी वेळही येत असते. त्याच्या अनुयायांना हौतात्म्याच्या वेदना सहन कराव्या लागतात. शिरकाणालाही सामोरे जावे लागते आणि शेवटी साऱ्याचा अंत होतो. मग दुसऱ्या कोणाचा तरी डाव मांडला जातो. त्यानंतर हे दुसरे लोक पूर्वजांच्या कलेला बरबाद करून स्वतःची कला तिथं मांडतात.

कोणे एके काळी, टॉलेमिक राजवटीतील लोक इथं मुकुट परिधान करून अभिमानाने सोनेरी रथातून या मंदिरात आले होते. सामान्य जनता त्या वेळी माझ्या त्यांच्याकडे आ वासून बघत राहिली होती. तिथं प्रवेश करताना, असे माझ्या विचार मनात होते, आज ओस पडलेल्या या मंदिर-प्रांगणात पूर्वी किती गर्दी जमत असेल!

द्वारमंडपात असलेल्या प्रचंड मोठा गोलवा असलेल्या स्तंभाजवळ मी अशा जागी

उभा राहिलो, की तिथून मला असंख्य तारे विखुरलेल्या निळ्या सुंदर छताकडे पाहता आलं असतं. तिथंच अलंकरणासाठी काढलेलं राशिचक्रही मला दिसलं असतं. दुसऱ्या सभागृहात असलेले विशाल सहा स्तंभ त्यांच्या आफ्रिकीय निळ्या रंगात विशेष आता उठावदार दिसत नव्हते. प्रकोष्ठात त्यांच्यासारख्याच असणाऱ्या स्तंभासारखे ते चमकत नव्हते. माझ्या हातातील विजेरीचा प्रकाशझोत इकडे-तिकडे टाकीत मी त्या विशाल, उदास मंदिराच्या आणखी आत शिरलो. स्तंभाच्या बाजूंवर खोलवर कोरलेल्या उंच आकृत्यांवर मी प्रकाश टाकला. तेथील चौकटीत किंवा असंख्य अशा चित्रलिपीच्या शिलालेखांमध्ये ज्या आकृत्या बसवल्या होत्या, त्या आडव्या पट्ट्यांमुळे एक दुसरीपासून अलग झाल्या होत्या. त्यानंतर भिंतींवर फॅरो आणि त्यांच्या देवतांच्या आकृत्या दिसल्या. त्यातील काही आकृती राजसिंहासनाधिष्ठित होत्या तर काही मिरवणुकीत असलेल्या अशा होत्या. खोलवर कोरलेल्या अशा उभार भागात हातात नैवेद्य व अर्पणाच्या गोष्टी घेतलेला टॉलेमी हा आयसिस व तरुण होरसपुढे उभा असल्याचे दिसत होते. त्या संपूर्ण दृश्याभोवती सुंदरशी वेलबुट्टी होती. प्रत्येक ठिकाणी चेहरे ओरखडलेले दिसत होते. काही भाग उखडलेला किंवा पूर्णपणे उध्वस्तही केला गेलेला होता. दगडी स्तंभांच्या भक्कम भरीव दांड्यांवरून हाथोरचे मस्तक दिसत होते आणि भिंतीमधून तिचे पूर्ण शरीर दिसत होते. अशा प्रकारे हाथोर पुनःपुन्हा समोर येत होती.

मी रमत-गमत पुढे निघालो. कारण मुख्य सभागृहाची संपूर्ण लांबी तशी चांगली म्हणजे दोनशे फुटांपेक्षाही जास्त होती. शिवाय तिथलं वातावरण एकंदरीत अभ्यास आणि चिंतन यासाठी प्रतिकूल होतं. शेकडो वर्षांची धूळ तिथं साठलेली असल्याने नाकावर तिथला कोंदट दर्प जणू आदळत होता. काळपट पडलेल्या उंच छतावर खांबांच्या वर वटवाघळांचे थवे चिरचिरत फिरत होते. जिथं कधीही पर्यटक वर्षभरात विशेष फिरकत नाहीत अशा त्यांच्या क्षेत्रात मी केलेल्या प्रवेशामुळे वटवाघळं तशी नाखूश होती.

जणू ती एकसुरात कर्कश ओरडली 'अनाहूत!' 'कुणीतरी अनाहूत आला आहे! इजिप्तमध्ये फिरायची ही काही वेळ नव्हे. तीव्र, भयकारक अशा प्रकाशाचा झोत टाकणारा तो दिवा दूर कर पाहू; आणि तूही इथून निघून जा. आमच्या परंपरागत जागांमध्ये आम्हाला राहू देत. हाथोरची मस्तके आणि काळपट कंगोऱ्यांमधील आमच्या जुन्या, ठरावीक उदास जागांमध्ये आमचा आनंद आम्हाला घेऊ देत. चालता हो पाहू तू इथून!' पण मी हटकून तिथेच थांबलो आणि माझं काम घेऊन रेंगाळत राहिलो. तिथली विस्तृत चित्रं जवळून निरखत राहिलो. त्या चित्रांमध्ये मोठे स्कॅरेब भृंग आणि पंख असलेले सूर्य होते. विस्तीर्ण छतावर साठलेल्या घाणीमध्ये अंधुकपणे ती चित्रं दिसत होती. माझ्यामुळे व्यत्यय निर्माण झाल्याने तिथली वटवाघळं अचानक खळबळ माजवू लागली, सैरावैरा उडू लागली. नाराजी

व्यक्त करणारे चिरचिर आवाज करू लागली होती. अखेरीस मी माघारी वळलो; अरुंद पडवीतून त्या इमारतीच्या खालील भागात उतरून आलो. तेव्हा कुठे हळूहळू वटवाघळांची चिरचिर थांबून त्यांचा गलबला कमी होत गेल्याचं मला जाणवलं.

ते मोठे सभागृह रंजक असले तरी खोल उदासवाणे होते; परंतु ज्या भूमिगत शवकक्षात मी येऊन पोहोचलो होतो, ती जागा तर अधिकच उदास होती. अत्यंत जाड अशा मोठ्या पायाच्या भिंतीवर ते काळोख शवकक्ष बांधलेले होते. तिथंही अर्ध उभार असे सुंदर कोरीव काम केलेले भाग होते; त्यांवर अंत्यसंस्कारांशी निगडित चित्रे होती. कोणे एके काळी त्या भिंतीच्या आत ते अंत्यसंस्कार केले जात असत.

दफनभूमीसारख्या त्या कक्षांमधून मी बाहेर पडलो आणि देखण्या अशा द्वारमंडपाशी परत आलो. तिथे भक्कम दारे उभी होती आणि त्यांवर चमचमत्या सोन्याची आवरणे होती. मंदिराच्या बाहेरच्या भागात मी हिंडू लागलो.

गेल्या शतकाच्या मध्यावर अब्बास पाशा याला पुन्हा ही जागा कशी सापडली होती, यावर विश्वास ठेवणंही कठीण होतं. एखाद्या थडग्याप्रमाणे वाळूची टेकडी आणि राडारोड्याखाली हे मंदिर दबलं गेलं होतं. पुरातत्त्वविद्येच्या जाणकाराकडून तिथं खोरं आणि फावडं येण्याची ती जागा वाट पाहत होती. किती किती शेतकरी तिथून चालत गेले असतील; पण आपल्या पायाखाली कोणता भूतकाळ दबला गेलेला आहे, त्याची त्यांना माहिती नव्हती आणि फारशी फिकीरही नव्हती.

बाहेरील बाजूस पाठीमागील भिंतीवर असलेले जे प्रसिद्ध असे क्लिओपात्राचे उभारशिल्प होते, त्याचा अभ्यास करण्यासाठी म्हणून मी जरा थांबलो. या जागेचा काही भाग क्लिओपात्राच्या हयातीत जेव्हा तिनं निखळताना पाहिला, तेव्हा तिनं त्याच्या डागडुजीसाठी मुक्तहस्ते पैसा खर्च केला होता. या भिंतीवर तिचे उभार शिल्प कोरले जाऊन तिचा यथोचित सन्मान केला गेला. तिचा लहान मुलगा - सिझेरियन - हा चित्रात तिच्या मागे उभा राहिलेला दिसतो. त्याच्या थोर वडिलांच्या म्हणजे ज्युलिअस सीझरच्या चेहऱ्याशी त्याचा चेहरा खूप मिळता-जुळता दिसतो. त्याच्या आईचा चेहरा मात्र मला तिच्या खऱ्या व्यक्तिचित्राप्रमाणे वाटला नाही. जुन्या इजिप्तमधील नाण्यांवर क्लिओपात्राचा चेहरा जास्त चांगला पाहायला मिळतो. इजिप्तच्या राण्यांच्या प्रदीर्घ कारकिर्दीतील ही शेवटची राणी होती. टॉलेमीची ती प्रसिद्ध कन्या होती. भूमध्यसागर पार करून ज्युलिअस सीझर जेव्हा त्याचे आक्रमक सैन्य घेऊन आला, तेव्हा अगदी त्याच्या आगमनाच्या काळापासून क्लिओपात्रा त्याची उपपत्नी म्हणून राहिली. मी विचार करू लागलो, की या राणीने कसं काय सीझरच्याद्वारे इजिप्तला एका दूरवरच्या

लहान द्वीपाशी जोडून घेतलं? १८०० वर्षांनंतर इजिप्तच्या स्वतःच्या इतिहासात त्या द्वीपाकडून महत्त्वाची भूमिका बजावली जाणार होती. या रोमन सैनिकांनी ब्रिटनमध्ये इजिप्तचा प्रभाव असलेली सेरॅपिसची पूजापद्धती आणली आणि ती नंतर प्रस्थापित केली. अप्रत्यक्षपणे दोन राष्ट्रांमध्ये इतक्या पूर्वीच्या काळी हा संपर्क कसा झाला, यावरही मी विचार करीत राहिलो.

त्या कोरीव भिंतीवरील शिल्पात क्लिओपात्राच्या माथ्यावर सुयोग्यपणे शिंग असलेले हाथोरचे शिरोभूषण दिसते आणि त्या खाली पेड घातलेले केस लड्याप्रमाणे दाखवले आहेत. तिचा चेहरा गोबरा आणि पुष्ट दिसतो. अधिकारी स्त्रीचे भाव दिसतात. आपलं मत ठामपणे राबवून घेण्याची इच्छाशक्ती आणि भल्या-बुऱ्या मार्गांनी स्वतःचे ईप्सित साध्य करण्याची वृत्ती हे भाव तिच्या चेहऱ्यावरून दिसतात. तिच्या प्रभावामुळेच ज्युलिअस सीझरने आपल्या साम्राज्याची राजधानी अलेक्झांड्रिया असावी, शिवाय ते जगाचे केंद्रस्थान व्हावे हे स्वप्न बाळगले असावे. या चित्रात ती सेमिटिक दिसते. अन्य कोणत्याही ज्यू अरब किंवा असीरिय टोळ्यांमधील आद्यरूप तिच्या ठायी दिसते. पण ग्रीको-इजिप्तची फार कमी वाटते. तिथल्या अलग झालेल्या एका दगडी मोठ्या दांड्यावर मी बसलो आणि विचार करू लागलो, तिच्या तिथल्या राजवटीच्या अंतासह, प्राचीन जगातील नामांकित सौंदर्याचाही

छायाचित्र १३.४ डेंडेराच्या बाहेरील भागात पाठीकडच्या भिंतीवर असलेली प्रसिद्ध उभार शिल्पे. त्यात क्लिओपात्रा व तिचा मुलगा सिझेरियन वेगवेगळ्या देवतांना काही अर्पण करताना दिसत आहेत. लेखकाच्या संग्रहातून

अंत झाला. कारण क्लिओपात्रानं इतिहासात महत्त्वाची भूमिका बजावली होती. एखाद्या महान पुरुषाचं आणि त्याच्यासह एखाद्या राष्ट्रांचं विधिलिखित कधी कधी एखाद्या स्त्रीच्या ओठांवरील स्मितहास्यावर लटकलेलं असतं, हा विचारही दचकवणारा होता.

मंदिराच्या पुढील भिंतीवर कंगोऱ्यांपर्यंत अर्ध्यावर उभारशिल्पे आहेत. पृष्ठभागामध्ये सुंदर प्रकारे चित्रलिपीचे भरगच्च कोरीव काम आहे. एकमेकांत गुंफलेल्या अक्षरांच्या समतोल, सुंदर रेषा आणि चित्रमय अक्षरे हेच मुळी एक स्वयंभूत अलंकरण आहे. प्राचीन चीन आणि प्राचीन बॅबिलोनियाप्रमाणे, प्राचीन इजिप्तमध्ये ज्या माणसाने लेखन शिकून घेतले, त्याला चित्रही काढता येत असे. देशातील प्रत्येक शिक्षित माणूस आणि पुरोहित हा काही अंशी कलाकार असे, ही वस्तुस्थिती त्यातून सूचित होते. एखादा विचार हा एखाद्या वस्तूच्या चित्राच्या माध्यमातून व्यक्त करणे, ही आदिम माणसाची अगदी नैसर्गिक प्रेरणा होती. तिच्यातूनच लेखनकलेच्या आरंभिक प्रयत्नांना प्रेरणा मिळाली. मात्र इजिप्तच्या लोकांनी एखाद्या असंस्कृत, ओबडधोबड आदिमांप्रमाणे सुरुवात केली नव्हती. प्राथमिक संस्कृतीकडे जाण्याचे संथ मार्ग त्यांनी आदिमांसारखे शोधले नव्हते. प्राचीन दंतकथेनुसार संपूर्ण चित्रलिपीच्या शोधाचे श्रेय 'थॉथ' या देवतेला दिले जाते. अशा प्रकारे ऐतिहासिक सत्यास लोकप्रसिद्ध संकल्पनेत बसवण्यात आले. कारण ती व्यक्ती म्हणजे निपुण असा देव-माणूस होती. त्याचं नाव थॉथ होतं. (अचूक सांगायचं तर त्याचं नाव तेहुती होतं) त्यानं ही लेखनशैली अॅटलांटिकहून नाईल नदीच्या किनाऱ्यावर जे लोक राहावयास आले, त्यांना पूर्णपणे दिली. अॅटलांटिसचं शेवटचं द्वीप, शेवटच्या महापुरात वाहून जायच्या आधीच्या दिवसांतील ही घटना होती. 'द बुक ऑफ द डेड' या ग्रंथाचा लेखक थॉथ होता. आयबिस या पक्ष्याच्या चित्रलिपी अक्षराने त्याचे निर्देशन काही प्रमाणात केले जाते. 'आयबिस' हा एक असामान्य पक्षी असतो. त्याचे पाय शेकाट्या (किंवा स्टिल्ट) या पक्ष्याप्रमाणे लांब असून त्याची चोचही लांब असते.

छायाचित्र १३.५ मंदिरातील लिपिक. चित्रलिपी लेखनाच्या अर्थाचा आणि प्रतीकात्मतेचा अव्वल जाणकार. त्याला चित्राक्षरांचे तात्काळ प्रयोजन देखील उत्तम कळते. लेखकाच्या संग्रहातून

तौलनिक भाषाशास्त्राच्या वाढत्या अध्ययनातून हे सिद्ध होऊ लागले आहे, की वेगवेगळ्या भाषा या विशिष्ट मूलभूत बोलीभाषेतून विकसित झालेल्या आहेत.

पर्यायाने त्या सर्व भाषा एका समान, आदिम आणि वैश्विक भाषेतून विकसन पावल्या. जेव्हा या साऱ्या भाषा त्यांच्या आदिम अशा ठाशीव प्रतिलिपीच्या मुळापर्यंत पोहोचतील, तेव्हा तो मूलस्रोत, अटलांटिय दिवसांमध्ये शोधता येईल.

प्राचीन लोकांनी म्हटलं होतं, की चित्रलिपीतील अक्षरं ''बोलतात, सूचित करतात आणि लपवतात.'' याचाच अर्थ, ती अक्षरं तिहेरी स्तरावर काम करतात. सर्वांत पहिला साधा स्तर म्हणजे ध्वनित अर्थ होय. भाषा बोलताना त्याची गरज असते. साधारणपणे या स्तरापलीकडे जाणे सामान्य माणसाला कठीण जाते. दुसऱ्या स्तरावर पाहिले तर, चित्रलिपी कोणता तरी अर्थ सूचित करीत असते. अशिक्षित लोक ज्याचा निर्देश करतील अशा पपायरस आणि पाषाणात व्याकरणाच्या रूपात लेखी अर्थ किंवा प्रतीकात्मक अभिव्यक्ती दडलेली असते. अंतिमतः चित्रलिपीत गोपनीय अर्थ असतो. त्याचा अर्थ केवळ दीक्षित पुरोहित जाणू शकत आणि त्यांच्याकडूनही तो अर्थ गूढच राखला जाई.

चित्रलिपीसाठी इजिप्तच्या लोकांनी 'ईश्वराचे शब्द' असे वर्णन केलेले अथवा हे नाव दिलेले आढळते. चित्रलिपीची पद्धती त्यांना ईश्वराकडून ज्ञात झाली होती. पण केवळ यामुळे नव्हे तर सामान्य जनतेपासून त्या विलक्षण अक्षरांचा गुप्त अर्थ लपवून ठेवला गेला होता. गूढ विचारप्रणालीमध्ये ज्यांना दीक्षा मिळाली होती, त्यांना तो अर्थ सांगितला गेला. आजच्या इजिप्तविद्यातज्ज्ञांनी त्या चित्रलिपीचा सुप्रसिद्ध अर्थ सांगण्यापलीकडे विशेष काही साध्य केलेले नाही. अर्थात किमान तेवढा अर्थ लावण्याचे कामही मोठे आहे. कारण चित्रलिपीतील अंतर्गत गूढार्थ कळावा आणि ईश्वराचे शब्द त्यांना कळावेत म्हणून आध्यात्मिक आणि साक्षात्कारिक अनुभव मिळायला हवा. इजिप्तच्या दीक्षाकक्षातील ज्या गूढांचा अर्थ अद्याप लागायचा आहे, तिथेही हेच लागू पडते.

प्राचीन अलेक्झांड्रियात राहणाऱ्या व दीक्षित झालेल्या प्लॉटिनसने चित्रलिपीच्या सांकेतिक स्वरूपाचा अर्थ सांगताना लिहिले आहे :

> ''सत्याचा कठोर शोध घेताना किंवा आपल्या विद्यार्थ्यांना मुक्तपणे त्यांचा अर्थ सांगताना, इजिप्तमधील ऋषींनी त्यांच्या मंदिरात लेखी खुणा वापरल्या नाहीत. कारण त्या खुणा म्हणजे ध्वनी व वाणी यांची केवळ नक्कल असतात; पण त्यांनी आकृत्या रेखाटल्या आणि त्या प्रतिमांमध्ये साठवलेला अर्थ सांगितला. प्रत्येक आकृतीत ज्ञान आणि शहाणपण यांचा काही भाग दडलेला होता. हेच सत्याचे घनीभूत होणे होय. नंतर मग अध्यापक किंवा विद्यार्थी त्या आकृतीतील अर्थ बाहेर काढत. त्या अर्थाचे शब्दांत विवरण करीत आणि अमुक एक अर्थ हा असाच का, तसाच का नाही, यावर चर्चा करीत.''

प्राचीन पौर्वात्य भूमीवरील देशांप्रमाणे इजिप्तने धर्म आणि धर्मनिरपेक्षता काटेकोरपणे वेगळे केले नव्हते. म्हणूनच भाषा, लेखन आणि वाणी हे सारे फक्त संवादाची माध्यमे म्हणून त्यांनी वापरली नाहीत. नावांमध्ये जादूई शक्ती असते असे त्यांना वाटत असे. त्यानुसार त्यांनी चित्रलिपीच्या चित्रांमध्ये गूढ ज्ञानाच्या संकल्पना बसवल्या आणि ते गूढ ज्ञान त्यांनी बंद दारांमागे दिले.

ज्यानं दैवी ओसिरीसच्या उपस्थितीत अनुभव घेतला आहे, ('द बुक ऑफ डेड' या ग्रंथानुसार दीक्षा घेण्याचे जे सर्वोच्च स्तर असत त्यानुसार) ज्याने मृत्यूला जिंकले आहे; ज्याने स्त्री-पुरुषांना 'पुन्हा जीवित केले आहे', तोच माणूस चित्रलिपीचा वैशिष्ट्यपूर्ण अर्थ स्पष्ट करू शकत असे; विवेचन करू शकत असे. कारण ती चित्रलिपी विश्वातील सर्वांत अचूक अशी अक्षर-प्रतीकांची पद्धती होती.

जो हिरोडोटस स्वतःही दीक्षित होता, त्यानेही या विचारास पुष्टी दिली आहे, की चित्रलिपी पूर्णपणे पवित्र असते आणि तिचे गुप्त अर्थ सांकेतिक असतात. शिवाय सर्वोच्च स्तरावरील आचार्यच तिचा अर्थ नीट उलगडू शकतात. इयॅम्ब्लिकस नावाचा आणखी एक प्राचीन काळातील दीक्षित होता, त्याने लिहिले आहे, की गूढ चित्रलिपीची भाषा स्वतः देवांकडूनच वापरली जात असे.

चित्रलिपीच्या गुप्त अर्थात दडलेलं तत्त्व सूचित करण्यासाठी मी एक प्रश्न येथे ठेवतो.

चित्रलिपीमध्ये देवांमध्ये बसलेली एक व्यक्ती दाखवली जाते. त्यामुळे इजिप्तच्या देवतांच्या नावातील लेखी भाग असल्याप्रमाणे तिचा निर्देश होतो. त्यामुळे देवतांच्या रेखाचित्रांच्या वर असलेल्या चित्रलिपीत ती दाखवली जाते. आता, इथे प्रश्न असा आहे, 'इजिप्तच्या लोकांनी उभ्याऐवजी बसलेली आकृती का बरं स्वीकारली असावी?'

इजिप्तविद्येच्या जाणकारांचा रोष पत्करण्याचा धोका मला घ्यायचा नाही. कारण त्यांना या प्रयत्नाचा राग आला तर साहजिकच आहे त्यांच्या पवित्र ज्ञानाच्या क्षेत्रात एखाद्या मुक्त विचाराच्या हौशी माणसाचा प्रवेश त्यांना कदापि आवडणार नाही. हा वरचा संकेत दिल्यानंतर वाचकांनी स्वतःच विचार करावा असं सांगून हा विषय मी सोडून देतो आहे.

थोर अशा इजिप्तविद्यातज्ज्ञांचे काम, त्यांच्या अभ्यासक्षेत्रात प्रशंसनीयच आहे. पण त्यांनी अद्यापि मंदिराच्या भिंती व पॅपिरसवरील मजकूर यांचे भाषांतर केलेले नाही; किंबहुना अजून त्या मजकुराच्या भाळी तसे विधिलिखितही दिसत नाही.

या शोधात प्रारब्धाने बजावलेली भूमिका रंजक आहे. नेपोलियनने इजिप्तवर आक्रमण केले नसते तर त्या भिंती आणि तो मजकूर कदाचित अजूनही वाचलाच गेला नसता.

नेपोलियन हा स्वतःच एक अद्वितीय प्रारब्धाचा माणूस होता. जी राजवट, जो माणूस आणि जे प्रजाजन त्याच्या संपर्कात आले, त्या सर्वांच्या जीवनावर नेपोलियनचा प्रभाव पडला. नेपोलियन म्हणजे खरोखरीचे विधात्याच्या हातचे साधन होते; केवळ एवढेच नव्हे तर तो नेमेसिसच्या हातचेही साधन होता.

नेपोलियनच्या आक्रमणामुळे प्राचीन इजिप्तमधील जीवन व विचार यांची ओळख होण्याच्या दृष्टीने एक द्वार उघडले गेले. कधी कधी एखाद्या सैनिकाच्या कामामुळे अप्रत्यक्षपणे एखाद्या विद्वान माणसाच्या कामाचा रस्ता तयार होतो, तर एखाद्या आध्यात्मिक उपदेशकाच्या संदेशाचा मार्ग मोकळा होतो. व्यापार उदिमाला सुरुवात होऊ शकते किंवा कधी कधी या साऱ्याचाच नाशही होऊ शकतो. इतिहासातून हे सारं निःसंशयपणे प्रत्ययास येत असतं.

इजिप्तवर जेव्हा ग्रीक राजवट आली, तेव्हा जुनी भाषा बाजूला पडू लागली. अर्थातच नव्या शासकांनी सुशिक्षित वर्गांमध्ये ग्रीकचे शिक्षण व भाषा यांचे वर्चस्व निर्माण करायला सुरुवात केली. उदाहरणार्थ, इजिप्तमधील ज्या नागरिकांचे ग्रीक भाषेवर प्रभुत्व असेल, त्यांनाच महत्त्वाच्या सरकारी नोकरीत प्रवेश द्यावयास त्यांनी सुरुवात केली. प्राचीन व पवित्र अशा ज्या हेलिओपोलिसच्या महाविद्यालयात मोठ्या संख्येने आचार्य लोक प्रशिक्षित होत असत आणि जिथे इजिप्तविषयक ज्ञान संग्रहित होते, त्या महाविद्यालयाचे त्यांनी दमन केले, बंद करून टाकले. व्यक्तिगत पातळीवर अगदी मोजक्या अशा आचार्यांनी नेटाने आणि गुप्तपणे पारंपरिक भाषेचे ज्ञान राखून ठेवले; अन्यथा ग्रीक मुळाक्षरे ही इजिप्तमधील राष्ट्रीय मुळाक्षरे म्हणून शब्दशः स्वीकारली गेली होती.

तिसऱ्या शतकाच्या अंतिम भागात, ख्रिस्ती युगाच्या प्रारंभी चित्रलिपींच्या शिलालेखातील दैनंदिन, साधा-सरळ अर्थ सांगण्याची क्षमता असलेली एकही व्यक्ती संपूर्ण इजिप्तमध्ये शिल्लक राहिलेली नव्हती. त्यामुळे नवीन चित्रलिपी कुणाला लिहिता येऊ शकेल, याची काही शक्यताच उरली नव्हती.

पंधराशे वर्षं उलटून गेली. चित्रलिपीचा अर्थ लावण्याची कला अद्यापही हरवल्यासारखीच आहे. त्यानंतर वादळात सापडलेलं नेपोलियनचे लढाऊ जहाज, ॲडमिरल नेल्सनच्या नाकाखालून अलेक्झांड्रियात शिरलं.

त्याच्या सैन्यानं लगेच तटबंदी उभारणे व खणणे यांचा धडाका लावला. ज्या ठिकाणी सैन्यानं पहिला तळ ठोकला, ती जागा नाईल नदीच्या मुखाशी सामरिक दृष्टीने महत्त्वाची होती. ती रोजेटा बंदराच्या जवळच होती. त्या ठिकाणी तरुण वयाचा जो तोफखान्याचा अधिकारी होता, त्याचं नाव होतं ल्युटेनंट (किंवा लेफ्टनंट) बुसार्ड. त्याला फार महत्त्वाचा

असा एक शोध लागला. त्या शोधामुळे चित्रलिपीच्या अर्थान्वयाची जणू किल्लीच गवसली. हातात फावडी घेऊन त्याची माणसं सेंट ज्युलिएनच्या किल्ल्याची पायाभरणी करण्यासाठी खणू लागली. बुसार्डला सापडलेल्या एका तुटलेल्या काळ्याशार अश्माच्या भोवतीची माती सैल करताना त्यांना चौकोनी पट्टशिला सापडली. त्याला ताबडतोब त्या पाषाणाचे महत्त्व लक्षात आले. त्यावर तीन भाषांमध्ये शिलालेखीय मजकूर होता. पाचव्या टॉलेमीचा सन्मान, मेम्फिसचे पुरोहित करतानाची आज्ञप्ती त्यावर कोरलेली होती. तोच पाषाण आता 'रोजेटा पाषाण' म्हणून प्रसिद्ध आहे. त्यावर ग्रीक भाषेत चोपन्न ओळी कोरलेल्या होत्या. त्यालाच समांतर असे भाषांतर अन्य दोन लिप्यांमध्ये म्हणजे चित्रलिपीत व डेमॉटिक लिपीत अशा प्राचीन लिपीत (इजिप्तमधील लिपी) केले गेलेले होते.

तो पाषाण युरोपात पाठवला गेला. त्यावरील मजकुरावर विद्वान लोक काम करू लागले. ग्रीक मुळाक्षरांना समानार्थी होईल अशा प्रकारे चित्रलिपीचा अर्थ लावला जाईपर्यंत त्यांनी संशोधन केले. त्याचा आधार घेऊन मग, अनेक शतकांपर्यंत जगाला संभ्रमित करून टाकणाऱ्या, पॅपिरसवरील मजकुराच्या आणि शिलालेखांच्या अर्थाचा मार्ग काढणे त्यांना शक्य झाले.

१४
कारनॅकमधील दिवस

अखेरीस मी खऱ्या, जुन्या आकर्षक इजिप्तमध्ये प्रवेश केला होता. जिथं नाईल नदी, मंदिर, शेत, खेडं आणि आकाश यांच्या मिश्रणाने एक सुस्पष्ट आणि मनमोहक अशा भूमीचं चित्र तयार होत होतं. तिथे फॅरो या राजांनी दिमाखात राज्य केलं होतं. तसेच अनेक पुरोहितांच्या मंत्रोच्चारणाचे प्रतिध्वनी तेथील प्रस्तरखंडातून उमटत होते. लुक्झॉर या ठिकाणी म्हणजे कैरोपासून नदीखाली ४५० मैलांवर आपल्याला भूतकाळात अगदी विनासायास शिरता येते. शिवाय प्राचीन काळात जशी दृश्यं दिसली असतील, तशीच इथं अनुभवता येतात. भूगोलतज्ज्ञांनी या स्थळाला अनंत काळापासून दक्षिण अथवा वरच्या बाजूचे इजिप्त असे म्हटले आहे. आधुनिक काळातील निरीक्षकालाही तिथं जुनं इजिप्त अनुभवता येतं.

होमरने ज्या राजधानीचं 'शंभर दारांची नगरी' असं वर्णन केलं होतं, ते अभिजात, सुप्रसिद्ध असं थीब्ज शहर आता नष्ट झालेलं असलं तर त्यापैकी कारनॅक नावाचे इजिप्तमधील पुरोहितांचे प्रमुख केंद्र असलेलं शहर आपल्याला आजही पाहायला मिळते.

आजही या भागात कारनॅक ही जागा एखाद्या मोत्याप्रमाणे शोभते. त्याची पूर्वीची ख्याती आता शिल्लक नाही, पण तिथल्या राजेशाही मंदिरांची ख्याती मात्र जगभरात पसरलेली आहे. इजिप्तमध्ये दिसणारे सर्वांत मोठे मंदिर येथे असून, ते अमुन-रा या देवतेचे आहे. इजिप्तमधील अन्य मंदिरे या भव्य वास्तूची सहयोगी मंदिरे होती. त्यामुळे पुढील काळासाठी मी कारनॅकमध्ये तीर्थयात्रा करीत, तेथील भग्नावशेष आणि उध्वस्त स्तंभ यांमधून स्वच्छ सूर्यप्रकाशात तसेच मंद चंद्रप्रकाशात फिरायचं ठरवलं.

कारनॅक ही जागा उत्तरेला हिरव्या ताडांच्या जंगलाबाहेर असून लुक्झॉरपासून नदीखाली दोन ते तीन मैलांवर होती. अंतःस्थलीय असे त्याचे स्वरूप होते. धुळकट रस्त्याने एका मोठ्या पठारी भागापलीकडे आणि फिकट निळ्या आभाळाखालून तिकडे रस्ता जात होता. वाटेत शेखची पांढरीशुभ्र घुमटाकार कब्र लागत असे. तेथे भरपूर अशी टॅमेरिस्कची झाडे होती. तिथून गेल्यावर अचानक समोर एक भव्य असा वालुकाश्माचं तोरण दृष्टिपथात येत असे. शेतात सर्वत्र तुरेवाले हुदहुद पक्षी दिसत आणि खुरटलेल्या जमिनीवरून ते आपलं अन्न टिपण्यात गर्क असत. त्या वाटेवर जमिनीतून इकडे-तिकडे डोकावणारे, विचित्र, काही मस्तकहीन, काही अर्धवट तुटलेले किंवा उलटून पडलेले असे लहान लहान मेष-मस्तकाचे स्फिंक्स दुहेरी ओळीत दिसत. कदाचित प्राचीन काळात लुक्झॉरपासून कारनॅकच्या संपूर्ण वाटेत ते बसवलेले असतील. पण आता त्यातील बहुतांशी पुतळे रस्त्याच्या कडेला शेतांमध्ये गाडले गेलेले आहेत. तीन मैलांच्या त्या रस्त्यावर शंभर एक पुतळे तरी पूर्वी नक्की उभारले गेले असावेत.

तेथील शानदार असे वीस वार लांबीचे तोरण किंवा सिंहद्वार दिसायला फार सुंदर होते. त्याच्या उंच, उतरत्या बाजू तसेच वळणदार, लोंबत्या चौकटी ही रचना वेगळा प्रभाव टाकणारी होती. समोरच्या बाजूला टॉलेमीचे उभार शिल्पचित्र होते. थीब्जमधील देवतांना तो काहीतरी अर्पण करीत असल्याचे शिल्पचित्रात दाखवले होते. बाजूला उभ्या अशा खड्यांसारख्या खाचा होत्या, त्या अजस्र सिंहद्वाराच्या उंचीभर होत्या. तिथं प्राचीन काळात ध्वजदंड रोवले जात असतील, हे सूचित होत होते. मंदिरातील उत्सवांच्या वेळी ते ध्वजपट आनंदाने फडफडत असतील आणि अपशकुनांना दूर राखत असतील.

मी आत गेलो तेव्हा ससाण्याचे मस्तक असलेल्या खोन्सू या देवतेच्या मंदिराच्या मोकळ्या प्रांगणात मी होतो. साधारण जनसमजानुसार अमून या देवतेचा पुत्र म्हणजे खोन्सू होता. मध्यभागी दुहेरी स्तंभावलीतील भग्न खांब होते. भित्तिचित्रांमध्ये नाईल ते लुक्झॉर या जलमार्गातून अमून-रा देवतेची मूर्ती घेऊन चाललेल्या नावांच्या मिरवणुकीचे दृश्य होते. तेथील भग्न झालेल्या गर्भगृहात मी शिरलो. तिथं प्राचीन काळात खोन्सू या देवतेच्या मंदिरात - पवित्र नाव ठेवली जात असे. या भिंतींच्या आत जो काही मूकाभिनय चालत असे, तो साधारण लोकांकरिता, शक्तिशाली पुरोहितांकरिता आणि विशेषतः राजांकरिता महत्त्वाचा असे. परंतु जे मोजके लोक दीक्षित असत, त्यांनी तेथील सर्व संस्कारविधी व समारोह हे सारं प्रतीकात्मक आणि एक संकेतमात्र अशा दृष्टिकोनातून पाहिलेलं असे; त्याचे त्यांना विशेष कौतुक वाटत नसे.

त्यानंतर प्रत्येकासाठी स्वतंत्र किनारी असलेल्या रंजक अशा खाली झुकलेल्या उभारशिल्पांची रंजक मालिका आढळली. ती शिल्पमालिका गर्भगृहाला जोडून असलेल्या

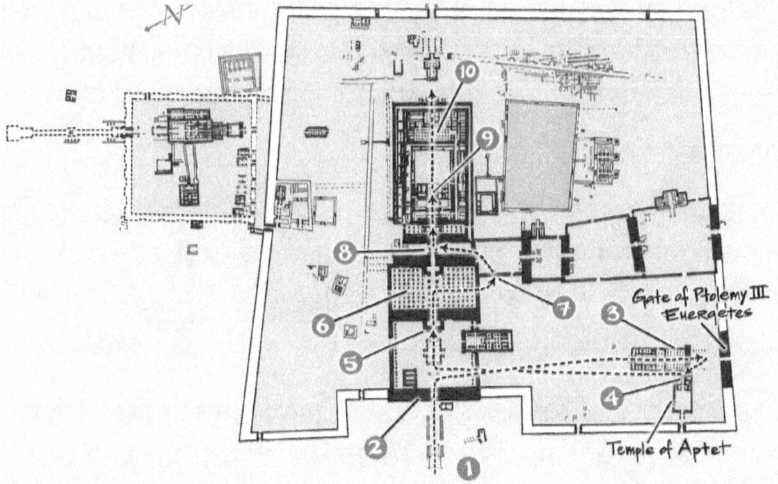

छायाचित्र १४.१ कारनॅक येथे भर दिवसा अमून-रा देवतेच्या मंदिरात लेखकाने जी भ्रमंती केली होती, तिचा नकाशा. रोझमेरी क्युब्राल हॅरिस.
१) स्फिंक्सची दुहेरी ओळ, २) प्रवेशाजवळील सिंहद्वार क्र.१, ३) खोन्सूचे मंदिर, ४) ओसिरीसचे पूजाघर, ५) दुसऱ्या सिंहद्वाराकडे जायचा रस्ता, ६) विशाल असे सभागृह, जिथे स्तंभावलीवर रेललेले छत होते, ७) हिटाईट राजासह रामासिस-द्वितीय याचा तह, ८) हाथशेपसुट व प्रथम थुटमोझ यांचे स्मारकस्तंभ, ९) मॅसेडॉनच्या फिलीपचे 'नाओस' म्हणजे छोटे मंदिर आणि १०) तृतीय थुटमोझ याचे सभागृह.

आतल्या कक्षातील पूर्वेकडील भिंतीवर होती. तिथं मी हिवाळ्यातील एका रात्री चिंतनासाठी खूप वेळ बसलो होतो. माझ्या मित्राच्या कोरीव शिल्पाकडे माझं पहिल्यांदा लक्ष गेलं – तो मित्र होता स्फिंक्स!

मी एका महत्त्वाच्या ठिकाणी आलेलो आहे, हे मला लगेच जाणवले. कारण भिंतीवरील किंवा स्तंभावरील कोरीवकामात स्फिंक्सचं अस्तित्व लक्षात आलं नाही तर एखादा या ठिकाणी कितीतरी दिवस फेरफटका मारू शकतो.

पहिल्या चित्रपट्टावर अमुनेट या देवतेच्या सहवासात असलेल्या फॅरो रामासिस याचे चित्र आहे. देवतेला तो काही अर्पण करताना दिसतो. अमुनेट देवतेचा पाया सपाट असून दोन आकृत्यांना आधार दिलेला दिसतो. तिथं समोर पाय मुडपून बसलेला एक लहान मुलगा

दिसतो. तो अन्य कोणी नसून ओसिरीसचा मुलगा होरस हा होता. त्याच्या डोक्यावर एका बाजूला केसांचा मोठा झुबका दिसतो. प्रतीकात्मक अशा सूर्य व सर्प यांच्या नावे त्याला राज्याभिषेक झालेला दिसत होता. त्याचा डावा हात त्याच्या गुडघ्यावर होता. परंतु त्याच्या उजव्या हाताचे बोट तोंडावर मौनाचे चिन्ह सूचित करण्याच्या मुद्रेत होते.

त्याच्या मागे स्फिंक्सची आकृती होती.

अमुनेट देवतेने तिचा उजवा हात रामासिसच्या दिशेने पुढे केलेला दाखवला होता. तिच्या हाताच्या बोटांमध्ये फुलीचे क्रॉसचे चिन्ह पकडलेले होते आणि त्याच्या टोकाने ती थेट राजाच्या डोळ्यांकडे निर्देश करताना दिसत होती.

या दृश्याचा अर्थ काय असावा बरं?

इजिप्तविद्यातज्ज्ञ लोक साहजिक सुसंबद्ध आणि सुगम्य असेच उत्तर देतील. त्यातील एखादे त्याच्या परीने पुरेसेही ठरू शकते. इजिप्तविद्यातज्ज्ञ तुम्हाला सांगेल, की राजा हा केवळ देवतेला काही गोष्ट अर्पण करताना तेथे दाखवलेला आहे. बहुतेक अशी भित्तिचित्रे ही इतिहास सांगणारी किंवा युद्धाच्या विजयगाथा सांगणारी असत. परंतु हे विवक्षित दृश्य त्या प्रकारचे नसून कोणत्यातरी अतिशय महत्त्वाच्या धर्मसंस्काराचे होते; कारण ते मंदिरात सर्वांत जास्त पवित्र मानल्या गेलेल्या गर्भगृहासारख्या जागेशेजारील भिंतीवर होते.

केवळ दीक्षित पुरोहितांनाच ज्याचा अर्थ कळू शकेल अशा गहन अर्थप्रकारच्या इजिप्तीय चित्रलिपीची तिथे योजना केलेली होती. त्याकरिता तशाच परिचित प्रतीकांची मांडणी केली होती. त्यामुळे ज्या आकृत्यांमध्ये देवांचा निर्देश होत होता, त्यांचा अत्यंत खोल, गंभीर अर्थ प्राचीन दीक्षित लोकांना जाणवत असे. त्यामुळे गूढ विचारप्रणालीशी ज्यांचा उत्तम परिचय होता, त्यांनाच त्या चित्रांचा आंतरिक अर्थ समजू शकला असता.

या चित्रपट्टीवरील महत्त्वाचा विषय अमुनेट या देवतेच्या कृतीशी निगडित होता. तिच्या हातात जे क्रॉसचे चिन्ह होते, त्या चिन्हाला दीक्षित पुरोहितांकडून 'गूढांची गुरुकिल्ली' असं म्हटलं जायचं. गूढवादी प्रणालीमधील प्रवेशाचा त्याने निर्देश होत होता. मात्र एखाद्या इजिप्तविद्यातज्ज्ञासाठी ते केवळ जीवनाचे प्रतीक होते. पवित्र अशा संस्थेच्या संरक्षित द्वाराला उघडल्याचे ते प्रतीक होते. एक भौमितिक आकार म्हणून त्याद्वारे काय सूचित होत होते? तर जणू लौकिक देह अर्पण झाल्यानंतर विजयी पद्धतीने पुनर्जीवित होणाऱ्या दीक्षित व्यक्तीचे शाश्वत चैतन्य! वर्तुळाला दृश्य अशी सुरुवात किंवा अंत नसतो. त्यामुळे ते वर्तुळ म्हणजे अनंत अशा ईशचैतन्याचे प्रतीक होते. क्रॉसने कशाचे सूचन होत होते? तर ज्या मृत्युसदृश बधिरावस्थेत दीक्षित व्यक्तीला नेले जात असे त्या घटनेकडे! कारण त्यातून जणू काही त्याचा मृत्यू, त्याचे क्रूसावर चढणे सूचित होत होते. काही विशिष्ट मंदिरांमध्ये दीक्षित

छायाचित्र १४.२ दांडी असलेला क्रॉस ज्याला अंख्र असे म्हटले जाई. गूढ प्रणालीची किल्ली त्यातून सूचित केली जाई. रोझमेरी क्यूब्राल हॅरिस

व्यक्तीला खरोखरच क्रूसासारख्या आकाराच्या लाकडी बैठकांवर बांधले जात असे.

भुवयांच्या मध्यबिंदूशी जो निर्देश होत होता, तो साधारणपणे मेंदूतील पिनियल नावाच्या ग्रंथीचा होता. या ग्रंथीच्या क्लिष्ट स्वरूपाबद्दल आजही वैद्यकीय क्षेत्रातील लोक संभ्रमित असतात. दीक्षेच्या पहिल्या स्तरांवर आचार्यांकडून काही विशिष्ट कृतींच्या द्वारे त्या ग्रंथीला उत्तेजित केलं जात असे. त्या कृतीमुळे तात्पुरत्या काळासाठी, दीक्षेसाठी आलेल्या उमेदवाराला त्याच्या आसपास असलेल्या अमानवी अस्तित्वांचं दर्शन मिळण्याची शक्ती प्राप्त होते असे. या सिद्धीसाठी काही प्रमाणात संमोहनाची मदत घेतली जात असे ; पण काही भाग मात्र विशिष्ट धूपाच्या वासांवर अवलंबून असे.

म्हणूनच मग चित्रात अमुनेट ही देवता जेव्हा फॅरोच्या डोळ्यांमध्ये तिच्या क्रॉसने निर्देश करत असते, त्याचा अर्थ फॅरोला गूढ विचारवादात प्रवेश दिला जावा, अलौकिक दृष्टी तात्पुरत्या काळासाठी उपलब्ध व्हावी असे ती सूचित करताना दिसते, परंतु फॅरोने काय पाहिले व त्याच्या दीक्षेच्या वेळी काय अनुभवले, हे इतरांना सांगण्याची त्याला अनुमती नसे. लहान होरसच्या लहान मूर्तीच्या आकृतीतून हे निर्देशित केलं होतं. 'क्षितिजाचा होरस' म्हणून वस्तुतः होर्माखू या देवाचा निर्देश असे. हा देव पारंपरिक दृष्ट्या स्फिंक्सशी निगडित होता. याच स्फिंक्सची बोटे त्याच्या बंद ओठांकडे सूचना करीत आहेत असे दिसते. त्याचाच अर्थ गुप्ततेचे कटाक्षाने पालन व्हावे ही अपेक्षा व्यक्त होत होती. अशाच प्रकारच्या मूर्ती अन्य साऱ्या मंदिरांच्या गर्भगृहांच्या आणि गूढकक्षांजवळ उभारलेल्या होत्या. दिव्य अशा गूढवादाबद्दलची सारी गूढे पूर्णपणे गुप्त राहावीत हे सांगण्यासाठी प्रतीकात्मकरीत्या त्या साऱ्या चित्रांमध्ये ओठांवर बोट दाबलेले दिसते.

अमुनेट ही अमून म्हणजे 'गुप्त' अशी स्त्रीदेवता होती.

फॅरो हा आपल्या हातात लहान पुतळा घेऊन अर्पणमुद्रेत देवतेसमोर उभा असलेला

दिसतो. याचाच अर्थ, तो आपली वाणी अर्पण करायला आणि सातत्याने मौन पाळण्यासाठी तयार आहे, असा होता.

लहान पुतळ्याच्या सपाट पायऱ्यांवर आणि होर्माखूच्या आकृतीमागे स्फिंक्सची पहुडलेली आकृती कोरली गेलेली होती. ती तशी का बरं असेल?

एखाद्या दीक्षित व्यक्तीने त्याच्या दीक्षाविधीच्या दरम्यान आपल्या वाणीची शक्ती पूर्णपणे गमवावी, त्याचप्रमाणे स्फिंक्स हा नेहमीच मौन धारण करून असतो. त्याच्या संपूर्ण जीवनात त्याने एकही शब्द माणसासमोर उच्चारलेला नाही. गुपितांचं रक्षण कसं करायचं, हे स्फिंक्सला चांगलं ठाऊक आहे. ती प्राचीन गुपितं काय होती बरं?

तर दीक्षाविधीच्या वेळेची ती गुपितं होती.

प्राचीन जगात दीक्षाविधीसाठीचं जे सर्वांत विशाल मंदिर म्हणजे जे ग्रेट पिरॅमिड होतं – त्याचं रक्षण स्फिंक्सने केलं होतं.

स्फिंक्सच्या समोर विधिवत प्रवेश हा नाईल नदीच्या किनाऱ्यावरून होत असे. नदीकडून ग्रेट पिरॅमिडकडे येणाऱ्या प्रत्येकाला पहिल्यांदा स्फिंक्सच्या पुढूनच जावं लागत असे.

स्फिंक्स हा त्याच्या विशेष मौनशैलीने, मौन आणि दीक्षाविधीची गुप्तता असं दोन्ही निर्देशित करीत असे.

अशा प्रकारे मनुष्याला मिळू शकेल अशा महान गूढ साक्षात्काराबद्दल फॅरोला सावध केलं जात असे.

गूढ विचारांची ही रंजक मालिका अजून पुढच्या तीन चित्र फलकांमधून पुरी होत होती. आज तिथं कुठल्याही लहान-मोठ्या पर्यटकाला प्रवेश आहे; पण प्राचीन काळात तिथला प्रवेश हा फक्त मोजक्या भाग्यवंतांसाठी असे. राजाही गूढ मंदिराकडे येत असे, हे त्या चित्रांमधून सांगितलं जात होतं.

दुसऱ्या फलकावर फॅरो हा प्रौढ, ससाण्याच्या मुखाच्या होरसच्या आणि आयबिस पक्ष्याचे मुख असलेल्या थॉथच्या मध्ये उभा असल्याचं दिसतो. प्रत्येक देवाने रामासिसच्या माथ्यावर कलश धरलेला आहे, परंतु त्यातून पाण्याचा अभिषेक करण्याऐवजी दांडा असलेल्या क्रॉस चिन्हांचा अखंड वर्षाव त्यांच्या माथ्यावर आणि आजुबाजूला होत असल्याचे दिसते.

आता असे दिसते, की थॉथ हा देव ज्ञान आणि गुप्त ज्ञानाचा देव मानला जात असे. या

ठिकाणी दीक्षेच्या द्वारे त्याने मानस शक्ती आणि आध्यात्मिक विद्वत्ता यांच्या गूढ संगमाचा वर्षाव केलेला दिसतो. अतिप्राचीन काळात इजिप्त अशा ज्ञानासाठी प्रसिद्ध होता. थॉथ ही चंद्रदेवताही होती. त्यामुळे सर्व यातुविषयक आणि गूढविचारांचे महत्त्वाचे दीक्षाविधी रात्रीच्या वेळी पार पाडले जात. चंद्राच्या सर्व बदलत्या कलांचा तसेच पौर्णिमेचा मोठा परिणाम होत असल्याचे मानले जात असे.

प्रौढ आणि ससाण्याच्या मुखाचा होरस हा देव म्हणजेच सूर्यदेवता! दीक्षासंस्कारातील त्याची भूमिका ही मानसोपचाराची असे. कारण दीक्षाविधी जरी रात्री सुरू होत असला तरी तो जेव्हा संपत असे, त्या वेळी पहाट फटफटलेली असे. उमेदवाराच्या माथ्यावर सकाळच्या सूर्याचे किरण येऊन पोहोचत असत, तेव्हा तेथील आचार्य काही विशिष्ट असे 'मंत्रशक्तीचे शब्द' उच्चारत. मग तो उमेदवार जागृतावस्थेत येत असे.

तिसऱ्या चित्रफलकावर रामासिस हा हुशार अशा दीक्षित व्यक्तीच्या रूपात दिसतो; दोन देवांकडून त्याला प्रेमानं नेलं जात आहे असं दिसतं. त्या देवांनी त्याचे हात शुभेच्छापूर्वक धरलेले दिसतात. त्यांनी त्याच्या चेहऱ्यासमोर क्रॉस धरलेला दिसतो. त्याने जे यश मिळवलं आहे, त्यामुळे आता तो देवतांच्या स्तरावरचा झाला आहे, याचे सूचन केले गेले होते. शेवटच्या दृश्यामध्ये, फॅरो हा राजा अमून-रा या देवाचा लहानसा पुतळा अर्पण करताना दिसतो. या पुतळ्यामध्ये अमून-रा हा देव बसलेला दिसतो. त्याच्या डोक्यावर एक पीस दिसते. तो सत्याचा देव आहे. फॅरोला आता ज्ञानप्राप्ती झालेली असल्याने तो आता 'सत्य वाणी'च उच्चारणारा असेल. केवळ सत्याच्या वेदीवर स्वतःला अर्पण करेल, हे सारे सांगितले गेले आहे. त्यातून काय ठसवलं जातं, तर फॅरो हा त्याचे विचार आणि कृती यांमध्ये मानवी जीवनाला सुशासित करणाऱ्या आध्यात्मिक नियमांचे आज्ञाधारकपणे पालन करेल. आणि हे ज्ञान त्याला त्याच्या दीक्षेमुळे प्राप्त झालेलं असतं.

अशा प्रकारे या कोरीव चित्रांच्याद्वारे दीक्षाप्राप्त फॅरोच्या आंतरिक गुप्त जीवनाची झलक मला मिळाली. शिवाय इजिप्तमधील प्रख्यात परंतु अनन्य गूढ विचारप्रणालीतील काही अर्थच्छटाही समजल्या.

त्यानंतर पश्चिमेकडील एका लहानशा सुंदर मंदिराकडे माझं लक्ष वेधलं गेलं. त्या ठिकाणी अशा काही दीक्षित व्यक्तींनी ज्ञान प्राप्त केलं होतं, जे ओसिरीसचे गूढ मंदिर होते. ते जरी लहान असले तरी कारनॅकमधील सर्वांत महत्त्वाच्या जागांपैकी एक असावे, असे मला वाटले. तिथे दरवाजाच्या बाजूंवर जे कोरीव काम होते, त्यात ज्या टॉलेमीने हे मंदिर उभारले होते, त्याला, खुद्द ओसिरीसच्या सान्निध्यात नेले जात असल्याचे दाखवले होते. उंबरठ्याजवळ मला आढळले, की आयताकार द्वारमंडपाचे उठावदारपणे रंगीत व कोरीव

लेखांनी परिपूर्ण असे जे छत होते, त्याला दोन सुंदर रेघांच्या तसेच फुलांची नक्षी असलेल्या खांबांचा आधार होता. त्या दोन्ही खांबांच्या वर टक लावून पाहणाऱ्या हाथोरचा चेहरा होता. पूर्वेकडील भिंतीत दोन लहान खिडक्या होत्या. त्यावर दगडी जाळी होती. त्यातून झिरपणारा मंद प्रकाश आता अनावश्यक होता. कारण पाषाणाच्या छतातून जे तीन मोठे दगड नाहीसे झालेले होते, तेथील मोकळ्या जागेतून आत भरपूर प्रकाश येत होता.

त्याच्या पलीकडे जो प्रवेशकक्ष होता, त्याच्या भिंतीवर चित्रलिपीने युक्त अशी ठळक उभार-शिल्पे आणि उभ्या रेघा होत्या. अन्य जी जी मंदिरे अद्यापि उभी होती, त्यांची भग्नावस्था पाहता एक दुर्मीळ दृश्य तिथे पाहायला मिळाले. तीन उत्तम स्थितीतील दारे तिथे होती. त्यातून अगदी शेवटपर्यंत जाता येत होते आणि त्या लहान प्रवेक्षकक्षातील कडेच्या भिंतीही सुरक्षित होत्या. प्रत्येक चौकटीवर दरवाजाचा जो साचा उभा होता, त्यावर वीसपेक्षाही जास्त रुबाबदार नागांची शिल्पे होती. शिवाय भिंतीवर काढलेली केवळ उभार-शिल्पे नव्हती, तर भरीव कामे होती. त्या नागांचा फणा उंचावलेला होता. पंख असलेल्या सूर्याचे परिचित प्रतीक प्रत्येक ओळीच्या वर बसक्या भागावर होते. एक यार्ड इतक्या उंचीचे असे हे सारे देखणे अलंकरण होते.

मला असे वाटते, की हे शाही नागांचे अलंकरण म्हणजे त्या दरवाजांतून मंदिरातील महत्त्वाच्या कक्षात प्रवेश करण्याचे प्रतीक असावे. दुसऱ्या टोकावर पोहोचेपर्यंत मी त्या दारांमधून चालत गेलो. (आता ती दारे अस्तित्वात नाहीत. मात्र ज्या खाचांमध्ये ते दरवाजे बसवलेले होते, त्या वरच्या व खालच्या खाचा शिल्लक आहेत. त्यामध्ये दारांचे खांब बसवले गेले असतील ते स्पष्टपणे दिसते.) तिथून मी एका लहान मंदिरात पोहोचलो. तिथे पूजेत मग्न असा राजा व हाथोर देवीची नेहमीची प्रतीके भिंतींवर दाखवली होती.

त्या खाली दगडी जमिनीचा एक मोठा पट्टा होता. विजेरीचा प्रकाश टाकल्यानंतर दिसले, की खाली तळघरातील शवकक्षात जाणारा, भंग पावलेला एक मार्ग तिथे आहे. मी पुन्हा तेथील कक्षाच्या दोन्ही बाजूंचे परीक्षण केले. तिथे कोपऱ्यांमध्ये मला छिद्रे आढळली. त्याच खालच्या शवकक्षात तसेच भूमिगत पडवीकडे ती जात होती. भूमिगत असे कक्ष व पडव्या यांचे जाळे निश्चितपणे तेथे पसरलेले होते. प्रकोष्ठाच्या उजवीकडे जमिनीत मला दोन फटी दिसल्या. अरुंद पडवीच्या बरोबर वरच्या बाजूला उघडणाऱ्या अशा त्या होत्या. तिथे साठलेल्या धुळीत कुणीही, कधीही पाऊल टाकल्याचं दिसत नव्हतं.

तिथं शोध घेतल्यानंतर लक्षात आलं, की त्या गल्ल्यांमधील एक गल्ली खरोखरच तिरकसपणे पसरत जात, जमिनीखालून साक्षात खोन्सूच्या मंदिरापर्यंत जाऊन पोहोचत होती.

मंदिराच्या संपूर्ण जमिनीवर धुळीचा एवढा जाड थर होता, की अनेक शतके ही धूळ साठत राहिली असणार, हा अंदाज सहज येत होता. पावलांच्या खुणांशिवाय त्या प्राचीन दगडी जमिनीवर काय दिसते, याचा अभ्यास मी करू लागलो. कारण अनवाणी पावलांच्या काही खुणा धुळीत उमटलेल्या होत्या; त्या खुणा अर्थातच जवळच्या खोन्सूच्या मंदिरातील अरब सुरक्षारक्षकाच्या पावलांच्या होत्या. अन्य कोणत्याही पादत्राणांच्या खुणा मला तेथे आढळल्या नाहीत. सर्व जमिनीवर धुळीचे ढिगारे साठलेले होते. त्यावरचा बदल म्हणजे फक्त एका भोकातून दुसऱ्या भोकाकडे जाणाऱ्या एखाद्या-दुसऱ्या लहान सापांच्या लयदार सरपटण्याने विविध प्रकारचे छान आकार त्या धुळीत तयार झालेले दिसत होते. त्या आकृत्यांमधून सापांचे मार्ग स्पष्टपणे कळून येत होते. या मंदिरातील शांततेचा भंग एखाद्या पर्यटकामुळे किंवा प्रवाशामुळे किती जुन्या काळात झाला असावा, याबद्दल मी सहज विचार करू लागलो. एका पर्यटक पुस्तिकेतून या मंदिराचा उल्लेख विशेष भेट देण्याजोगे नाही, अशा कारणास्तव गाळून टाकल्याचं मला माहीत होतं. सरकारच्या पुरातत्त्वखात्याने प्रवेशद्वाराशी कुलूपबंद लाकडी दरवाजाच बांधून ठेवल्याने या ठिकाणी पर्यटक विशेष फिरकू नयेत अशीच व्यवस्था केल्याचं आणि मुख्य मंदिराची सुरक्षाव्यवस्था करून ठेवल्याचेही मला ठाऊक होतं. मुख्य मंदिराच्या सुरक्षारक्षकाला विनंती करून, त्याच्या किल्ल्यांच्या जुडग्यातून इथली किल्ली मिळवून मी इथे आलो होतो. त्याचप्रमाणे ओसिरीसचे लहान मंदिर पाहण्यासाठी त्याच्या उपस्थितीतच मला यावं लागलं होतं. असं का बरं असेल? जमिनीत ज्या धोकादायक फटी होत्या, त्यामुळेच अशी खबरदारी घेतली जात असेल का?

छायाचित्र १४.३ ओसिरीसच्या दीक्षा मंदिरातील प्रवेशद्वार (कारनॅक येथील, अप्टेट मंदिरामागील भाग) लेखकाने घेतलेले छायाचित्र

इथले गूढ शवकक्ष आणि उदास गल्ल्यांचा अर्थ काय असेल बरं? अबायडॉस येथे जो कुतूहलकारक, खंदकांच्या सीमांमधील शवकक्ष, चाळीस फूट राडारोड्यातून खणून

काढून तयार केलेला होता, खरंतर त्यानेही मला संभ्रमित केले होते. त्याची आठवण मला येथे झाली.

*****

मी त्या मुद्द्यांवर विचार करत राहिलो, तेव्हा मनःचक्षूंसमोर ती कब्रस्तानासारखी जागा उजळून निघू लागली. जणू नव्याने मी तेथील नाट्यपूर्ण असा प्राचीन संस्कार विधी पाहू लागलो - ओसिरीसचा मृत्यू आणि पुनरुत्थान तिथे घडत होतं. डेंडेराच्या छतावरील गूढ मंदिरात दगडी भिंतींमध्ये हा विधी कोरल्याची शिल्पं मी पाहिली होती - मला त्या दृश्यांचं दर्शनही वैचारिक पातळीवर घडलेलं होतं. ग्रेट पिरॅमिडमध्ये उदास राजकक्षात मी संपूर्ण रात्र व्यतीत केली होती, तेव्हा मला त्याचा व्यक्तिशः अनुभवही आला होता. प्राचीन इजिप्तमधील वरिष्ठ पुरोहितांच्या हाती, अॅटलांटीय ओसिरीसच्या संस्काराचा वारसा सोपविला गेला होता.

अशा प्रकारच्या निराशाजनक आणि अंधाऱ्या जागा त्या गूढ विधींकरिता का वापरल्या जात असतील बरं?

याचं उत्तर तिहेरी आहेः तो गूढ विधी हा निवडक लोकांकरिता होता आणि धोकादायकही होता. त्यामुळे पूर्ण सुरक्षितता आणि गुप्तता यांची खात्री असणं आवश्यक होतं. आसपासचा परिसर दृष्टिआड झाल्यामुळे दीक्षेसाठी आलेल्या उमेदवाराचं लक्ष विचलित न होता, ज्या आंतरिक अवस्थेत त्याला प्रवेश करायचा असतो, त्यासाठी संमोहावस्थेत शिरणं त्याला सोपं व्हावं. अंतिमतः एकंदरीतच त्या प्राचीन लोकांना जी प्रतीकात्मकता आवडत असे, ती अशा ठिकाणी शक्य होती. म्हणजे दीक्षाविधीच्या प्रारंभिक सत्रात उमेदवार हा आध्यात्मिक काळोख आणि अज्ञान या अवस्थेत असल्याचं आचार्यांना आढळून येत असे. त्या नंतर जागृतावस्थेत आल्यावर अन्य जागी सूर्याच्या किरणांच्या साक्षीनंच त्याचे डोळे उघडत असत. त्याच्या आध्यात्मिक साक्षात्काराच्या अनुभवाचा अंत त्या ठिकाणी होत असे. रात्री सुरू होऊन, पहाटे पूर्ण झालेल्या या दीर्घ दीक्षाविधीमुळे नव्याने दीक्षित व्यक्ती लौकिक वा उपभोगवादाच्या अंधकारातून आध्यात्मिक ज्ञानाच्या प्रकाशमय जगात पाऊल ठेवण्याचा अनुभव घेत असे.

गूढ प्रणालीचे गुप्त संस्कार हे फक्त भूमिगत शवकक्षांमध्ये, पवित्र मंदिराशेजारी असलेल्या राखीव कक्षांमध्ये अथवा छतांवर बांधलेल्या लहान मंदिरांमध्ये घडत असत. अन्यत्र कुठेही नाही. सामान्य माणसांना तिथे प्रवेशण्याचीही बंदी असे. कारण तसे केल्यास कठोर दंडाची तरतूद केलेली होती. त्यामुळे तसे करायला कोणीच धजावत नसे. ज्या आचार्यांनी उमेदवाराला दीक्षा देण्याची जबाबदारी घेतलेली असे, त्यांच्यावर

सुद्धा मोठी जबाबदारी असे. त्या उमेदवाराला मृत्यूचा मोठा धोका असे. आजच्या काळात आपण जाणतो, की एखादी जोखमीची नाजूक शस्त्रक्रिया सुरू असेल आणि त्याचवेळी एखाद्या माणसाने अचानक प्रवेश केला तर त्या दुर्दैवी रुग्णाचा अंतही घडू शकतो. तसंच काहीसं दीक्षाविधीच्या वेळी असे. दीक्षाविधी म्हणजेही एक प्रकारची शस्त्रक्रियाच असेल काय? म्हणजे माणसाच्या भौतिक देहापासून त्याचा मानस देह विलग करणे यालाही शस्त्रक्रियाच म्हणू शकतो का? म्हणूनच दीक्षाविधींचे सर्व कक्ष हे एकांतात असत आणि उत्तम प्रकारे संरक्षित असत. मोठ्या मंदिराजवळ असलेल्या कक्षांमध्ये पूर्ण काळोख पडल्यावर प्रवेश करावा लागत असे. कारण तेथील दारातून आत गेल्यावर प्रकाश कमी होत जाई आणि पवित्र मंदिरापर्यंत येऊन पोहोचल्यावर तर प्रकाश जणू अदृश्यच होऊन जात असे. उमेदवारावर संमोहनावस्थेचा संस्कार पूर्ण झाल्यावर, दीक्षाविधी पूर्ण होईपर्यंत त्याचा भौतिक देह सुरक्षित अशा काळोख्या कक्षात ठेवला जात असे आणि संस्काराच्या अंतिम भागात तो प्रकाशात आणला जाई.

भूमिगत भागात असलेले कक्ष अशाच पद्धतीने वापरले जात असत. संमोहाच्या संस्कारानंतर पूर्ण अंधार केला जाई आणि त्यामुळेच ते शवकक्ष प्रतीकात्मक, शब्दशः थडग्यासारखे होऊन जात.

*****

मी एका भोकातून खाली उतरलो, प्राचीन पुरोहितांनी त्यांचा हा सर्वांत पवित्र संस्कार जिथे केला होता, त्या अंधाऱ्या जागेची पाहणी करू लागलो. त्यानंतर मग मी सुंदर अशा सूर्यप्रकाशात तसेच ताज्या हवेत बाहेर पडलो.

कारनॅकच्या धूसर झालेल्या कीर्तीच्या वातावरणातून अमून-राच्या मंदिरात माझा जो प्रवास पुढे चालला होता, त्या दरम्यान मंदिराच्या विशाल प्रवेशद्वारातून मी निघालो. ती विशाल प्रवेशद्वारे दुर्बल अशा मर्त्य मानवांपेक्षा, विशाल व्यक्तिमत्त्वाच्या लोकांना साजेशी होती. माझ्या माथ्यावर ती उंच उभी होती. इजिप्तमध्ये अतिविशाल वास्तूंसाठी जी अजस्र मापांची आवड आहे, ती आवड काही वेळेस अद्भुत आयाम घेऊन दिसते. कैरोजवळचा ग्रेट पिरॅमिड म्हणा किंवा ज्या तोरणांच्या सावलीत मी उभा होतो, ती तोरणे काय, त्यांच्या ठिकाणी किती विशालता दिसत होती! त्यांची जाडी जवळजवळ पन्नास फूट होती. कोणत्याही तटबंदीपेक्षा ती अधिक जाड होती. प्राचीन लोक ज्या मंदिराला अभिमानाने 'विश्वाचे सिंहासन' म्हणत असत, त्या मंदिराच्या पवित्र प्रांगणाचे बाह्य अपवित्र जगापासून रक्षण व्हावे म्हणून खरंतर त्या भिंती जाड होत्या. अरेरे! पण आता हे सिंहासन भग्न होते. जेव्हा मी मोठ्या अशा पुढच्या अंगणात आलो, तिथे

उभ्या खांबांमधून ढासळलेल्या कारागिरीचे तुकडे पडल्याचे मला आढळले. चतुर्भुजाकार अशा त्या आवारातून, खडबडीत जमिनीवरून हळुहळू मार्ग काढीत तसेच उंच गवताला बाजूला सारीत मी बाहेर पडलो. तिथे जवळ जवळ शंभर फूट लांबीच्या रस्त्याच्या नक्षीदार पट्टीवर मी पुन्हा येऊन पोहोचलो.

त्या जागेतून तिरके गेल्यावर मी एका उंच दाराशी आलो. त्यावर उभार अशी रंगीत शिल्पे होती. अन्य एका सिंहद्वाराच्या भग्न अवशेषांच्या मध्यभागी तो दरवाजा होता. आता तिथे केवळ कोसळलेल्या दगडांचे एकावर एक ढीग पडले होते. त्यांचे पूर्वीचे प्रमाणबद्ध सौंदर्य नष्ट झाले होते. पण तरीही तो दरवाजा जमिनीच्या वर शंभर एक फूट तरी उंच असावा असे लक्षात येत होते. प्रवेशाजवळ इमारत उभारणाऱ्या वास्तुविदांनी ज्या सात पायऱ्या केल्या होत्या, त्याही नष्ट झालेल्या होत्या. माणसाचे दैनंदिन असे जे लौकिक जीवन असते, त्यातून आध्यात्मिक क्षेत्रात त्याने करावयाच्या उन्नत प्रगतीचे चिन्ह म्हणून त्या सात पायऱ्या होत्या. सर्व प्राचीन लोकांप्रमाणे, इजिप्तच्या प्राचीन लोकांनाही, विश्वनिर्मितीतील संख्यांची गूढे ठाऊक होती. सातव्या क्रमांकाने सर्वांत उन्नत अवस्था सूचित केली जाते हे त्यांना ठाऊक होते. ती अवस्था म्हणजे मनुष्याचे सर्वांत मोठे शांतीचे स्थान असते. अन्य प्राणिमात्र आणि वस्तूंची निर्मिती झालेली असली तरी ही अवस्था उन्नत मानली जाई. इजिप्तच्या भूमीत सर्वत्र मला सात या क्रमांकाचे माहात्म्य जाणवले होते. ग्रेट पिरॅमिडमधील विशाल वीथिकेमध्ये हा सात आकडा विशेष स्पष्ट आणि धक्कादायक पद्धतीने सादर झालेला दिसतो. अशा सर्व हेतूनेच या ठिकाणी सात पायऱ्या निर्मिल्या गेल्या होत्या. काळ आणि माणसं या दोघांच्या प्रभावामुळे त्या जमिनी आता भग्नावस्थेत होत्या. अमून-रा च्या मंदिरातील 'द ग्रेट हायपोस्टाइल हॉल' या नावाने प्रख्यात असलेल्या कारनॅक येथील सभागृहाच्या प्रकोष्ठाच्या प्रवेशाजवळ या पायऱ्या एके काळी स्थित होत्या.

मी तिथे प्रवेशलो आणि जणू एकमेकांच्या खांद्याला खांदा लावून उभ्या असलेल्या सोळा स्तंभांची मालिका माझ्यासमोर मला आश्चर्यचकित करीत उभी होती. तिथे सूर्याचे जे किरण पडले होते, ते दृश्य अविस्मरणीय होतं. उंच असे जवळ जवळ १३० ताठ स्तंभ त्या ठिकाणी होते. विनाफरशीच्या तिथल्या जमिनीवर त्यांच्या भरीव, आडव्या सावल्या पडलेल्या होत्या. त्यांच्यावरील शुभ्र आडव्या दांड्यांमुळे अजस्र अशा सैनिकदलांचा भास तिथे होत होता. त्या खांबाचा घेर देखील अतुलनीय होता - बहुधा तो प्रत्येकी गोलवा तीस फुटांचा असावा. वास्तुकलेचे अजस्र व अतिभव्य प्रमाण तिथे दिसत होते. जणू अतिविशाल अशा दगडी झाडांचे अरण्य सर्वत्र ऐसपैस पसरलेले वाटत होते. ही अगदी खास इजिप्तची शैली होती!

येथील सभागृहांची बहुतेक सर्व उभारणी फॅरो सेटीने केली होती, अबायडॉसचे मंदिरही त्यानेच बांधले होते. त्या मंदिरात मला अवर्णनीय शांतीचा अनुभव आला होता. इथे एका सामर्थ्याचा, शक्तीचा ठसा आपल्या मनावर उठल्याशिवाय राहत नाही. ही रचना बनविणाऱ्यांना हे अपेक्षित होतं. आपली भव्य निर्मिती पूर्ण होईपर्यंत सेटीला आयुष्य लाभलं नाही. त्यामुळे थोर अशा रामासिसने ते अपूर्ण कार्य हाती घेतले. आस्वानमधील पाषाणांमधून त्याने अजस्र खांब कोरून घेतले आणि त्यांच्या माथ्यावरच्या तीस टन वजनाच्या चौकटींनी अलंकरण केले. त्या चौकटी पक्क्या बसवताना सिमेंट किंवा धातूच्या पट्ट्यांचा वापर केला गेला नव्हता. परिणामी मनावर एका विस्तीर्ण दृष्टिकोनाचा ठसा उमटत होता. किरकोळ कृतींमध्ये रमलेल्या वृत्तींना उंच उठवलं जात होतं. भव्य आकांक्षा आणि उदात्त अपेक्षा यांची प्रेरणा मिळत होती. आपल्यातील ऊर्मींना अधिकाधिक मोठी क्षितिजं मिळावीत, याकरिता प्रोत्साहन मिळत होते. थोडक्यात काय, एखाद्या साध्या माणसालाही रामासिससारखं बनण्याची, अशी विशाल मंदिरं उभी करण्याची, उदात्त कल्पना आणि उदात्त आदर्श घेऊन जगणाऱ्या लोकांसाठी ऐसपैस, आदर्श शहरं वसविण्याची स्फूर्ती मिळत असे.

जिथं अनेकदा प्रार्थना केल्या गेल्या असतील, अशा त्या सभागृहाला एक काळं छत होते आणि फरशीही घातलेली होती. आता छत निळ्या आकाशासाठी मोकळं पडलेलं होतं. त्याच्या जमिनीवर फरशीऐवजी मातीचे ढीग, वाळू, तण आणि दगड यांची गर्दी झालेली होती. जेव्हा या रुंद सभागृहांवर छत असेल, तेव्हा त्या काळात आत खरोखरीच प्रकाश अंधुक असेल. कारण त्या वेळी मध्यभागातील, वरच्या भागात दगडात कोरलेल्या खिडक्यांमधूनच काय तो थोडाफार उजेड आत येत असेल, पण नंतर ते विशाल छत शेकडो तुकड्यांमध्ये विदीर्ण होऊन खाली पडलं, आता त्यातीलही फार थोडा भाग शिल्लक आहे.

प्राचीन वास्तुरचनाकारांवर टीका करायच्या उद्देशाने नव्हे; पण तेथील उभारलेले सशक्त स्तंभ जरा जास्तच एकमेकांच्या जवळ उभे केलेले आहेत, हे दृष्टीला लगेच जाणवतं. त्यांची जरा चांगली मांडणी असती तर दृष्टीसमोर लांबवर पोहोचणारी, अखंडित दृश्यं उभी राहिली असती, पण कदाचित असंही असेल, की प्राचीन लोकांना दृश्यात्म कतेपेक्षा त्यांची प्रतीकात्मकता अधिक महत्त्वाची असेल.

प्रत्येक स्तंभावर भरपूर कोरीव काम केले होते. त्यांच्यावर भरीव अशा कळीची किंवा घंटेच्या आकाराची, पानांच्या आवरणाची रचना होती. दांड्यांवरील सुंदर गोलाकार बाह्य भाग, रंगीत चित्रे आणि चित्रलिपीचे शिलालेखन यांनी आच्छादित होते; त्याचप्रमाणे तशीच अलंकरणे चौकटी आणि भिंतींवर देखील होती.

छायाचित्र १४.४ घंटेच्या आकाराच्या पर्णपुटकांची रचना ज्यांवर होती, ते स्तंभ.
लेखकाने घेतलेले छायाचित्र

इजिप्तच्या इतिहासातील देवता आणि राजे याबाबतची कोरीव कामे तेथे होती किंवा चित्रे रंगवलेली होती. त्या चित्रांचे रंग अजूनही शाबूत होते. तेथे रंगवलेल्या व्यक्ती आणि आयताकार अलंकरणांमध्ये असलेल्या आकृत्या मी ओळखल्या. त्यात सेटी हा राजा होता. थॉथ या देवतेच्या समोर तो पूजेत मग्न होता. तो हेलिओपोलिसच्या पवित्र झाडाखाली होता, आपल्या विजयी रथापुढे हिटाईट लोकांना हाकलत होता, दूरवरच्या लेबॅनॉनमधील उंच देवदाराचे वृक्ष त्याने आपल्या मंदिरांच्या ध्वजदंडांसाठी वापरले होते. विजयी होऊन तो आपल्या प्रिय भूमीकडे परत येत होता. अन्यही अनेक आकृत्या होत्या. त्यात काही अर्धनग्न होत्या तर काही पूर्ण वस्त्रांकित होत्या. परंतु सारेच चेहरे कुतूहलजनक पद्धतीने उत्कट आणि तटस्थ होते. त्या लोकांचे ते वैशिष्ट्य होते. दक्षिणेकडील भिंतीवर दंडगोलाकार कोरीव काम होते; ते विटांमध्ये बसवले होते. इतिहासातील पहिल्या अधिकृत तहाबद्दल तेथील चित्रलिपीतून नोंद होती. श्रेष्ठ असा फॅरो रामासिस, 'जो पहिल्या सेटीचा शूर पुत्र होता', हिटाईटचा राजा खेतासिरा, 'मेरेसरचा पुत्र आणि खेताचा श्रेष्ठ प्रमुख राजा' यांच्यामधील हा तह होता. त्या चित्रलिपीत अशा नोंदी होत्या. शेवटी आनंददायक शब्द असे होते, ''त्या दोघांमध्ये कायमस्वरूपी शांतता आणि बंधुता यांना टिकविणारी संधी झाली.''

नंतर मी अरुंद आणि अनावृत अशा अंगणाकडे गेलो. तिथे एक पूर्ण स्मारकस्तंभ होता. स्वर्गाच्या दिशेने त्यात पिरॅमिडसारख्या रचनेकडे बोटाने निर्देश केला जात होता. त्याची जांभळट सावली जमिनीवर पडली होती. त्यावर पहिल्या थुटमोझ राजाचे अलंकरण होते. त्यानेच तो स्मारकस्तंभ उभारला होता. त्याच्या दांड्यावर तीन उभ्या रेघांमध्ये अभिलेख होते. त्यातील एका भागावरील अभिलेख किंवा शिलालेख सांगत होता, ''सत्यप्रिय होरस, वरच्या व खालच्या इजिप्तचा राजा अमून, त्याचे वडील अमून रा हे दोन्ही भूमींचे राजा होते. त्यांच्याकरिता त्याने हे स्मृतिस्थळ उभारले. हे दोन विशाल स्मारकस्तंभ त्यानेच उभारले. त्यावर दुहेरी देखावा आहे.'' तेथे देवतांबद्दल नेहमीच अशा भव्य पद्धतीने आदर व्यक्त

केला जात असे.

आणखी पुढे स्तंभावलीच्या भग्नावशेषांमध्ये आणखी एक स्मारकस्तंभ उभा होता. तो उंच आणि अद्यापही आकर्षक होता. जमिनीतून सर्पाची जीभ लवलवत यावी, तसा तो उभा होता. जवळ जवळ शंभर फूट उंच असलेला तो स्तंभ आकाशाला गवसणी घालत होता. जगात अजूनही अस्तित्वात असलेल्या अतिउंच स्तंभांमध्ये तो दुसऱ्या स्थानावर होता. उभा असा तो एकाश्म स्तंभ गुलबट ग्रॅनाइटमध्ये होता. त्याच्या पायाजवळून माथ्यापर्यंत जो भाग उंचावत गेलेला होता, तो भाग चांदी आणि सोन्यात मढवलेला होता. त्यामुळे खूप लांबवरून तो दिसत असे. साइनच्या प्रदेशात खाणकाम करून तो ग्रॅनाइट पाषाण वाहून या जागी आणणे; मग हा स्तंभ आणि आता अस्तित्वात न राहिलेला तसाच दुसरा स्तंभ घडविणे, या सर्व उद्योगांना साधारण सात महिन्यांइतका काळ लागला असेल. हा स्तंभ एका स्त्रीकडून उभारला गेला होता. ती स्त्री म्हणजे काही प्रमाणात एलिझाबेथ राणीसारखीच होती. ती इजिप्तची राणी होती, ओजस्वी हातशेपसूट. ती कधी कधी पुरुषासारखे कपडे परिधान करीत असे. तिच्या राज्यात एक विशेष पौरुषत्व प्रत्ययास येत असे. तिचे नाक लांब होते आणि जबडा सशक्त दिसत होता. तिने विशाल स्मृतिस्तंभ आणि विस्तीर्ण मंदिरे बांधली. साहसी प्रवासांसाठी लोकांना पाठवले. आणि स्त्रीत्वापेक्षाही महत्त्वाचे म्हणजे तिच्यातील सामर्थ्याद्वारे तिने फॅरोचा राजदंड प्राप्त केला. तिचं वैशिष्ट्य म्हणजे पतीच्या मृत्यूनंतर राजदंडाची प्रतिष्ठा तिथे राखली.

स्मृतिस्तंभाच्या चारही बाजूंवर कोरलेल्या चित्रलिपीतून त्या स्तंभाचे समर्पण करताना तिच्यातील अहंमन्यता दिसून येते.

''मी माझ्या राजवाड्यात बसले होते, माझ्या निर्मात्याविषयी विचार करीत असताना माझ्या हृदयाने मला आवाहन करून सांगितले, की त्या निर्मात्याच्या हेतूने दोन स्मारकस्तंभ उभे कर. त्या स्तंभाची टोके आकाशात पोहोचायला हवीत. प्रथम थुटमोझ यांच्या दोन विशाल स्तंभांच्यामध्ये जे स्तंभांचे मोठे सभागृह आहे, तिथे हे असायला हवेत.

''काही वर्षांनी जेव्हा ते माझे स्मारकस्तंभ पाहतील, तेव्हा त्यांना म्हणतील, 'हे मी घडविले आहे.' याची बांधणी माझ्या आदेशामुळे झाली. पर्वतप्राय असे सोने येथे माझ्यामुळे आले. सूर्यपुत्र आयसिसप्रमाणे मी या भूमीवर राज्य करते. सूर्य जेव्हा सकाळच्या आणि संध्याकाळच्या नावेत बसतो तेव्हा मी 'नू'च्या पुत्राप्रमाणेच समर्थ असते. दक्षिणेकडील ताऱ्याप्रमाणे हा स्तंभ कायम अस्तित्वात राहील. या दोन तेजस्वी स्तंभांनी माझ्या स्वामीकडून सोन्याची उजाळी घेतली. ते माझ्या वडिलांकरिता – अमूनकरिता होते. मोठ्या प्रेमाने त्यांचे नाव शाश्वत राहावे म्हणून मंदिर-प्रांगणात हे स्तंभ सदोदित उभे राहावेत. ते स्तंभ एका

छायाचित्र १४.५ राणी हातशेपसूटने उभा केलेला तो स्मारकस्तंभ तिच्या वडिलांना म्हणजे अमून-रा या देवतारूपी पित्यास समर्पित आहे. लेखकाने घेतलेले छायाचित्र

भक्कम भरीव अशा ग्रॅनाइटच्या शिळेतून घडविलेले आहेत आणि त्याच्यात एकही जोड किंवा विभाजन नाही.''

मूटच्या मंदिराकडे जाणाऱ्या रस्त्यावरून मी निघालो. दुसऱ्या टॉलेमीने ते बांधले होते. आता तिथून ताडाच्या किनारी असलेल्या शेतांकडे रस्ता जातो. ती सर्व बाह्यरेखा सुंदर असल्याने अलंकृत पृष्ठभागांकडे माझं राहून राहून लक्ष जात होतं. तेथील वरच्या आडव्या पट्टीवर कोरीव कामात पंख असलेला सूर्य होता. प्राचीन विचारसरणीनुसार तिथे येणाऱ्या दुष्ट प्रभावांना तो दूर राखत होता.

मी एका लाल रंगाच्या चौकोनी खोलीत जरा वेळ विसावलो. तेथील भिंतीवर मॅसेडॉनच्या फिलीप राजाचे नाव शिलालेखित होते. पृथ्वीच्या कुशीत सुरक्षितपणे जपले गेलेले त्याचे नाणे आदल्याच दिवशी मला दहा मैलांच्या अंतरावर सापडले होते.

भग्न प्रांगणे आणि कारनॅकच्या भग्न मंदिरांमधून मी माझा रस्ता शोधला. बाजूने करड्या रंगाच्या बिनाछताच्या भिंती होत्या. त्यांवर कोरीव उभार शिल्पचित्रे आणि गुलाबी ग्रॅनाइटमधील छोटी मंदिरे होती. मात्र त्या छोट्या देवालयांमधून देव-देवी गायब झालेल्या होत्या. तसेच आसपास तुटलेल्या कारागिरीचे ढिगारे पडले होते. तिथल्या उघड्या, वळणावळणाच्या लहान म र्गाने विचारमग्न होऊन मी चालत होतो. सभोवती एका इमारतीचे अवशेष विखरून पडले होते. स्फिंक्सच्या मूर्तींचे तुटलेले भाग आणि सिंहिणीच्या मस्तकांचे अवशेष ढिगाने पडले होते. तृतीय थुटमोझच्या भग्न झालेल्या सभागृहात झपाट्याने वाढलेल्या टोकदार, हिरव्या काटेदार झाडीतून मी काळजीपूर्वक चाललो होतो. एकदम टोकाला असलेल्या, अर्धवट राहिलेल्या एका देवालयाच्या खालच्या पातळीवर असलेल्या चौकटीखाली ध्यानमग्न होऊन

मी उभा राहिलो. या लहान मार्गावर राजे लोक अभिमानाने चालले असतील, त्यांनीच इथले स्तंभ आणि भिंती यावर आपल्या विजयगाथा शिलालेखित करून घेतल्या असतील. ते सारे राजे लोक आता कुठे बरं गेले असतील? थुटमोझ, आमेनहोटेप, सेटी, रॅमेसिस, तूतनखामेन, टॉलेमी अशा साऱ्यांचे दाढीधारी चेहरे होते, ज्यांनी इजिप्तवर राज्य केलं होतं. हजारो वर्षांपूर्वी इजिप्तचं जीवन त्यांनी झुलवलं होतं. ते सारे राजे मिरवणुकीनं माझ्यासमोरून तरळून गेले आणि हवेत विरून गेले. मी स्वतःलाच प्रश्न केला, जेव्हा प्रत्येक यश आणि कार्यसिद्धी हे सारं अंतिमतः धुळीस मिळणार असतं, तर मग अहंकार खरंच कामाचा असतो काय? माणसानं या जगात आपला मार्ग क्रमताना शांतपणे, नम्रपणे जात सर्व कृपा एका उच्च शक्तीमुळे मिळतात हे ध्यानात ठेवून कामे केली तर जास्त चांगलं नाही काय?

दिवस बराचसा संपला होता; एखादा सर्प जसा मांत्रिकाच्या कह्यात जाऊ लागतो, तसा दिवस सायंकाळच्या कुशीत जाऊ लागला होता. तोवर मी मंदिरांच्या या भग्न शहरातील पायपीट व भ्रमंती पूर्ण केली होती.

कारनॅकमधील सर्व मंदिरांना वेढून टाकणारी मातीची व विटांची एक भिंत बाविसाव्या राजवंशातील एका राजानं बांधून काढली होती. ती बांधून पूर्ण झाली तेव्हा तिचा गोलाकार दीड मैलाइतका भरत होता. कारनॅक हे स्थान पाषाणातील गाथेसारखे होते. विशाल प्रयत्न आणि अटळ असा विनाश असे राजेशाही महाकाव्य होते; ते भग्न झाले असले तरीही अमर्त्य गरिमा राखून होते!

देखण्या पण झपाट्याने होणाऱ्या सूर्यास्ताच्या वेळी मी थोडा रेंगाळलो. तो सूर्यास्त म्हणजे चमकदार असा देवदूत होता. त्याचे कंपित आभामंडल सोनेरी रंगापासून लाल रंगापर्यंत सर्व छटा मिरवीत होते. तेथील दृश्यावर तो सूर्यास्त रेंगाळला आणि त्याची त्या भेटीची वेळ संपली. भग्न अवशेष, शेते आणि वाळवंट या साऱ्यांत अनेक रंगच्छटा भरल्या गेल्या. त्याने मला एखाद्या भावावस्थेत नेण्याइतके भारून टाकले.

मी पुनःपुन्हा कारनॅकला येत राहिलो; रमतगमत दिवस घालवले, संशोधनात वेळ व्यतीत केला. माझ्या आठवणींच्या पोतडीत, अविस्मरणीय प्रसंग आणि अद्भुत घटना यांची भर घालत राहिलो. कारनॅकचं आकर्षण हे एखाद्या नदीवरच्या धुक्याप्रमाणे तुम्हाला वेढून टाकतं. त्यानं तुम्ही पार वेढून गेला आहात, हे तुम्हाला कळेपर्यंत त्यानं अतिसूक्ष्मपणे तुम्हाला त्याच्या कवेत घेतलेलं असतं. ज्या माणसांकडे तरल बुद्धिमत्ता आणि संवेदनशीलता नसते, त्यांना या अर्ध-भग्न मंदिरांमध्ये विटा, दगड, धूळ आणि बांधकामाचे सामान यांच्या ढिगाऱ्यांशिवाय काही दिसणार नाही. त्यांची खरंच कीव करावीशी वाटते! या शाही भग्नावशेषांवर चिंतन केल्यानंतर प्रभावित आणि आश्चर्यचकित अशा मनांनी उंच उडू या.

या मनास सौंदर्य आणि गौरव यांचे भान असेल. त्यामुळे सध्या जरी या वास्तूंची अवस्था दयनीय आणि मोडकळीस आलेली असली, तरी मनाची ती उन्नतावस्था कायमच राहते.

या सर्व भूमीवर मला एकट्याला फिरायला मिळाले हे मी माझं भाग्यच समजतो. जेणेकरून मला अन्य कोणाच्याही त्रासाशिवाय आणि हस्तक्षेपाशिवाय फिरता आले. श्रेष्ठ आणि संपूर्ण अशा शांततेला राखता आले. क्वचित प्रसंगी मधमाश्यांचं गुणगुणणं आणि चिमण्यांचा चिवचिवाट यामुळे त्या शांततेचा भंग होत होता एवढंच. कारण उन्हाळ्याच्या मध्यावरील ते दिवस होते. घामाघूम झालेल्या सर्व पर्यटकांनी लुक्झॉर सोडले होते. भयानक अशी उष्णतेची लाट, कीटक व प्राण्यांचे आगमन यापासून आधीच त्यांनी दूरवर पळ काढला होता. कारण असे कीटक व प्राणी मोठ्या संख्येने दक्षिण इजिप्तमध्ये या काळात पुनरागमन करीत असतात. माशा, डास, विंचू आणि साप आदी अनेक जीव अशा तापमानात येतात. अशा तापमानामुळे माणसं त्रासतात पण त्या साऱ्या प्राणिमात्रांना आणि कीटकांना ते तापमान पूरक ठरते. परंतु शांतता, स्वयं अध्ययन या साऱ्यांचा जो लाभ होतो, तो या जीवजगताला स्वीकारल्याने होय. कारण तीव्र उष्णतेनं माझ्या बुद्धिमत्तेचा ताबा कधीही घेतला नव्हता. खरं तर मला जाणवलं, की सूर्याबरोबरही मैत्री करता येते. पण त्यात मानसिक वृत्तींचाही काही वाटा असतो. ज्या क्षणी तुम्हाला असं वाटतं, की सूर्यामुळे तुम्हाला त्रास होणार आहे किंवा सूर्य तुम्हाला क्षीण करणार आहे, तेव्हा तुम्ही त्या त्रासांना खरोखरीच दार उघडून देत असता. आपल्या आंतरिक शक्तीवर सक्रिय श्रद्धा ठेवली तर नेहमी त्याचे स्पर्शज्ञेय अनुभव मिळत असतात.

कारनॅकमध्ये मी जो शांत काळ घालवला होता, त्याचा प्रचंड लाभ मला झाला होता. तेथील स्तब्धता समजून घेण्यानं मला वारंवार लाभदायकच वाटले होते.

आत्ताच्या गर्दीच्या, गदारोळाच्या युगात शांततेच्या अशा क्षमतेला प्रोत्साहित केलं जातच नाही. यांत्रिक युगात शांततेची रुची विकसित होत नाही. पण दररोजच्या जीवनात काही काळ निवृत्त व्हावं, काही काळ शांततेत ध्यानधारणा करावी यावर माझा विश्वास आहे. त्यामुळे थकलेल्या हृदयाला पुनर्जीवन आणि दमलेल्या मनाला प्रस्फुरण मिळते. सध्या आयुष्य हे एका खदखदणाऱ्या कढईसारखे झाले आहे; आणि माणसं त्यात खेचली जात आहेत. एकेक दिवस जसा सरकतो, तसतसे लोक आपापसातील जवळीक हरवू लागतात आणि मग त्या कढईशीच जास्त निगडित होऊ लागतात.

नियमितपणे ध्यानाचे सत्र पाळले तर आध्यात्मिक गंभीरता वाढू लागण्याचा स्पष्ट फायदा लगेच कळतो. निर्णयक्षमता असण्याची आवश्यकता असते, तेव्हा स्थिरता येते; लोकमताच्या आहारी न जाता स्वतःचे जीवन स्वतंत्रपणे घालवण्याचे धैर्य येते आणि

धकाधकीच्या आजच्या वातावरणात स्थैर्य प्राप्त होते.

आधुनिक जीवनातील सर्वांत वाईट गोष्ट काय, तर सखोल विचार करायची शक्तीच क्षीण केली जाते. न्यूयॉर्कसारख्या वेडसर घाई-गर्दीच्या शहरात माणसाला शांतपणे बसून आपलं आंतरिक जीवन बधिर, व्यंगपूर्ण झालंय, हे आठवायची फुरसतच मिळत नाही. तो फक्त आपण घाईत आहोत एवढंच जाणतो. प्रकृती - निसर्ग - मात्र कधीही घाईत नसतो - जो देह ब्रॉडवे येथे घाईगर्दीत असतो, त्या क्षीण देहाला घडविण्यासाठी निसर्गाने लाखो वर्षे घेतली आहेत. त्यामुळे निसर्ग सहजपणे वाट पाहू शकतो. जी संकटं व दुःखं त्याने स्वतःवर लादून घेतली आहेत, त्यातून कधी तरी तो बाहेर येईल? स्वतःच्या आणि परिसरातल्या गोंगाटाखाली दबल्या गेलेल्या दैवी, गंभीर विचारांमध्ये तो कधी खोलवर डोकावू शकेल काय?

आपल्या इंद्रियांचा आपल्यावर ताबा असतो म्हणून आता आपल्या इंद्रियांवर आपण ताबा ठेवण्याची वेळ आलेली आहे. आत्म्याच्या पवित्र नावेतून आपण अशा सागरांमध्ये जाऊ शकतो, जिथे इंद्रियशक्ती आपल्या आसपास फिरकायचे धाडस करू शकत नाहीत.

द्रष्ट्या लोकांचे सिद्धान्त आपल्याला कळू शकतात. त्यांची पुस्तके, तसेच वचने यांत ग्रथित अशी सत्येही आपण आकळू शकतो. हे सर्व आपल्याला त्यांच्या फक्त दैनंदिन आयुष्यातील कार्यांतून नव्हे तर मुख्यत्वे त्यांच्या ध्यानपूर्ण आध्यात्मिक जीवनातून समजू शकते. फक्त दैनंदिन विश्वातील कार्यमग्न जीवनच उपयुक्त ठरते, असे नसते. हे तेव्हाच आपल्याला कळेल.

१५

कारनॅकमधील रात्र

मध्यरात्री मी जी जी भटकंती केली होती, ती सर्वांत जास्त आकर्षक होती. त्यातही खास करून पौर्णिमेच्या रात्री केलेली फिरस्ती फारच आकर्षक होती. इजिप्तमधील रात्री तेथील मंदिरांना एका गूढ प्रकाशाखाली आच्छादून टाकत असत. त्यामुळे जे प्रकाशात यायला पाहिजे, ते येत असे आणि अन्य भाग त्या मंदिरांना साजेशा उदासीनतेत लपून जात असे.

विविध प्रकारांनी मी कारनॅकला रात्रीच्या वेळी भेट दिली आणि प्रत्येकच भेट ही सुंदर ठरली होती. परिश्रमी अशा उंटावर खोगीर घालून, त्यावर आरूढ होऊन मी हळुहळू गेलो होतो. जुन्या महामार्गावरून गाडीने जाऊन पाहिलं होतं; किंवा बऱ्यापैकी आराम दायी अशा घोड्यावरूनही रपेट केली होती. मात्र पौर्णिमेच्या रात्री, तिथे जाण्यासाठी पायी जाण्याशिवाय अन्य उत्तम साधन मला काही मिळाले नाही. प्राचीन काळातील पुरोहित काही मैल अंतर असेच चालत जात असतील. खरं तर त्या जुन्या काळात इजिप्तमधील दिवस किती थाटामाटाचे आणि सौंदर्यपूर्ण असतील. रस्त्यांच्या कडेवरून मी चालत होतो, तिथं जमलेल्या पांढऱ्या धुळीच्या जाड थरावर चंदेरी प्रकाश चमचमत होता. अधून मधून आकाशातून वटवाघळं झेपावत होती आणि कर्कश आवाज करीत तीरासारखी निघून जात होती, पण एकंदरीत पाहता एक प्रगाढ स्तब्धता साऱ्या भूमीवर पसरलेली होती. कारनॅकच्या ठिकाणापर्यंत मी पोहोचेपर्यंत या स्तब्धतेत भंग पडणार नव्हता. तिथे वस्त्रांकित पण सावलीसारख्या आकृत्या रात्रीच्या वेळी माझ्या शेजारून गेल्या होत्या, तर काही वेळा त्यांच्या हातात डुलते कंदिल होते. काही वेळेस चकचकीत नसलेल्या खिडक्यांमधून

पिवळट दिव्याच्या तिरिपी डोकावून जात होत्या. रस्त्यावर पसरलेल्या मऊ, वालुकामय अशा धुळीतून माझी पावलं चालली होती. पण तरीही तेथील लोकांच्या तिखट कानांच्या जणू काही सहाव्या ज्ञानेंद्रियाने त्यांना कळत होते, की एक परकी व्यक्ती त्यांच्या खेड्यातून चाललेली आहे. कारण थोड्या थोड्या वेळाने एखाद दोन माणसं त्यांच्या घरांची दारं उघडून बाहेर येऊन माझ्याकडे डोकावून पाहत होती किंवा खिडकीतून प्रश्नार्थक नजरांनी माझ्याकडे पाहत होती. ते सारंच व्याख्येत न बसणारं होतं आणि पौर्णिमेच्या रात्री निर्माण झालेल्या एका अवास्तविक जगात तर ते निराळंच होतं. त्या लोकांच्या हालचालींमुळे एखाद-दुसरे कुत्रे जरासे भुंकले. परंतु मी त्या साऱ्यांना आणि स्वतःला सहज राखत त्यांच्यासाठी सदिच्छांचे शब्द उच्चारत पुढे पुढे चालतच राहिलो. मी त्या लोकांना ओळखत होतो. ते सारे जण खूप साधे आणि आनंदी स्वभावाचे लोक होते. जीवनातील लहान-सहान अडचणींकडे बघताना 'मलीश' (काळजी करू नका) असं म्हणून ते चिंता उडवून देत. आणि म्हणूनच त्यांचा हा साधेपणा खूप मोहक होता.

आता माझ्यासमोर रस्त्याच्या शेवटी टॉलेमीचे चंदेरी तोरण किंवा गोपुरम् उभे होते. मोठ्या मंदिराच्यासाठी एखाद्या भुतासारख्या पहारेकऱ्याप्रमाणे ते दिसत होते! त्यावरील चौकोनी भाग निळ्या आकाशात उंच गेला होता.

माझ्या स्वागतासाठी जणू ते तोरणद्वार तयारच नव्हते; कारण त्याच्यासमोर आडवे पट्टे असलेली जाळी घातलेली होती. तिथं झोपी गेलेल्या रखवालदाराला मी उठवले; अरुंद पलंगावरून तो दचकून उडी मारून उठला. माझ्या विजेरीच्या प्रखर प्रकाशझोताने दिपलेले आपले झोपाळू डोळे चोळीत उभा राहिला. तिथले लहानसे आधुनिक दार त्याने उघडले. त्याला झोपेतून उठवल्याबद्दल मी त्याला चांगली बक्षिसी दिली. कारण त्याने मला आत एकटे फिरायचीही अनुमती दिली होती. पुढील अंगण मी पार केले आणि वालुकाश्मांच्या ठोकळ्यांच्या ढिगाऱ्यावर काही क्षण बसलो. कोणे एके काळी मोठ्या हायपोस्टाइल सभागृहाच्या समोरच्या प्रांगणास विभागणारे मोठे तोरणद्वार त्या ठोकळ्यांनी बनले होते. अमून-रा च्या त्या स्मारकाच्या ढासळलेल्या गौरवावर मी चिंतन करीत राहिलो. त्यानंतर मी तिथल्या राजेशाही खांबांमधून व मोठ्या सभागृहाच्या राजबिंड्या भग्नावशेषांमधून चालत निघालो. माझ्या शेजारून उंच गेलेल्या दांड्यांवर चंद्रप्रकाश पडल्याने राखाडी छटा आली होती. त्यांच्या भरीव काळ्या सावळ्या जमिनीवर पडल्या होत्या. त्यामुळे त्यांवरील कोरीव चित्रलिपी एखाद्या क्षणी चमकत्या उभार-शिल्पासारख्या दिसत होती. पण पुढच्याच क्षणी ते दृश्य विरून जात होते. मी विजेरीचा प्रकाश बंद केला. अर्थात फक्त जिथे मला पुढचा रस्ता दिसत होता, तिथंच मी असं केलं. चंद्रप्रकाशाच्या मृदू प्रकाशाशी त्याची तुलना शक्यच नव्हती. कारण केवळ चंद्रप्रकाशामुळेच त्या संपूर्ण मंदिर परिसराला स्वप्नवत रूप

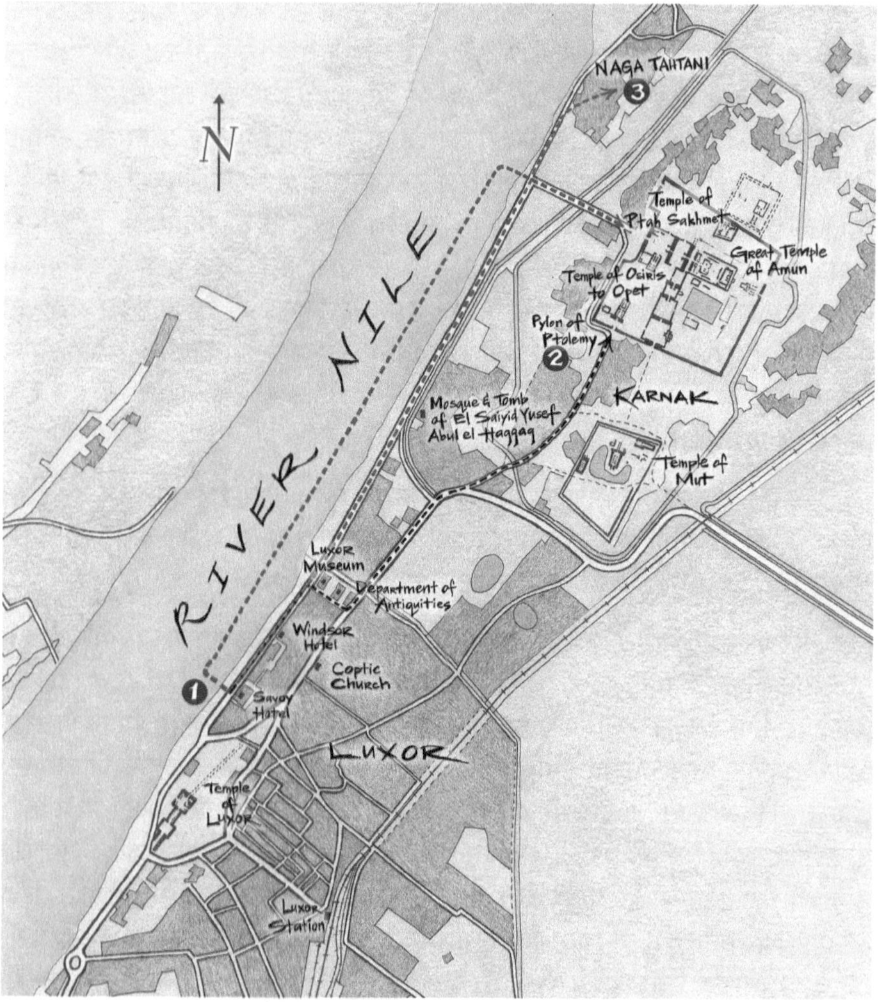

छायाचित्र १५.१ लुक्झॉर शहरापासून ज्या वेगवेगळ्या मार्गांनी कारनॅक मंदिरास भेटी दिल्या त्याचा हा नकाशा आहे. रोझमेरी क्यूब्राल हॅरिस

१) सेव्हॉय हॉटेलजवळची लुक्झॉरची गोदी,

२) कारनॅक खेडेगाव,

३) नागा तहतानी खेडेगाव

लेखकाने तीन प्रकारांनी कारनॅकला भेटी दिल्याः पायी, गाढवावरून प्रवास करून आणि नावेतून

प्राप्त होत होतं. अचानक माझ्यासमोर हातशेपसूट राणीचा स्मारकस्तंभ आला : एखाद्या शानदार, उजळ चांदीच्या सुईप्रमाणे तो दिसत होता.

त्या नंतर जसजसं मी अंधुक प्रकाशातून पुढे गेलो, तसं आच्छादित अशा गाभाऱ्यांपर्यंत पोहोचलो. तेथील वरच्या बाजूने खुल्या म्हणजे हायपोस्टाइल सभागृहातील आकर्षक स्तंभावलीच्या पलीकडे हे गाभारे होते. तिथे पोहोचल्यावर माझ्या ध्यानात आले, की आता माझी शांतता ही शांतता राहिलेली नाही. गेल्या पंधराशे वर्षांत त्या चित्ताकर्षक सभागृहांमध्ये आणि लहानशा गाभाऱ्यांमध्ये पूजा करणाऱ्या लोकांची गर्दी झालेली नव्हती, पण भग्न अशा मूर्तींमधील देव प्रदीर्घ काळापासून तुटलेपण सोसत होते आणि आधुनिक इजिप्तमधील एकही माणूस प्राचीन श्रद्धेकडे वळल्याचं माझ्या तरी माहितीत नव्हतं. पण मग, काळाच्या उदरात ओसाड पडलेल्या या जागेमध्ये माझ्या आसपास जिवंत माणसं वावरत असल्याचं मला का बरं जाणवत होतं? कारण ती जागा खरं तर एखाद्या कबरीसारखी होती. मी माझ्याभोवती विजेरीचा झोत फिरवत राहिलो. पाषाणाचे भग्नावशेष आणि फुटलेल्या जमिनीवर तसेच कोरीव चित्रांवर आणि शिलालेखित चित्रलिपीवर लुकलुकत प्रकाशाचा झोत फिरत राहिला. परंतु एकही मानवाकृती मला तिथे आढळली नाही.

त्या काळ्याकभिन्न रात्री मी एकटा तिथे पुढे पुढे चालत जात होतो आणि त्या वेळी तो जिवंतपणाचा प्रभावशाली आभास काही केल्या माझ्या मनातून दूर होत नव्हता. रात्र येते तेव्हा ती स्वतःचे असे काहीतरी भय घेऊन येते. एखाद्याच्या मनात जर त्याचे भय असेल तर भीतीची भावना वाढतच जाते, पण इजिप्तमधील मृदू रात्रींवर प्रेम करायला आणि त्यांना स्वीकारायला मी शिकलो होतो. कारण मला त्यांच्यातील स्वर्गीय सौंदर्य भुरळ घालत असे. परंतु इथे झिजत जाणाऱ्या कारनॅकमधील मंदिरांना चमत्कारिक क्षीण प्रकाशात एक अर्धवट भुताटकीसारखा आकार येत होता. ती वेळ आणि परिसर यांच्या बाबतीत माझ्यात जी अस्वस्थ प्रतिक्रिया निर्माण होत होती, त्याची मला जाणीव नक्कीच होत होती. माझ्यावर असा परिणाम का बरं झाला होता?

तिथला फरसबंद रस्ता उत्तरेकडील पडीक भागाकडे आणि मग सरळ जाऊन सुंदर अशा लहानशा 'टा'च्या मंदिराकडे जात होता, त्या रस्त्याने मी निघालो. खांब असलेले लहानसे अंगण मी ओलांडले. अन्य एका दारातून बाहेर पडून मी मंदिराच्या उंबरठ्यापाशी येऊन पोहोचलो. सेखमेट नावाच्या देवतेचा तिथला विचित्र पुतळा चंद्रप्रकाशाच्या स्पष्ट रेघेत उजळून निघाला होता. त्या भकास खोलीत ती देवता एकटीच राहत होती. एकाकी अशा त्या स्त्री-प्रतिमेला सिंहाचे मुख होते. तिचा भयानक आणि कठोर चेहरा, इजिप्तच्या मिथकांमध्ये तिला जी भूमिका दिली गेली होती, त्यास साजेसा असाच होता. मानवजातीला शिक्षा द्यायची जबाबदारी या सेखमेट देवतेकडे होती. तिच्याकडे दयेला जागाच नव्हती,

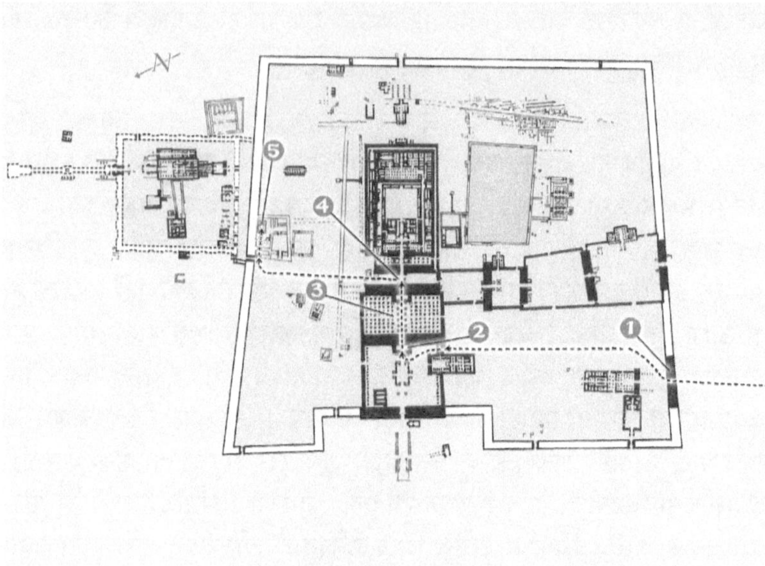

छायाचित्र १५.२ कारनॅकमध्ये लेखकाने रात्री जी भटकंती केली त्या मार्गाचा नकाशा. रोझमेरी क्यूब्राल हॅरिस

१) टॉलेमी युरगेटेस याचे द्वार व तोरणद्वार, २) मोठ्या हायपोस्टाइल सभागृहापुढचे अंगण, ३) मोठे हायपोस्टाइल सभागृह, ४) हातशेपसूटचा स्मारकस्तंभ आणि ५) टा चे मंदिर

त्यामुळे अपराध्यांच्या मनात नक्कीच पूर्वी दहशत निर्माण होत असावी!

त्या इमारतीच्या पायाजवळच्या एका ग्रॅनाइटच्या पाषाणावर मी बसलो आणि पडिक भिंतीवर चंदेरी किरणांचे जे नृत्य चालू होते, ते पाहत राहिलो. दूरवर कुठेतरी अंधुकपणे जी कोल्हेकुई चालू होती, ती कानावर पडत होती. मी स्तब्ध आणि निष्क्रिय होऊन बसलो होतो. तेव्हा अदृश्य असं कुणीतरी माझ्या सहवासात असल्याची चमत्कारिक भावना माझ्या हृदयाचा ताबा घेऊ लागली. अनिश्चिततेमुळे जी थंडावून टाकणारी भावना निर्माण होत असते, तसं मला वाटू लागलं.

ज्या 'टा' देवतेच्या हातात सामर्थ्य आणि स्थैर्य यांचा राजदंड होता, त्या देवतेला आपल्या प्रार्थना अर्पण करणाऱ्या त्या प्राचीन अभिमानी चेहऱ्याच्या पुरोहितांची आणि त्यांच्या असंख्य भक्तमंडळींची भुते या जागेत अजूनही फिरत असावीत का? मृत्यू पावलेले पुरोहित आणि राजे यांचे आत्मे, पोकळ छायेप्रमाणे या झपाटलेल्या जागेत ये-जा करत असतील का?

कैरोत इजिप्त सरकारच्या सेवेत असलेल्या माझ्या इंग्रज अधिकारी मित्राकडून ऐकलेली

एक रंजक कथा मला नकळतपणे आठवली. उमराव घराण्यातील एक तरुण माणसाशी त्याची गाठ पडली. सर्वसामान्य पर्यटकांप्रमाणे तो काही आठवड्यांच्या काळासाठी इंग्लंडमधून इजिप्तला आला होता. आरामशीर जगणारा असा तो माणूस होता. भौतिक गोष्टींपलीकडे त्याला कशातही रुची नव्हती. तो लुक्झॉरमध्ये गेला होता, तेव्हा एका दुपारी तो कारनॅकला गेला. अमून-रा चे जे मंदिर होते, त्यातील मोठ्या सभागृहाचे त्याने छायाचित्र घेतले. ती चित्रफित धुवून झाल्यावर त्याने छायाचित्र जेव्हा छापले, तेव्हा त्याला ते बघून धक्काच बसला. त्या छायाचित्रात एका उंच इजिप्तीय पुरोहिताची आकृती उभी असलेली दिसत होती. त्यांची पाठ तेथील एका खांबाकडे असून हात छातीवर दुमडलेले होते.

त्या घटनेने त्या तरुणाच्या मनावर इतका खोल परिणाम झाला, की त्यानंतर त्याचे पूर्ण चरित्रच बदलून गेले. मानस आणि आध्यात्मिक गोष्टींचा तो प्रामाणिक विद्यार्थी बनून गेला.

त्या दगडी आसनावरून मला उठावंसं वाटलं नाही; पण तेथील पाषाण देवतांच्या मूक समूहात मी चिंतन आणि अस्वस्थ विचारमंथन करीत राहिलो.

असाच अर्धा तास गेला आणि त्यानंतर मी नक्कीच एका विशिष्ट मंत्रमुग्ध अवस्थेत गेलो होतो.

माझ्या डोळ्यांसमोर एक पडदा पडला आणि भ्रूमध्यावर माझे लक्ष केंद्रित झाले; आणि त्यानंतर एका अपार्थिव उजेडात मी लपेटलो गेलो.

त्या प्रकाशात मला, सावळ्या वर्णाची एक पौरुषपूर्ण आकृती दिसली. तिचे खांदे ताठ होते आणि ती माझ्या शेजारीच उभा राहिलेली होती. मी तिच्याकडे टक लावून पाहत राहिलो. ती वळली आणि माझ्या पुढ्यात उभी राहिली.

त्या व्यक्तीला मी ओळखले आणि दचकलो. कारण ती आकृती म्हणजे स्वतः मीच होतो.

आज माझा चेहरा जसा आहे, तसाच त्या आकृतीचाही चेहरा होता, पण तिचे वस्त्र प्राचीन इजिप्तमधील व्यक्तीसारखे होते. ती व्यक्ती राजपुत्र नव्हती किंवा सामान्य नागरिकही नव्हती, पण एका विशिष्ट स्तरावरील पुरोहित होती. त्या व्यक्तीचे शिरोभूषण आणि वस्त्रे यावरून मी ते ओळखले.

त्या व्यक्तीभोवती प्रकाश वेगाने फिरत होता. मात्र पलीकडे जे स्पष्टपणे एका वेदीचे दृश्य दिसत होते, तिथवर तो प्रकाश पोहोचला होता. मग माझ्या समोरची व्यक्ती हलली आणि सावकाशपणे त्या वेदीकडे गेली. तिथे पोहोचल्यावर ती प्रार्थना करू लागली... आणि अखंडपणे प्रार्थनाच करत राहिली.

ती व्यक्ती चालत जात होती, तेव्हा मीही तिच्याबरोबर चालत गेलो. तिने जेव्हा प्रार्थना केली, तेव्हा मीही प्रार्थना केली. ही प्रार्थना त्या व्यक्तीचा सोबती म्हणून नव्हे तर मी स्वतःच ती व्यक्ती समजून केली. त्या विरोधाभासी परिस्थितीत मी प्रेक्षक होतो आणि अभिनेताही होतो. मला जाणवलं, की ती व्यक्ती हृदयात दुःखी असून त्या देशाच्या परिस्थितीबद्दल तिला खंत वाटत आहे. तिच्या प्राचीन भूमीवर जी अधःपतनाची वेळ आली होती, ती पाहून तिला विषण्णता वाटत होती. त्यातूनही तिला जे दुःख झाले होते, ते तिच्या धर्माची सूत्रे दुष्ट लोकांच्या हातात गेलेली पाहून. प्रार्थनेत ती व्यक्ती पुनःपुन्हा तिच्या देशातील लोकांकरिता, सत्याचे रक्षण व्हावे, याकरिता प्राचीन देवांची प्रार्थना करीत होती, पण तिच्या सर्व विनवण्या झाल्यानंतर तिचे हृदय शिशाप्रमाणे जड होऊन गेले. कारण तिच्या प्रार्थनांना प्रतिसाद मिळाला नव्हता. म्हणजेच इजिप्तचे ढासळणे अटळ आहे, हे तिला कळले होते. मान खाली घालून ती व्यक्ती तिथून निघून गेली. ती अतिशय दुःखी आणि केवळ दुःखी होऊनच निघून गेली होती.

तिथला प्रकाश पुन्हा अंधारात विरून गेला. पुरोहितांची आकृतीही अदृश्य झाली आणि ती वेदीही अदृश्य झाली. 'टा'च्या मंदिराजवळ एकांतातील ध्यानात मी मग्न असल्याचे मला पुन्हा जाणवले. माझे स्वतःचे हृदयही कमालीचे दुःखी झाले होते.

त्या परिसरामुळे निर्माण झालेले ते केवळ एक स्वप्न होते काय?

की ध्यानमग्न मनाने पाहिलेला तो एक उत्साही असा भ्रम होता? भूतकाळाबद्दल मला जी रुची वाटत असे, त्यामुळे निर्माण झालेली ती एक सुप्त इच्छा तर नव्हती? की तिथे असलेल्या एखाद्या पुरोहिताचा आत्मा मला अतींद्रिय दृष्टीने दिसला होता? की इजिप्तमध्ये गेलेल्या माझ्या पूर्वजन्माची ती आठवण होती?

ते दर्शन घडताना आणि घडल्यानंतर माझ्या भावनांमध्ये प्रचंड खळबळ माजली होती, याबाबत माझ्याकडे एकच उत्तर होते.

शहाणा माणूस कधीही घाईने निष्कर्षाप्रत पोहोचणार नाही; कारण सत्य हे एखाद्या अतर्क्य स्त्रीसारखे असते. प्राचीन संदर्भही हेच सांगतात, सत्य आपल्या मनाच्या खोल तळाशी राहत असते.

शेवटच्या प्रश्नाचे एक खात्रीशीर उत्तर मी स्वीकारलं, नव्हे मला ते स्वीकारावंच लागलं.

एके काळी प्रचलित असलेल्या परंपरागत अशा 'काल' कल्पना आईनस्टाईनने बदलून टाकल्या. त्याने गणितीय आधाराने दाखवून दिले, की ज्याला गोष्टींच्या चतुर्मितींचे

ज्ञान होऊ शकते, त्याला सर्वसामान्य माणसापेक्षा भिन्न अशी भूतकाळ व वर्तमानकाळाची जाणीव असते. यामुळे कदाचित हे समजायला मदत होते, की निसर्गाकडे भूतकाळाचे पक्के स्मरण असू शकते. त्यामुळे मी ही शक्यता समजू शकतो, ध्यानाच्या संवेदनशील क्षणांमध्ये माणूस गूढपणे निसर्गाच्या त्या स्मृतीला नकळतच स्पर्श करून येऊ शकतो.

*****

कारनॅकपासून काही अंतरावर असलेल्या नागा ताहतानी या खेड्यास भेट देण्यासाठी मी, एकदा रात्री अकरा वाजता निघालो. नाईल नदीच्या किनाऱ्याजवळचा रस्ता छान भटकंतीसाठी मी निवडला. वीस एक मिनिटं चालून मी जेव्हा अचूकपणे उजव्या कोनात वळलो, तेव्हा लुक्झॉर आणि कारनॅक मागे पडले होते.

खुल्या जागेत खेड्याचा मध्यभाग होता. एखाद्या हिरव्या इंग्रज खेड्यासारखे ते दिसत होते, पण इथे फक्त वालुकामय चौकोन होता. तेथील मातीवर दोनशेपेक्षाही जास्त माणसं पाय मुडपून बसल्याचं मला दिसलं, पण त्यात एकही स्त्री नव्हती. तेथील लोक अरब कपड्यांमध्ये होते. त्यांनी पांढऱ्या पगड्या घातल्या होत्या आणि ती सारी अगदी साधी, आदिम अशी माणसं दिसत होती.

चुना फासलेल्या, थोपलेल्या उंच पडवीवर चार सन्माननीय लोक बसले होते. ते चौघेही उच्च स्तरातील आणि उच्च मानसिकतेचे होते. त्यांचे चेहरे आणि कपडे यांवरून ते शेख असल्याचं कळत होतं. त्यांच्या रेशमी घोळदार झग्यांमुळे त्यांची व्यक्तिमत्त्वं चित्रांसारखी छान दिसत होती. ते सर्वजण वयस्कर आणि पांढऱ्या केसांचे होते.

त्यांच्यापैकी एकच व्यक्ती मला ठाऊक होती आणि तिचं नाव होतं शेख अबू श्रम्प. त्यांनी माझं प्रेमानं स्वागत केलं आणि कारनॅकचे मुख्य असलेल्या अन्य शेख साहेबांशी माझी ओळख करून दिली. शिष्टाचाराला धरून त्यांनी आपल्या कपाळाला व छातीला हाताने स्पर्श करून अभिवादन केले. त्यानंतर खेड्याच्या व तेथील परिसराचे मुख्य असलेल्या व्यक्तीशी त्यांनी माझा परिचय करून दिला. त्यांचे नाव होते शेख मेक्की गाहबा! त्यांच्याच घराबाहेर उंचवट्यावर ती पडवी बांधलेली होती. ताबडतोब त्यांनी मला पाहुणचारात आवश्यक असलेली कॉफी प्यायचा आग्रह केला, पण मग मी कॉफीच्या ऐवजी बिनदुधाचा चहा घेईन असं सांगितलं.

तेथील पडवीवर माझे मित्र शेख अबू श्रम्प यांच्या शेजारील उशीवर मी बैठक मारली. नाईल नदीच्या पलीकडे असलेल्या अल् कुरना या खेड्यात ते राहत होते. लुक्झॉरच्या आसपासच्या वीस मैलांच्या परिसरात त्याची मोठी ख्याती होती आणि त्यांना पवित्र व्यक्ती म्हणून मोठा आदर दिला जात असे.

प्रेषितांचे ते श्रद्धाशील अनुयायी होते. जीनीवर ताबा ठेवणे आणि सामर्थ्यवान रक्षाकवच बनवणे यांकरिता ते प्रसिद्ध होते. तसेच त्यांनी मक्केची यात्रा केल्यानेही त्यांना मोठा आदर दिला जात असे. ते हिरवा फेटा माथ्यावर गुंडाळत असत. त्यांच्या मिशा झुपकेदार होत्या, कल्लेही दाट होते आणि त्यांची आखूड दाढी पांढुरकी झालेली होती. त्यांचा सावळा चेहरा हसतमुख होता पण गंभीर, प्रसन्न तसेच आदरणीयही होता. त्यांचे डोळे लक्षात येण्याइतके टपोरे असून त्यांच्यातील चिंतनशीलता त्यातून व्यक्त होत होती. लांबसर, सैल, तपकिरी रंगाचा जाड कापडाचा झगा त्यांच्या घोट्यांपर्यंत आलेला होता. उजव्या हाताच्या चौथ्या बोटात त्यांनी मोठी चांदीची अंगठी घातलेली होती आणि त्या अंगठीवर अरबी अक्षरे कोरलेली होती.

लुक्झॉरच्या 'ओमडेह' यांनी म्हणजे महापौरांनी या सभेसाठी मला आग्रहाचे निमंत्रण दिलेले होते. एका उन्हाळी दुपारी आम्ही रस्त्यात भेटलो होतो आणि अरबी भाषेत मला शुभेच्छा देताना ते म्हणाले, ''तुमचा दिवस आनंदात जावो.'' त्या वेळी शेख अबू श्रम्प हे त्यांच्या सुंदर सजविलेल्या गाढवावरून खाली उतरले. तेव्हा त्यांनी माझ्याकडे यायचं आणि माझ्याबरोबर चहा घ्यायचं वचन दिलं होतं. नंतर काही दिवसांनी महापौरांनी आणि शेख अबू श्रम्प या दोघांनी मिळून माझ्यासाठी या सभेचं निमंत्रण धाडले. कारनॅक-लुक्झॉर जिल्ह्यातील साऱ्या दरवेशांची रात्री सभा भरायची होती.

या विचित्र सभेत त्यांच्यात मी एकटाच युरोपीय माणूस होतो आणि लंडनमध्ये शिवलेले जे कपडे मी परिधान केले होते, त्या कपड्यांचं निराळं ठळकपण मी विसरण्याचा प्रयत्न करीत होतो.

त्यांनी मला सांगितले, की त्या भागात बऱ्याच मोठ्या काळानंतर पहिल्यांदाच ही सभा भरते आहे. शेख अबू श्रम्प यांनी त्या माहितीत भर घालताना म्हटले, दरवेशांची अशी सभा भरण्याची तारीख चंद्राच्या विशिष्ट कलांशी निगडित असते. नेहमी ही सभा अमावस्या अथवा पौर्णिमेच्या रात्री भरवली जाते. कारण या रात्री विशेषतः पवित्र मानल्या जातात.

शेख पुढे म्हणाले, ''या सभेत गोंगाटमय असे काही होणार नाही. कारण आम्ही सारे अल्लाहच्या प्रेमाखातर एकत्र आलेलो शांतिप्रिय लोक आहोत.''

मी आजूबाजूला पाहिले. खुल्या जागेत मध्यभागी उंच असा एक ध्वजस्तंभ उभारलेला होता आणि त्यावर गुलाबी अक्षरांची कशीदाकारी काढलेली होती. त्या खांबाभोवती ओळीने बदाऊनी लोक आणि ग्रामस्थ बसले होते. तेथे त्यांचा छानसा गोलाकार झालेला होता. जवळच्याच शेतांजवळून जाताना दोरीने बांधून ठेवलेली अनेक जनावरं मला दिसली होती. ती जनावरे तेथील श्रीमंत माणसांची होती. त्यांच्यापैकी काही लोक जनावरांवर बसून

छायाचित्र १५.३ नागा ताहतानी खेड्यातील चौकात जिल्ह्यातील ज्येष्ठ व्यक्तींसह मध्यभागी बसलेले शेख अबू ग्नम्प. लेखकाने घेतलेले छायाचित्र.

छायाचित्र १५.४ अल् कुरना खेड्यातील एक भाग (सन १९३५) या खेड्यात शेख अबू ग्नम्प राहत होते.

वीस मैल दूर असलेल्या खेड्यांतून आले होते. त्या सभेत फक्त निमंत्रितांनाच उपस्थित राहण्याची अनुमती होती.

चांदण्यांनी लखडलेल्या अशा त्या निळसर रात्रीच्या वेळी दिसणारं दृश्य फार मोहक होतं. पांढरे फेटे बांधलेली दोनशेच्या वर माणसं तिथे मोठा गोलाकार करून बसलेली होती, त्यांच्यात हालचाल होत होती. मी जरा वरच्या पडवीत बसलेलो होतो. त्या समूहात पांढरे केस झालेले वृद्धही होते; तर काही मुलं होती. दाट अशी ताडाची झाडं रात्रीच्या झुळकांनी घासत हलत होती. मोकळ्या जागेतील किनारींवर काही झाडे होती तर काही चौकोनी इमारतींच्या बाजूंवर होती. इमारतींभोवती उष्णकटिबंधीय वेली भरपूर प्रमाणात पसरलेल्या होत्या. पलीकडेच्या अंधारात शेतं, टेकड्या, नाईल नदी आणि वाळवंट होते. चंद्र आणि ताऱ्यांच्या उजेडाला साथ होती ती एकुलत्या एका प्रखर प्रकाशाच्या दिव्याची. आमच्या डोक्यावर पडवीतच तो दिवा टांगलेला होता.

जशी मध्यरात्र व्हायला लागली, तसा एक दरवेश उठला. स्वच्छ आणि गोड आवाजात त्यानं पवित्र कुरानामधील काही भाग म्हटला. त्याचं म्हणणं पूर्ण होतंय न होतंय तोच त्याला प्रतिसाद देत प्रदीर्घ काळ, 'अल्लाह हा एकमेव ईश्वर आहे' असे सूर दोनशे कंठांतून उठले.

छायाचित्र १५.५ कारनॅक - लुक्झॉर जिल्ह्याचे मुख्य दरवेश असलेले शेख अहमद सिरी. लेखकाने घेतलेले छायाचित्र

त्या गर्दीत साधारण सहा वर्षांचा एक मुलगा होता. या वर्षांच्या पौर्वात्य मुलांमध्ये युरोपीय मुलांपेक्षा परिपक्वता जरा अधिक असते. तो मुलगा गर्दीच्या मध्यभागी गेला. तेथील ध्वजदंडाच्या शेजारी उभा राहिला. आपल्या सुरेल चंदेरी कंठाने स्मरणाच्या आधारे कुराणमधील पुढील भाग तो म्हणू लागला. नंतर दाढी राखलेली एक वृद्ध व्यक्ती, प्रत्येक रांगेतून पितळयाचे धूपपात्र घेऊन सावकाशपणे चालत गेली. आता मोकळ्या अंगणात आणि पडवीवर धुपाचा सुगंध दरवळला.

त्यानंतर ध्वजदंडाजवळ तीन व्यक्ती एकमेकांसमोर उभ्या राहिल्या आणि एक धार्मिक प्रार्थना म्हणायला त्यांनी सुरू केली. ती जवळपास पंधरा ते वीस मिनिटे चालली. त्यांच्या शांत

स्वरांद्वारे त्यांची ह्रदयातील उत्कट भक्ती व्यक्त होत होती. मग त्या तीन व्यक्ती खाली बसल्या. पुढील प्रार्थना म्हणण्यासाठी चौथा माणूस उठला. अतिशय सुंदर भावयुक्त सुरांत त्याने एक आवडते दरवेशांचे गीत गायला सुरुवात केली. अल्लाहबद्दल एखाद्या दरवेश माणसाला जी उत्कट ओढ वाटेल, तेच भाव त्या अरबी भाषेतील गीतांतून व्यक्त होत होते. गीत संपल्यानंतरही त्यातील शब्द आर्ततेनं प्रत्येकाच्या ह्रदयातील प्रतिसाद बनून वातावरणात पसरले होते. निर्मात्या अल्लाहची प्रार्थना त्या गीतात होती. त्याचा अर्थ साधारण असा होता :

(हे अल्लाह) तुझी भेट होणं खूप दूरचं वाटतं;
माझा जिवलग, माझ्या डोळ्यांशी नजर भिडवेल का?
अरेरे! तुझ्या दुराव्यानं आसवं ओघळतात;
पण मी सुस्कारणार नाही.

भयप्रद रात्रींनी मी उध्वस्त,
माझी आशा डळमळीत होतेय,
मोत्यांसारखे माझे अश्रू ओघळत आहेत,
अन् माझे ह्रदय आगीत लपेटलेले;
अशी दशा आणखी कुणाची बरं झाली असेल?
मला उपायही ठाऊक नाही.
अरेरे! तुझ्या दुराव्यानं
आसवं ओघळतात;
पण मी सुस्कारणार नाही.

हे आदिम आणि शाश्वता!
माझ्यावर तू कृपा कर.
अहमद - अल् - बक्री - तुझाच सेवक
आणखी कुणाची आस धरणार?
त्या श्रेष्ठ प्रेषितांचा शब्द, त्यांची
इच्छा, तू कशी बरं नाकारणार?
अरेरे! तुझ्या दुराव्यानं
आसवं ओघळतात;
पण मी सुस्कारणार नाही.

ती गाणारी व्यक्ती गीत संपवून जेव्हा खाली बसली, तेव्हा त्या गीतातील उत्कटतेचा सर्वांवर खोल परिणाम झालेला दिसत होता, पण माझ्या शेजारी बसलेले शेख

अढळ आणि अचल बसले होते.

त्यानंतर तेथील संपूर्ण समुदाय उठला. पहिल्यांदा ते तीन गायक आणि तो मुलगा अगदी आतल्या वर्तुळांमध्ये अत्यंत संथपणे गेले. सावकाश चालताना त्यांनी खाली, उजवीकडे आणि नंतर डावीकडे अशा क्रमाने आपली मस्तके फिरवायला सुरुवात केली. तसे करताना त्यांनी असंख्य वेळा 'अल्लाह' असे नामस्मरण केले. तेवढ्या एका शब्दांतून अतिशय गोडवा निथळत होता. त्यांची शरीरे एका पद्धतीने झुलत होती आणि त्यात अचूक ठेका होता. अर्धा तास त्यांना पाहत, ऐकत दोनशे माणसं स्तब्ध उभी होती. दरवेशी व्यक्ती अचूक ठेक्यात अखंड गिरक्या घेत होत्या. जेव्हा त्या गायकांनी विश्रांती घेतली, तेव्हा त्यांचा शांत प्रेक्षकवर्ग पुन्हा खाली मातीवर स्थानापन्न झाला. त्यांना त्या घटनेतील भावनांचा आनंद मिळत होता, हे नक्की.

आता मध्यंतराची वेळ झाली आणि तिथे असलेल्या साऱ्यांना लहान लहान पात्रातून कॉफी देण्यात आली. महापौर महोदयांनी विचारपूर्वक माझ्यासाठी लहान लहान पात्रांमधून 'करकडी' हे पेय मागवून दिले. सुदानमध्ये उगवणाऱ्या एका वनस्पतीच्या फुलांपासून हे गरम पेय तयार केले जाई. फिकट चहासारखी त्याची कृती असे, पण चव जराशी उग्र होती.

शेख अबू श्रम्प यांनी त्या रात्री आयोजित केल्या गेलेल्या कार्यक्रमाचे प्रयोजन मला लवकरच समजावून सांगायची तसदी घेतली नाही. आम्ही फक्त अधून - मधून एकमेकांकडे पाहत होतो. मला त्या कार्यक्रमात रुची असणार अशी त्यांची अटकळ होती. शिवाय अल्लाहच्या नामजागरणामुळे त्यांना किती आनंद होत होता, हे मलाही जाणवत होते. माझ्या मनाच्या कोपऱ्यात कुठेतरी विचार चमकला, की युरोप आणि अमेरिकेत कुठेतरी, सातत्याने आनंद शोधत असलेल्या शहरांमध्ये हजारो लोक एकत्र जमून जॅझसदृश संगतीचा आनंद घेत असतील, पण ते लोक जी गाणी ऐकत असतील, ती ईश्वरविरहित असतील. हे खरं आहे, की ते स्वतःकरिता आनंद अवश्य घेत असतील; पण तरीही...?

वृद्ध शेखसाहेबांसमोर हा विचार मी व्यक्त केला; तेव्हा त्यांनी खूप साधेपणाने कुरानमधील हा विचार माझ्यासमोर मांडला : ''तुमच्या स्वतःच्या अंतर्यामी ठाम श्रद्धेची चिन्हं असतात, तुम्ही त्यांना धरून राहणार नाही का? तुम्ही जेव्हा तुमच्या अंतर्यामी ईश्वराचा विचार कराल, त्या वेळी नम्रता, आदर आणि शांतता राखा. संध्याकाळी आणि सकाळी हे चिंतन करा, त्याबाबतीत असावधानी बाळगू नका. जो लक्ष देऊन ऐकतो; त्याला उत्तर मिळते.''

सभोवतालच्या अंधाराने वेढलेल्या या पिवळसर प्रकाशाच्या वर्तुळात बसून सर्वश्रेष्ठ शक्तीबद्दलच्या चिंतनात आमची हृदये वळवत होतो. त्या अनामिक शक्तीला आम्ही

'अल्लाह' असे नाव दिले, पण त्याच्या चिंतनात मग्न झाल्यानंतर त्या भावनेच्या मृदुतेत सारे शब्दही विरून जातात, नाही का!

मी निःस्तब्धपणे वर पाहिले. त्या स्वच्छ आकाशात देखणे ग्रह झुलत होते आणि ते दृष्टी वर खेचून घेत होते. त्या प्रत्येकात एखाद्या श्रेष्ठ कवितेसारखे तरल, अस्पर्शी सौंदर्य होते. प्रत्येक ग्रह मला आठवण करून देत होता, की मी या पृथ्वीग्रहावरचा केवळ एक क्षणिक प्रवासी आहे. या कृष्णरात्रीप्रमाणे हा विचारही गूढतेने वेष्टित होता.

मी पुन्हा खाली पाहिले. माझ्यासमोर खाली बसलेल्या प्रत्येक चेहऱ्यावर ईश्वराची आस प्रतिबिंबित होत होती.

आणखी एक दरवेश व्यक्ती गाऊ लागली. त्याचा भावार्थ असा होता, 'अल्लाह एकमेव आहे.' प्रत्येक वेळी ती ओळ म्हणताना ती व्यक्ती आपले मस्तक व शरीर दोन वेळा झुकवत होती. पहिला पाऊण तास हे गायन संथ गतीत होते. मग त्याने गीताची गती व आपल्या शरीराच्या हालचालींची गती वाढवली, तेव्हा त्यांचा आवाजही खोल जाऊ लागला. आधी जे स्पष्टपणे कळणारे गायन होते, ते नंतर एखाद्या बलपूर्ण उद्गाराप्रमाणे होऊ लागले. वेळ पुढे जात होता, तसे त्यांची भावावस्था अधिक उत्कट होऊ लागली. त्यांचे शब्दही जरा अस्पष्ट होऊ लागले. आपल्या आवाजासह ते मस्तकही गोलाकार फिरवत होते. आपल्या छातीवर त्यांनी हात तिरके ठेवले आणि त्यांची शरीरे झुलू लागली. परंतु एकदाही त्या सर्व कृतींमध्ये त्यांनी चमत्कारिकपणा येऊ दिलेला नव्हता. त्यांची भावावस्था एवढी उच्च स्तरावरची झाली होती, की त्यात काहीही आक्षेप घेण्यासारखे नव्हते. या सर्व कृतींचा सूर जेव्हा टिपेला पोहोचला, तेव्हा एका क्षणी ते अचानक थांबले.

त्या वेळी एक प्रगाढ, दैवी शांती पसरली; आधी जो आवाज होता, त्याच्या पृष्ठभूमीवर या शांतीने एक देखणा विरोधाभास निर्माण केला होता. त्यानंतर त्या साऱ्यांनी विश्रांती घेतली.

पुन्हा एकदा सर्वांना कॉफी व चहा दिला गेला. उर्वरित रात्रीच्या वेळात पुढील सभा मृदूपणे पुढे सरकत राहिली. दबलेल्या आवाजात दरवेश गात होते. काही वेळा श्रोतृवर्ग त्यांना साथ देत होता. एखाद्या विशिष्ट क्षणी दोनशे कंठांतून अल्लाहचा शब्द उमटत होता. त्या शब्दासह त्यांची हृदयेही धडधडत होती.

बऱ्याच वेळांनंतर पहाट फटफटू लागली; सूर्याचा पहिला किरण आमच्या वर्तुळावर पडला, तेव्हा दरवेश शांत होऊन गेले. अल्लाहवर पुन्हा शेवटचे चिंतन केले गेले. सर्व समुदायाने त्यात भाग घेतला आणि त्यानंतर सभा संपली. त्या वेळी संपूर्ण आकाशात

लहान लहान अशा गुलाबी छटेची किरणे पसरलेली होती.

दोन दिवसांनंतर शेख अबू श्रम्प हे माझ्याकडे चहापानासाठी पाहुणे म्हणून आले. त्यांनी एक लहानसा कागद बरोबर आणला होता. त्या कागदाला एवढ्या घड्या घातल्या होत्या, की त्याला एक घट्टपणा आला होता. त्यांनी मला सांगितले, कुराणमधील काही ओळी लिहिलेले असे ते रक्षाकवच आहे. त्यावर काही गूढ प्रतीके व शब्दही आहेत. पुढे ते म्हणाले, की त्या रात्री दरवेशांच्या सभेच्या वेळी असे काही कागद तयार केले गेले होते. त्या वेळी निर्माण झालेल्या उच्च शक्तींचा चुंबकीय परिणाम त्यांवर झालेला होता. त्यात एका कागदावर अरबी भाषेत माझे नावही लिहिले गेले होते. वयोवृद्ध शेख साहेबांनी मला सांगितलं, की जेव्हा मला एखाद्या कामात यश मिळावे असे वाटेल किंवा एखाद्या आपदेचे भय वाटेल, तेव्हा हे रक्षाकवच मी अवश्य आपल्या खिशात बाळगावे.

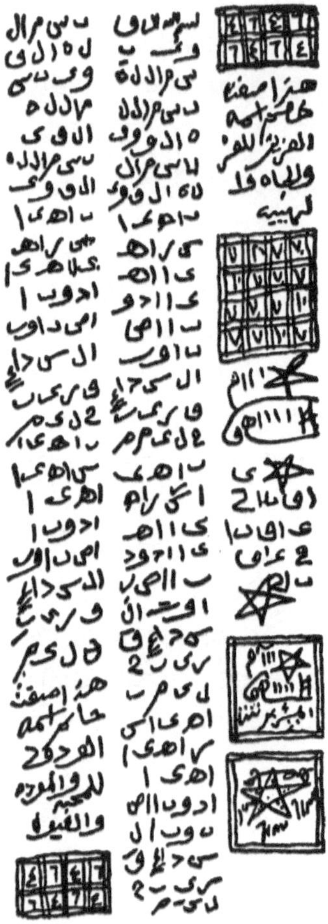

छायाचित्र १५.६ दरवेशांच्या सभेच्या वेळी तयार केलेले व शेख अबू श्रम्प यांनी लेखकाला दिलेले रक्षाकवच. लेखकाच्या संग्रहातून

त्यांनी मला अगदी स्पष्टपणे हेही सांगितले, की हे पवित्र रक्षाकवच, जेव्हा माझा एखाद्या स्त्रीशी निकटचा संपर्क येईल, त्या वेळी मात्र मी खिशात ठेवू नये.

अशा भेटवस्तूची मी अपेक्षाही केलेली नव्हती, पण माझ्या कल्याणासाठी दिलेले ते रक्षाकवच मी अर्थातच आदराने स्वीकारले.

राजे अथवा फॅरोंच्या कबरींजवळ असलेल्या थंड आणि उजाड घाटीच्या सर्वांत जवळ असलेल्या अल् कुरना नावाच्या खेड्यात अबू श्नम्प राहत होते. त्यांच्या गावात त्यांना मोठा आदर होता. त्यांच्या गावाच्या शेजारच्या भागात पुरातत्त्व विद्येच्या संदर्भात उत्खननं चालू होती, तेव्हा श्री. हॉवर्ड कार्टर यांच्याकडून आलेले अनेक पाहुणे त्यांची भेट घेत असत. श्री. कार्टर आणि अबू श्नम्म यांच्यात घनिष्ठ मित्रताही निर्माण झालेली होती.

आपण दिलेल्या रक्षाकवचरूपी कागदातील दुसरी एक जादुई क्षमता सांगताना शेखसाहेब मला म्हणाले होते, की काही कबरींचे उत्खनन झाल्यानंतर, बराच काळ त्या जागी बंदिस्त असलेल्या एका जीनीचे भयानक रूप दिसू लागले होते. त्या प्रतिकूल जीनीपासून, आपल्या मित्राचे म्हणजे श्री. हॉर्वड कार्टर यांचे संरक्षण करण्यासाठी, अबू श्नम्प यांनी रक्षाकवचाची क्षमता व व्याप्ती वाढविली होती. फॅरो तूतनखामेनच्या कबरीचे उत्खनन झाल्यानंतर त्या उत्खनन मोहिमेत सामील असलेल्या अन्य सदस्यांच्या संदर्भात मृत्यू अथवा संकटे यांची दीर्घ मालिकाच सुरू झाली होती. पण श्री. हॉवर्ड कार्टर मात्र त्यात सापडले नव्हते. या मुद्द्याकडे त्यांनी माझे लक्ष वेधले.

शेख अबू श्नम्प अनेक प्रकारची कामे करीत असत, त्यांत ते औषधोपचारही करीत असत. एके दिवशी मी त्याचे प्रत्यक्ष उदाहरणही पाहिले. एक माणूस त्यांच्याकडे आला. संधिवातामुळे त्याच्या डावीकडील मांडीत फार वेदना होत होत्या. शेख साहेबांनी हलकेपणाने त्याच्या मांडीवर मिनिटभर हात फिरवला. अन्य एक-दोन मिनिटे कुरानमधील काही भाग म्हटला. काही काळाने वेदना कमी होऊन जातील, असे त्यांनी त्या माणसास सांगितले. त्या माणसाचा जेव्हा या संदर्भात मी पाठपुरावा केला, तेव्हा त्याच्या वेदना निवळल्याचे त्याने मला सांगितले. मात्र हे वेदनाशमन कायमस्वरूपी होते, की तात्पुरते होते, याबद्दल मात्र माझ्या मनात संदिग्धता राहिली.

शेखसाहेबांनी सांगितले, की दरवेशांच्या कलेतील गुपिते त्यांनी त्यांच्या आजोबांकडून शिकून घेतली होती. प्रेषित मुहंमद यांच्या काळापासून परंपरागत पद्धतीने हे ज्ञान पुढील पिढ्यांकडे चालत येत होते. अखेरीस अल्लाहच्या पवित्र नावाचा उल्लेख करून त्या वृद्ध शेख साहेबांनी आपल्या वाणीला विराम दिला.

१६

इजिप्तमधील सुप्रसिद्ध अशा गारुड्यासह

''एक्स ओरिएन्ते लक्स'' (पौर्वात्य ज्ञानप्रकाशापासून) अशी एक जुनी म्हण आहे. विद्वान संशोधकांची संशोधने आणि जिज्ञासू प्रवाशांनी केलेली वर्णने या साऱ्यांच्या मिश्रणातून या म्हणीच्या सार्थकतेची पुष्टी मिळते. आमच्या, पाश्चात्त्य जगाच्या विकासासाठी आम्ही मिळवलेल्या यशाबद्दल आम्हाला सार्थ अभिमान असतो. परंतु आम्हाला करायला जमणार नाही किंवा ज्यांचे आकलनही होणार नाही, अशा कृती एखादा अर्ध-वस्त्रांकित फकीर करू शकतो, हे ऐकल्यावर आम्हा पाश्चात्त्य माणसांना जरासे क्षुब्ध व्हायला होते. सुएझच्या पूर्वेला आणि पश्चिमेला असलेल्या भागात काही प्राचीन गुपिते आणि पुरातन ज्ञान अस्तित्वात असल्याची आठवण करून देणाऱ्या घटना वारंवार घडत असतात. या रंगीत भूमीमधील लोक असभ्य आणि मूर्ख असतात, असा गैरसमज आमच्यापैकी काही अज्ञानी लोकांचा असतो.

शेख मूसा यांच्याशी माझा जो संपर्क घडला, त्याची आठवण मला येते. हा माणूस जणू सर्पराज्याचा राजा होता. पूर्वेकडे अनेक भागांमध्ये माझी अनेक गारुड्यांशी गाठ पडलेली होती. कधी कधी आजच्या काळातही तुमची एखाद-दुसऱ्या गारुड्याशी भेट होऊ शकते, परंतु काही जणांनी मला त्यांच्या धूर्त कल्पनांचा परिचय करून दिलेला होता आणि त्यांच्या कलेबाबतचे भ्रम दूर केले होते. त्यामुळे क्वचित काही जण वगळता, मला गारुड्यांबाबत विशेष आदर राहिला नव्हता. निरुपद्रवी आणि बिनविषारी अशा सरिसृपांवर वा नाग-सापांवर ते कशा प्रकारे कब्जा करीत असत, हे जाणल्यावर त्यात मौज वाटणे, बंद होऊन गेले होते. मग भलेही देशी वा विदेशी लोक आ वासून त्यांच्या हातचलाख्या बघत

का उभे राहिनात!

परंतु अशा कमअस्सल माणसांमध्ये शेख मूसा मोडणारे नव्हते. ते स्वतः खरे जादूगार असल्याचा अभिमान त्यांना वाटत असे. प्राचीन काळातही जादूगार या शब्दाला विशेष मूल्य नव्हते. शिवाय स्वतःच्या अभिमानाचं ते समर्थनही देत असत.

कोणता बरं पाश्चात्त्य माणूस वाळवंटात जाऊन दगड आणि वाळू उलटवून सर्पाचा शोध घेऊन, एखादी हातातली काठी पकडावी, तितक्या सहजतेने सर्पाला पकडू शकेल? नव्यानंच पकडलेल्या एखाद्या नागानं दंश केल्यावर, त्याकडे हसून पाहून जखमी हातावर रक्ताचा ओघळ वाहू देणं, कोणत्या पाश्चात्त्य माणसाला जमेल? एखाद्या घरात शिरून, अवघड अशा भोकात, कोपऱ्यात वा सामानसुमानात – सहसा सापडणारही नाही अशा जागी लपलेल्या एखाद्या सापाला, कोणता पाश्चात्त्य माणूस बिनचूकपणे शोधून काढू शकेल?

मात्र हे सर्व शेख मूसांना करताना मी पाहिलं आणि त्या दुर्ग्राह्य अशा नाग-सापांवर त्यांना राज्य करतानाही मी पाहिलं. वैज्ञानिक ज्ञानामध्ये झालेल्या कमालीच्या प्रगतीची साथ घेऊनसुद्धा पौर्वात्य लोक, ज्या चिंतामुक्त सहजतेने या विविध गोष्टी करतात, त्या आम्ही निश्चितच करू शकणार नाही किंवा करण्याचे धाडसही करणार नाही.

पाठीवर दोन लहान पिशव्या टाकून खेड्यातून चाललेल्या एका गारुड्याला मी भारतात पाहिलं होतं. त्याने खेड्यातील लोकांना दाखवलं, की एका पिशवीत थोडे उंदीर होते आणि दुसऱ्यात विषारी नाग होते. नागांच्या पिशवीत हात घालून त्याने एक जोडी बाहेर काढली. मग स्वतःच्या हातावर व गळ्यावर त्यांना बऱ्याचदा चावे घेऊ दिले. त्यानंतर त्याने एक उंदीर पिशवीतून काढला आणि त्याला जमिनीवर ठेवले. गोंधळून गेलेल्या त्या उंदराने इकडे-तिकडे पाहिले. पण पुढच्याच क्षणी त्या नागांनी त्यावर हल्ला केला आणि त्याच्या डोक्यावर चावा घेतला. त्याच क्षणी त्या दुर्दैवी उंदराचा मृत्यू विषारी दंशामुळे झाला.

शेख यांचं हे जे मूसा नाव होतं, ते मोझेस या शब्दाचं अरबी रूप होतं. 'द बुक ऑफ एक्झोडस'मध्ये जी कथा आलेली आहे, ती शब्दशः घेतली तर त्यात मोझेस या थोर पूजनीय व्यक्तीने फॅरोच्या दरबारात एका सर्पाला शेपटीकडून उचलून त्याचे काठीत रूपांतर केले. मग फॅरोला आणि त्याच्या दरबारातील लोकांना चकित केल्याचे गोष्टीत सांगितले आहे. योगायोगाने त्याच मोझेसचे नाव शेख मूसा यांच्या नावात गुंफलेले होते.

लुक्झॉर या लहानशा गावात मूसा राहत होते. नाग आणि सापांच्या मार्गांवर ते काम करीत असल्याने, विनासायास मी त्यांना शोधून काढले. त्या भागात ते गारुडी म्हणून खूप प्रसिद्ध होतेच, पण लुक्झॉर हे ठिकाण पर्यटकांचेही आवडीचे असल्याने, शेख

छायाचित्र १६.१ शेख मूसा यांच्या बारीक देखरेखीखाली लेखकाने नुकतेच पकडलेले दोन नाग आपल्या हातात धरले आहेत.

मूसांची ख्याती जगभर पसरलेली होती. कारण जगाच्या विविध भागांतून आलेले पर्यटक त्यांच्याबद्दल मायदेशी परत गेल्यावर सांगतच असत.

धुळकट रस्त्यावर लहानशी गर्दी जमवून, पुंगी वाजवून बिनविषारी सापाला डोलायला लावणाऱ्या सामान्य गारुड्यासारखे ते नक्कीच नव्हते. लुक्झॉर बघायला येणाऱ्या लोकांना ते तिथे असतील की नाही, हे ठाऊक नसे, पण काही लोक मात्र अनेकदा त्यांना भेटायला येत असत, त्यांचा ठावठिकाणा शोधून काढत असत.

लुक्झॉर गावात पूर्णपणे अधिकृतरीत्या नव्हे तरी 'सर्प पकडणारे' म्हणून त्यांची ख्याती होती. युरोपातील काही नगरपालिकांमध्ये जसं अधिकृतरीत्या काही व्यक्तींची नेमणूक उंदीर पकडण्यासाठी केली जात असे, तसंच काम शेख मूसा करीत असत. लुक्झॉरमधील एखाद्या

घरात साप शिरला आहे, अशी बातमी आली किंवा खोलीत वा बागेत कुणी साप-नाग ओझरता पाहिला, की लोक तात्काळ शेख मूसांना गाठायला धाव घेत. त्या साप-नागाचे लपायचे स्थान ते ताबडतोब शोधून काढत असत. भिंतीतील फटीत, छपराच्या वाशांमध्ये किंवा बागेतील एखाद्या भोकात जिथे कुठे तो साप दडला असेल, त्याचा पत्ता त्यांना लागत असे. मग ते सापाला बाहेर यायचा आदेश देत. काही वेळेस साप बाहेर येत असे; पण काही वेळा जर सापाने आडमुठेपणा केला, तर शेख मूसा त्या भोकात वा जागेत आपला हात घालत आणि सापाच्या गळ्याशी पकडून त्याला बाहेर काढत. मग आपल्या टोपलीत त्याला ठेवून निघून जात. आपली गुरं-ढोरं जिथे चरतात, त्या जागी जर एखाद्या शेतकऱ्याने सापाला वारंवार पाहिले असेल तर तो शेख मूसांना निरोप पाठवून बोलावून घेऊन धोकामुक्त होत असे. त्याचप्रमाणे पर्यटकांच्या भेटी सुरू होण्याच्या सुमारास नोव्हेंबर अथवा डिसेंबरमध्ये काही हॉटेलांची - उपाहारगृहांची दारे पुन्हा उघडली जात, तेव्हा हॉटेलांचे व्यवस्थापक शेख मूसांना निरोप धाडत आणि आपल्या आवाराचे त्यांच्याकडून बारकाईने निरीक्षण करून तपासणी करत असत. काही वेळेस ही तपासणी म्हणजे थरारक प्रसंगही ठरत असे. कारण सापांना ओसाड, वा निर्मनुष्य वास्तूंमध्ये सळसळत जाणे आणि मुक्काम ठोकणे फार आवडते. हॉटेलला एकदा का शेख मूसांची भेट झाली, की त्या जागेत एकही साप नाही, हे माणूस छातीठोकपणे सांगू शकत असे. शेख मूसा यांच्या कामाचा दर्जा असा अफलातून होता.

शेख मूसा अल् हावी आणि माझी पहिल्यांदा भेट झाली तेव्हा आम्ही एकमेकांच्या समोर बसलो. तिथे बाहेर चाळीस एक लोकांचा समुदाय जमला होता. मी दिलेला चहा व फळांचा त्यांनी स्वीकार केला. त्या गर्दीतील लोकांनी, शेख मूसा यांना आपली गोल टोपली आणि काठी ही कामाची साधनं घेऊन जाताना रस्त्यात पाहिले होते. म्हणून शेख मूसा हे सर्प पकडण्याच्या मोहिमेवर चालले असावेत, असा अंदाज लोकांना आला असावा. उन्हाळ्याच्या मध्यावरचे दिवस असल्याने भयंकर उकाडा होता. गर्दीतील काही जण पार रिकामटेकडे असल्याने, त्यांनी कंटाळा घालविण्यासाठी आता काहीतरी कुतूहलकारक घडणार अशी अटकळ बांधली होती. वेळ घालविण्यासाठी काहीतरी साधन मिळेल या अपेक्षेनं शेख मूसा यांच्या मागे मागे ते लोक आले आणि माझ्या घरापर्यंत पोहोचले. आपल्या जुन्या परिचित मनोरंजनकर्त्या माणसाची शांतपणे वाट पाहत, तो जमाव माझ्या घराबाहेर थांबलेला होता.

करकरणाऱ्या वेताच्या खुर्चीत शेख मूसा बसले असताना मी त्यांच्या व्यक्तिमत्त्वाचं निरीक्षण करू लागलो. त्यांची उंची बेताची होती. पांढऱ्या सुती कापडाच्या वेटोळ्यांनी बनवलेला सपाट असा फेटा त्यांनी बांधला होता. अरबी बदाऊनी लोक जसा मेंढीच्या

छायाचित्र १६.२ स्थानिक अशा एका उपाहारगृहाच्या समोर उभे असलेले शेख मूसा.

लोकरीपासून बनवलेला जड, गडद तपकिरी, जाडा भरडा असा आवरण झगा, आतील पायघोळ शुभ्र झग्यांवर घालतात, तसे कपडे त्यांनी परिधान केले होते. त्या वरच्या आवरण वस्त्रातून, आतील पांढऱ्या झग्याचा त्रिकोणी भाग दिसत होता. त्या त्रिकोणी भागाचे टोक खालील बाजूस दिसत होते.

माझ्या अंदाजानुसार त्यांचे वय अठ्ठेचाळीसपेक्षा जास्त नसावे; पण त्यांच्या चेहऱ्यावर आणि कपाळावर थोड्या सुरकुत्या आलेल्या होत्या. हनुवटीवर थोडी दाढी वाढली होती. फारशी कातीव-कोरीव नसलेली मिशी होती. त्याकडे माझे पहिले लक्ष गेले होते. त्यांच्या पापण्या दाट होत्या आणि डोळे पाणीदार होते. त्यांचा विशेष असा ठसा काही माझ्यावर उमटला नाही. त्यांच्या चेहऱ्यावरील भाव सुस्वभावी आणि आनंदी असे होते. ते खूप साधी व्यक्ती असल्याचे सहजपणे लक्षात येई पण त्यांच्या स्वतःच्या कामात ते विलक्षण प्रवीण होते.

त्यांच्या डाव्या आणि उजव्या हातांच्या दोन-दोन बोटांमध्ये एकंदर चार अंगठ्या घातलेल्या होत्या. त्या अंगठ्यांवर कोरलेला मजकूर पाहता, त्या चार अंगठ्यांपैकी तीन अंगठ्या, रक्षाकवच म्हणून त्यांनी खूप विश्वासाने घातलेल्या आहेत, हे मी जाणले. चौथी अंगठी शिक्क्यासारखी होती. त्यावर त्यांचे नाव व अल्लाहवरचा विश्वास, श्रद्धा व्यक्त करणारा मजकूर कोरलेला होता. मला हे ठाऊक होते, की प्रेषित मुहंमद यांना सोने आवडत नव्हते, त्यामुळे त्यांचे श्रद्धाशील अनुयायी सोने परवडत असूनसुद्धा चांदीच्या अंगठ्या घालणे श्रेयस्कर समजत असत.

चहा घेतल्यानंतर आम्ही कामासाठी बाहेर पडलो. जी कोणती जागा मी निवडेन, त्या जागेवरून साप शोधून काढण्याचा शब्द मूसा यांनी मला दिला. मग त्यांनी आधीच शोध घेऊन एखादी सर्प असलेली जागा शोधून काढली असेल, या आक्षेपाला त्यांनी जागाच ठेवली नाही. मी कुठेही घेऊन गेलो तरी त्यांची यायची तयारी होती.

एका जुन्या पडिक घरासमोरची मोठी उद्यानाची जागा मी निवडली. त्या वादग्रस्त जागेच्या खऱ्या वारसावरून गेली बारा वर्षे त्या वास्तूबाबत भांडणे सुरू असल्याचे कानावर

होते. त्या वास्तूच्या मूळ मालकाचा मृत्यू झाल्यानंतर त्या जागेत कुणी भाडेकरूही राहत नव्हते. त्या जागेशी संबंध नसलेल्या काही जणांनीही वकील नेमून दावे लावलेले होते. दरम्यान काही जणांनी वकील नेमून सामान-सुमान लांबवले होते. छत आणि फरशी उचकटून काढली होती. भेगाळलेल्या आणि मोडकळीस आलेल्या भिंती कधीही भुईसपाट होण्याची शक्यता होती. पुढे कदाचित जेव्हा कायदेशीर मार्गाने सर्व भांडणे मिटतील, तेव्हा तिथे घर म्हणण्यासारखे काही उरलेलेही नसेल. प्रदीर्घ काळ ती जागा मोकळी, सामानविरहित राहिल्याने, तिथे सापांचा, विंचवाचा, उंदराचा आणि अन्य जीवांचा निश्चितपणे वावर असल्याची मला खात्री होती. हे सारे जीवजंतू माणसांपेक्षा नक्कीच खूप कमी भांडखोर असतात. त्या घराचे उद्यान नाईल नदीच्या किनाऱ्यापर्यंत पोहोचत होते. शिवाय तिथे खूप रान माजले होते. लुक्झॉरमधील सर्व साप तिथे आकर्षित व्हावेत, अशीच तेथील उध्वस्त परिस्थिती होती. मी जी जागा निवडली होती, त्याने मूसांना समाधान वाटले. त्यामुळे त्यांच्या पुढील प्रयोगाच्या दृष्टीने आम्ही तिकडे निघालो. तिथे जमलेल्या चाळीस-एक लोकांचा जमावही मोठ्या कुतूहलाने आमच्या बरोबर निघाला. इतका उन्हाळा असूनसुद्धा मोठ्या उत्साहाने, अरबी भाषेत एक-दोन आरोळ्या ठोकून त्यांनी शेख मूसा यांना प्रोत्साहन दिले.

*****

आम्ही तेथील उद्यानाजवळ पोहोचलो, तेव्हा माझ्या मनात काही शंका आहेत का, असे मूसा यांनी मला विचारले. माझ्या मनात तसे फारसे प्रश्न नव्हते. परंतु त्यांच्या पायघोळ कपड्यांच्या आत त्यांनी काही दडवले नाही ना, याची खात्री मी करून घेतली.

छायाचित्र १६.३ अनाच्छादित अशा आपल्या हातांमध्ये शेख मूसा यांनी विंचू धरलेला दिसत आहे.

उद्यानातील राडा-रोड्यात मूसा सावकाशपणे चालत गेले. त्यांच्या उजव्या हातात, तीन फूट लांब अशी ताडाची काठी होती. मग अचानक ते थांबले आणि हलकेपणाने त्यांनी काही दगडांवर आघात केला. त्याचवेळी जिभेने काही चकचक असा आवाज केला. नंतर कुरानमधील काही ओळी टिपेच्या सुरात म्हटल्या. काही मंत्रवजा ओळी ते म्हणाले आणि तेथे असलेल्या विंचवाला बाहेर येण्याची शपथ त्यांनी घातली.

ते मला म्हणाले, '' मला त्याचा वास

जाणवला आहे! या दगडाखाली विंचू आहे.'' एका आबड-धोबड दगडाकडे निर्देश करीत ते म्हणाले,

मात्र विंचू बाहेर पडलाच नाही. तेव्हा कठोर आदेश देण्याच्या सुरात मूसा यांनी त्याला पुन्हा एकदा मंत्र घालून शपथ दिली, पण या वेळी ते यशस्वी झाले. कारण त्यांच्या आदेशांमुळे एक विंचू त्यांना अधीन होऊन दगडाखालून सावकाशपणे बाहेर पडला आणि थांबला. मूसा खाली वाकले आणि आपल्या अनाच्छादित हातांमध्ये त्याला उचलले. माझ्याजवळ त्याला आणून मला नीट परीक्षण करू दिले. तो विंचू पिवळट-हिरवा असून साधारण तीन इंच लांब होता. त्याच्या शेपटीकडे त्याचे छोटेसे धोकादायक शस्त्र-म्हणजे नांगी होती. ती नांगी शाबूत आणि उत्तम स्थितीत होती. त्याच्या मागे शरीराशी जोडलेल्या पिवळ्या भागात एखाद्याला क्षणार्धात वेदनादायक मृत्यू देण्याइतके सामर्थ्य होते. त्याने नांगी सरसावलेली होती, परंतु मूसा यांना त्याने अद्यापि डंख मारलेला नव्हता.

''तुमचे समाधान झाले का?'' मूसा यांनी मला विचारले, ''तुम्ही पाहत असलेला हा विंचू मोठा आहे पण त्याने मला डंख मारलेला नाही. कोणताही विंचू मला डंख करू शकत नाही. कारण मी त्यांना तसं करायला अटकाव केलेला आहे.'' त्यांनी त्यांच्या पालथ्या डाव्या हातावर त्या विंचवाला ठेवले.

नैसर्गिक, उपजत प्रेरणेने त्या विषारी विंचवाने अनेकदा त्यांच्यावर हल्ला करायला नांगी सरसावली, पण मूसांच्या त्वचेच्या अगदी जवळ येताक्षणीच तो डंख मारायचे थांबवत असे.

विंचवांवर आपल्या सामर्थ्याचा आणखी काय परिणाम होतो, हे दाखविण्यासाठी मूसांनी त्याला जमिनीवर ठेवले. तिथल्या राडा-रोड्यात झटकन पळून जाण्यासाठी तो निघाला. मात्र ज्या क्षणी अचानक शेख मूसा यांनी त्याला थांबायचा आदेश दिला, त्या क्षणी तो थांबला!

त्यांनी विंचवाला पुन्हा उचलले आणि आपल्या वेताच्या टोपलीकडे नेले. त्यांची वेताने विणलेली टोपली चांगली प्रशस्त होती. वेताच्या टोपलीचे झाकणही छान पक्के बसणारे होते. वेताच्या टोपलीचे झाकण त्यांनी काढून, विंचवाला आत ठेवून पुन्हा टोपली बंद केली.

आता आम्ही पुढच्या मोठ्या प्रयोगाकडे वळालो. आपण केवळ गंधज्ञानाच्या आधाराने सापाचा ठावठिकाणा शोधू शकतो, हे मूसा यांनी खात्रीने मला सांगितले. त्यांच्या सांगण्यावर माझा काही विशेष विश्वास बसला नाही. असो, तरीही पुढे गेल्यावर नाईल नदीच्या जवळ जो उद्यानाचा भाग येत होता, तिथे ते थांबले. थोडक्यात त्यांनी काही आज्ञा

उच्चारल्या आणि एका झाडाच्या मुळावर आपली ताडाची काठी आपटू लागले. त्यानंतर एकाच टिपेच्या सुरात ते काही ओळी उच्चारू लागले. आपल्या बिळातून सापाने बाहेर यावे, असे आवाहन ते करू लागले. अल्लाह, प्रेषित मुहंमद आणि सॉलोमन राजाची शपथ त्यांनी घातली. त्यांची ती कृती फारच निराळी आणि लक्ष केंद्रित करणारी होती. अधूनमधून ते झाडांच्या मुळांवर काठी आपटत होते.

दोन मिनिटं अशा पद्धतीने सरली; पण एकही साप दृष्टिपथात आला नाही. शेख मूसा जरा रागावले आणि आपल्या आज्ञेचे पालन होत नाहीये, हे पाहून क्षुब्ध झाले. त्यांच्या चेहऱ्यावर घामाचे थेंब ओघळू लागले आणि त्यांचे ओठही थरथरू लागले होते. तेथील झाडावर काठीने आपटत ते मला म्हणाले, ''प्रेषितांच्या जीवनाला स्मरून मी सांगतो, की तो इथेच आहे!'' मग स्वतःशी पुटपुटत ते क्षणभरासाठी जमिनीवर वाकले आणि नंतर ओरडले, ''सगळे जण दूर व्हा! एक मोठा नाग बाहेर येतो आहे!''

तिथला सारा जमाव ताबडतोब सुरक्षित अंतरावर गेला. मी ही एक-दोन यार्ड मागे सरकलो. त्यांच्या प्रत्येक हालचालीवर मी काटेकोर लक्ष ठेवून होतो. त्यांच्या तपकिरी झग्याची उजवी बाही त्यांनी दुमडली, खाली वाकून ते दबा धरून लक्ष देत थांबले. मग त्यांचे जादूचे शब्द उच्चारत राहिले - त्या शब्दांत दुप्पट जोर होता आणि मुळांच्या मध्ये असलेल्या अरुंद भोकात वा बिळात त्यांनी साहसाने आपला हात घातला.

मी जिथे उभा होतो, तिथून मला नाग दिसत नव्हता, परंतु तो नाग नक्कीच बिळात लपून बसला असेल. कारण शेख मूसांच्या चेहऱ्यावर जरा वैताग दिसत होता. त्यांनी आपला हात बिळातून बाहेर काढला; आपली बाही आणखी दुमडली. मात्र या वेळी त्यांनी जवळ जवळ खांद्यांपर्यंत ती दुमडली. पुढच्याच क्षणी त्यांनी पुन्हा आपला हात बिळात घातला. या वेळी मात्र त्यांच्या तावडीत तो छटपटणारा, सुटायची धडपड करण्यासाठी लवलवणारा नाग सापडला. त्यांनी त्याला सामर्थ्यपूर्वक बाहेर काढले. जणू काही त्यांच्यासाठी तो निरुपद्रवी असा दोरीचा तुकडाच होता. तो नाग म्हणजे वळवळता असा मूर्तिमंत मृत्यू होता, हा भावही त्यांच्या ठायी नव्हता.

त्यांनी त्याला जमिनीवर ठेवले, नागाने लगेच वेटोळे केले. मग त्यांनी शेपटीकडून त्याला उचलले. नागाने चपळाईने सुटायचा प्रयत्न केला पण त्यांच्या पकडीतून तो सुटला नाही. नंतर त्यांनी नागाला गळ्याशी पकडले आणि मला जवळ बोलावून परीक्षण करायला सांगितले. नाग अस्वस्थपणे लवलवत होता, फूत्कार टाकत होता. कुणाच्या तरी पकडीत सापडल्याने तो फार रागावला होता; त्याची जीभ आत-बाहेर करीत होता. त्याच्या सर्व हालचाली वेगवान होत्या, पण मूसा यांची पकडही इतकी पक्की होती, की आता काहीच उपाय नाही हे जाणवल्यावर तो नाग जरा शांत झाला. तात्पुरत्या काळासाठी त्याने हार

छायाचित्र १६.४, १६.५ आणि १६.६

मोहिमेवर निघालेले शेख मूसा; पहिल्यांदा ते काठीने जमिनीवर आपटत आहेत.. मग नागाला बाहेर येण्याचे आवाहन करीत आहेत. आणि शेवटी त्या नागाला बाहेर काढण्यासाठी त्यांनी थेट बिळात हात घातला.

लेखकाने घेतलेली छायाचित्रे.

पत्करली. त्या क्षणी मूसांनी त्याला काही आदेश दिले आणि आपल्या पकडीतून त्याला सोडले. धुळीत तो खाली उतरला पण सावधगिरी म्हणून मूसांनी त्याच्या शेपटीवर आपला हात ठेवला.

तो नाग वैशिष्ट्यपूर्ण होता. हिरव्या, पिवळ्या आणि करड्या रंगांमुळे तो मोठा मोहक दिसत होता.

मी एक-दोन पावलं टाकली. निरीक्षणासाठी त्याच्याजवळ पुढे सरकलो. अस्सल नागांसारखे चिन्ह असलेला त्याचा फणा होता. तो फणा त्याने काढल्यानंतर एक चमत्करिक

गंध त्याच्या खवलेदार शरीराला येत होता. तो नाग साधारण पाच फूट लांब आणि अडीच इंच जाड होता. थरकाप उडवणाऱ्या त्याच्या डोळ्यांनी तो मोठ्या द्वेषाने आणि एकटक मूसांकडे बघत होता. मूसांनी पुन्हा एकवार वशीकरणाचे शब्द उच्चारले. जणू त्या शब्दात त्यांनी मोठे सामर्थ्य आणि निश्चय ओतला होता. नागाकडे अंगुलिनिर्देश करून त्यांनी त्याचे मस्तक त्याला आपल्या हातात ठेवू दिले. पण त्याचवेळी आपल्या शरीराला चावा घेण्यास त्यांनी त्याला प्रतिबंध केला होता. नाग फूत्कारला ; जणू त्यांना विरोध दर्शविण्यासाठी त्याने आपली दुहेरी लवलवती जीभ बाहेर काढली. त्याच्या मण्यांसारख्या डोळ्यांनी तो मूसा यांच्याकडे पाहत होता. त्या नंतर अगदी सावकाशपणे जणू अकल्पित अशी काहीतरी गोष्ट घडली.

त्या नागाने फूत्कारणे थांबवून शेख मूसा यांच्या हातात शांतपणे आपले डोके टेकवले! एखादे दमलेले लहान मूल जसे शांत, निष्क्रिय होऊन आईच्या मांडीत विसावते, तसा तो नाग त्यांच्या हातात विसावला होता.

असं दृश्य मी यापूर्वी कधीही पाहिले नव्हते. इतके ते अनोखे होते, मी श्वास रोखून बघतच राहिलो.

सर्पमांत्रिक असलेल्या शेख मूसा यांच्या चाचणीतील नागाविषयीची वास्तवता मला पडताळून पाहायची होती. त्या नागाने त्यांना दंश केला नाही. नागातील आक्रमकपणा नाहीसा झाला होता.

शेख मूसा दमलेले दिसत होते. विजयी मुद्रेने त्यांनी माझ्याकडे पाहिलं. त्यांचा प्रयोग संपला होता.

आमच्या आसपासच्या बघ्यांची संख्या थोडी आणखी आमच्याजवळ सरकली, कारण आता धोका संपला होता. त्यामुळे त्यांचे धाडस वाढले होते. बघ्यांची संख्या चाळीसवरून आता दुपटीनं वाढली होती. कारण पौर्वात्य जगात बातम्या कर्णोपकर्णी झपाट्यानं पसरतात. भिकाऱ्यांपासून नामवंतांपर्यंत, मुलं-मुली अशा तिथं उभ्या असलेल्या सर्वांनी शेख मूसा यांची प्रशंसा केली. त्यांना त्रिवार अभिवादन केले गेले.

*****

दोन दिवसांनंतर नाईल नदीच्या वरच्या भागात एका वृद्ध तपस्वी फकीर स्त्रीला भेटून मी परत आलो. तेथील एका बेटावर झोपडीत ती एकटी राहत असे. माझी वाट पाहत पडवीत मांडी घालून बसलेले शेख साहेब मला दिसले. सूर्यापासून बचाव करणारे शिरोवस्त्र मी काढून ठेवत होतो, तेव्हा ते माझ्याकडे पाहून हसले. मी त्यांना घरात चहा घेण्यासाठी बोलावले. चहाला नकार देत, काही वेळ चर्चा करू असे ते म्हणाले.

छायाचित्र १६.७ मंत्रलुब्ध नागास शेख मूसा यांनी सहजपणे पकडलेले दिसते. आसपास खेडूत उभे दिसतात.

लेखकाने घेतलेले छायाचित्र

छायाचित्र १६.८ अन्य एका नागासह शेख मूसा. (त्यांच्यापासून सुरक्षित अंतरावर खेड्यातील मुले उभी असलेली दिसतात.)

लेखकाने घेतलेले छायाचित्र

एका तासानंतर त्या चर्चेची निष्पत्ती म्हणजे शेख साहेबांनी मला त्यांचा विद्यार्थी म्हणून स्वीकारले. ते म्हणाले, ''तुम्ही माझे पहिले युरोपीय विद्यार्थी तर आहातच, त्याचबरोबर आजपर्यंत माझ्या एकूण विद्यार्थ्यांतील दुसरी व्यक्तीसुद्धा तुम्हीच आहात.''

त्यांच्या या संकेताचा अर्थ माझ्या लक्षात आला. त्यांचा पहिला विद्यार्थी त्यांचा सर्वांत धाकटा मुलगा होता. त्याला अनेक महिने त्यांनी प्रशिक्षण दिले जेणेकरून वडिलांच्या मृत्यूनंतर त्याने त्यांची जागा घ्यावी. एके दिवशी त्या मुलानं त्या कामातील मोठं रहस्य शिकून घेतलं. मग मूसा यांनी त्याला एकट्यालाच वाळवंटात पाठवून दिलं. त्या वेळी मूसा पहिल्यादांच स्वतः मुलासोबत गेले नाहीत. ते म्हणाले, ''आता तुझं प्रशिक्षण पूर्ण झालं

आहे. आता बाहेर जा आणि पहिला साप पकड.''

पण तो मुलगा परत कधीच आला नाही. शेख मूसा जेव्हा त्याला शोधायला बाहेर पडले; तेव्हा त्याचा मृत्यू झाल्याचं त्यांना आढळलं. त्याचे शरीर दुप्पट फुगले होते. त्याला पाहून जीवघेण्या विषारी नागाने त्याला डंख मारल्याचे समजले होते.

शेख साहेबांचं प्रामाणिक मत होतं, की गारुडी वा सर्पमांत्रिक हा फक्त घडविला जात असतो असं नव्हे, तर तशा कामाच्या आंतरिक वृत्ती घेऊनही तो जन्माला यावा लागतो. त्या मुलाची प्रवृत्ती त्या कामाकडे नव्हती. परंतु त्याच्या वडिलांनी त्यांच्या सोयीसाठी त्याला प्रशिक्षणासाठी निवडले होते. शेख साहेब म्हणाले, ''झालं गेलं होऊन गेलं.'' अजून तीन मुले त्यांना होती. त्यांचं जेव्हा खूप वय होईल आणि हातून काम होईनासं होईल अथवा त्यांना मृत्यूची चाहूल लागेल, तेव्हा त्या तीन मुलांपैकी एखाद्या मुलाला आपल्या कामाची संधी देऊ, असं त्यांचं मत होतं.

मूसा यांनी मला स्पष्ट केलं, की मी व्यावसायिक नव्हे तर मानद म्हणून काम करणारा विद्यार्थी असेन. सर्पांना पकडायचं वा मंत्रमुग्ध करायचं काम मी कधीही आर्थिक कारणांसाठी करणार नाही, असं वचन त्यांनी माझ्याकडून घेतलं. त्यामागचं कारण मला विशेष स्पष्ट झालं नाही; परंतु मी असा अंदाज बांधला, की बहुधा आपल्या कामातील गुपिते, ते ज्याला आपला वारसदार म्हणून कुटुंबातील जी व्यक्ती निवडतील आणि प्रशिक्षित करतील, तिला सांगण्याशिवाय अन्य कुणालाही ती सांगणार नाहीत. अशा प्रकारच्या काही शपथा त्यांनी स्वतःच्या दीक्षेच्या वेळी घेतल्या असाव्यात. वरकरणी, याचा हेतू ते विवक्षित ज्ञान फक्त आपल्या कुटुंबातच राहावे हे असणार. जेणेकरून आपल्या कुटुंबातील सदस्य अपवादात्मक, फायदेशीर आणि प्रभावी स्थानावर समाजात राहतील. मूसा हा मुद्दा अधिक स्पष्ट करीत म्हणाले, की त्यांनी ते प्रशिक्षण त्यांच्या वडिलांकडून – शेख महमंद यांच्याकडून घेतले होते आणि त्यांच्या वडिलांनी त्यांच्या आजोबांकडून हे प्रशिक्षण घेतले होते.

शेख मूसा यांनी त्यांच्या आजोबांबद्दलची एक घटना सांगितली. सर्पांविषयी काम करताना कशा प्रकारचा स्वतःवर संयम पाहिजे, याचे महत्त्व दर्शविणारी ती घटना होती. उन्हाळ्याचे दिवस संपताना, एका मोठ्या इमारतीत साप आहेत की नाहीत याची तपासणी करण्याच्या कामावर त्यांची नेमणूक झाली होती. तिथे काम केल्यानंतर एखाद-दुसऱ्या सापाऐवजी पिशवी भरून साप त्यांनी पकडले. त्यात एक लहान परंतु खूप विषारी होता. स्वयंपाकघरातील एका भोकात तो होता. तिथून बाहेर पडायला तो अजिबात दाद देत नव्हता. सर्पमांत्रिकांनी त्याला वारंवार आवाहन करूनही तो बाहेर पडत नव्हता. शेवटी, त्यांना फार राग आला आणि नव्याने वशीकरण मंत्र म्हणण्याऐवजी ते ओरडले, ''जर तू माझ्या आवाहनाने बाहेर यायला तयार नसशील तर तुला मी पकडणार तर आहेच!'' एवढे

म्हणून मूसा यांच्या आजोबांनी आपला हात तेथील भोकात घातला आणि त्या विषारी सापाला पकडायचा ते प्रयत्न करू लागले. त्यात त्यांना यश आलं आणि त्याला त्यांनी बाहेर ओढून काढलं. पण त्या गडबडीत त्यांच्या अंगठ्याला त्याने दंश केला. आपले विषारी दात त्यांच्या अंगठ्याच्या मांसल भागात रोवून त्याने विषारी दंश केला. ते विष त्यांच्या तळहातात आणि संपूर्ण हातात भिनले. अंगठा काळानिळा होऊन खूप सुजला. पुढच्या काही तासांतच त्यांचा मृत्यू झाला. आयुष्यभर ज्या काळजीपूर्वकपणे त्यांनी हे धोकादायक काम केले होते, त्यात अचानकपणे असे अघटित घडून गेले. त्यांच्या व्यवसायातील हा धोका होता. परंतु शेख म्हणाले, ''धोका तर असतोच आणि पुढे अल्लाहची इच्छा.''

अशा पद्धतीने सर्प पकडायच्या कामात प्रचंड धोके असल्याने इजिप्तमध्ये या कामाकडे वळायला विशेष कुणी तयार नसे, हे मी ऐकून होतो. भारतातही काही सर्पमांत्रिक त्या कामाच्या दरम्यान प्राणास मुकल्याचं, माझ्या कानावर आलेलं होतं. भारतात प्रशिक्षण न घेतलेल्या सामान्य लोकसंख्येपैकी गेल्या वर्षी सव्वीस हजारच्या आसपास, अतिशय घातक विषारी नागाच्या दंशामुळे लोक दगावल्याचे समजले होते.

अत्यंत विषारी सापाने दंश केला तरी त्याला तोंड देता येईल, याबाबतचे ज्ञान मला देण्याचे मूसा यांनी सांगितले. उजव्या हाताची बाही त्यांनी कोपरापर्यंत मागे सरकावली आणि चामड्याचे सात छोटे ताईत बांधलेली एक माळ त्यांनी मला दाखवली. साधारण पावणेदोन इंचाचा एक ताईत होता. त्यांचे रंग भडक होते. ज्या दोऱ्यांनी व लोकरीच्या धाग्यांनी त्या ताइतांचे चौकोन विणलेले होते, त्यांचे रंग भडक होते. त्या प्रत्येक ताइताच्या आत कुरानमधील प्रभावी मजकूर लिहिलेले लहान लहान कागद आहेत, असे त्यांनी मला सांगितले.

पुढे माहिती देताना ते म्हणाले, ''धोकादायक सापांपासून अधिक संरक्षण म्हणून हे ताईत मी नेहमी हातावर बांधतो. हे ताईत मंतरलेले आहेत. तुमच्याकडेही असा एक ताईत असायला हवा. त्यामुळे मी तो तुमच्याकरिता तयार करेन. मी लवकरच एक अशा प्रकारे मजकूर लिहिलेला कागद आणून त्याचं सामर्थ्य तुम्हाला दाखवेन.''

मग त्यांच्या अन्य काही घटनांबद्दल मी त्यांना थोडे प्रश्न विचारले. त्यानंतर तुम्ही पकडलेल्या सापांबरोबर पुढे काय होते, हे विचारले. काही वेळेस अशा पकडलेल्या सापांना वाळवंटात सोडून दिल्याचे त्यांनी सांगितले.

''साप त्यांच्या बिळातून बाहेर येतात, या संदर्भात तुम्ही मंतरलेली म्हणजे नेमकी कोणती शक्ती वापरता? की हादेखील संमोहनाचाच एखादा प्रकार आहे?'' असे मी त्यांना विचारले.

"अगदी तसेच नव्हे. पण इस्लामवरच्या माझ्या श्रद्धेला अनुसरून मी सांगतो, की ही शक्ती दीक्षेच्या वेळी गुरूकडून विद्यार्थ्याला दिली जाते. फक्त मंतरण्याच्या मजकुराचे शब्द उच्चारणे हे सर्पांवर विजय मिळवण्यासाठी पुरेसे नसते. त्यासाठी ताईत वा रक्षाकवच, प्रार्थना आणि आदेश हे सारं आवश्यक असतं. शिवाय ते साहाय्यक असतं. शिष्याला मानस पातळीवर गोष्टी शिकवल्या जातात. परंतु सर्पांवर विजय मिळविण्याची मुख्य शक्ती शिष्याला गुरूकडून दीक्षेच्या वेळी दिली जाते. जसं, ख्रिस्ती चर्चपरंपरेत जेव्हा स्वतः बिशप (प्रमुख धर्मगुरू) हे नव्या धर्मगुरूंच्या नेमणुकीच्या संदर्भात होणाऱ्या कार्यक्रमात त्यांच्या मस्तकावर हात ठेवतात. कारण ती विशेष कृपा समजली जाते. त्याचप्रमाणे सर्पविद्येबाबत शिष्याला गुरू विशेष ज्ञान देतात. त्याच्या आधाराने मग शिष्याला सापांवर ताबा मिळवता येतो."

शेख साहेबांनी मला सांगितले, की ते खरंतर स्वतः एका विशिष्ट दरवेश संप्रदायाचे सदस्य आहेत. त्या संप्रदायातील लोक मुख्यत्वे विषारी नागांना हाताळण्याबाबत विशेष प्रशिक्षित असतात. शंभर एक वर्षांपूर्वीपर्यंत अशा लोकांची संख्या बरीच होती; मात्र आधुनिक इजिप्तमध्ये आता हे लोक जवळ जवळ अदृश्य झाले आहेत. सर्वसामान्य गारुडी हे दरवेश संप्रदायाचे पाईक नसतात. त्यामुळे ते बिनविषारी सापांच्या बाबतीत काम करतात; तसेच विषारी सापांपासून स्वतःच्या त्वचेचा बचाव करण्यासाठी संरक्षक साधने वापरतात.

शेख मूसा यांनी अत्यंत घातक अशा नागाच्या आणि विंचवाच्या दंशापासून माझा बचाव व्हावा यासाठी काही विशिष्ट स्तरापर्यंतची गूढ शक्ती माझ्यात संक्रमित करण्याची इच्छा दर्शविली. सर्वसामान्य तसेच गुप्त अशा काही पद्धतीचे यातुशब्द मला शिकविण्याचे व एक ताईत निश्चितपणे करून देण्याचे वचन त्यांनी मला दिले. त्याद्वारे दरवेश संप्रदायात माझा प्रवेश त्यांनी मान्य केला असता. प्रशिक्षणाच्या दरम्यान ज्या सविस्तर सूचना त्यांनी मला दिल्या होत्या, त्यांचे पालन करणे आवश्यक होते. तसेच अल्लाह आणि त्याच्या प्रेषितांवर श्रद्धा ठेवणे गरजेचे होते, ज्याला मी मान्यता दिली.

एक विशेष नियम मला पाळावयाचा होता. अर्थात पूर्वेकडील जगात योगी आणि फकीर हे जेव्हा शिष्यांना दीक्षा देत असत, तेव्हा हा नियम दीक्षाविधीच्या आधीचे सात दिवस सामान्यपणे पाळला जात असे. विधीसाठी इच्छुक शिष्याने सात दिवस स्वतःला एकांतात ठेवणे तसेच अगदी माफक अन्नग्रहण करणे आवश्यक असे. तो पूर्ण आठवडा त्याने प्रार्थना आणि ध्यानचिंतन करणे गरजेचे असे. लौकिक जग आणि आपल्या आवडी यांपासूनही दूर राहणे अपेक्षित असे.

शेख साहेबांनी सांगितले, सॉलोमन राजाच्या काळापासून ही पद्धत चालत आलेली आहे.' मूसा यांना याबद्दल खूप अभिमान होता. अर्थात ही बाब फक्त मूसाबाबत खरी

होती असे नव्हे, तर बहुतांश सर्व अशा इजिप्तमधील फकिरांना, सॉलोमन हा पहिला व श्रेष्ठ फकीर, गूढ विद्येचा निष्णात गुरू आणि अमर्याद सामर्थ्य असलेला मांत्रिक म्हणून खूप आदर असे.

*****

योग्य वेळेस सर्व पूर्वतयारी पूर्ण झाली. शक्तीचा गूढ, परवलीचा शब्द जो अरबी भाषेत होता, तो त्यांनी उच्चारला. त्यामध्ये मनाचे सामर्थ्य ओतल्यास प्रशिक्षित माणूस नीट काम करू शकतो, असे त्यांचे मत होते. तसेच त्यांनी माझ्यासाठी ताईत आणला होता. कुरानमधील शब्द कागदावर लिहिले होते आणि तो कागद ताइताच्या चौकोनात ठेवला होता. तो ठेवण्यासाठी त्यांनी चामडी आवरणही आणले होते. आपण स्वतः त्या चामडी आवरणात ताईत ठेवून शिवून देऊ, असे त्यांनी सांगितले. लाल लोकर असलेल्या मेंढीच्या चामड्याचे ते आवरण होते. त्याच्या एका बाजूवर उभ्या आडव्या तिरक्या रेघा होत्या. ताइतावर लाल, हिरव्या, पिवळ्या रंगाच्या लोकरीच्या दोऱ्यांनी विणलेले होते.

मूसा मला म्हणाले, ''हे रक्षाकवच जेव्हा तुम्ही वापराल, तेव्हाच ते उपयोगी ठरेल कारण त्यावर मी तुमचे नाव लिहिले आहे. ते अन्य कोणासाठी उपयोगी ठरणार नाही. ते शिवून दिल्यानंतर तुमच्या त्वचेजवळ राहील अशा पद्धतीने तुम्ही सदऱ्याच्या आत बांधा; ते हरवणार नाही याची काळजी घ्या. कारण एकदा का तुम्ही ते हरवले तर पुन्हा कधीही तुम्हाला सापडणार नाही. ताईत शिवून होईपर्यंत हा घडी घातलेला कागद नीट सांभाळा.''

मी हात पसरले होते. त्यांनी बराच वेळ काही गोष्टी म्हटल्या. अन्य कोणतीही चर्चा वा अवडंबर न होता, तो विधी पूर्ण झाला. त्यानंतर विंचू वा सापाच्या विषापासून मला प्रतिकारशक्ती प्राप्त होईल आणि ही प्रतिकारशक्ती साधारण दोन वर्षांपर्यंत टिकेल. जर ती शक्ती पुन्हा नव्याने प्राप्त करायची इच्छा मला असेल, तर मी परत मूसा यांना भेटायला हवं, असे त्यांनी सांगितले.

छायाचित्र १६.९ शेख मूसा यांनी लेखकाला दिलेला ताईत. लेखकाने घेतलेले छायाचित्र.

छायाचित्र १७.१ नागाकडे पाहणारा लेखक. लेखकाच्या संग्रहातून.

१७

मी सर्पमांत्रिक दरवेश बनतो

''रिफा-ई'' या आघोषाचे नीट स्मरण व सराव करून मग काही बिनविषारी सापांना हाताळून, मी माझ्या प्रशिक्षणाची झलक घेतली. अर्थात ते सापही मला दंश करू पाहत होते. त्यांनी दात रोवून घेतलेला दंश तसा त्रासदायक असे. मासेमारीच्या गळाचे टोक मांसल भागात घुसल्यावर जसे वाटेल, तसे जाणवत असे, परंतु त्या जखमा वरवरच्या आणि बिनविषारी असत. त्यानंतर विषारी नागांना हाताळायचा अभ्यास मला करायचा होता. मला हळुहळू आत्मविश्वास येऊ लागला. साहसी श्रद्धा, एकाग्र विचार आणि अखंड अशी मनःशक्ती यांचा या कामात फार मोठा उपयोग होतो, हे माझ्या लक्षात येऊ लागले.

प्राचीन इजिप्तमधील ज्या शिल्पाकृती आणि चित्रे पाहायला मिळतात, त्या सर्व ठिकाणी प्रत्येक पायरीवर सर्पाकृती दिसतात. कारनॅकमध्ये जे अतिविशाल असे अमून-रा चे मंदिर होते, त्याच्या प्रवेशाच्या तोरणद्वाराच्या चौकटीवर पाषाणात कोरलेले दोन देखणे नाग आढळतात. हे नाग म्हणजे रुबाबदार असे स्तंभ होते. जवळच असलेले ओसिरीसचे लहान मंदिर होते, त्यात सर्पांच्या मालिका शिल्पांकित केलेल्या होत्या. नदीच्या दुसऱ्या बाजूवर 'व्हॅली ऑफ द डेड' या जागेत जी शाही लोकांची चिरविश्रांतिगृहं होती, त्यातील बहुतेकांच्या भिंतींवर सर्प चितारलेले होते. थीब्जच्या टेकड्यांमधील या जागेत, काळाच्या ओघात आक्रसून गेलेले ममी-मृतदेह विसावलेले होते. प्राचीन इजिप्तमधील धर्म आणि विचार यांमध्ये सर्पाला जे स्थान होते, ते तिथे दिसून येत होते. संपूर्ण इजिप्तमधील मंदिरांमध्ये सार्वजनिक समारंभाचे असे जे जे प्रातिनिधिक चित्रण केले गेले होते, त्यांत सर्पांना महत्त्वाचे स्थान आढळून येते. अंतिमतः ज्या मंदिरांमध्ये गूढ विचारसरणीचे गुप्त संस्कार होत असत, त्या ठिकाणीही या प्रतीकात्मकतेला मूक साक्ष दिलेली दिसते. प्रत्येक स्मारकस्तंभाच्या

शिखरावर आणि बहुतेक सर्व मंदिरांच्या द्वारमंडपांवर सर्पशिल्पे आढळतात. सूर्यगोलाचे जे प्रतीक अतिशय प्रिय आणि पूजनीय ठरले होते, त्यातही फणाधारी नागांची जोडी दिसून येते.

या गोष्टींचे मानस (सायकिक) विश्वाशी नाते होते. त्यातून पुढे दुष्ट हातांमध्ये जी यातुविद्या गेली, त्यात सर्वप्रतीकाचे अवमूल्यन झाले.

इजिप्तच्या लोकांनी ही संभाव्यता ओळखली असावी, म्हणून त्यांनी सुष्ट तसेच दुष्ट प्रवृत्तींच्या सापांचे चित्रण केले. दुष्ट सर्पांना चित्रित करताना साधारणपणे ते सरपटताना दाखवले जात आणि सुष्ट सर्प सरळ चितारले गेले. 'अॅपेपी' हे सर्पांचे दुष्ट रूप होते. 'अॅपेपी' हे अंधाराचे प्रतीक होते. या सापाची बरीच वेटोळी दाखवली जात आणि त्याचे मस्तक दुष्टतेचे म्हणजे काळोख्या शक्तीचे प्रतीक होते.

मात्र उच्च प्रतीची प्रतीकात्मकता प्रचलित होती आणि तिचे वर्णन असे होते :

ज्या सर्वश्रेष्ठ शक्तीने विश्वाचे सृजन केले आणि स्वतःलाही निर्मिले, त्या शक्तीच्या स्फुरणदायी सृजनशील शिरोभूषणापुढे फणाधारी नागाचे चिन्ह धारण करीत असत. त्यांच्या दैवी वारसाहक्काचे ते प्रतीक मानले जाई. नाग हा दैवी प्रतीक मानला जात असे, तर काही सर्पांच्या जाती दुष्टतेचे प्रतीक मानल्या जात.

अंधाऱ्या काळोखाच्या समोरून, सर्जनाच्या आरंभिक काळात ज्या पहिल्या गतिमान शक्तीची हालचाल झाली, ती हालचाल सुष्ट सर्पांच्याद्वारे व्यक्त केली गेली. सर्प जसा त्याच्या हालचालींच्या द्वारे विविध आकार धारण करतो आणि तरीही ते सर्प वा अस्तित्व म्हणून एकच असतो, त्याचप्रमाणे (वस्तुमात्र आणि जीवमात्र यांच्या माध्यमातून) हे विश्व असंख्य रूपे धारण करते, पण त्याच्या मूल स्वरूपात ते एक चैतन्य म्हणून अस्तित्वात असते. विज्ञानाने या विधानातील उत्तर भागाचा विचार करायला सुरुवात केली आहे, फक्त विज्ञान, चैतन्य या शब्दाऐवजी अन्य शब्दाचा वापर करते. सर्प जसा वेळोवेळी कात टाकतो आणि त्याची नवी त्वचा चमकते; त्याचप्रमाणे हे विश्व ज्या रूपांनी, आकारांनी बनलेले असते, ती रूपे व आकार नष्ट पावतात. त्या नंतर वेगाने अथवा सावकाशपणे पुन्हा मूळ कारणद्रव्यात मिसळून जात. ''धुळीपासून तुम्ही बनता आणि तिथेच तुम्ही परत मिसळणार असता...'' अर्थात ही प्रतीकात्मकता, येथे संपत नाही. सर्पाची नवी त्वचा म्हणजे मूळ कारणद्रव्याचे नवे रूप होय. कात टाकून दिल्यानंतरही सर्प जिवंत असतो, तसंच चैतन्य हे अमृत असतं. बाह्य नामरूपांचा मृत्यू झाला तरी चैतन्यास मृत्यू नसतो.

सर्प हा भुजग म्हणजे सरपटत जाणारा असतो. त्याला रूढार्थाने हात, पाय इत्यादी अवयव नसतात. त्याचप्रमाणे सृजनशक्तीही स्वतःहून एका रूपातून दुसऱ्या रूपात जाऊन एक जीवमात्र घडविते आणि अशा प्रकारे संपूर्ण विश्वाची निर्मिती होते.

छायाचित्र १७.८ रा देवतेच्या तीन शिडांच्या जहाजाचा एक भाग सविस्तरपणे येथे दिसत आहे. लेखकाने घेतलेले छायाचित्र

छायाचित्र १७.९ पुनर्जागृत फॅरोच्या भोवती चौकट निर्माण करणारा सर्प दाखवणारा चित्रपट्ट. 'बुक ऑफ द नेदरवर्ल्ड' या वैशिष्ट्यपूर्ण पुस्तकातून घेतलेले चित्र. (नवव्या रामासिसच्या कबरीतील तिसऱ्या गल्लीत हे पुस्तक आढळते.) लेखकाच्या संग्रहातून.

प्राचीन इजिप्तच्या लोकांनी चित्रात स्वतःची शेपूट तोंडात चावणारा वा धरणारा खवलेधारी सर्प काढून एक संपूर्ण वर्तुळ काढलेले आढळते. त्यातून या सृजन झालेल्या विश्वाला त्यांनी व्यक्त केले. खवले म्हणजे तारे होत. स्वतःची शेपटी तोंडात चावणे म्हणजे जेव्हा भौतिक रूपातून चैतन्य निघून जाते, तेव्हा एक ना एक दिवस मृत्यू येणारच असतो. मग विश्व हे स्वतःमध्ये विलीन होत असते, हे सूचित करणारे ठरते.

देवत्वापासून ते दुष्टत्वापर्यंत, सर्पाच्या प्रतीकात्मकतेचे विविध पैलू आढळतात. गूढ विचारांमध्ये त्याला एक विशेष अर्थ दिलेला दिसतो.

गूढ विचारांमधील अगदी अंतर्गत असा जो संस्कार असे, ज्यात दीक्षेच्या वेळी माणसातून त्याचा आत्मा मुक्त होऊन शरीरातून अगदी सावकाशपणे म्हणजे सर्प जसा सावकाश सरपटत जातो, तशा काहीशा पद्धतीने बाहेर पडतो. असा अर्थ व प्रतीक त्यात योजिलेला असे.

अशा प्रकारे प्राचीन विश्वात सर्पाचे हे प्रतीक दोन स्तरांवर दिसते. त्यांचे जे दुष्ट रूप, भय असे त्याचा सामना करावा लागे. जे दैवी रूप असे त्याबद्दल आदर बाळगून पूजा केली जाई. सर्व गोष्टींचा निर्माता आणि सर्व दुष्ट गोष्टींचा मूलस्रोत अशी दोन सर्परूपे मानली गेल्याचे आढळते.

छायाचित्र १८.१ लेखक व त्याच्या प्रवासाचे साधन असलेला घोडा. प्रस्तुत प्रकरणात ज्या गाढवाचा उल्लेख आहे, ते गाढव येथे छायाचित्रात नाही. (कारण चित्रफितीत गाढव आले नाही) लेखकाच्या संग्रहातून

१८

एका विद्वानाशी माझी भेट

लुक्झॉरच्या पश्चिमेला काही मैलांवर लांब अशी गुलबट-तपकिरी टेकड्यांची मालिका पसरली होती. नदीच्या खोऱ्यातील पिकाऊ भाग आणि लिबियाचे वाळवंट यांमध्ये त्या टेकड्यांमुळे एक अवरोध निर्माण झाला होता. त्यामध्ये लपली होती एक उजाड आणि उन्हानं कोळपलेली अरुंद खाच. तिथं कुठलंच पान उगवत नाही किंवा उगवू शकत नाही. तिथे माती म्हणजे एकतर खडकाळ भाग किंवा निर्जल भूमी; तिथं राहू शकतात ते फक्त साप आणि विंचू. या ओसाड खोऱ्यात प्राचीन काळात नष्ट झालेल्या थीब्ज शहरातील राजघराण्यामधील लोक चिरविश्रांती घेत होते. तिथल्या अनेक ममी मृतदेहांना त्यांच्या भकास गुहांमधून बाहेर काढलं जाऊन जगातील मोठ्या संग्रहालयांमध्ये कोंदट वीथिकांमध्ये ठेवलं गेलं होतं. समजा, आणखी काही शोधातून वाचल्या असतील, तर त्याला कारणे वेळ, संकटं आणि पैसा एवढीच नव्हती.

मला त्या चिरविश्रांतिस्थानांमध्ये बऱ्याच गोष्टींचा अभ्यास करायचा होता. खोऱ्यामध्ये जेमतेम काही मैलांवर असणाऱ्या अनाच्छादित मंदिरांमध्ये चिंतन करायचे होते. मातीच्या वर डोकावणारे असे जे थीब्जचे भग्नावशेष होते, त्यांवर विचार करायचा होता. पश्चिम कडील वाळवंटाच्या किनाऱ्यावर चिंतन करायचे होते. लुक्झॉरपासून या ठिकाणांना वारंवार आणि कमी कालावधीत भेटी देण्यासाठी, प्रवासाच्या दृष्टीने गाढवासारखा उत्तम प्राणी अन्य नव्हता. मोठे धोंडे, अणकुचीदार दगड आणि कड्यांच्या टोकांवरून सुरक्षित पावले कशी टाकावीत, हे गाढवांना अचूक समजते.

माझ्याबरोबर मदतनीस म्हणून जो मुलगा होता, त्याला माझ्या छोट्या स्थल भेटींसाठी

चांगले गाढव पुरवणारा कंत्राटदार शोधणे, हे पहिले काम दिले होते. युसूफला साधारणपणे प्रवाशांच्या शब्दकोशानुसार सम्मानदर्शक म्हणून 'मुलगा' म्हटलं जायचं. तशी त्याचीही चाळिशी उलटणार होती. त्याला पत्नी व तीन मुलंही होती. त्याच्याकडे पाहताना मला नेहमी त्याच्या कुटुंबाची आठवण यायची. अगदी त्याचे हिशोब चुकते करतानाही मला ते आठवायचे. त्याची गंमत करताना जेव्हा मी त्याच्या गळ्यात एखादा साप टाकण्याचा प्रयत्न करायचो, तेव्हा तो रोषपूर्वक म्हणायचा, की जर त्याला त्या साप वा नागाने दंश केला तर त्याच्या कुटुंबाला खाऊ घालण्यासाठी अन्य कोणीही नाही. त्याला गाढवांना वारंवार खाऊ घालायला लागायचं, त्यामुळे तो नेहमी आपल्या कुटुंबीयांबद्दल खाऊ घालण्याच्या भाषेतच बोलायचा. खाऊ घालणे ही पालन-पोषणातील आवश्यक गोष्ट असल्याची त्याची धारणा व्यक्त होत असे. युसूफ अतिशय सज्जन आणि विनोदबुद्धी बाळगणारा होता; थोडक्यात काय, मला तो आवडायचा.

कंत्राटदाराशी त्याची बोलणी झाली; अटी ठरल्या आणि मग घरी परत येताना तो त्याच्याबरोबर एक देखणे, मोठे आणि चांगले खोगीर घातलेले पांढरे गाढव घेऊन आला. मी गाढवावर चढून घेताच ते दौडू लागले. नदीच्या काठापर्यंत सर्व काही व्यवस्थित होते. तिथून आम्ही तिघेही नावेवर चढलो आणि पश्चिमेकडील रुंद राखाडी नाईलच्या प्रवाहाकडे आमची नाव निघाली. नावेतून उतरल्यावर मी पुन्हा गाढवावर बसलो आणि खोऱ्याकडे जाणाऱ्या सात मैलांच्या मार्गाला लागलो.

जेमतेम पाऊण तास झाला असेल, तोवरच मला ही स्वारी खटकायला लागली. शिवाय ते गाढव दिसायला सुंदर असलं तरी भरवशाचं वाटेना. अर्धं अंतर कापून गेल्यावर मी युसूफकडे तक्रार केली, की त्याची पारख फारशी उत्तम दर्जाची नाही. त्या कंत्राटदाराकडे असलेल्या गाढवांच्या कळपात हे गाढव जर सर्वोत्तम दर्जाचं असेल, तर एकंदर त्या कळपाच्या गुणवत्तेबद्दलच मला शंका आहे. माझं गाढव फार आळशी असल्याचंही मी त्याला सांगितलं. त्याला झोपू देण्याऐवजी आपण चालायला लावलं, हे आपलंच दुर्दैव, असंही मी म्हणालो. त्यावर युसूफने आपले हात पसरले आणि आकाशाकडे बघत तो म्हणाला, "इन्शा अल्लाह! त्या अल्लाहने निर्माण केलेल्या जीवांना चांगल्या सवयी लावणारे आपण कोण?"

त्याच्या प्रश्नाला माझ्याकडे अर्थातच उत्तर नव्हते. मग त्या विषयावर शाश्वत असे मौनच पत्करले गेले. मक्याची शेतं मागे पडली. मग आम्हाला मेमनॉनच्या अतिविशाल अशा जुळ्या मूर्ती अजून जवळून दिसू लागल्या. त्यांचे चेहरे पार झिजले होते. पाषाणाच्या सिंहासनांवर बसलेल्या या मूर्ती, म्हणजे तृतीय आमेनहोटेपने बांधलेल्या, विशाल महालवजा मंदिराच्या तोरणद्वाराजवळ रक्षक म्हणून निर्मिल्या गेल्या होत्या. या

मंदिराच्या जागी आता जी गव्हाची शेतं होती, त्यांच्यापासून पन्नास फुटांवर त्या उंच मूर्ती होत्या. त्या मूर्तींना नाक, डोळे, कान आणि मुख म्हणून काहीच राहिले नव्हते. पण अनेक शतकांपासून त्या तिथे बसून होत्या. पेट्रोनियस या रोमन प्रवाशाने त्या मूर्तींचा पाय खरवडला, कॅम्बिसेस या पार्शियाच्या आक्रमकाने त्या मूर्तींना इजा पोहोचवली. त्या सर्व दुःखद स्मृतींमुळे कदाचित, त्या मूर्ती खिन्न-विषण्णही झाल्या असतील. त्यांच्यामागे हजार फूट लांब असा दगडी लहान रस्ता पसरत गेलेला होता. त्या रस्त्यांच्या दोन्ही बाजूंवर मूर्ती आणि स्फिंक्सच्या जोड्या उभ्या होत्या. प्राचीन काळात हे सगळं होतं; पण आता ते नष्ट झालं होतं. नाईल नदीच्या सुपीक पठारी भागातून आम्ही पुढे दुसरीकडे वळलो आणि नदीच्या वळणाला स्पर्शून जाणाऱ्या एका स्पर्शरेषेशी येऊन पोहोचलो. जिथे थीब्जच्या टेकड्या मिळत होत्या, त्या बिंदूकडे ती स्पर्शरिषा जात होती. रस्त्यात नेहमी भेटणारे असे श्वेतवसनधारी पुरुष व कृष्णवसनधारी स्त्रिया यांचे गट भेटले.

वाटेत आम्हाला खेड्यामधील नेहमी दिसणाऱ्या मातीच्या झोपड्या लागल्या.

छायचित्र १८.२ मेमनॉनच्या अतिविशाल अशा दोन मूर्तींपैकी उत्तरेकडची मूर्ती.

(टॉलेमीच्या काळात जी मूर्ती घंटेसारख्या आवाजात गात असे, ती ही मूर्ती.)

लेखकाने घेतलेले छायाचित्र.

काही बुटक्या होत्या; तर काही झोपड्यांना चुना फासला होता; छोटासा शुभ्र घुमट असलेल्या मशिदीवर लहान मिनार होते आणि सुखद सावलीसाठी अपरिहार्य असे ताडाच्या झाडांचे उपवन तिथे लावलेले होते.

खेड्यातील एका विहिरीजवळ आमची आणि आमच्या गाढवाची तहान भागवायला आम्ही थांबलो. एका विचित्र आकाराच्या दगडी डोणीत पाणी पिण्यासाठी गाढवाने आपले तोंड झुकवले. कदाचित ती डोणी म्हणजे पूर्वीच्या एखाद्या फॅरोची फुटलेली शवपेटिकाही असू शकत होती!

आम्ही अल् कुरानामधील अर्ध्या-मुर्ध्या फुटलेल्या मंदिरांमध्ये अब्देल-कुरना येथील थीब्जवासीय सन्माननीय लोकांच्या कबरींजवळ आणि दीरा अबू अल्-नागा येथील मोठ्या लक्षणीय कब्रस्तानाशी अधिक वेळ न घालवता पुढे निघालो.

आमच्या माथ्यावर ऊन प्रखरपणे तळपण्याआधी, त्या उजाड, निर्जन खोऱ्यात मला पोहोचायचं होतं. तिथून उंचावर रस्ता जात होता. आम्ही पहाटे निघालो होतो पण दिवस उन्हाळ्याचे होते. मला ठाऊक होतं, की त्या खडकाळ उंचीवर तापमानाचा पारा हा दुप्पट तापणारा होता आणि सूर्याचे किरण तेथून प्रतिबिंबित होऊन पुन्हा आमच्यावर येणार होते.

तिथल्या जुन्या रस्त्यावरून आम्ही हळूहळू पश्चिमेकडे सरकत होतो. मग वळसा घालून पुन्हा टेकडीच्या पायथ्याशी आलो. तेथील जमिनीवर विविध आकारांचे धोंडे पडलेले होते. या ठिकाणी आम्ही पहिल्यांदा अरुंद, नकोशा जागी शिरलो होतो.

अखेरीस संथ दुडक्या चालीनं माझ्या गाढवानं मला तेथील शुष्क, वालुकामय, दगडांच्या काठांचा रस्ता पार करून सुप्रसिद्ध अशा खोऱ्याच्या प्रवेशाजवळ आणून पोहोचवलं. त्या जागेत एके काळी सामर्थ्यवान फॅरो आले होते. जेव्हा ते काळाच्या तावडीत सापडले होते आणि यथावकाश त्यांच्या संपत्तीचा, रुबाबाचा अपरिहार्य शेवट झाला होता.

मी वर पाहिलं तेव्हा दिसलं, की खडबडीत गुलाबी कडे, खोल निळ्या आकाशाच्या पार्श्वभूमीवर, उजवीकडे आणि डावीकडे सुरक्षारक्षकांसारखे उभे आहेत. कडांच्या बाह्यरेखा संपूर्ण खाचेबरोबर पुढे गेल्या होत्या. शुभ्र प्रकाश तेथील उंच ठिकाणांवर चमकत होता आणि खाली पडलेला सगळा राडा-रोडा प्रचंड उष्णता परावर्तित करीत होता. दोन्ही बाजूंवर निसरड्या अशा चुनखडीच्या भिंती होत्या. त्यामुळे जागेच्या एकांतात भर पडत होती. तिथं हिरव्या वनस्पतींची वाढ अजिबात नव्हती. त्या मुळे जागेला आणखी योग्य असं उदासपण प्राप्त झालं होतं. कारण इजिप्तमधील राजांचे

छायाचित्र १८.३ कारनॅक हे खेडेगाव (सन १९३०) लेखकाने घेतलेले छायाचित्र.

ममीकृत मृतदेह लपवण्याची ती जागा होती आणि दुसऱ्या बाजूवर उमराव लोक आणि वरिष्ठ पुरोहित चिरविश्रांती घेत होते.

आणखी पुढे जाणाऱ्या खोऱ्याकडे मी गेलो, तिथं कबरी होत्या. तेथे दोन्ही बाजूंवर भोके असलेल्या कपारी होत्या आणि कबरींकडे जाणारी छिद्रांची ओळ तिथे होती. तिथेच कबरींकडे जाणारे मार्गही होते. काम सोपे नव्हते. शिवाय कठीण दगड कापून तिथे मार्ग तयार केलेले होते. कोरड्या शुष्क कपारींवरून जाताना माझे गाढव कडकपणे आपले खूर टेकवीत होते. कारण निखळणारे धोंडे, खडबडीत दगड, सैल असलेला क्वार्टझ् हा पाषाण आणि गारगोट्या त्या अरुंद रस्त्यावर होते. त्यामुळे गाढवावरची स्वारी आणखी कठीण होत होती. उंच गेलेल्या सुळक्यांवर वरती उन्हानं भाजलेली शिखरं होती. चमकणारे दगड आणि खडूसारख्या कपच्या प्रखर शुभ्र उन्हात डोळे दिपवून टाकत होत्या. अटळ अशा धुक्याप्रमाणे प्रचंड उष्णता सर्वत्र धगधगत होती. हवेतही प्रत्यक्ष ती उष्णता जाणवत होती. सावलीही कुठे उपलब्ध नव्हती. एखाद्या भट्टीत आपण शिरतो आहोत की काय, असे वाटत होते. माझ्या ओठांना कोरड पडली आणि जीभही सुकली. तो सगळा भाग भयानक निर्जन होता; पण तिथल्या विषण्णतेतही काहीतरी प्रभावी असं निश्चित होतं. तेथील शांतता भंग करणारा एकही आवाज नव्हता. उष्णतेच्या ओझ्यानं जड झालेल्या त्या वाळवंटातील हवेत एकही पक्षी गात नव्हता. दगड आणि वाळूच्या शांततेच्या कुशीतून एकही हिरवं पातं डोकं वर काढत नव्हतं.

सर्व लहान टेकड्यांमुळे एक चौकोनी शिखर तयार झालेले होते. त्यांच्या उतरत्या

बाजूंवर दगड-गोटे पडले होते, पण आम्ही तिथे पोहोचण्याअगोदरच तेथील कबरी दिसू लागल्या. पूर्वी प्राचीन टेकड्यांमध्ये जिथे लोकांनी खणून काढलं होतं; तिथे मृतदेह आणि त्यांचे खजिने पुरून ठेवले आहेत, असे त्यांना वाटले होते. ज्या गोष्टी तेव्हा एवढ्या काळजीपूर्वक दडवून ठेवल्या गेल्या होत्या, त्या सर्व नंतर उजेडात आल्या.

*****

खोऱ्याच्या बाजू अगदी मधमाश्यांच्या पोळ्याच्या प्रारूपासारख्या होत्या. मृतांच्या कक्षांकडे जाणारे उतरते मार्ग त्यांत होते. त्यातूनच भूमिगत असे मृतांचे शहर तयार झालेले होते. दगडी पायऱ्यांची चळत उतरून आत जाणे आणि उतरत्या, उदास अशा गल्लीतून कबरींकडे जाणे म्हणजे नरकात उतरण्यासारखेच होते. भिंतींवर मी विजेरीचा प्रकाश टाकला. भिंतीवर गिलावा होता आणि जमिनीपासून वरपर्यंत त्यांवर वळवळणारे सर्प, राजघराण्यातील व्यक्तिचित्रे, देवतांसमोर प्रार्थनामुद्रेतील पुरोहित, पवित्र असे लहानसे जहाज वा नाव आणि संरक्षक आत्मे, मानवमुखी मगरी आणि अंतिम संस्काराच्या वस्तू, स्कॅरॅब हे भृंग (मृगकिड्यासारखे किडे), प्रतीकात्मक वटवाघळे अशी अनेक चित्रे होती. ही सर्व चित्रे एका विशिष्ट चढत्या श्रेणीने काढलेली होती. त्यांमधून मृत व्यक्तीचा व्यवसाय आणि पाताळलोकांतील त्याचा प्रवास सूचित केला जात होता. चित्रलिपींनी युक्त असे स्तंभ त्या भिंतीजवळ चिकटून उभे होते. नवीन आलेल्या आत्म्याला त्याच्या साहसपूर्ण प्रवासात साहाय्य करणे, हे त्यांचे काम होते. कारण त्यांच्यावर 'द बुक ऑफ द गेटस्' (प्रवेशद्वाराचा ग्रंथ) आणि 'द बुक ऑफ हिम हू इज इन द अंडर वर्ल्ड' (पाताळलोकात आलेल्या त्या व्यक्तीसाठीचा ग्रंथ) या ग्रंथांमधील मजकूर चित्रलिपीत उतरवलेला होता. या ग्रंथांमध्ये पाताळलोकांतील आत्मे, त्या लोकांचे रक्षण करणारे नाग आणि तळहीन असा नरक, की जिथे काळोखाला पूर्णत्व येत होते - अशा गोष्टींबद्दल सांगितले गेले होते. आत्म्याच्या प्रवासाचे रक्षण झाले पाहिजे कारण त्याला कठोर परीक्षांमधून जावे लागते. त्याबद्दलचे व ईश्वरासमोर कसे सादर व्हावे आणि ईश्वराला कशी उत्तरे द्यावीत, याबद्दलचे वर्णनही त्या ग्रंथांमध्ये आले होते.

त्या चिरविश्रांतिस्थानात मी अधिकाधिक खोल गेलो, तिथली झुकलेली गल्ली एका कक्षात जात होती आणि तिथून आणखी उतरती गल्ली होती. हे असेच चालू राहिले, मी जवळ जवळ तीनशे फूट अंतर टेकडीच्या आत, पोटात शिरलो होतो. हजारो टन वजनाचे पाषाण माझ्या माथ्यावर होते. भिंतीच्या प्रत्येक इंचावर चित्रं होती, प्राचीन इजिप्तचे चित्रलिपीचे लेख होते, त्या सर्वांतून प्राचीन इजिप्तमधील जीवनाचे चित्रण होत होते. ते मृत्यूच्या आरशाचे काम करीत होते. मुख्य कक्षात जमिनीत एक खोल, पोकळ भाग होता. त्याच्या आत ग्रॅनाइटची एक अवजड शवपेटिका होती. कोणे एके काळी,

छायाचित्र १८.४ कबरीत जाण्यासाठी दगडात कोरलेले प्रवेशद्वार (सन १९३०) आधुनिक काळात त्याची डागडुजी करण्याआधीचे हे छायाचित्र आहे. लेखकाने घेतलेले छायाचित्र.

अतिशय सढळपणे जडजवाहीर घातलेल्या फॅरोची ती शवपेटिका होती. मात्र नंतर त्याचा कडक झालेला मृतदेह हा त्याच्या सर्व आवरणांसह हलवला गेला होता. अन्य अनेक मृतदेहांसह त्याचे सामानही हलवले गेले होते आणि मग विसाव्या शतकातील लोकांचे कुतूहल शमवले जाण्यासाठी सुंदर प्रकाशयुक्त अशा वस्तुसंग्रहालयामध्ये या सर्व ममी-मृतदेहांना ठेवण्यात आले.

असंख्य संख्येने रंगवलेले डोळे मागे टाकत, जाडसर तरीही थंड उदासीनतेतून अखेरीस मी झगझगीत किरण आणि असह्य चमकत असलेल्या, दुपारकडे झुकलेल्या सूर्यप्रकाशात आलो. मग दगडी, खडकाळ मार्गांवरून काही यार्ड मी चालत गेलो आणि आणखी एका खोल तसंच अनलंकृत कबरीत येऊन पोहोचलो. अशा प्रकारे बारा-एक कबरींना मी भेट दिली. जाता जाता भिंतीवरील जी चित्रमालिका होती, तिचे सर्वेक्षण मी करत जात होतो. नंतरच्या दिवसांत त्या सगळ्यांचा बारीक अभ्यास करण्यासाठी मी पुन्हा भेट देणार होतो. सेटी या राजाची प्रभावी कबर, दगडात कोरून काढलेली होती आणि पृथ्वीच्या पोटात चारशे फुटांपेक्षाही ती अधिक खोल होती. परंतु नवव्या रामासिसची कबर लहान असूनही, तिनं माझं लक्ष जेवढं वेधून घेतलं होतं, तेवढं या मोठ्या कबरीनं वेधलं नाही. कारण रामासिसच्या कबरीजवळ असलेली शिल्पे व चित्रे ही मला कबरींच्या खोऱ्यात सर्वांत जास्त अप्रतिम वाटली होती. ती सारी चित्रं व शिल्पाकृती अन्य जागांपेक्षा अधिक आध्यात्मिक, ठळक आणि आशादायक होत्या. त्याचप्रमाणे माणसाचे उदात्त विधिलिखित आणि

अमरत्वाची न शमणारी त्याची ओढ यांकडे उन्नत करून नेणाऱ्या होत्या; त्या प्रेरणांवर बाधा आणणाऱ्या नव्हत्या.

दाराच्या वर विशाल अशी लाल रंगाची सूर्याची वर्तुळाकृती चित्रित केलेली होती. त्यातील भरड म्हणता येईल अशी प्रतीकात्मकता सांगत होती, की निसर्गात ज्याप्रमाणे पश्चिमेकडे कलणारा लाल सूर्य कृष्णरात्रीत बुडून जातो, त्याप्रमाणे येथील राजाचा आत्मा त्या सूर्यासह या काळोख्या कबरीत डुबलेला आहे. त्यानंतर जसा अपरिहार्यपणे त्याच सूर्याचा उदय होतो, त्याप्रमाणे त्या राजाचा आत्मा हा पुन्हा नव्या जीवनात विजयीपणे उदयास येईल. रोजच्या अस्तानंतर सूर्य जसा पुन्हा पूर्वेकडेच उगवतो आणि त्यामुळेच सूर्य अमर ठरतो; त्याचप्रमाणे फॅरोचा आत्माही अंधाऱ्या पाताळलोकांतून अडथळ्यांचा प्रवास पार करीत पुन्हा आध्यात्मिक जगात उदय पावत असतो. त्यामुळे फॅरो देखील अमर आहे.

परंतु प्राचीन गूढ परंपरेत ज्या लोकांनी दीक्षा घेतली, त्यांच्यासाठी या ठिकाणी आणखी गंभीर अर्थ अभिप्रेत होता. जिवंत असतानाच ज्यांनी आधीच मृत्यूचा अनुभव घेतला होता, त्यांच्याकरिता मरणाचे भय संपले होते. कारण मृत्यूनंतर आत्मा केवळ जिवंत राहतो असे नव्हे; तर तो पुन्हा देह धारण करू शकतो, हे त्यांनी जाणले होते.

पुढे जाताना माझ्या विजेरीचा प्रकाश मी डावीकडील भिंतीवर टाकला. तेथे ओसिरीस, हाराख्ते आणि अमून-रा या श्रेष्ठ देवांच्या संगतीत रामासिसची प्रातिनिधिक रूपे मला दिसली. मी आणखी पुढे गेलो. तेथील चित्रात एक राजा पूजा करताना धूप जाळत असल्याचे मला दिसले. दोन कक्षांना मी मागे टाकले. त्या कक्षांच्या वर सूर्यदेवतेची प्रशंसा करणाऱ्या चित्रलिपी होत्या. पुढच्या भिंतीवर दिसले, की फॅरोच्या माथ्यावर प्रतीकात्मक अक्षरांची धारा ओतत एक पुरोहित एक प्रकारचा संस्कार करीत आहे. त्या अक्षरांमध्ये गूढ संप्रदायात शाश्वत जीवनाचे चिन्ह मानली गेलेली जी किल्ली होती, तिचेही चित्र होते. त्याचा परिणाम म्हणून रामासिसचे वस्त्र वेगळे काढले होते. कारण आता तो स्वतःच ओसिरीस बनला होता. त्याचा आत्मा मुक्त झाला होता, त्याला न्यायही मिळाला होता. तो खऱ्या अर्थाने पुनर्जीवित झाला होता आणि त्याच्या नावाच्या आधी दैवी ओसिरीसचे नाव लावण्याचा अधिकार प्राप्त झाला होता.

त्याची ही प्रार्थना सुंदर नव्हती का, जिच्यात असे शब्द होते– ''हे पाहा, मी तुझ्या उपस्थितीत आहे. हे ईश्वरा आमेनटेट, माझ्या शरीरात पाप नाही. मी मुद्दामहून कधी असत्य बोललो नाही; मी खोट्या हृदयाने कोणती कृती केलेली नाही. तुझे अनुकरण करणाऱ्या लोकांमध्ये, ज्यांच्यावर तुझी कृपा होते, त्यांत माझाही समावेश कर. सुंदर व

प्रिय अशा ओसिरीसप्रमाणे मला बनव आणि जगातही प्रिय ठरू देत.''

मृत व्यक्तीच्या हृदयाचे वजन थॉथ हा देव आपल्या रंगपट्टिकेवर नोंदवत असतो आणि थोर देवतांच्या सहवासाबद्दलचा निर्णय देतो. त्यानुसार म्हटले गेले होते, ''हा तुझ्याबाबतचा निर्णय. ओसिरीसच्या हृदयाचे नीट मोजमाप झाले आहे आणि याची साक्ष द्यायला त्याचा आत्मा होता. न्यायाच्या तराजूत तो खरा ठरला आहे. त्याच्या ठायी दुष्टता नव्हती. त्याने आपल्या कृतींनी कोणालाही इजा पोहोचवली नव्हती. पृथ्वीतलावर असताना त्याने कधी दुष्ट वृत्त दिले नव्हते.''

विविध देवतांच्या समूहाने त्यास प्रतिसाद देत म्हटले, ''जे तुझ्या मुखातून सांगितले जात आहे, ते सत्य आहे असे जाहीर केले जात आहे. विजयी ओसिरीस हा पवित्र आणि सदाचारी आहे. त्याने पाप केलेले नाही किंवा त्याने आम्हा देवतांच्या बाबतीतही काही वाईट केलं नाही. त्याला नष्ट होऊ दिलं जाणार नाही. ओसिरीस या देवाच्या उपस्थितीत त्याला प्रवेश दिला जाईल आणि शांतीच्या विश्वातील शाश्वत घरात त्याला प्रवेश दिला जाईल.''

तिसऱ्या कक्षातील भित्तिचित्रात दिसत होते, की राजा, 'टा' या देवतेला सत्यदेवतेची एक छोटी मूर्ती अर्पण करीत आहे. पुढील चित्रात राजा ओसिरीसच्या रूपात गेला असून, ममी मृतदेह सरळ ठेवलेला दिसतो. त्यावर उगवता सूर्य दिसतो; त्याच्या प्रकाशमान गोलातून स्कॅरॅब – बीटल – मृगाच्या किड्यासारखा किडा येताना दिसतो. तो किडा म्हणजे नव्याने सृजन झालेल्या जीवनांचे व आत्म्याच्या निश्चित पुनरुत्थानाचे प्रतीक होता.

दोन कक्ष ओलांडून मी पुढे गेलो आणि मुख्य अशा दफनकक्षात उतरलो. आता तेथील सर्व गोष्टींची चोरी झालेली होती. फॅरो नव्हता किंवा त्याची शवपेटिकाही नव्हती. त्याची शवपेटिका ज्या जागी होती, तिथे फक्त रंगवून ठेवलेला एक ठळक ठिपका होता. त्या कक्षाच्या भिंतीवर अमरत्वाची अन्य प्रतीके रंगवलेली होती. उदाहरणार्थ, त्या चित्रात पंखवाल्या सूर्याच्या उपस्थितीत लहान होरस दाखवला होता. त्या कक्षाच्या छतावर संध्याकाळचे चांदण्यांनी युक्त असे आकाश आणि राशिचक्रीय नक्षत्रसमूहाने स्वर्गाच्या घुमटासारखे एक आवरण रंगवलेले होते.

गजबजलेल्या कक्षांनी युक्त अशा त्या भूमिगत जगातून आणि दारावरील स्वर्गीय अंतरिक्षाच्या जगातून मी परत फिरलो. एकापाठोपाठ एक सरकलेली दृश्यं एखाद्या चित्रपटासारखी माझ्यासमोरून सरकत जात होती. बाहेर आल्यावर पुन्हा एकदा प्रकाशाची प्रखर तिरीप माझ्यावर येऊन कोसळली.

त्या उघडलेल्या कबरींकडे पाहताना, प्राचीन परंपरांना निष्फळ ठरविण्यातील मूर्खपणा उघडकीस येतो. ख्रिस्तपूर्व ५५ या काळात डायोडोरसने लिहिले होते, की इजिप्तच्या पुरोहितांकडे अशा नोंदी होत्या, ज्यात थीब्जमध्ये सत्तेचाळीस फॅरोंना पुरल्याचा उल्लेख होता. डायोडोरसच्या विधानाकडे आधुनिक इजिप्तविद्यातज्ज्ञांनी दुर्लक्ष केले नाही; तर त्यावर श्रद्धा ठेवून कृती केली. त्यातूनच त्यांना 'व्हॅली ऑफ द किंग्ज'चा राजांच्या खोऱ्याच्या जागेचा शोध लागला. त्यातून पुढे तूतनखामेनच्या कबरीचा आणि तेथील खजिन्याचा प्रचंड अशा चरमबिंदूस्वरूप गोष्टींचा शोध लागला.

मात्र मृतदेह जपण्याच्या विधींमधून आणि सुती कापडाच्या पट्ट्यांनी तो देह गुंडाळून ठेवून, मृत्यूमध्ये खोटी अमरता शोधणाऱ्या फॅरोंचा निरोप घेऊन बाहेर पडावं, असं मी ठरवलं! भर दुपारची वेळ झाली होती. उन्हाळ्याच्या मध्यावरील उष्णतेने हवा जड झाल्याने माझ्या घशाला कोरड पडली होती. युसूफच्या आणि जीवनदायी अशा त्या चहाच्या खजिन्याच्या शोधात मी दगडी पायवाट ओलांडली. थोड्याफार सावलीच्या शोधात युसूफ इकडे-तिकडे कुठेतरी गेला होता. जिथे कुठे मी त्याला शोधण्याचा प्रयत्न करीत होतो, तेथे तो दिसतच नव्हता. युसूफ तिथल्या उष्ण हवेत वितळला की काय? पण शेवटी माझ्या डोळ्यांनी जे शोधण्यात दगा दिला, ते माझ्या कानांनी मात्र टिपलं. इजिप्तच्या सुविख्यात योद्धा राजाच्या कबरीच्या बाहेर जो रस्ता येत होता, तिथून गुंजायमान आणि अखंड अशा घोरण्याचा आवाज माझ्या कानावर पडला. त्या कबरीकडे मी घाईने गेलो आणि तिथे कुठल्यातरी सुखस्वप्नांमध्ये रममाण झालेला शुभ्र वस्त्रात जो माणूस आडवा पडलेला होता,

तो युसूफच होता!

*****

नष्ट झालेल्या अशा त्या प्राचीन थीब्जच्या विश्वाबद्दलचे गुप्त विचार आणि पवित्र अपेक्षा यांच्या संशोधनाची माझी तीव्र पिपासा शमविण्यात माझे दिवस खूप आनंदात गेले. थीब्ज या नावाने भूतकाळात प्रसिद्ध असलेल्या आजच्या लुक्झॉरमधील चालू पिढीतील लोकांशी जसा माझा परिचय झाला होता; तसंच देवांच्या राजबिंड्या मूर्तींशीही माझा घनिष्ठ परिचय होऊन गेला होता. तेथील काही कबरींमध्ये काही मानस खुणा राहून गेल्याचं माझ्या लक्षात आलं होतं. त्यातूनच पुढे उदासवाण्या अवनतीतून यातुविद्येच्या प्रथेत, एका काळच्या महान मानववंशाची परिणती झाली होती.

माझ्या अशा अभ्यासदौऱ्यांच्या दरम्यान एका व्यक्तीशी माझी गाठ पडली. त्यांच्याशी झालेले संभाषण या प्रकरणांमध्ये देण्याचे मी थोडे टाळले होते. कारण

त्यांच्या काही विधानांचा अर्थ व्यक्तिगत चाचण्या घेऊन पडताळून पाहण्याचे काम माझ्या क्षमतेबाहेरचे होते. त्यांची काही विधाने एक तर चकित करणारी होती किंवा आजच्या काळाला यथार्थपणे कशी जोडून घ्यावीत, अशी वाटणारी होती. मग उगीचच त्यांच्या नावाची कुणी थट्टा करावी, असे मला अजिबात वाटत नव्हते. त्याचप्रमाणे अतार्किक दंतकथांचे प्रसारण मी करतो आहे, असा शिक्का माझ्यावरही बसण्याची शक्यता होती. परंतु मी योग्य अयोग्याची तुलना केली आणि योग्य बाजूचे पारडे जड ठरले. त्या गोष्टी मी प्रकाशित केल्या तरी चालतील, अशी अनुमती त्यांनी मला दिली.

राजांच्या कब्रस्तानात मी दिवसभर संशोधन करीत फिरलो होतो. पहाटेनंतर थोड्याच वेळात मी त्या कामासाठी बाहेर पडलो होतो आणि दुपारी उशिरापर्यंत काम करीत होतो. घरी लवकर पोहोचण्यासाठी, गाढवावरूनच्या स्वारीसाठी योग्य रस्ता मी निवडला. तो रस्ता लिबियाच्या पर्वतांवरून जात होता आणि देईर-अल्-बाहरी या कड्यावरील सुंदर धर्मस्थळाजवळून उतरत होता. अशा प्रकारे पर्वतावरची खडी चढण तसेच तेथील पर्वतांमधील जुन्या रस्त्याने मी परत फिरलो.

माझ्या गाढवावर सुरुवातीला मी नाराज झालो होतो, पण नंतर माझं त्याच्याशी नातं जुळलं आणि मी त्याच्यावर प्रेम करू लागलो. आधी त्यानं मला नाउमेद केलं होतं पण आता घसरड्या खडकांवरून चढताना त्यानं आपल्या खंबीर पावलांची ताकद दाखवून दिली. पूर्वी याच गाढवाच्या चालण्याबद्दल मी तक्रार केली होती, पण आता मला दिसत होतं, की सैल दगड-गोट्यांच्या तसंच वरून निखळणाऱ्या दगडांच्या निसरड्या रस्त्यावरही ते गाढव निष्णातपणे एकेक पाऊल दृढपणानं टाकत होतं. त्याला मार्गदर्शन करण्याचा त्रासही मला पडला नाही. आपल्याला आता कुठे पोहोचायचं आहे, हे त्याला अचूक पण उपजत प्रेरणेनं समजलं होतं. त्यामुळे मी त्याला रस्ता दाखवणं अनावश्यक होतं. ते गाढव सामर्थ्यवान आणि इंग्लंडमध्ये दिसणाऱ्या गाढवांपेक्षा उंच होतं. एखाद्या लहान खेचराएवढा त्याचा आकार होता. वरच्या कड्यावर असलेल्या उंच शिखरांपर्यंत पोहोचण्यासाठी आम्हाला कष्ट पडतच होते. कारण तळपता सूर्य अखंडपणे त्याच्या उष्ण किरणांचा आमच्यावर वर्षाव करीत होता. मार्गांवर मोठे सरळ पल्ले असले तरी काही वळणं धोकादायक होती. तिथे मी गाढवाच्या पाठीवरून उतरलो आणि गाढवाला एकट्यानं चालत जाऊ दिलं. कारण त्याच्या क्षमतेलाही मला अधिक ताणायचं नव्हतं. तेथील खडबडाटी मार्गांवर मीही एकेक पाऊल दाबून टाकत निघालो. स्वतःला घसरू न देण्याची काळजी घेत माझं गाढव वरच्या टप्प्यावर पोहोचलं. नंतर मी त्या थकलेल्या व उसासणाऱ्या गाढवाला विश्रांती घेऊ दिली. खाली दोन हजार फुटांवर दिसणारं विस्तृत विहंगम दृश्य मी पाहत राहिलो. आसपासच्या परिसरातील टेकड्या आणि पठारी भागात ते शिखर खूपच सुंदर असं होतं. पिवळं वाळवंट

आणि जलसिंचनाने झालेली हिरवीगार भूमी यांतील विरोध वरून छान दिसत होता. त्या रमणीय दृश्याने माझ्यात निश्चितपणे एक आध्यात्मिक शांतीचा भाव पसरला. प्रकृती किंवा निसर्गाशी तादात्म्य होण्यासाठी किती सुंदर जागा होती ती! संपूर्ण वातावरणात शांतता पसरलेली होती आणि भौतिक जगांशी असलेले सारे बंध झटकल्याचा एक भाव माझ्या अंतरंगात पसरला.

मी वळलो आणि थोडी पावलं चालून गेलो. तेवढ्यात मला तिथे एक अनोळखी व्यक्ती दिसली.

एका मोठ्या दगडावर ती व्यक्ती पायाची घडी घालून बसली होती. त्या दगडावर त्यांनी काळजीपूर्वक एक बैठक मारली होती. त्यांनी स्वतः फेटा बांधला होता. त्यांचे केस लांब आणि काळेभोर होते; किंचित करडी छटा त्यांत आलेली दिसत होती. पांढऱ्या फेट्याच्या चुण्यांच्या खालून डोकावणाऱ्या केसांत ही करडी छटा होती. निश्चलपणे बसून निसर्गाने समोर पसरून दिलेलं रमणीय दृश्य ते पाहत होते. त्यांची चण तशी लहान होती आणि पावलंही छोटी होती. बंद गळ्यापर्यंत येईल असा लांब, गडद करड्या रंगाचा झगा त्यांनी परिधान केलेला होता. हनुवटीवर लहान दाढी त्यांनी राखलेली होती. त्यांचं वय साधारण चाळिशीच्या आसपासचं वाटत होतं. त्यांनी माझ्याकडे वळून पाहिलं, तेव्हा आम्ही एकमेकांकडे नीट पाहिलं. ते माझ्याकडे टक लावून पाहू लागले. एका अनोख्या व्यक्तीच्या सहवासात उभं राहिल्याचं मला जाणवलं. ही भेट माझ्या कायमच्या स्मरणात राहील हे त्या क्षणी मला जाणवलं.

त्यांच्या वैशिष्ट्यपूर्ण चेहऱ्यावरील डोळेही लक्षवेधक; मोठे आणि सुंदर होते. तसेच गोल, टपोरे व तेजस्वी होते. काळ्याभोर बुबुळांच्या कडेचा पांढरा भाग खूप उठून दिसत होता.

पूर्ण दोन मिनिटे आम्ही एकमेकांकडे केवळ पाहत राहिलो. त्यांच्या चेहऱ्यात एक अधिकार आणि लक्षणीयता होती. त्यांनी माझ्याशी बोलायला सुरुवात करते वेळी पहिले शब्द कोणते उद्गारले होते? अरेरे! मला नीट आठवत नाही. कारण ते बोलण्याअगोदर मी जणू मंत्रमुग्ध होऊन गेलो होतो. माझ्या डोक्यात असलेली एक अतीन्द्रियदर्शी अशी ग्रंथी जणू अचानक काम करू लागली. माझ्या डोळ्यांसमोर मला एक तेजःपुंज चक्र दिसलं. ते माझ्या मस्तकाच्या किंचित वर वेगानं फिरत आहे, असं मला जाणवलं. त्याच्या गतीसह जणू माझ्या भौतिक हालचाली कमी होत गेल्या आणि चैतन्याच्या एका अतिमानस, अतींद्रिय स्तरावर प्रवेश झाल्यासारखं मला वाटू लागलं.

त्या गतिमान चक्राचे दर्शन जेव्हा संपले, त्यानंतर ते माझ्याशी बोलू लागले.

छायाचित्र १८.५ रा-माक होटेप
लेखकाच्या संग्रहतून

थीब्जमधील पहाडी भागातील टेकड्यांवर एका अत्युच्च टोकावर मी उभा असल्याचं भान मला आलं. एका निर्जन एकांतातील देखण्या निसर्गदृश्यानं मी वेढलं गेल्याचं तेव्हा मला जाणवलं.

अरबी भाषेतून दुपारच्या वेळेबाबतच्या शुभेच्छा मी त्यांना देऊन शांतता मोडली. अस्खलित इंग्रजी भाषेत त्यांनी मला प्रतिसाद दिला. त्यांचे उच्चार इतके अचूक होते, की मी जर का डोळे मिटून त्यांचे शब्द ऐकले असते तर या लांब वस्त्रातील प्राच्य माणसाऐवजी एखादा महाविद्यालयाचा इंग्रज पदवीधर तरुणच बोलतोय असं मला वाटलं असतं.

कोणत्या शब्दांनी आरंभ करावा, असा विचार करत असताना मी आंतरिक ऊर्मीनं बोलून ही गेलो, ''महाशय, आपल्या जवळ मी उभा होतो, तेव्हा मला कोणता अनुभव आला होता, हे तुम्हाला नक्कीच लक्षात आलं असणार.'' शांतपणे त्यांनी माझ्याकडे टक लावून पाहत म्हटलं, ''होय, मला ते नक्कीच कळलं आहे.''

''मला आसपासच्या परिसरात काय चाललंय ते संवेदित होतं. तुमच्या सहवासात आल्यावर मला जो काही अनुभव आला, त्यावरून तुमच्यात काही अनोखी शक्ती वसत असणार,'' असं मी पुढे म्हणालो.

त्यांच्या डोळ्यांनी पुन्हा एकवार माझा ठाव घेतला. थोडं थांबून ते म्हणाले,

''तुम्हाला तो अनुभव यावा, अशी माझी जाणीवपूर्वक इच्छा होती. त्यातून शांतपणे तुम्हाला एखादा संदेश मिळावा असं मला वाटत होतं आणि तसं घडलंही!''

''म्हणजे तुम्ही – ?''

''मी कोणत्या विचारसंप्रदायाचा आहे, हे आता तुमच्या लक्षात आलं असेल.''

शिवाय ते खरंही होतं. अतिशय उच्च स्तरावरील फकीर वा योगी असल्याची चिन्हं मला त्यांच्या व्यक्तिमत्त्वात आढळली होती. माझा अनोखा अनुभव वगळता, माझ्या अंतःप्रेरणेतून खात्री मिळविण्याकरिता मी त्यांच्या डोळ्यांत टक लावून पाहत राहिलो.

त्यांचे डोळे विलक्षण मोहक व मंत्रमुग्ध करणारे होते. मोठे, तेजस्वी, शक्तिमान आणि अधिकारी, तसंच वेधक व भेदक असे त्यांचे डोळे चांगलेच लक्षणीय होते. मी त्यांच्याशी बोलत होतो, तेव्हा त्या डोळ्यांमधील संमोहकता मला जाणवली. जणू त्यांनी माझे अंतरंगच वाचले होते आणि मग त्यावर ताबा मिळवला होता. माझ्या मनातील गुपिते त्यांनी जाणून घेतली होती आणि त्यांच्यासमोर मला मानसिक पातळीवर त्यांनी निष्क्रिय बनवले होते.

मी उद्गारलो, "हा खरोखर अद्भुत अनुभव आहे. या निर्जन जागी असा विद्वान माणूस भेटणं हे फारच आश्चर्यकारक आहे."

ते म्हणाले, "तुम्हाला खरंच असं वाटतं? मात्र मी आश्चर्यचकित झालो नाही. या भेटीची वेळ आली होती. तुम्ही इथे माझ्याशी बोलत आहात, हा काही योगायोग नाही. आपण भेटणं हे विधिलिखितच होतं."

मी फक्त उत्कंठित होऊन ऐकत राहिलो. परिस्थितीचा नीट आढावा घेण्यासाठी माझे विचार पुढे-मागे धावत होते. आध्यात्मिकदृष्ट्या उन्नत अशा त्या व्यक्तीने सहजपणे माझे मन खेचून घेतले होते.

काही माणसांची भेट होणं हे एका अज्ञात शक्तीनं ठरवलेलं असतं. मात्र तो आपल्याला योगायोग वाटतो. ते घडण्यात कारण आणि परिणाम यांची शृंखला असते, असं ते मला सांगू लागले. शांतपणे बोलताना त्यांनी त्यांचा स्वतःचा उल्लेख केला तरी या संदर्भात यत्किंचितही अभिमान नव्हता. एकंदर साऱ्या बोलण्यावरून ते विद्वान असल्याचं प्रतीत होत होतं.

आचार्य, विद्वान हा शब्द मला ठीक वाटतो. प्राचीन काळातील इजिप्तच्या लोकांमध्येही या शब्दाला ख्याती व आदर होता. आज असे आचार्य नाहीसे झाले आहेत आणि त्यांच्या अस्तित्वाबद्दलही तिरस्काराने वादविवाद घडतात. पण कालचक्र फिरेलच आणि आध्यात्मिक उत्क्रांतीचे नियम तुम्हा लोकांच्या शतकालाही मानावेच लागतील. आध्यात्मिक क्षमतेचे लोकही निर्माण होत राहतील आणि इतर लोकांप्रमाणे ते देखील स्वतंत्रपणे वावरतील.

त्यांनी सांगितलेलं खरं आहे, हे मला जाणवलं. पौर्वात्य परंपरेतील गूढ लोकांपैकीच ते एक असल्याचं मला जाणवलं होतं. अशा लोकांबद्दल पौर्वात्य आध्यात्मिक परंपरांमध्ये कितीतरी वेळा बोललं जातं. अशी माणसं ईश्वराला स्पर्श करून आलेली असल्याने माणसाला जाणून घेता येतील अशी प्रगाढ आध्यात्मिक गुपितं त्यांना ठाऊक असतात.

लौकिक जगाकडून गैरसमज निर्माण होऊन त्यांच्याद्वारे आपल्या कार्यात बाधा उत्पन्न होऊ देण्यापेक्षा हे लोक शांतपणे व गुप्तपणे आपले कार्य चालू ठेवतात. फार गाजावाजा ते होऊ देत नाहीत. प्रसार-प्रचारासाठी आपल्या शिष्यांना बाहेर पाठवतात. मात्र अडाणी लोकांकडून त्यांच्यावर टीकाटिप्पणी होण्याचा धोका नेहमी जास्त असतो.

ते मला म्हणाले, ''त्यांच्या आचार्य बांधवांसह ते आपल्या विचारांचे आदान-प्रदान करू शकतात, मग ते कोणत्याही अंतरावर असले तरी चालतं. त्यांना परकायाप्रवेशाची विद्या अवगत होती. तात्पुरत्या काळासाठी दुसऱ्याच्या शरीरात प्रवेश करणं शक्य होतं. सामान्यतः ते शिष्यांच्या शरीरामध्ये स्वतःचा आत्मा प्रक्षेपित करीत असत. जेव्हा ती दुसरी व्यक्ती स्वतःच्या इच्छेने पूर्णपणे तयार असेल, ग्रहणशील व निष्क्रिय अवस्थेत असेल.''

किंचितसं हसून ते म्हणाले, ''मी तुमची इथे वाट पाहत होतो. तुम्ही लेखन करीत आहात. जगाला द्यावा असा एक संदेश आहे. मी जेव्हा तुम्हाला तो संदेश सांगेन, तेव्हा तो लिहून घ्या, कारण तो महत्त्वाचा आहे. श्री. पॉल ब्रन्टन, आज आपला परिचय होण्यासाठीची ही पहिली भेट होती.''

मी आणखीच थक्क झालो. त्यांना माझं नाव कसं कळलं? अर्थात असे विद्वान लोक दूरच्या अंतरावरूनही इतरांचं मन वाचू शकतात.

मी धाडस करून विचारले, ''मला आपले नाव कळू शकेल का?''

ओठ घट्ट मिटून हे टेकडीखालच्या रम्य दृश्याकडे पाहत होते. त्यांच्या सभ्य चेहऱ्याकडे पाहत मी त्यांच्या उत्तराची वाट पाहू लागलो.

ते पुन्हा बोलू लागले, ''हो, तुम्हाला माझं नाव जरूर समजेल. मी तुमच्या व्यक्तिगत माहितीसाठी ते सांगेनही, पण ते तुम्ही तुमच्या लेखनात प्रकाशित करू नका. माझी ओळख उघड व्हावी, असं मला वाटत नाही. तुम्ही मला रा - माक - होटेप असं संबोधा. होय, हे प्राचीन इजिप्तमधील एक नाव आहे. तुमचे इजिप्तविद्यातज्ज्ञ लोक निःसंशयपणे त्याचा शब्दशः अर्थ सांगतीलच, पण माझ्या लेखी त्याचा एकच व महत्त्वपूर्ण जो अर्थ आहे- तो म्हणजे 'शांतीमध्ये स्थित'. इजिप्त हेच फक्त माझे घर नव्हे, सगळं विश्वच माझं घर आहे. आशिया, आफ्रिका, युरोप आणि अमेरिका या साऱ्या भूमी मला ठाऊक आहेत आणि मी त्यांमधून संचार करीत असतो. मी देहानं केवळ प्राच्य आहे; पण मानस पातळीवर मी फक्त एका देशाचा नव्हे तर साऱ्या विश्वाचा आहे. माझ्या हृदयात केवळ शांतीला स्थान आहे.''

हे सगळं जरी ते खूप वेगानं, ठासून आणि उत्कटतेनं बोलले होते, पण त्यांचं त्यांच्या भावनांवर पूर्ण नियंत्रण होतं.

तिथेच टेकडीवर टळटळीत उन्हात, डोळ्यांवर तिरीप घेत उष्णतेनं वेढलेल्या वातावरणात एका तासापेक्षाही जास्त वेळ बसून आम्ही आध्यात्मिक विषयांबद्दल बोललो. त्या व्यक्तिमध्ये व तिच्या शब्दांमध्ये गुंतून गेल्याने मला बाह्य उष्णतेचा त्रास जाणवला नाही. जगाबद्दल व माझ्याशी निगडित काही गोष्टी त्यांनी सांगितल्या. आजवर मी जे जे प्रयत्न केले होते, त्यांच्याशी निगडित काही विशिष्ट आदेश आणि विशेष मुद्रा सांगितल्या. आध्यात्मिक संतुलन आणि साक्षात्कार प्राप्त करून घेण्याच्या स्तरांवर येण्याच्या माझ्या प्रयत्नांमध्ये त्यांनी मदत केली. माझ्या आध्यात्मिक मार्गांत माझ्या व्यक्तिगत दोषांमुळे येणाऱ्या अडथळ्यांबाबत ते स्पष्टपणे, चिकित्सकपणे आणि ठामपणे बोलले. दुसऱ्या दिवशी लुक्झॉर मंदिराजवळ नाईल नदीच्या किनाऱ्यावरील स्तंभावलीत असलेल्या रोमन वेदीजवळ त्यांनी मला भेटायला बोलावले.

तेथील दगडावर बसलेले असताना त्यांनी माझा निरोप घेतला. अन्य गोष्टींमध्ये आपण व्यग्र असल्याने आता आणखी वेळ देऊ शकत नसल्याबद्दल त्यांनी खेद व्यक्त केला.

मी जड मनाने त्यांचा निरोप घेतला. कारण ज्यांचे संभाषण इतके खरे आणि उत्कंठावर्धक होते, ज्यांचे व्यक्तिमत्त्व इतके प्रेरक आणि उत्साही करणारे होते, त्यांना सोडून यावे असे मला वाटले नाही. टेकडीचा उतार घसरडा आणि उतरता होता. तिथले दगडगोटे पाहता मी चालतच उतरलो आणि गाढवाचा लगाम हातात धरला. पायथ्याशी पोहोचल्यावर मी पुन्हा गाढवावर स्वार झालो आणि असाधारणपणे प्रभावित करणाऱ्या त्या शिखराकडे शेवटचा एक दृष्टिक्षेप टाकला.

रा-माक-होटेप अजून परतीला लागले नव्हते. त्या उजाड टेकाडमाथ्यावर ते अजूनही निश्चिंत बसून होते.

ते ज्या पद्धतीने मूर्तीप्रमाणे निश्चल बसले होते, त्या वेळी त्यांना कोणत्या गोष्टीने एवढे व्यग्र ठेवले असेल बरं? लिबियाच्या टेकड्यांच्या गुलाबी अग्रभागांवर संध्याकाळच्या सावल्या पसरू लागतील, तेव्हाही ते तिथंच असतील का?

१९

कब्रस्तान : एका विद्वानाचा गंभीर संदेश

लुक्झॉरच्या भग्न मंदिरात आमची दुसरी भेट घडली. ज्यावर चित्रलिपी कोरलेली होती अशा एका मोठ्या दगडावर मी बसलो आणि त्याच दगडावर मांडी घालून माझ्यासमोर ती विद्वान व्यक्ती बसली.

माझी वही तयार होती आणि मी लेखणीही सरसावून बसलो होतो. त्यांचा संदेश टिपून घ्यायला मी अगदी तयारीत होतो. आपल्या या विसाव्या शतकात तयार झालेली लघुलिपी नावाची चित्रलिपी वापरून पांढऱ्या कागदांवर मी रेखाटने काढण्याच्या तयारीत होतो. अर्थात इजिप्तच्या देखण्या चित्रलिपीपेक्षा ही लघुलिपी तशी जरा कमीच चित्रमय होती!

रा-माक-होटेप यांनी प्रस्तावनेत फार वेळ दवडला नाही आणि त्यांनी थेट संदेश द्यायला सुरुवात केली.

प्राचीन इजिप्तमधील कब्रस्ताने ज्यांनी फोडली, त्यांनी जगावर तेथील धोके खुले केले आहेत! कबरींची प्राचीन काळात ज्यांनी लूट केली, ते लुटारू आणि आजच्या आपल्या काळातील पुरातत्त्वविद्या जाणणाऱ्या लोकांनी, अनवधानाने, त्या लोकांच्या कबरी उघडल्या, ते लोक काळी जादू जाणणारे होते. कारण इजिप्तच्या इतिहासाच्या अंतिम चक्रात खऱ्या ज्ञानी पुरोहितांच्या पिढीचा ऱ्हास होत गेला. यातुविद्या आणि काळी जादू मात्र सर्रासपणे प्रचलित राहिली. शुद्ध स्वरूपाच्या इजिप्तच्या धर्माचा शुभ्र प्रकाश जेव्हा अंधुक होत गेला, तेव्हा खोट्या, उपभोगवादी सिद्धांताच्या धोकादायक छाया पसरू लागल्या. ममीकरणाची पद्धती प्रचारात येऊ लागली आणि त्याला जोड देणारा विस्तृत संस्कारविधी दिसू लागला. या पद्धतीला पुष्टी देणाऱ्या गैर आणि धूर्तपणे विकृत असलेल्या उपदेशांखाली

एक छुपा स्वार्थ सातत्याने दडलेला होता. त्याच विचारातून मृतदेहावर मसाले व अन्य घटक वापरून, या भौतिक जगाशी जोडून ठेवणारा भौतिक दुवा दीर्घकाळ टिकवून ठेवण्याची धडपड सुरू झाली.

खरं तर इजिप्तच्या प्रागैतिहासिक सुवर्णयुगात फक्त विद्वान राजांचा देह जपून ठेवण्याची प्रथा होती. त्याचप्रमाणे आध्यात्मिकदृष्ट्या प्रगत अशा वरिष्ठ पुरोहितांकरिता ही प्रथा होती. कारण ते पुरोहित म्हणजे ईश्वराच्या संपर्काचे महत्त्वाचे दुवे होते. त्यांच्या लौकिक देहात त्यांच्यातील पवित्र शक्ती साठवलेल्या असत. त्यामुळे त्या शक्तींचे अस्तित्व टिकून राहू शकेल अशी संभाव्यता मानली जाई आणि त्या शक्ती जगावर प्रकाशत राहतील असेही मानले जाई.

एका प्रकारची पूर्वजांच्या पूजेची पद्धतीही विकसित झाली होती. त्यामध्ये मृतांच्या देहावर प्रक्रिया केल्या जाऊ लागल्या, पण ते केवळ औपचारिक संस्कार असत. त्यांच्याद्वारे पुढच्या पिढ्यांना त्यांचे पूर्वज कसे दिसत, हे कळत असे. प्रारंभिक इजिप्तमध्ये चांगले राजे व पुरोहित यांचे पवित्र शरीर जपून ठेवण्याची जी कृती केली जात असे, त्या पद्धतीचे खरे तर हे पोकळ असे अनुकरण असे. कारण नंतर इजिप्तमध्ये अंधारयुग उतरले. जेव्हा खऱ्या आध्यात्मिक ज्ञानाचा अभाव निर्माण झाला, तेव्हा पाताळ जगातील नरकसदृश शक्ती काही माणसांकडून जागृत केल्या जाऊ लागल्या. असे करणारी माणसे तशी ज्ञानी होती, पण त्यांच्या ठायी करुणा नव्हती. यथावकाश पुरोहित आणि सत्ताधारी वर्गातील लोक त्यांच्या मृतदेहांच्या ममीकरणाची सोय करून ठेवू लागले. या गोष्टी काही वेळेस काळ्या जादूच्या हेतूने केल्या जात; काही वेळा त्यांच्या विश्वासाप्रमाणे मृत्यूनंतर परलोकात होणाऱ्या आत्म्याच्या शुद्धीकरणाच्या प्रक्रियेत आत्म्याचा नाश होऊ नये म्हणून केल्या जात. कधी कधी केवळ प्रथा म्हणूनही तिचे अनुसरण केले जाई. यातील बहुतांशी प्रत्येक घटनेमध्ये, असा माणूस मृत्यू पावण्याआधी जिवंतपणीच या सर्व प्रक्रियेची आणि कबर बांधून ठेवण्याची सोय करून ठेवत असे. अशा प्रकारे भौतिक कबर बांधून ठेवण्याची तयारी केल्यानंतर तो स्वतः (किंवा पुरेसे ज्ञान असलेल्या पुरोहिताकरवी स्वतःसाठी) आत्म्याच्या अस्तित्वाला जागृत करीत असे. हे अस्तित्व म्हणजे कृत्रिम असे सृजन असे. भौतिक पंचज्ञानेंद्रियांना ते अगम्य असे; हे अस्तित्व कधी कधी सत् प्रवृत्तीचे असे, तर बरेचदा हे दुष्ट प्रवृत्तीचेच असत. असे हे अस्तित्व त्याच्या ममीकृत देहाचे रक्षण करून लक्ष ठेवत असे. त्या कब्रस्तानाचे राखणदार आत्म्याच्या अस्तित्वांच्या रूपात काम करीत असे.

ममीकृत अशा देहांचे रक्षण व्हावे म्हणून अतिशय धूर्तपणाने या कबरी काळजीपूर्वक लपवल्या जात आणि मग नंतर साधारणपणे लोकांना हे सांगितलं जात असे, की या कब्रस्तानात त्यांची विटंबना करण्याच्या हेतूने जो येईल, त्याला त्या आत्मिक शक्तींचा

सामना करावा लागेल. त्यामुळे त्याला भयानक शिक्षेला तोंड द्यावं लागेल. या सांगण्यावर विश्वास ठेवला जाई आणि त्या कबरींना शांतपणे राहू दिलं जाई. परंतु हळूहळू पुरोहित वर्ग आणि राजसत्ता यांची घसरण सुरू झाल्यावर लोकांमधील अंधविश्वास कमी होऊ लागला आणि कबरींची लूटपाट सुरू झाली. कारण प्रत्येक महत्त्वाच्या व्यक्तीसह अनेक मौल्यवान रत्नेही गाडून ठेवली जायची, त्या रत्नांच्या लोभापायी या लुटी होऊ लागल्या.

''ही गोष्ट खरी आहे, की जेव्हा ममीकृत मृतदेह एखाद्या यातुविद्या जाणणाऱ्या माणसाचा असे किंवा असे ज्ञान असणाऱ्या कोणाकडून जर तो मृतदेह संरक्षित असेल तर आत्म्यांना कबरीचे संरक्षण करण्यासाठी जागृत केले जात असे आणि कबरीत घुसणाऱ्यांना त्यांच्याकडून शिक्षा केली जाई. बरेचदा त्या शक्ती कमालीच्या दुष्ट, त्रासदायक आणि संहारक असत. बंद अशा कबरीत त्या राहत आणि पुढेही हजारो वर्षे त्या तशाच अस्तित्वात राहिल्या असत्याही. त्यामुळेच आत्म्यांनी रक्षिलेल्या थडग्यांना, अज्ञानी अशा तुमच्या पुरातत्त्व-जाणकारांनी फोडून उघडलं, त्या सर्वांना त्यातून स्वतःचा नाश करून घ्यावा लागला.

''जर का त्या दुष्ट शक्तींमुळे त्या त्या विशिष्ट स्वतः पुरातत्त्व-जाणकार माणसाच्या आणि त्याच्या कुटुंबाच्या सुरक्षिततेला धोका पोहोचला असता, तरी माझ्या लेखी त्याला फारसे महत्त्व नव्हते. परंतु तशी वस्तुस्थिती नव्हती. कारण आता त्या शक्तींचा दुष्ट धोका साऱ्या जगालाच निर्माण झालेला आहे.

''कारण ज्या ज्या वरिष्ठ आणि कनिष्ठ व्यक्तींची थडगी त्यांनी उत्खनित केली, त्या सर्वांच्या मृतदेहांजवळ अशा प्रकारच्या संरक्षण देणाऱ्या आत्म्याच्या शक्ती होत्या. जे जे थडगे उघडले गेले, त्यातून अक्षरशः एखाद्या पुराप्रमाणे, दुखावलेल्या दुष्ट आत्मिक अस्तित्वांचा लोंढा आपल्या भौतिक जगावर येऊन आदळला. अशा थडग्यांमधून जी जी ममी काढून तुमच्या युरोपीय आणि अमेरिकेतील वस्तुसंग्रहालयात नेली गेली, त्या प्रत्येक ममीबरोबर त्या दुष्ट शक्तींचा अदृश्य धागा गेलेला आहे. त्यामुळे त्यांचा हानिकारक प्रभावही त्यांच्याबरोबर गेला आहे. त्या प्रभावांमुळे जगाला इजाच पोहोचणार आहे. विविध प्रकारांनी ही इजा होणार आहे. काही राष्ट्रांच्या प्रारब्धांनासुद्धा पुसून टाकलं जाईल. इतका तो प्रभाव दुष्ट असेल. तुम्हा पाश्चात्त्य माणसांकडे त्याविरुद्ध लढण्याचे कोणतेच चिलखत नाही. ती अस्तित्वे तुम्हाला दिसत नसली तरी त्यांच्यात दुष्ट क्षमता पुरेपूर आहेत.

''उत्खनित अशा त्या थडग्यांमध्ये दुष्ट आत्मिक शक्ती बंदिस्त होत्या, हे जेव्हा तुमच्या जगाला कळेल, तेव्हा खूप उशीर झालेला असेल. कारण तोपर्यंत सारी थडगी उघडली गेलेली असतील आणि ती सैतानी अस्तित्वं त्यातून मोकळी होऊन बाहेर पडलेली असतील. अन्य ज्या साऱ्या गोष्टींसाठी ते जबाबदार असतील, त्यांमध्ये आंतरराष्ट्रीय

अशा कुटिल कारस्थानांनाही ते जबाबदार ठरतील. निसर्गाच्या नियमांबाबतचे अज्ञान ते नियम तोडल्यानंतर येणाऱ्या दुःख-वेदनांपासून माणसाला वाचवू शकत नाही. दुष्ट, जादुई शक्तींबद्दलचे अज्ञान हे तुमच्या शतकाला, वेदनांपासून वाचवू शकणार नाही. कारण तुम्ही माणसांनी मृतांच्या विश्वात, जी अनावश्यक घुसखोरी केली, त्याची शिक्षा तुम्हाला भोगावीच लागणार आहे.

''कृत्रिमरीत्या निर्माण केल्या गेलेल्या मूलभूत अंशाचे ते आत्मे या शतकात पुरेशा संख्येने मोकळे झाले आहेत. शिवाय त्यांच्यातील मानसविश्वाच्या शक्तीने ते जगाला भयभीत करू शकतात. हे विश्व लौकिक नसल्याने आपल्यासाठी अदृश्य आहे, मात्र ते जवळ असल्याने आपल्या जिवंत माणसांचे लौकिक विश्व प्रभावित करण्याची त्यांच्यात भरपूर शक्ती आहे. आम्ही, मानवजातीचे भले व्हावे अशी तळमळ ठेवणारे त्या काळ्या शक्तींशी त्यांच्या स्तरावर लढतो. मात्र आम्हाला निसर्ग नियमांनुसार त्यांना नष्ट करायची अनुमती नाही. ज्या प्रकारे आपल्या बांधवांना हानी पोहोचविण्याची क्षमता ज्यांच्यात असते, त्या जिवंत माणसांना नष्ट करायचीही अनुमती आम्हाला नसते. आमच्या विशेष संरक्षणाखाली असणाऱ्या लोकांना आणि संस्थांना फार तर आम्ही सुरक्षित राखू शकतो.

''थडग्यांमधून ममी हे मृतदेह जसे नेले, तसेच त्यांच्याबरोबर तेथील वस्तूही नेल्या गेल्या. ज्यांत स्कॅरॅब हे कीटक, रत्नं, ताईत आणि सामानसुमानही होतं. त्यांच्याबरोबर त्या शक्तींचा प्रभावही संक्रमित झाला. त्या वस्तू जर का त्या दुष्ट अस्तित्वांसह जोडल्या गेल्या नसत्या, तर त्या वस्तूंचा विवक्षित उपयोग आणि लूट यांचे हानिकारक परिणाम झाले नसते. परंतु त्या साऱ्या वस्तूंना दुष्ट शक्तींशी जोडलं गेलेलं असल्याने, त्यांची जी चोरी झाली त्याबरोबर दुर्दैव आणि संकटं ही देखील त्यांच्याबरोबरच आली आहेत. परंतु सामान्य पुरातत्त्व-जाणकार आणि इजिप्तविद्यातज्ज्ञ यांना या गोष्टींची जाणीव नसते. शिवाय दोन्हीतील फरकही त्यांना कळत नसल्याने ते दोन्ही बाबतची माहिती धुंडाळत राहतात. या संदेशाकडे कुणी लक्ष देवो किंवा न देवो, जगाला हा संदेश मिळू द्या, ''ज्या कब्रस्तानांमधील मानस शक्तींची कल्पना माणसांना नाही, त्या ठिकाणी गरज नसताना व्यत्यय निर्माण करू नका. अशी थडगी उघडल्यानंतर काय काय गंभीर परिणाम होऊ शकतात, याचे पुरेसे ज्ञान झाल्याखेरीज त्या जागा कृपा करून उघडू नका.''

''बहुतेक सर्व राजांकडे काही प्रमाणात गूढ शक्ती होत्या. मग त्या सुष्ट वा दुष्ट कोणत्याही असू शकतील. कारण त्या राजांना त्यांच्या वरिष्ठ पुरोहितांकडून दीक्षा मिळालेली होती.

''मुळात, अन्य लोकांना हानी पोहोचविण्यासाठी जादुई शक्तींचा वापर करतानाचा उद्देश हा स्व-संरक्षण किंवा गुन्हेगार माणसांना आडकाठी करणे हा असे, परंतु ज्ञानाच्या

उन्नत आदर्शांपासून इजिप्तमध्ये जेव्हा घसरण होऊ लागली, तेव्हा त्या शक्तींचा वापर दुष्ट हेतूंनी केला जाऊन काही अंतरावरून शत्रूला इजा पोहोचविणे किंवा जादूगाराच्या स्वतःच्या (अथवा त्याच्या आश्रयदात्या व्यक्तीच्या) आकांक्षामध्ये उभ्या राहणाऱ्या माणसांना बाजूला करणे, यासाठीच होऊ लागला. तसेच थडग्यांना संरक्षक आवरण निर्माण करण्यासाठी त्या ज्ञानाचा उपयोग केला जाऊ लागला.

''इजिप्तमधील जी जी वेळी प्रत्येक प्राचीन कबर उघडली गेली, तेव्हा प्रत्येक वेळी धोकादायक व्यक्तिमत्त्वाच्या अदृश्य शक्तींशी नकळतपणे संपर्क घडूनच आला. अगदी एखाद्या सत्प्रवृत्त आणि उन्नत शक्ती धारण करणाऱ्या राजाची कबर जरी उघडली गेली, तरीही तशा उदात्त आत्म्याला विनाकारण त्रास दिल्याची शिक्षा म्हणून देखील जगाला हानी पोहोचू शकते. मात्र त्याच्या कबरीजवळून स्कॅरॅबसारख्या उचलून नेलेल्या वस्तूंबरोबर हानिकारक प्रभाव नसतो. उलट, त्या वस्तूंचा सकारात्मक परिणाम मिळतो, तो मात्र ज्यांचे विचार चांगले आहेत त्यांनाच. वाईट विचार ठेवणाऱ्या लोकांना त्याचा काहीही फायदा होत नाही. तो आत्मा किती उन्नत आणि सत्प्रवृत्तीचा होता आणि त्याचा आध्यात्मिक प्रभाव किती काळ होता, यावर वस्तूंच्या परिणामांचा कालावधी अवलंबून असतो. उदाहरणार्थ, तूतनखामेन हा असा फॅरो किंवा राजा होता, ज्याच्याकडे गूढ शक्ती होत्या. तो आध्यात्मिक आत्मा होता. ज्या लोकांनी त्याची कबर उघडली, त्या लोकांना दुःख सहन करावे लागले आणि काही अगम्य रूपात जगालाही वेगवेगळे दुःख भोगावे लागले. आगामी पुढील काही वर्षांत जगाला आणखी दुःख भोगावे लागेल. इजिप्तमधील मृतदेहांचा अनादर केल्याची ही शिक्षा असेल. पुढे अशा लौकिक संकटांचा परिणाम आध्यात्मिक लाभांमध्ये परिणत होईल.

*****

''म्हणूनच मी पुन्हा सांगतो, की गुप्त खजिन्यांच्या मोहापायी किंवा अतिरेकी उत्सुकतेपोटी वैज्ञानिक संशोधनाच्या आवरणाखाली जेव्हा अशा प्राचीन देशांमध्ये तुम्ही उत्खनन करता, व्यत्ययकारक गोष्टी करता, जेथे यातुविद्या फार चांगल्याप्रकारे कळत होती, प्रत्यक्षात वापरली जात होती, तेव्हा तुम्ही फार मोठा धोका पत्करता. तिबेटमध्ये ल्हासा येथे श्रेष्ठ लामांची गुप्त चिरविश्रांतिस्थाने आहेत. तिथे प्रवेश करण्यासाठी तिबेटी लोकांनी परदेशी लोकांना फारशी अनुमती दिलेली नाही. त्यामुळे त्यांचे अस्तित्व टिकून तरी आहे. कदाचित पुढे लोकांना तिथे प्रवेश करायची परवानगी मिळेल आणि हे लोक तिथे ढवळाढवळ करतील. पर्यायाने त्यांबरोबर येणारा विध्वंसक परिणाम त्यांना अनुभवावा लागेल.

''प्राचीन काळात, इजिप्त हे यातुविद्येचे मुख्य केंद्र होते. सफेद जादू असो वा काळी जादू असो म्हणजे सुष्ट आणि दुष्ट हेतूंसाठी ती जादू वापरली जात असे – या जादूविद्येत इजिप्त

भारतापेक्षाही सरस होता. पूर्वीच्या काळात मोकळ्या झालेल्या त्या सामर्थ्यवान शक्तींचा परिणाम आजही राष्ट्रावर आणि तिथल्या लोकांवर होतोय. मग तो परिणाम एकतर उदात्त असतो किंवा दुर्दैवी असतो. उदाहरणार्थ, दुर्दैवी परिणामांबद्दल बोलायचं तर एक्झिमासारखे त्वचारोग हे त्या दुष्ट शक्तींचा एक परिणाम होय. जादुई परिणाम अद्यापही या भूमीवर रेंगाळत आहेत आणि इजिप्तमधील जिवंत माणसांना त्याचे परिणाम भोगावे लागत आहेत.

''तुमच्या लेखणीद्वारे हा धोक्याचा संदेश सर्वत्र पसरू देत. आपण का भेटलो आहोत, याचं कारण आता तुमच्या लक्षात येईल. माझ्या सूचनेची थट्टा होऊ शकेल किंवा तिच्याकडे दुर्लक्षही होऊ शकेल. पण माझं आणि तुमचं कर्तव्य या भेटीमुळे पार पडलेलं आहे. अर्थातच, जर तुम्ही हे छापायचा निर्णय घेतला तर! निसर्गाच्या विधानांमध्ये अज्ञानाला माफी नसते; पण पुढे तर ती सबबही मिळणार नाही.

अशा प्रकारे रा-माक-होटेप यांचा संदेश पूर्ण झाला. मी प्रामाणिकपणे तो संदेश शब्दबद्ध केला आणि तो महत्त्वाचा असल्याने तो येथे नमूद केलेला आहे.

*****

ती विद्वान व्यक्ती आणि मी आणखीही काही वेळा भेटलो, पण त्यानंतर माझ्या पुढील कामांसाठी मला पुढे दक्षिणेकडे प्रवास करून जावे लागले. ज्या गूढ संप्रदायाशी ते निगडित होते; त्या संप्रदायाच्या सिद्धांतांची माहिती त्यांनी मला देण्याचा कटाक्ष ठेवला. भारतात मला आलेल्या काही अनुभवांचा संदर्भ निघाला, तेव्हा मी सांगितले, मला भेटलेल्या एका तरुण योग्याने त्याच्या गुरूंचे वय चारशे वर्षांपेक्षा जास्त होते असे सांगितले होते. त्यावर रा-माक-होटेप यांनी गंभीरपणे मला धक्कादायक आणि महत्त्वाची माहिती दिली. प्राचीन काळातील काही विद्वान लोक, जे प्राचीन इजिप्तमध्ये राहिले होते, ती अजूनही जिवंत आहेत!

त्यांच्या या विधानावर जो आश्चर्यकारक प्रतिसाद मी दिला होता, तो मला सहजासहजी विसरता येण्याजोगा नाही.

त्यांचा सांगण्याचा सारांश असा होता, इजिप्तमधील काही थडग्यांमध्ये, काही विद्वान माणसांचे सम्मूर्छित देह अद्याप असे आहेत, ज्यांचा अजून शोध लागलेला नाही. सर्वसामान्य पुरातत्त्वविद्येच्या जाणकारांकडून त्यांचा शोध लागणे शक्यही नाही, असे देखील ते म्हणाले.

''त्या श्रेष्ठ विद्वानांच्या कबरींचे उत्तम संरक्षण केले गेले असून तुमच्या खणणाऱ्या लोकांना त्यांचा कधीही ठावठिकाणा लागणार नाही. त्या कबरी मृतांच्या कबरी नव्हेत; तर त्या जिवंत माणसांच्या आहेत. त्यांच्यात मृत ममी नसून विशिष्ट अवस्थेतील विद्वानांचे देह ठेवले गेले आहेत. त्या अवस्थेचं काहीसं वर्णन 'सम्मूर्च्छा' या शब्दानं करता येऊ शकेल.

सम्मूर्च्छित अवस्थेत स्वतःचा देह ठेवून भारतातील फकीर कमी अधिक काळासाठी स्वतःला पुरून घेतात, हे तुम्ही पाहिलं असेल. जेवढ्या कालावधीसाठी त्यांना पुरलेलं असतं, तेवढ्या काळात त्यांच्या श्वसनेंद्रियाचे कार्य खंडित झालेलं असतं. काही विशिष्ट स्तरापर्यंत इजिप्तमधील ते विद्वान तशाच अवस्थेत असतात, पण त्यांचे ज्ञान खूप जास्त गहन आहे. त्यांनी स्वतःची शरीरे सम्मूर्च्छित अवस्थेत ठेवूनही, हजारो वर्षे जिवंत ठेवलेली आहेत.

''इजिप्तचे ते विद्वान आणि ऋषितुल्य (विद्वान) नसलेले हिंदू फकीर यांच्यात आणखी एक महत्त्वाचा फरक आहे. पुरून घेण्याच्या कालावधीत हिंदू फकीर पूर्णपणे अचेतन असतात. त्यांना जागे करेपर्यंत त्यांना काहीच आठवत नाही. मात्र जर ते ऋषितुल्य (विद्वान) असतील, तर त्यांच्या शक्तींचे सार्वजनिक प्रदर्शन करण्यासाठी ते अजिबात तयार होणार नाहीत. इजिप्तमधील विद्वान त्यांचे दफन करतेवेळी सचेत असतात. त्यांची शरीरे भलेही सम्मूर्च्छावस्थेत असोत; त्यांचे आत्मे मुक्त आणि कार्यरत असतात. भारतात तुम्ही एका ऋषितुल्य (विद्वान) व्यक्तीला भेटला होता. ती व्यक्ती मौन पाळते. ती व्यक्ती मद्रासजवळ राहते आणि तुम्ही त्यांना पहिल्यांदा पाहिलंत, तेव्हा ते मृतवत अशा सम्मूर्च्छावस्थेत होते. पण तरीही तुम्हाला हे पक्कं ठाऊक असायला हवं, की ते अगदी सचेत होते. कारण तुम्ही दुसऱ्यांदा जेव्हा त्यांना भेटलात तेव्हा त्यांना तुमच्या पहिल्या भेटीबद्दल ठाऊक होते. म्हणूनच तुम्ही त्यांचे छायाचित्र घ्यायचा प्रयत्न केला होता. मात्र त्यावर त्यांनी आक्षेप नोंदवला होता. असा माणूस आंतरिक विश्वांच्या कक्षेत जगतो किंवा भौतिक कक्षेत असतानाही ते व्योमरूपी देहाचा उपयोग करतात. इजिप्तमधील पुरल्या गेलेल्या अशा काही विद्वानांची मानसिक स्थिती अशीच असते. त्यांची भौतिक शरीरे अर्थात गंभीर अशा सम्मूर्च्छेत असतात. मात्र त्यांचे आत्मे हलतात आणि प्रवास करतात. संपूर्ण सचेत अवस्थेत त्यांची मनं विचार करतात. त्यामुळे त्यांना भौतिक आणि आत्मिक अशा दोन्ही विश्वांमध्ये वावरण्याचा फायदा मिळतो.

''शोधायला कठीण अशा कबरींमध्ये त्यांची शरीरे लपवून ठेवलेली आहेत आणि आत्म्यांच्या परत येण्याची ते वाट पाहत आहेत. एक ना एक दिवस त्यांची सम्मूर्च्छित शरीरे पुनर्जीवित होतील आणि मग ते पुन्हा बाह्य जगात प्रवेश करतील. त्या पुनर्जीवनाची प्रक्रिया योग्य व्यक्तींकडूनच घडायला हवी. कारण त्यांच्याकडे त्यासाठी आवश्यक ते ज्ञान असायला हवे. पुनरुत्थानाच्या प्रक्रियेच्या वेळी काही शक्तिमंत्र म्हणावे लागतील. तुम्हाला हे जाणून घेणं कुतूहलकारक वाटेल पण वरकरणी त्यांची शरीरे संलेपित असतात. कारण ती सुती कापडात गुंडाळलेली आहेत आणि ममीच्या शवपेटिकांमध्ये ठेवलेली आहेत. एक महत्त्वाचा फरक असा आहे, की पूर्वीच्या त्या विद्वानांच्या शरीरातून हृदये कापून काढलेली नाहीत, जसे खऱ्या ममी असणाऱ्या शवांमधून ती काढली जातात. त्यांची महत्त्वाची इंद्रिये

शाबूत असतात; फक्त त्यांचे पोट खचल्याप्रमाणे झालेले असते. कारण सम्मूर्च्छनाच्या काळापासून त्यांनी अन्नग्रहण केलेले नसते. आणखी एक भेद असा आहे, की या जिवंत विद्वानांचे चेहरे आणि शरीरे पूर्णपणे मेणाच्या थराने लिंपित असतात. त्यांच्या सम्मूर्च्छेची अवस्था सुरू झाल्यानंतर हा मेणाचा लेप लावला जातो.

''त्यांच्या कबरी उत्तम प्रकारे बंद केल्या जातात. अशा कबरींची संख्याही आता खूप कमी आहे. अर्थात हे साहजिकच आहे. कारण फक्त अतिशय प्रगत असे विद्वानच अशा अवस्थेत शिरू शकतात आणि साऱ्या विद्वान माणसांना तसे करायची इच्छाही नसते. त्यांच्या बाबतीत ट्रान्स/ सम्मूर्च्छा म्हणजे बेहोशी हा शब्द मला वापरायची इच्छा नाही. कारण त्या शब्दाने गैरसमज होऊ शकतो; पण मला अन्य पर्यायी शब्दही येथे आठवत नाही. ती अवस्था निराळीच असते. म्हणजे आध्यात्मिक माध्यम (Medium) व्यक्ती आणि संमोहनाच्या प्रयोगातील व्यक्तीत जसा फरक असतो, तसेच काहीसे आहे. अवचेतनावस्थेचे गंभीर असे स्तर असतात आणि आधुनिक संशोधकांना त्यांचा अजून ठाव लागलेला नाही. ज्या ज्या अवस्थांचा त्यांनी विचार केला, त्या सर्व अवस्था इजिप्तमध्ये कबरीत दफन झालेल्या विद्वानांच्या गंभीर आणि वैशिष्ट्यपूर्ण अवस्थेच्या तुलनेत फारच वरवरच्या व उथळ आहेत. त्या गंभीर अशा निद्रावस्थेत खूप सारी कृतिशीलता असते. ट्रान्स या शब्दाचा अर्थ जगाला जसा आकलन होतो, त्यापेक्षा ती अवस्था फार वेगळी असते.

''ख्रिस्तपूर्व २६० या काळापासून दफन असलेली एक ज्ञानी व्यक्ती आहे. तसेच ख्रिस्तपूर्व ३००० पेक्षा अधिक काळापासून आणि अन्य तर ख्रिस्तपूर्व १०,००० वर्षांच्या काळापासून दफन असलेल्याही व्यक्ती आहेत. मानवजातीच्या आध्यात्मिक कल्याणासाठी त्या व्यक्ती खूप सक्रियपणे व गुप्तपणे कार्यरत आहेत. त्यांची शरीरे जरी दफन असली तरी जगात काय चालले आहे, हे त्यांना ठाऊक आहे. ते सगळे निष्णात लोक आहेत. त्यांच्या शरीरांना कुणीही म्हणजे अगदी कीटक किंवा परजीवही स्पर्श करू शकत नाहीत. एवढी प्रचंड आध्यात्मिक सामर्थ्याची प्रखरता त्यांच्या ठायी आहे. विशेष म्हणजे आजच्या काळात देह धारण करून असणाऱ्या काही विशिष्ट ज्ञानवंतांसह त्यांचा दूरसंवेदनीय संवाद सातत्याने चालू असतो. प्राचीन इजिप्तमधील विद्वानांकडील आध्यात्मिक ज्ञानाचा ठेवा त्या जिवंत ज्ञानवंतांकडे सोपविला जातो. जेव्हा दफन असलेल्या त्या विद्वानांना जागे करण्याची वेळ येईल, तेव्हा त्या जिवंत विद्वानांपैकी कोणालातरी तो पुनर्जागरणाचा संस्कारविधी त्यांच्यासाठी करावा लागेल.''

उपसंहार

इजिप्तच्या या प्राचीन भूमीत मी भरपूर भ्रमंती केली आणि अनेक कुतूहलकारक गोष्टी अनुभवल्या. आता लिबियाच्या वाळवंटाच्या टोकाशी चिरंतन अशा समाधी अवस्थेत बसलेल्या माझ्या जुन्या मित्रांकडे माझी पावलं वळवली.

मी उद्‌गारलो, ''हे विद्वान स्फिंक्स! जीवनाच्या धुळकट रस्त्यावरून चालताना माझ्या थकलेल्या पावलांना कुठे बरं विसावू?''

स्फिंक्सनं उत्तर दिलं, ''ज्यांचं मी एकुलतं एक अपत्य आहे आणि या जगाचे दुःखद फटकारे सहन करण्यासाठी जिच्या गर्भातून मी जन्माला आलो, त्यांना तुझा प्रश्न विचार. कारण मी पुरुष आहे आणि पलीकडे माझी आई – पृथ्वी माता आहे. तिला विचार!''

म्हणून मग मी थोडी पावलं पुढे चालून गेलो आणि ग्रेट पिरॅमिडच्या जवळ आलो. आतल्या अंधाऱ्या गल्लीत शिरून पृथ्वीच्या पोटात, भूमिगत असलेल्या खोल कक्षांमध्ये मी शिरलो.

शुभेच्छांचे शब्द मी उच्चारले. साऱ्या इजिप्तमध्ये अगदी प्राचीन असलेल्या पुस्तकातील चौसष्टाव्या प्रकरणातील, जे सातव्या श्लोकाचे ज्ञान मला दिले गेले होते, ते म्हणाले,

''प्रणाम असो! पृथ्वीच्या मध्यभागी असलेल्या, मंदिराच्या स्वामीस माझा प्रणाम असो!''

त्यानंतर मी तिथे खडकाळ जमिनीवर बसून मला चिरपरिचित अशा माझ्या मनातील शांतीच्या कक्षेत शिरलो आणि चिकाटीने उत्तराची वाट पाहू लागलो.

त्या दैवी गृहाच्या श्रेष्ठ ईशाने अखेरीस माझ्यापुढे स्वतःला प्रकट केले. गुप्त मंदिराची स्वामिनी म्हणून जिचं वर्णन केलं जातं, तिच्याकडे मला त्यानं न्यावं म्हणून त्याला विनंती केली. ती स्वामिनी म्हणजे आपल्या पृथ्वीचा सचेतन आत्मा होती.

माझी आग्रहाची विनंती त्या स्वामीनं मानली आणि मग मंदिरातील एका गुप्त दरवाजातून मला नेलं. दैवी मातेनं माझं मोठ्या प्रेमानं स्वागत केलं. ती माझ्यापासून काही अंतरावर बसली होती आणि माझी मागणी व्यक्त करायची अनुमती तिनं दिली.

तिच्यासमोर मी माझी विनंती मांडली. ''गुप्त मंदिराची स्वामिनी असलेल्या हे माते, जीवनाच्या धुळकट रस्त्यांवर चालून दमलेल्या माझ्या पावलांना मी कुठे विसावू बरं?''

काही उत्तर देण्याआधी तिनं माझ्या डोळ्यांत बराच वेळ टक लावून पाहिलं.

''हे शोधका, तुझ्यासमोर सात मार्ग खुले आहेत. माझ्या गुप्त कक्षात येण्याआधी माणसाला सात पायऱ्या चढून यावं लागतं. माझा अनवगुंठित चेहरा पाहण्याआधी मानवजातीला सात पाठ शिकावेच लागतात. अद्याप तू सर्व मार्गांवर प्रवास केलेला नाहीस; साऱ्या पायऱ्या चढलेला नाहीस आणि सारे धडेही अजून शिकलेला नाहीस. हे सारं होईपर्यंत तुझ्या पावलांना विश्रांती मिळणार नाही, तुझ्या आत्म्याला शांती मिळणार नाही.''

तिचा कर्णमधुर आवाज माझ्या कानावर पडला; तिच्या शांत स्वरांमागे अनंत युगांचा अनुभव होता आणि ते शब्द मंदिराच्या मोठ्या सभागृहात घुमत गेले होते.

''हे दिव्य माते, ते कुठले मार्ग आहेत?'' त्यावर ती म्हणाली,

''अनेक गृहांकडे जो घेऊन जातो; जो मार्ग वाळवंटाकडे घेऊन जातो. तो पथ ज्यावर लाल फुले उमलतात; उंच पर्वतांची चढण आणि अंधाऱ्या गुहेतील उतरण; शाश्वत आश्चर्यकारक वाटणारा आणि शांत-स्तब्ध बसण्याचा मार्ग!''

मी विचारले,

''त्या सात पायऱ्या कोणत्या?''

तिने उत्तर दिले;

''पहिली पायरी आहे अश्रू; दुसरी प्रार्थना; तिसरी कृतिशीलता; चौथी विश्रांती; पाचवी मृत्यू; सहावी जीवन आणि अंतिम पायरी आहे करुणा.''

''हे माते, माणसाने शिकावयाचे सात धडे कोणते असतात?''

तिने प्रत्युत्तर दिले, ''सुख हा पहिला आणि सोपा पाठ आहे; वेदना दुसरा आहे; असूया तिसरा; भ्रम चौथा; सत्य पाचवा; प्रेम सहावा आणि अंतिमतः शांती. हे सगळे

छायाचित्र - स्फिंक्स. लेखकाच्या संग्रहातून

शिकावेच लागते.''

मी मात्र या साऱ्या गोष्टींबद्दल अचंबित झालो होतो. नंतर त्या मोठ्या सभागृहातून गुप्त मंदिराची ती स्वामिनी उठून गेली. मी पाहिले, की तिच्यामागे सोनेरी तारा होता. त्या ताऱ्याचा आता प्रकाशमान मुकुट होता आणि चंदेरी असे दोन चांदवे होते. मुकुटाच्या खाली पांढरा क्रॉस होता आणि क्रॉसच्या दोन्ही हातांसारख्या बाजूंवर सात लाल गुलाब होते.

पाठीमागील भिंत गडद निळी होती आणि तिच्यावर अचानक रत्नांप्रमाणे तेजःपुंज अशी अनेक अक्षरे उमटली होती. त्यापैकी शेवटी असलेली अक्षरेच वाचायची मला आज्ञा मिळाली.

आणि ती अक्षरे होती :

'स्वर्गीय गोष्टींची प्रतिमा आणि संपूर्ण विश्वाचं खऱ्या अर्थी मंदिर म्हणजे इजिप्त आहे.'

इजिप्तनं हे सारं पाहिल्यानंतर, सर्वश्रेष्ठ ईश्वर आणि पिता, सर्वोच्च अधिकार ठेवणारा आणि विश्वाचं व्यवस्थापन निभावणारा ईश्वर मनुष्याचे कर्म बघून त्याच्या हृदयात डोकावेल. मग त्याच्या शक्तीने त्याला त्याच्या प्राचीन उत्तमपणाकडे घेऊन जाईल. त्यानंतरच हे विश्व खऱ्या अर्थाने ईश्वराच्या हाताने घडलेली सुंदर रचना म्हणून समोर येईल.

उपसंहारावरील टीका

(प्रतीकात्मक अर्थ स्पष्ट व्हावेत म्हणून लेखकाने दिलेली स्पष्टीकरणे)

सात मार्ग :

अनेक गृहे – मंदिरांमध्ये प्रार्थनाघरे, छोटी पूजा घरे, शवकक्ष, सभागृहे असतात. सारे कक्ष तुम्हाला सर्व प्रकारचे अनुभव मिळावेत याच एका हेतूसाठी कार्य करतात. माणूस म्हणून तुम्हाला परिपूर्णता यावी आणि तुमच्या व्यक्तिमत्त्वास विविध आयाम प्राप्त व्हावेत म्हणून ही अनेक गृहे वा ठिकाणे असतात. त्या सर्वांमध्ये तुम्हाला सुसंवाद साधता आलाच पाहिजे. प्रत्येक गृह हे तुमच्यातील एक पैलू असतो – आणि बाहेर काय घडतं हा सुद्धा एक पैलू असतो. (समाज हे इतरांचे गृह असते.)

वाळवंटातील खुणांचे मार्ग – (आधी बाह्यतः आणि नंतर आंतरिक पातळीवर) एखादा संन्यासी जगापासून पाठ फिरवून (निसर्गात) शांती शोधण्यासाठी जातो (समाज आणि मानवी वृत्ती) अशा मानवी गोष्टींमध्ये समाधान शोधण्यापासून तो दूर जातो.

ज्या मार्गावर लाल फुले फुलतात तो मार्ग – ज्या माणसाला स्वतःला शुद्ध करायचे आहे, त्याच्या वाटेत तारे किंवा आकर्षणं, अडथळे (फुले) वारंवार निर्माण होतात. मोहाची वा आकर्षणाची फुलं पाशवी वृत्तीतून येतात; पण आपण काही फक्त पशू नसतो आणि म्हणून आपल्याला त्यांवर संयम साधायला हवा. हा मार्ग म्हणजे आपल्यातील पाशवी वृत्तींचं प्रतीक आहे. त्या वृत्तींवर आपण लगाम ठेवून आपलं पौरुषत्व सिद्ध करावं लागतं.

उंच पर्वतातील चढण – तुम्ही ज्या स्तरावर असता, तिथून वर उठण्यासाठी आकांक्षा आवश्यक असतात. उन्नत अवस्था साधण्यासाठीची ही व्याकुळता असते. हे

करण्यासाठी साहस लागतं. कारण छोटी छोटी समाधानं कुरवाळत बसलेल्या मानवांपासून तुम्हाला स्वतःलाच वर खेचावं लागतं, एकट्याने चढावं लागतं.

अंधाऱ्या गुहांमधील उतरण – काही काळ असा असतो, की तुम्ही चाचपडत असता, अंधारानं घेरलेले असता. त्या वेळी तुम्ही कुठे आहात, हे तुम्हाला कळत नाही. हा अंधार म्हणजे अनिश्चितता असते. म्हणजेच तुम्ही पुढे जात आहात, की मागे, हेच तुम्हाला कळत नाही. जेव्हा हा संभ्रम तीव्र बनतो, तेव्हा जणू ती आत्म्याची काजळी रात्र असते. या मनोवस्थेत आध्यात्मिक शुष्कता आणि मृतवतता असते. आंतरिकदृष्ट्या जणू तुम्ही मृत होता; तुमच्यातील आकांक्षा थंडावतात आणि सारं काही स्तब्ध वाटतं. हा अंधार सहन करावाच लागतो (पण ही अवस्थादेखील संपणारी असते).

कायम कुतूहलकारक असणारा मार्ग – आपण जे प्राप्त केलं आहे त्यावर समाधान न मानता अधिक काही करण्याचा हा मार्ग असतो. तुम्ही शोध घेत राहावं, ही ज्ञानपिपासा असते. तुम्हाला विविध शिकवणुकीतून जावं लागतं आणि प्रत्येकाकडून काहीतरी शिकावं लागतं. या कालखंडात तुम्ही परिभ्रमण करणारे विद्वान आणि शोधक असता.

शांत राहण्याचा मार्ग – शेवटी साऱ्या आकांक्षा तुम्हाला सोडून द्याव्या लागतात. विविध ठिकाणांना भेटी आणि गुरू हे सारं थांबवावं लागतं. तुम्हाला शांत राहावं लागतं. अंतर्यामीच्या ईश्वराला मार्ग दाखवण्यासाठी आणि कृपा देण्यासाठी त्याला संधी द्यावी लागते. अंतरातील ईश्वरावर तुम्हाला अवलंबून राहावंच लागतं.

तुमच्या भूतकाळानुसार कमी-जास्त प्रमाणात या सर्व मार्गांवरून तुम्हाला मार्गक्रमण करावंच लागतं.

सात पायऱ्या :

अश्रू – हे जग म्हणजे केवळ सुखद जागा नाही, हे शिकताना आपल्या सर्वांना वेदना भोगाव्याच लागतात.

प्रार्थना – मार्गदर्शन आणि साहाय्य मिळावे म्हणून प्रार्थना करावी लागते.

कृतिशीलता – स्वतःला उत्तम घडविण्यासाठी तुम्हाला स्वतःवर काम करावं लागतं.

विश्रांती – आता संतुलन बदललेलं असतं आणि तुम्ही मध्यबिंदूवर असता. इथे प्रदीर्घ मार्गाचा अंत व छोट्या मार्गाचा प्रारंभ असतो. प्रदीर्घ मार्गावर (शिस्त व नियमांच्या) घेतलेल्या कष्टांतून तुम्ही थोडे विसावता. तुम्ही जे प्राप्त केलं आहे, त्याची गोळाबेरीज आता मांडता. मग त्या कष्टांतून तुम्ही विश्रांती घेऊ शकता आणि ही शांती मिळवू शकता. आता तुम्ही छोट्या मार्गावर आलेला असता.

मृत्यू – छोट्या मार्गावर अहंकाराचा मृत्यू होतो. तुमच्या अंतरात्म्यावर आलेले आच्छादन म्हणजे अहंकार असतो. त्या अहंकाराचा हळूहळू नाश होऊ लागतो.

जीवन – या स्थितीमध्ये तुम्ही जागरूकपणे जीवन, मन आणि शक्ती तसंच या ब्रह्मांडामागचं चेतन अस्तित्व आणि ईश्वर याच्याशी एकरूप होता. इथे ईश्वराशी व त्याच्या इच्छेशी तुमचं तारतम्य असतं.

करुणा – ईश्वराशी समन्वय आणि एकरूपता आल्यानंतर तुम्हाला अंतर्दृष्टी आणि आंतरिक शांती जाणवते. आता तुम्हाला जाणवतं, की तुम्ही ठीक आहात, पण इतर ज्या लोकांना मार्ग सापडत नाही किंवा जे त्याकडे बघतही नाहीत, त्यांच्याबद्दल तुम्ही विचार करू लागता. इथे करुणेचा जन्म होतो. ही अंतिम पायरी असते आणि इथे तुम्हाला तुमच्या पाऊलखुणांचा पुनःशोध घ्यावा लागतो. इतरांची आकलनशक्ती ध्यानात घ्यावी लागते आणि त्यांची उन्नती व्हावी म्हणून प्रयत्न करावा लागतो. सार्वजनिक मार्ग, गुप्तपणे व्याख्यान, लेखन, संस्था आदी विविध मार्गांनी हे प्रयत्न करावे लागतात. काही जण अपरिचित राहतात तर काही या कामांत ज्ञात होतात.

सात पाठ वा धडे :

सुख – हे शिकायला सर्वांत सोपे असते. त्यात क्षणिक आनंद असतो पण त्याचा शेवट नेहमी दुःखाने होतो. सुखाने आपण विस्तारलो, की नंतर दुःखाने आकुंचित होऊ लागतो.

दुःख – सुखाच्या विरुद्ध असलेला हा गुणधर्म मौल्यवान शिकवण देतो.

असूया – असूया वा द्वेषातून फक्त द्वेषच निर्माण होतो. त्याला अंत नसतो. आपल्याला आपल्या कर्मातून धडा घ्यावाच लागतो. मग त्यातून उलटी फळे मिळणे थांबते. द्वेषाच्या विरुद्ध असलेला करुणेचा वा प्रेमाचा गुण शिकावाच लागतो. द्वेषाचे परिणाम इतरांवर आणि तुमच्यावरही होत असतात. राष्ट्रांना सुद्धा असूयेमुळे दुःख भोगावे लागते.

भ्रम – जगाचे भ्रामक रूप समजून घ्या आणि तुमचं छोटं आयुष्यही लक्षात ठेवा. हा छोटा मार्ग असतो. हे बौद्धिक पातळीवर समजून घेण्यासाठी पराविद्या (मेटाफिजिक्स) असते. जीवनातून आपण ते अनुभवाने पाहू शकतो. या अनुभवाने आपण त्याच्या पल्याडही पाहू शकतो. आता तुम्ही सत्याच्या कक्षेत जात असता. सत्याच्या तुलनेत भ्रम किती छोटा आणि नगण्य असतो, हे तुम्हाला समजू लागतं.

सत्य – हे सहन करणे फार कठीण असते. सत्य म्हणजे स्वतःला जाणून घेणे होय. व्यक्तिगत जीवनाला अंत आहे, हे जाणून घेणे असते (कारण व्यक्तिमत्त्वाला अमरत्व

कधीच नसते.) या कठोर सत्याला तोंड द्यावे लागते, ते स्वीकारावे लागते आणि संपूर्ण विश्वाबाबतही तेच सत्य असते - सारं काही विखरून संपणार असते. परमात्म्याच्या अथांग सागरात सारे विरून जाते, त्यामुळे आपण याला संपूर्णतः नष्ट होणे म्हणू शकत नाही.

प्रेम - प्रेम म्हणजे श्रेष्ठ समन्वय, विश्वसंगीत आणि ब्रह्मांडीय समन्वय होय. ईश्वराच्या इच्छेत कमालीची अर्थपूर्णता असते. कदाचित ती माणसाला जाणवणार नाही. माणसा-माणसांमधील प्रेमळ नातं तसेच मनुष्य आणि ईश्वर यातील प्रेमळ नातं म्हणजे प्रेम होय.

शांती - या स्तरावर अधिक मागण्या किंवा इच्छा व्यक्त केल्या जात नाहीत. शिवाय तुम्ही तुमच्या अंतर्यामी समाधानी असता. इथे पुन्हा जन्म घेणं नसतं. (कारण तुम्हीच अपुऱ्या इच्छांमुळे स्वतःला परत आणत असता.) या साऱ्यांपासून मुक्तता मिळताच, तुम्हाला शांती मिळते. याचा अनुभव घेतल्याशिवाय त्याची किंमत कळत नाही. प्राचीन काळातील लोकांनी याचा अनुभव घेतला होता म्हणून त्यांना शांतीचे महत्त्व उमगले होते. आत्म्याच्या परिपक्वतेवर हे अवलंबून असते.

उपसंहाराच्या शेवटी ज्याला 'व्यवस्थापक' वा 'राज्यपाल' म्हटले गेले, तो म्हणजे ईश्वर होय; तो अंतर्दृष्टीशी निगडित असतो. याचा अर्थ काय असतो? तर विश्वाकडे ईश्वराची कृती म्हणून पाहता येण्याची क्षमता आपल्यात विकसित होते.

टीपा

प्रकरण २ – इंग्रजी शिक्षणपद्धतीतून निर्माण झालेल्या सर जे.जी. विल्कीन्सन या श्रेष्ठ इजिप्तविद्यातज्ज्ञांच्या मतानुसार असे मानले जाते, की सर्व वस्तुस्थितींपाहून आपण या निष्कर्षाप्रत पोहोचतो, पहिला फॅरो असलेल्या मेनेसच्या काळाआधी कितीतरी पूर्वी इजिप्तच्या लोकांनी समाजव्यवस्थेच्या कलेमध्ये अत्यंत उत्तम प्रगती केलेली होती. शिवाय हा विकास नाईल नदीच्या दरीत त्यांनी स्थलांतर करण्याआधीच झालेला असावा.

प्रकरण ३ – शेवटचे वाक्य म्हणजे अर्थातच पॉल ब्रन्टन यांनी नंतर केलेली दुरुस्ती आहे. कारण 'अ सर्च इन सिक्रेट इजिप्त' हे पुस्तक सन १९३५ मध्ये पहिल्यांदा प्रकाशित झाले होते. – संपादक

प्रकरण ४ – 'इन्स्टिट्यूट इजिप्टिएन' या संस्थेचे उपाध्यक्ष असलेले डॉ. ॲबेट पाचा यांनी त्याच संस्थेत एक सदस्य असलेल्या श्री. विल्यम ग्रॉफ यांच्यासह एक रात्र पिरॅमिडच्या जवळच्या वाळवंटात व्यतीत केली होती. त्यांच्या अनुभवांचा अधिकृत वृत्तान्त सादर करताना श्री. ग्रॉफ यांनी म्हटले आहे : ''संध्याकाळी आठच्या सुमारास, मला एक प्रकाश जाणवला आणि तो तिसऱ्या पिरॅमिडवर हलके, हलके टोकापर्यंत गेला. एखाद्या लहान ज्योतीप्रमाणे तो प्रकाश होता. पिरॅमिडभोवती त्या प्रकाशाने तीन फेऱ्या मारल्या आणि मग तो दिसेनासा झाला. रात्रभर जागून मी पिरॅमिडकडे लक्ष ठेवून होतो. रात्री अकराच्या सुमारास मी पुन्हा तसाच प्रकाश पाहिला. मात्र या वेळी त्याचा रंग निळसर होता. तो सरळ रेषेत हळुहळू वरती गेला आणि पिरॅमिडच्या टोकाजवळ एका विशिष्ट उंचीवर जाऊन मग दिसेनासा झाला. बदाऊनी लोकांशी बोलल्यानंतर श्री. ग्रॉफ यांना समजले, तो गूढ प्रकाश

पूर्वीही बऱ्याचदा दिसला आहे. त्याच्या अस्तित्वाचे पुरावेही कितीतरी शतकांपूर्वीपासून उपलब्ध होते. अरब लोकांनी त्या प्रकाशाला पिरॅमिडचा संरक्षक आत्मा म्हणून मानले. परंतु श्री. ग्रॉफ यांनी त्याची शास्त्रीय कारणे शोधायचा प्रयत्न केला. मात्र त्यात त्यांना यश मिळाले नाही.''

प्रकरण ६ – १. संपादकांनी केलेले ढोबळ भाषांतर असे आहे. ''इथे कोणत्याही बाबतीत वैज्ञानिक धोका हा अतिउत्साही संख्याशास्त्रज्ञांच्या बाजूवर मोठा आहे. मात्र जे थोडे-फार लोक अंतःप्रेरणेवर विश्वास ठेवतात, त्यांना तसा धोका थोडा कमी आहे...''

२. भारतातील योगी लोकांनी या घटनेचे साधारण असेच स्पष्टीकरण मला दिले. त्यांच्या मते प्रत्येक माणसाला अदृश्य असा 'सूक्ष्म देह' असतो आणि त्यात सात ज्ञानकेंद्रे असतात. ती सात चक्रे मानली जातात आणि त्यांच्याद्वारे आपली कर्मेंद्रिये काम करतात. पहिले केंद्र त्रिकास्थीच्या भागात असून त्याने घ्राणेन्द्रियाचे काम संयमित होते. दुसरे केंद्र प्लीहा येथे असून त्याने रसनेची संवेदना संयमित होते. तिसरे नाभीकेंद्राशी असते आणि त्याने दृष्टीची संवेदना संयमित होते. अशा प्रकारची वर्णने आढळतात. त्यांचा सिद्धांत असा आहे, की 'सूक्ष्म-देहाला' बाह्य ज्ञानेंद्रियांचा बोध होतो. सूक्ष्म-देह हा अंतर्गत पातळीवर आवश्यक असतो. कारण माणसाच्या सर्व इंद्रियांनी नीट काम करण्यासाठी त्याचे साहाय्य अत्यावश्यक आहे. कर्मेंद्रिये ही फक्त उपकरणे असतात, त्यामुळे सूक्ष्म देहाचे साहाय्य नसेल तर त्यांना काम करणे अशक्य असते. अन्य शब्दांत सांगायचे झाले तर दृष्टी, श्रवण इत्यादी प्रथमतः मानसिक कार्ये असतात आणि दुसऱ्या पातळीवर भौतिक असतात. योगी लोकांनी सांगितले आहे, ध्यानाला पूर्ण एकाग्र केले तर संमोहनप्रयोगातील माध्यम व्यक्ती ज्या कृती करू शकतो, त्या संमोहन तज्ज्ञाच्या मदतीशिवायही करणे शक्य असते.

प्रकरण ७ – मला ब्रह्मा नावाच्या हिंदू योग्याची आठवण येथे होते. 'अ सर्च इन सिक्रेट इंडिया' मध्ये त्यांचा उल्लेख केला आहे. त्यांनी ताहरा बे यांच्याप्रमाणेच अध्ययन केले होते. ते मला म्हणाले होते, की ज्या योग्यांना काही विशिष्ट काळासाठी जिवंतपणी पुरून घ्यायचे असते, ते लोक ज्या ठिकाणी वाळवी असते, ती जमीन टाळतात. कारण लाकडी शवपेटिका पोखरून, ही वाळवी समाधी अवस्थेतील देहाला खाऊ शकते.

प्रकरण १३ – विषुववृत्तांच्या अग्रक्रमाकडे परत फिरण्याबाबतचे स्पष्टीकरण आता पुरेसे नाही. बहुधा ही बाब पृथ्वीच्या अक्षांचे डुगडुगणे होऊ शकते.

प्रकरण १९ – १. 'अ सर्च इन सिक्रेट इंडिया' या माझ्या पुस्तकात एका भारतीय योग्याचा मी संदर्भ दिलेला आहे. या ठिकाणी सर क्लॉड वेड यांच्या अधिकृत लेखनातून मिळालेला हा जो संदर्भ मी देत आहे, त्याला तो पूरक ठरू शकतो.

जमिनीखाली तीन फूट खाली एका पेटीत फकिराने स्वतःला पुरून घेतले होते आणि दोन सैनिक तिथे राखणीस होते. आणखी चार रखवालदार नेमले होते आणि दर दोन तासाला दिवस–रात्र इमारतीभोवती फेऱ्या मारून कोणी येत तर नाही ना, याकडे ते लक्ष ठेवत होते.

सर क्लॉड म्हणाले, ''ती पेटी उघडल्यावर आम्हाला डोक्यावर गाठ बांधलेल्या अशा पांढऱ्या सुती कापडी पिशवीत दोरीने गुंडाळलेली एक आकृती दिसली. त्या आकृतीवर एका सेवकाने गरम पाणी टाकायला सुरुवात केली. त्या आकृतीचे पाय आणि हात सुरकुतलेले आणि कडक झालेले होते. खांद्यावर झुकलेले त्याचे डोके प्रेतवत दिसत होते. मला साहाय्य करणाऱ्या वैद्यकीय क्षेत्रातील माणसाला मी खाली बोलावले. त्याला त्या शरीराची तपासणी करायला सांगितली. त्याने तशी तपासणी केली. परंतु त्याला हृदयाची धडधड, मस्तक वा हातांत काहीच चैतन्य आढळले नाही. परंतु अन्य शरीरात नव्हे तर मेंदूच्या भागात त्याला उष्णता आढळली. मग शरीरास पुनर्जागृत करण्याची प्रक्रिया सुरू झाली. त्यात उष्ण पाण्याने स्नान, घर्षण, मेणाचा लेप वा थर काढणे, कानात व नाकपुड्यांत घातलेले कापसाचे बोळे काढणे, पापण्यांना हलके तूप घासणे अशा त्या प्रक्रिया होत्या. बऱ्याच जणांना कुतूहल वाटेल, की एक इंच जाडीचा गरम असा गव्हाचा केकसुद्धा पुनःपुन्हा त्याच्या माथ्यावर ठेवला गेला. तिसऱ्या वेळी जेव्हा तो केक ठेवला गेला, तेव्हा अचानक त्याचे शरीर आवेशाने फेफरे आल्यासारखे हलले, नाकपुड्या फुगल्या आणि श्वसन सुरू झाले. त्याच्या अवयवांमध्ये नैसर्गिक असा भरीवपणा आला; पण अद्याप नाडी मात्र अंधुकपणे लागत होती. त्याच्या जिभेवर तुपाचा लेप लावला गेला. बुबुळांना नंतर पूर्वीचा रंग प्राप्त झाला आणि त्या फकिराने तिथे उपस्थित असलेल्या साऱ्यांना ओळखले, मग तो बोलू लागला.''

एका अतिशय वृद्ध भारतीय व्यक्तीची मला येथे आठवण होते. त्याने स्वतः एका योग्याला सत्तावीस दिवस पुरून घेतल्याची घटना पाहिलेली होती. त्यांनी मला सांगितले, की जेव्हा त्या योग्याला पुनर्जागृत केलं गेलं, तेव्हा त्याच्या फुप्फुसांमध्ये एखाद्या शिट्टीप्रमाणे आवाज झाला आणि वेगाने शीळ मारीत हवा भरली गेली.

लेखक पॉल ब्रन्टन आणि प्रस्तुत पुस्तकाविषयी

विसाव्या शतकातील सर्वोत्कृष्ट आध्यात्मिक लेखकांमध्ये पॉल ब्रन्टन यांचे नाव घेतले जाते. पाश्चात्त्य विश्वास, विशेषतः योग आणि ध्यान यांची त्यांनी ओळख करून दिली असे समजले जाते. यामागचे तत्त्वज्ञान त्यांनी अतिशय सोप्या आणि सहज भाषेत मांडले. सन १८९९ मध्ये लंडन येथे त्यांचा जन्म झाला. त्यांनी अकरा पुस्तके लिहिली. त्यात त्यांचे प्रारंभीचे अत्यंत यशस्वी पुस्तक 'अ सर्च इन सिक्रेट इंडिया' (१९३४) असून, अंतिम पुस्तक 'द स्पिरिच्युअल क्रायसिस ऑफ मॅन' (१९५२) हे होते. आजवर सतरा भाषांमध्ये २० लाखांवर पुस्तके विकली गेली आहेत. सन १९३० चा मध्यकाळ ते सन १९६० पर्यंतच्या काळात, पौर्वात्य तत्त्वज्ञान, गुरू आणि ध्यानधारणेच्या पद्धती यांबद्दल लिहिणारे अधिकारी व्यक्ती म्हणून ते प्रख्यात होते. सन १९५०च्या सुमारास त्यांनी सार्वजनिक जीवनातून निवृत्ती घेतली आणि सातत्याने लेखनात मग्न राहिले. त्यांच्या मृत्यूनंतर हे लेखन 'द नोटबुक्स ऑफ पॉल ब्रन्टन' या शीर्षकाने प्रसिद्ध झाले. त्यांचे लेखन खऱ्या अर्थाने पौर्वात्य-पाश्चात्त्य आध्यात्मिक तत्त्वज्ञान आहे. उत्तम चिकित्सक तसेच वैचारिक लेखनाचा पाया त्यांनी घातला. त्यांनी स्वतःही अनेक गोष्टींचा अनुभव घेतला होता आणि समकालीन सर्व शोधक-साधकांसाठी ते दीपस्तंभासारखे ठरले.

पृथ्वीवर खूप भ्रमण केल्यानंतर, जीवनाची अंतिम वीस वर्षे पॉल ब्रन्टन स्वित्झर्लंडमध्ये राहिले. त्यांना सौम्य हवामान आणि भव्य पर्वतांचे दृश्य फार आवडत असे. जगभरातून अनेक लोक त्यांना भेटायला येत आणि पत्रव्यवहारही करत.

ते स्वतःचा उल्लेख, 'पी बी' असा करीत. ते अतिशय शांत आणि सभ्य व्यक्ती

होते. दयाळू वृत्ती आणि शांती त्यांच्या व्यक्तिमत्त्वातून प्रकट होत असे. त्यांची वृत्ती खूप आध्यात्मिक होती, पण कोणत्याही संस्थेचा केंद्रबिंदू होणे त्यांनी नाकारले. उलट साधकांना ते स्वतंत्र मार्ग चोखाळून स्वतःच्या अंतर्यामाचा शोध घ्यायला सांगत.

सन १९३६ मध्ये 'अ सर्च इन सिक्रेट इजिप्त' हे पुस्तक 'रायडर अँड कंपनी'कडून ब्रिटनमध्ये आणि 'ई. पी. डटन'कडून अमेरिकेत प्रकाशित झाले. ही नवी आवृत्ती 'नॉर्थ अॅटलांटिक बुक्स'कडून प्रकाशित झाली. सन १९८१ मध्ये पॉल ब्रन्टन यांच्या मृत्यूपूर्वी त्यांनी या पुस्तकामध्ये सुचविलेल्या दुरुस्त्यांचा समावेश केला गेला आहे. इजिप्तमधील देवता आणि ठिकाणांची नावे आधुनिक काळाला अनुसरून इंग्रजी स्पेलिंगमध्ये दिली गेली आहेत.

पूर्वीच्या आवृत्तीपेक्षा या पुस्तकात अधिक छायाचित्रे आणि रेखाचित्रे आहेत. टिमोथी स्मिथ आणि किरा लल्लास यांनी त्यावर उत्तम काम केले आहे. पॉल ब्रन्टन यांच्या छायाचित्र संग्रहातून त्यांनी छायाचित्रे गोळा केली आणि आजच्या इजिप्तविद्यातज्ज्ञांची मदत घेऊन ती चाळून, निवडून घेतली (त्यांची नावे त्या त्या छायाचित्रांमध्ये दिली गेली आहेत). त्या छायाचित्रांमुळे पॉल ब्रन्टन यांनी ज्या ज्या ठिकाणांना भेटी दिल्या, त्यांची कल्पना येणे शक्य होईल. रोझमेरी क्यूब्रेल हॅरीस यांनी नकाशे, रेखाकृती आणि भौगोलिक रेखांकने अतिशय काळजीपूर्वक करून दिली. त्याबद्दल आम्ही त्यांचे विशेष आभार मानतो.

पॉल ब्रन्टनलिखित 'अ सर्च इन सिक्रेट इजिप्त' या पुस्तकात फकीर, गूढवादी लोक, मुस्लीम जगत यांचे थरारक अनुभव तसेच इजिप्तच्या गूढ विचारांचा आंतरिक मागोवा घेतला गेला आहे. त्यातील महत्त्वाचे सत्य म्हणून आपण शरीरापेक्षा आणखी काहीतरी असून आत्म्याचे मुक्तत्वही आपण जाणू शकतो.

– द पॉल ब्रन्टन फिलॉसॉफिक फाउंडेशन

www.PaulBrunton.org

मृत्यू अंत नव्हे वाटचाल...

पृष्ठसंख्या ... 216 मूल्य ... 180/-

पृथ्वीवर माणसाचं वास्तव्य म्हणजे एखाद्या विद्यालयात प्रवेश घेऊन अध्ययन करण्यासारखंच नव्हे का? हे जग म्हणजे एक विद्यालय... प्रत्येक जीव पृथ्वीवर येतो ते काहीतरी उद्दिष्ट घेऊनच... कोणी धैर्य शिकण्यासाठी येथे येतो तर कोणी तेजप्रेमाची अनुभूती मिळावी म्हणून... काही लोक द्वेष-मत्सराचे परिणाम जाणून घेण्यासाठी तर काही निर्भय होण्यासाठी. प्रत्येकासाठी येथे स्वतंत्र अभ्यासक्रम असून जीवन जगता-जगता यातील धडे आत्मसात करायचे असतात... परंतु नेमकं हेच विसरल्यामुळे माणूस निरर्थक गोष्टींमध्ये आपला वेळ दवडतो.

भावी पिढींसाठी कोणता वारसा सोडायचा? किती लोकांना आपण मनापासून मदत करतो? आपल्या मृत्यूनंतर किती लोकांना दुःख होईल? यांवर मनन न केल्याने जीवनालाच धडा शिकवण्याची संधी मिळते... पण तोपर्यंत माणसाचं अर्धं आयुष्य संपलेलं असतं. सुप्त गुणांना वाव न देता विकसित होण्यापूर्वीच चिरडून टाकणं हीच खरी आपल्या जीवनाची शोकांतिका...

वास्तविक 'मृत्यू' हा माणसाच्या जीवनप्रवासाचा अंत नसून 'महाजीवनाकडे' नेणारं प्रवेशद्वार आहे. मृत्यूविषयीचं ज्ञान माणसाला सकारात्मक आणि सुंदर बनवतं. म्हणून मृत्यूचं भय न बाळगता या जीवनातच जागृत झालात तर एक प्रसन्न पहाट आपली प्रतीक्षा करत असल्याचं जाणवेल.

जीवनाचा मागोवा घेऊन अंतर्मुख करणारं, आपला विकास घडवण्यासाठी पाऊल उचलायला शिकवणारं, पृथ्वीलक्ष्याविषयीचं अमूल्य ज्ञान प्रदान करणारा हा ग्रंथ...

मृत्यू उपरांत जीवन

पृष्ठसंख्या ... 232 मूल्य ... 170/-

मृत्यू हा निसर्गाने प्रदान केलेला एक असा विधी आहे, ज्याद्वारे ईश्वराची, विश्वविधात्याची लीला साकारत आहे. या विधीद्वारे स्वतःचे तरंग वाढवून मनुष्य सूक्ष्म जगतात अभिव्यक्ती करू शकतो. वास्तविक स्थूल शरीराचा मृत्यू हा सूक्ष्म शरीर प्राप्त करण्याचा एक विधी आहे. परंतु हा विधीच लोकांच्या दुःखाचं कारण बनलाय. खरंतर पृथ्वीवर मृत्यू पाहून मनुष्याने दुःखी होता कामा नये. कारण पुढील यात्रा याच जीवनाचा विस्तार आहे, ज्याला 'महाजीवन' असं संबोधलं गेलंय.

महाजीवनाचा अर्थ शब्दबद्धच करायचा असेल, तर 'जिथे जीवनाचा जन्म आणि मृत्यूचा मृत्यू होतो' असं म्हणावं लागेल. मनुष्य भक्तीमध्ये व्यक्तिगत अहंकाराच्या मृत्यूसाठी तयार होतो, तेव्हाच खऱ्या अर्थाने महाजीवनाचा जन्म होतो. त्यानंतर मृत्यूचं भय पूर्णपणे विलीन होतं... ही अवस्था प्राप्त करण्यासाठीच आपल्याला मनुष्य जन्म मिळालाय. परंतु अज्ञान, आळस आणि अविश्वास यांमुळे मनुष्य महाजीवनाचा आनंद घेऊ शकत नाही. मात्र प्रस्तुत पुस्तकाद्वारे आपण महाजीवनाचा अर्थ समजून घेऊ शकाल.

वास्तवात जीवनापासून मरणोत्तर जीवन आणि मृत्यू नंतरच्या जीवनापासून महानिर्वाण निर्माणापर्यंतची यात्रा, हेच पूर्ण जीवन आहे, महाजीवन आहे. यासाठी मृत्यूविषयी योग्य समज प्राप्त करून महाजीवनाच्या यात्रेचा आपण शुभारंभ करू या...

पृथ्वी लक्ष्य

पृष्ठसंख्या ... 256 मूल्य ... 160/-

या पुस्तकाद्वारे आपण मृत्यूविषयीचं सत्य, त्याचबरोबर मृत्यू पूर्णविराम नसून अल्पविराम आहे हेही जाणणार आहात. हे ज्ञान आपल्या वर्तमानात बदल घडवून आणेल आणि जीवनाला सुंदर, सकारात्मक बनवेल. शिवाय प्रत्येक प्रकारच्या भयापासून मुक्त करेल आणि आयुष्यात आमूलाग्र बदल घडवून जीवनाचा कायापालट करेल.

जीवनात अनेक कठीण घटना, अठचणींना सामोरं गेल्यानंतरच लोकांना समजतं, की त्या दुःखद घटनांमुळे ते पूर्वीपेक्षा अधिक मजबूत झाले आहेत, कणखर बनले आहेत. हे रहस्य 'पृथ्वीलक्ष्य' या पुस्तकाद्वारे ज्ञात होईल.

हे पुस्तक वाचल्यानंतर आपल्या जीवनातील कोणताही पैलू अज्ञात राहणार नाही. जन्म-मृत्यूच्या चक्रातून मुक्त तर व्हालच त्याचबरोबर मोक्ष, महाजीवनही प्राप्त कराल. 'पृथ्वीलक्ष्य' या पुस्तकाद्वारे आपलं जीवन सार्थकी लावा. त्याचप्रमाणे इतरांचं जीवनही अधिक सुखकर होण्यासाठी आपण निमित्त बना. जीवनाचं महान रहस्य जाणून सर्व इच्छा-आकांक्षांपासून एवढंच नव्हे तर मृत्यूपासूनही मुक्त व्हा.

तेजज्ञान फाउंडेशन - परिचय

तेजज्ञान फाउंडेशन आत्मविकासातून आत्मसाक्षात्कार प्राप्त करण्याचा एक मार्ग आहे. यासाठी सरश्रींद्वारा एक अनोखी बोधप्रणाली (System for Wisdom) निर्माण झाली आहे. या प्रणालीला आंतरराष्ट्रीय प्रमाणपत्राद्वारे ISO 9001:2015च्या आवश्यकतेनुसार आणि निकष पडताळून सरळ, व्यावहारिक आणि प्रभावी बनवलं गेलं आहे.

या संस्थेच्या प्रबोधनपद्धतीच्या भिन्न पैलूंना (शिक्षण, निरीक्षण आणि गुणवत्ता) स्वतंत्र गुणवत्ता परीक्षकांद्वारे (Quality Auditors) क्रमबद्ध पद्धतीने पडताळलं गेलं. त्यानंतर या पैलूंना ISO 9001:2015 साठी पात्र समजून या बोधपद्धतीला हे प्रमाणपत्र प्रदान करण्यात आलं.

या फाउंडेशनचे लक्ष्य आहे नकारात्मक विचारांकडून सकारात्मक विचारांकडे वाटचाल. सकारात्मक विचारांकडून शुभ विचारांकडे म्हणजे हॅपी थॉट्सकडे प्रगती. शुभ विचारांकडून निर्विचार अवस्थेकडे मार्गक्रमण आणि निर्विचार अवस्थेच्या अंती आत्मसाक्षात्कार प्राप्ती. 'मी सर्व विचारांपासून मुक्त व्हावे' हा विचार म्हणजे शुभ विचार (हॅपी थॉट्स). 'मी प्रत्येक इच्छेपासून मुक्त व्हावे', अशी इच्छा म्हणजे शुभ इच्छा.

आपल्याला असे ज्ञान हवे आहे, की जे सामान्य ज्ञानापलीकडे आहे, जे प्रत्येक समस्येवरील उत्तर आहे, जे प्रत्येक समजुतीपासून, गृहीत धारणांपासून आपल्याला मुक्त करते, ईश्वरी साक्षात्कार घडविते, अंतिम सत्यात स्थापित करते. आता वेळ आली आहे शाब्दिक, सामान्यज्ञानातून बाहेर येऊन तेजज्ञानाचा अनुभव घेण्याची!

महाआसमानी - अल्प परिचय

Self Delelopment to Self Realization

Towords Self Stabilizaion

तुम्हाला सर्वोच्च आनंद हवाय? असा आनंद, जो कोणत्याही बाह्य कारणावर अवलंबून नाही... जो प्रत्येक क्षणी वृद्धिंगत होतो. या जीवनात तुम्हाला प्रेम, विश्‍वास, शांती, समृद्धी आणि परमसंतुष्टी हवी आहे का? शारीरिक, मानसिक, सामाजिक, आर्थिक आणि आध्यात्मिक अशा आयुष्याच्या सर्व स्तरांवर यशस्वी होण्याची तुमची इच्छा आहे का? 'मी कोण आहे' हे तुम्हाला अनुभवाने जाणावंसं वाटतं का?

तुमच्या अंतर्यामी अशा सर्व प्रश्‍नांची उत्तरं जाणण्याची इच्छा आणि 'अंतिम सत्य' प्राप्त करण्याची तृष्णा असेल, तर तेजज्ञान फाउंडेशनतर्फे आयोजित 'महाआसमानी शिबिरा'त तुमचं स्वागत आहे. हे शिबिर सरश्रींच्या मार्गदर्शनावर आधारित आहे.

महाआसमानी परमज्ञान शिबिराचा उद्देश :

विश्‍वातील प्रत्येक मनुष्यानं 'मी कोण आहे', या प्रश्‍नाचं उत्तर जाणून तो सर्वोच्च आनंदाच्या अवस्थेत स्थापित व्हावा, हाच या शिबिराचा मुख्य उद्देश आहे. प्रत्येकाला असं ज्ञान प्राप्त व्हावं, जेणेकरून त्यानं प्रत्येक क्षणी वर्तमानात जगण्याची कला आत्मसात करावी. तो भूतकाळाचं ओझं आणि भविष्याची चिंता यांतून मुक्त व्हावा. प्रत्येकाच्या आयुष्यात कधीही न संपणारा आनंद आणि योग्य समज यावी. शिवाय, प्रत्येकानं समस्या विलीन करण्याची कला आत्मसात करावी. मनुष्यजन्माचा उद्देश सफल व्हावा.'मी कोण आहे? मी येथे का आहे? मोक्ष म्हणजे काय? या जन्मातच मोक्षप्राप्ती शक्य आहे का?' असे प्रश्‍न जर तुमच्या मनात असतील, तर त्यांवरील उत्तर आहे- 'महाआसमानी परमज्ञान शिबिर'.

तेजज्ञान फाउंडेशनच्या मुख्य शाखा

पुणे : (रजिस्टर्ड ऑफिस)

विक्रांत कॉम्प्लेक्स, तपोवन मंदिराजवळ, पिंपरी, पुणे : 411 017.
फोन : (020) 27412576, 27411240

मनन आश्रम

सर्व्हे नं. 43, सणस नगर, नांदोशी गांव,
किरकटवाडी फाटा, तालुका : हवेली,
जि. पुणे : 411 024. फोन : 09921008060

*** तेजज्ञान इंटरनेट रेडिओ ***

तेजज्ञान इंटरनेट रेडिओद्वारे 24 तास 365 दिवस, सरश्रींच्या प्रवचन आणि भजनांचा लाभ घ्या. त्यासाठी पाहा लिंक –
http://www.tejgyan.org internetradio.aspx

Tejgyan Internet Radio on all platforms like Android, iPhone, iPad and Amazon

---

यूट्युबच्या साहाय्यानेदेखील सरश्रींच्या प्रवचनांचा लाभ घेऊ शकता.
आजच यूट्युब चॅनलला सबस्क्राइब करा.

YouTube channels

Happy Thoughts -
Tejgyan channel
Sirshree - Tejgyan channel

*****Voice of Happy Thoughts App**

Registration link :
https://happythoughts.co/
Contact No. : 7447797317

Follow Us

Free apps - U R Meditation **e-mail** - mail@tejgyan.com

*** नम्र निवेदन ***

विश्वशांतीसाठी लाखो लोक दररोज सकाळी आणि रात्री 09:09 मिनिटांनी प्रार्थना करत आहेत. कृपया, आपणही यामध्ये सहभागी व्हा.

www.ingramcontent.com/pod-product-compliance
Lightning Source LLC
Chambersburg PA
CBHW031320230926
51848CB00001B/20
* 9 7 8 9 3 8 7 6 9 6 4 5 7 *